English-Thai
Thai-English

Word to Word® Bilingual Dictionary

Compiled by:
C. Sesma, M.A.

Translated by:
Kesorn Kawila
Pornrapat Rujayachayakul

BilingualDictionaries.com
WordtoWord.com

Thai Word to Word® Bilingual Dictionary
3rd Edition © Copyright 2012

All rights reserved. No part of this book may be reproduced or transmitted in any form or by any means.

Published in the USA by:

Bilingual Dictionaries, Inc.
PO Box 1154
Murrieta, CA 92564
T: (951) 296-2445 • F: (951) 296-9911
E: support@bilingualdictionaries.com

BilingualDictionaries.com
WordtoWord.com

ISBN13: 978-0-933146-35-8

Publisher

Bilingual Dictionaries, Inc. was established in 1994. We are committed to providing schools, libraries and educators with a great selection of bilingual materials for students. Along with bilingual dictionaries we also publish ESL workbooks and children's bilingual picture dictionaries.

The first Word to Word® bilingual dictionary was published in 2008. The Word to Word® series now has over 40 editions with languages from around the world. For more information regarding any of our publications please visit us online.

Our series provides ELL students from different native language backgrounds a standardized selection of bilingual dictionaries. The Word to Word® series is designed to create an approved resource that adheres to the guidelines set by school districts and states.

Sesma's Thai Word to Word® Bilingual Dictionary was created specifically with students in mind to be used for reference and testing. This dictionary contains approximately 19,000 entries targeting common words used in the English language.

List of Irregular Verbs

present - past - past participle

arise - arose - arisen
awake - awoke - awoken, awaked
be - was - been
bear - bore - borne
beat - beat - beaten
become - became - become
begin - began - begun
behold - beheld - beheld
bend - bent - bent
beseech - besought - besought
bet - bet - betted
bid - bade (bid) - bidden (bid)
bind - bound - bound
bite - bit - bitten
bleed - bled - bled
blow - blew - blown
break - broke - broken
breed - bred - bred
bring - brought - brought
build - built - built
burn - burnt - burnt *
burst - burst - burst
buy - bought - bought
cast - cast - cast
catch - caught - caught
choose - chose - chosen
cling - clung - clung
come - came - come
cost - cost - cost
creep - crept - crept
cut - cut - cut

deal - dealt - dealt
dig - dug - dug
do - did - done
draw - drew - drawn
dream - dreamt - dreamed
drink - drank - drunk
drive - drove - driven
dwell - dwelt - dwelt
eat - ate - eaten
fall - fell - fallen
feed - fed - fed
feel - felt - felt
fight - fought - fought
find - found - found
flee - fled - fled
fling - flung - flung
fly - flew - flown
forebear - forbore - forborne
forbid - forbade - forbidden
forecast - forecast - forecast
forget - forgot - forgotten
forgive - forgave - forgiven
forego - forewent - foregone
foresee - foresaw - foreseen
foretell - foretold - foretold
forget - forgot - forgotten
forsake - forsook - forsaken
freeze - froze - frozen
get - got - gotten
give - gave - given
go - went - gone
grind - ground - ground
grow - grew - grown

List of Irregular Verbs

hang - hung * - hung *
have - had - had
hear - heard - heard
hide - hid - hidden
hit - hit - hit
hold - held - held
hurt - hurt - hurt
hit - hit - hit
hold - held - held
keep - kept - kept
kneel - knelt * - knelt *
know - knew - known
lay - laid - laid
lead - led - led
lean - leant * - leant *
leap - lept * - lept *
learn - learnt * - learnt *
leave - left - left
lend - lent - lent
let - let - let
lie - lay - lain
light - lit * - lit *
lose - lost - lost
make - made - made
mean - meant - meant
meet - met - met
mistake - mistook - mistaken
must - had to - had to
pay - paid - paid
plead - pleaded - pled
prove - proved - proven
put - put - put
quit - quit * - quit *

read - read - read
rid - rid - rid
ride - rode - ridden
ring - rang - rung
rise - rose - risen
run - ran - run
saw - sawed - sawn
say - said - said
see - saw - seen
seek - sought - sought
sell - sold - sold
send - sent - sent
set - set - set
sew - sewed - sewn
shake - shook - shaken
shear - sheared - shorn
shed - shed - shed
shine - shone - shone
shoot - shot - shot
show - showed - shown
shrink - shrank - shrunk
shut - shut - shut
sing - sang - sung
sink - sank - sunk
sit - sat - sat
slay - slew - slain
sleep - sleep - slept
slide - slid - slid
sling - slung - slung
smell - smelt * - smelt *
sow - sowed - sown *
speak - spoke - spoken
speed - sped * - sped *

List of Irregular Verbs

spell - spelt * - spelt *
spend - spent - spent
spill - spilt * - spilt *
spin - spun - spun
spit - spat - spat
split - split - split
spread - spread - spread
spring - sprang - sprung
stand - stood - stood
steal - stole - stolen
stick - stuck - stuck
sting - stung - stung
stink - stank - stunk
stride - strode - stridden
strike - struck - struck (stricken)
strive - strove - striven
swear - swore - sworn
sweep - swept - swept
swell - swelled - swollen *
swim - swam - swum

take - took - taken
teach - taught - taught
tear - tore - torn
tell - told - told
think - thought - thought
throw - threw - thrown
thrust - thrust - thrust
tread - trod - trodden
wake - woke - woken
wear - wore - worn
weave - wove * - woven *
wed - wed * - wed *
weep - wept - wept
win - won - won
wind - wound - wound
wring - wrung - wrung
write - wrote - written

Those tenses with an * also have regular forms.

English-Thai

Abbreviations

a - article
n - noun
e - exclamation
pro - pronoun
adj - adjective
adv - adverb
v - verb
iv - irregular verb
pre - preposition
c - conjunction

A

a *a* อันหนึ่ง
abandon *v* ละทิ้ง
abandonment *n* การละทิ้ง
abbey *n* วัด; โบสถ์
abbot *n* เจ้าอาวาส
abbreviate *v* ย่อความ
abbreviation *n* คำย่อ
abdicate *v* สละราชสมบัติ
abdication *n* การสละราชสมบัติ
abdomen *n* ท้อง
abduct *v* ลักพาตัว
abduction *n* การลักพาตัว
aberration *n* ความผิดปรกติ
abhor *v* เกลียดชัง
abide by *v* ปฏิบัติตาม
ability *n* ความสามารถ
ablaze *adj* ไหม้
able *adj* สามารถ
abnormal *adj* ผิดปรกติ
abnormality *n* ความผิดปรกติ
aboard *adv* ขึ้นยานพาหนะ
abolish *v* ล้มเลิก
abort *v* ทำแท้ง
abortion *n* การทำแท้ง
abound *v* ชุกชุม
about *adv* ประมาณ
about *pre* เกี่ยวกับ
above *pre* เหนือ
abreast *adv* เคียงข้าง
abridge *v* สรุป
abroad *adv* ต่างประเทศ
abrogate *v* ยกเลิก
abruptly *adv* อย่างกระทันหัน
absence *n* การขาดเรียน
absent *adj* ขาดเรียน
absolute *adj* แน่นอน
absolution *n* นิรโทษกรรม
absolve *v* อภัยโทษ
absorb *v* ดูดซับ
absorbent *adj* ที่ดูดซับ
abstain *v* งดเว้น
abstinence *n* การอด
abstract *adj* นามธรรม
absurd *adj* ไร้สาระ
abundance *n* ความอุดมสมบูรณ์
abundant *adj* อุดมสมบูรณ์
abuse *v* ทำร้ายร่างกาย
abuse *n* การทำร้ายร่างกาย
abusive *adj* ปากเสีย
abysmal *adj* เลวร้าย
abyss *n* เหว; นรก
academic *adj* ทางวิชาการ
academy *n* สถานศึกษา
accelerate *v* เร่งความเร็ว
accelerator *n* คันเร่ง
accent *n* สำเนียง
accept *v* ยอมรับ
acceptable *adj* เป็นที่ยอมรับ
acceptance *n* การตอบรับ
access *n* ทางเข้า; อารมณ์รุนแรง
accessible *adj* สามารถเข้าได้

accident *n* อุบัติเหตุ
accidental *adj* โดยบังเอิญ
acclaim *v* โห่ร้อง
acclimatize *v* ปรับตัว
accommodate *v* จัดหาที่พักให้
accompany *v* ไปเป็นเพื่อน
accomplice *n* ผู้สมรู้ร่วมคิด
accomplish *v* ทำสำเร็จ
accomplishment *n* ความสำเร็จ
accord *n* ข้อตกลง
according to *pre* สืบเนื่องจาก
accordion *n* หีบเพลง
account *n* บัญชี; เรื่องราว
account for *v* อธิบาย; ฆ่า; ชดใช้
accountable *adj* ซึ่งรับผิดชอบ
accountant *n* พนักงานบัญชี
accumulate *v* สะสม
accuracy *n* ความแม่นยำ
accurate *adj* แม่นยำ
accusation *n* ข้อกล่าวหา
accuse *v* กล่าวหา
accustom *v* เคยชิน
ace *n* หนึ่งแต้ม
ache *n* ความเจ็บปวด
achieve *v* ทำให้สำเร็จ
achievement *n* ความสำเร็จ
acid *n* กรด
acidity *n* ความเป็นกรด
acknowledge *v* ตอบรับ
acorn *n* ผลต้นโอ๊ก
acoustic *adj* เกี่ยวกับเสียง
acquaint *v* คุ้นเคย

acquaintance *n* ความคุ้นเคย
acquire *v* ได้รับ
acquisition *n* การครอบครอง
acquit *v* ชำระหนี้; พ้นผิด; ประพฤติตัว
acquittal *n* การชำระหนี้; การพ้นผิด; การปฏิบัติ
acre *n* เอเคอร์
acrobat *n* นักแสดงกายกรรม
across *pre* ข้าม; ผ่าน
act *v* แสดง
act *n* ผู้แสดง; การกระทำ; พระราชบัญญัติ
action *n* การแสดง; การดำเนินคดี
activate *v* กระตุ้น
activation *n* การกระตุ้น
active *adj* กระตือรือร้น
activity *n* กิจกรรม
actor *n* นักแสดงชาย
actress *n* นักแสดงหญิง
actual *adj* ตามความเป็นจริง
actually *adv* แท้จริง
acute *adj* ฉลาด; ฉับพลัน; สาหัส
adamant *adj* ใจแข็ง
adapt *v* ปรับตัว
adaptable *adj* ปรับตัวได้
adaptation *n* การปรับตัว
adapter *n* เครื่องปรับ
add *v* บวก
addicted *adj* ที่ติดเป็นนิสัย
addiction *n* การติดยาเสพติด
addictive *adj* เสพติด
addition *n* การบวก
additional *adj* ที่เพิ่มขึ้น

address *n* ที่อยู่
address *v* กล่าวกับ
addressee *n* ผู้รับจดหมาย
adequate *adj* เพียงพอ
adhere *v* เกาะติด
adhesive *adj* ติดแน่น
adjacent *adj* ติดกัน
adjective *n* คำคุณศัพท์
adjoin *v* ติด
adjoining *adj* แนบ
adjourn *v* เลื่อนเวลา
adjust *v* ปรับ
adjustable *adj* ที่ปรับได้
adjustment *n* การปรับปรุง
administer *v* บริหาร
admirable *adj* น่าชมเชย
admiral *n* พลเรือเอก
admiration *n* การชมเชย
admire *v* ชมเชย
admirer *n* ผู้ชมเชย
admissible *adj* ที่ยอมรับ
admission *n* ค่าผ่านประตู
admit *v* ยอมรับ; สารภาพผิด
admittance *n* การรับเข้า; การสารภาพ
admonish *v* ว่ากล่าว; สั่งเสีย
admonition *n* การว่ากล่าว
adolescence *n* วัยแรกรุ่น
adolescent *n* หนุ่มสาว
adopt *v* รับเป็นลูก
adoption *n* การเลี้ยงเป็นลูก
adoptive *adj* ที่เป็นบุญธรรม
adorable *adj* น่าชื่นชม

adoration *n* การชื่นชม
adore *v* ชื่นชม; รัก
adorn *v* ประดับ
adrift *adv* ไม่มีจุดหมาย
adulation *n* การยอ
adult *n* ผู้ใหญ่
adulterate *v* เจือปน
adultery *n* การผิดประเวณี
advance *n* ความก้าวหน้า
advance *v* ก้าวหน้า
advantage *n* ผลประโยชน์
Advent *n* การมาถึง
adventure *n* การผจญภัย
adverb *n* คำวิเศษณ์
adversary *n* คู่ต่อสู้
adverse *adj* ตรงข้าม
adversity *n* ความทุกข์ยาก
advertise *v* โฆษณา
advertising *n* การโฆษณา
advice *n* คำแนะนำ
advisable *adj* สมควร
advise *v* แนะนำ
adviser *n* อาจารย์ที่ปรึกษา
advocate *v* เป็นทนาย; สนับสนุน
aesthetic *adj* งาม
afar *adv* ไกล
affable *adj* อ่อนโยน
affair *n* กิจธุระ; เรื่องรักๆใคร่
affect *v* มีผลต่อ; รักชอบ
affection *n* ความชอบพอ
affectionate *adj* ที่ชอบพอ
affiliate *v* เกี่ยวข้อง

affiliation n การเข้าร่วม
affinity n ความสัมพันธ์
affirm v รับรอง
affirmative adj ซึ่งรับรอง
affix v ติดต่อกัน; เพิ่มเติม
afflict v ทำให้เจ็บป่วย
affliction n การป่วยไข้
affluence n ความร่ำรวย
affluent adj ร่ำรวย
afford v สามารถจ่ายได้
affordable adj ที่สามารถจ่ายได้
affront v สบประมาท
affront n การสบประมาท
afloat adv ไม่มีจุดหมาย
afraid adj เกรงกลัว
afresh adv ใหม่; อีกครั้ง
after pre หลังจาก
afternoon n ตอนบ่าย
afterwards adv หลังจาก
again adv อีกครั้ง
against pre ต่อต้าน
age n อายุ
agency n องค์การ
agenda n กำหนดการ; ระเบียบวาระ
agent n ตัวแทน
agglomerate v รวบรวม
aggravate v ทำให้เลวลง; ซ้ำเติม; ยั่วยุ
aggravation n การทำให้รุนแรงขึ้น
aggregate v รวบรวม; สรุป
aggression n ความก้าวร้าว
aggressive adj ก้าวร้าว; รุกราน
aggressor n ผู้บุกรุก

aghast adj ตกใจกลัว
agile adj คล่องแคล่ว
agitator n ผู้ก่อการจราจล, ผู้ก่อกวน
agnostic n ผู้ไม่ถือศาสนา
agonize v เจ็บปวด
agonizing adj ที่รู้สึกเจ็บปวด
agony n ความเจ็บปวด
agree v เห็นด้วย
agreeable adj ซึ่งเห็นด้วย
agreement n การเห็นด้วย; ข้อตกลง
agricultural adj เกี่ยวกับเกษตรกรรม
agriculture n การเกษตร
ahead pre ล่วงหน้า
aid v ช่วยเหลือ
aid n ความช่วยเหลือ
aide n เสนาธิการ
ailing adj ไม่สบาย
ailment n ความเจ็บป่วย
aim v เล็งเป้าหมาย
aimless adj ไร้จุดหมาย
air n อากาศ
air v ออกอากาศ
aircraft n เครื่องบิน
airfare n ตั๋วเครื่องบิน
airfield n สนามบิน
airline n สายการบิน
airliner n เครื่องบินโดยสาร
airmail n จดหมายทางอากาศ
airplane n เครื่องบิน
airport n สนามบิน
airspace n น่านฟ้า
airstrip n ทางวิ่งเครื่องบิน

airtight *adj* สุญญากาศ
aisle *n* ทางเดิน
ajar *adj* แง้ม
akin *adj* เกี่ยวดองกัน
alarm *n* สัญญาณเตือนภัย
alarm clock *n* นาฬิกาปลุก
alarming *adj* น่าตกใจ
alcoholic *adj* ผู้ติดเหล้า
alcoholism *n* โรคพิษสุราเรื้อรัง
alert *v* ตื่นตัว
alert *n* ความตื่นตัว
algebra *n* พีชคณิต
alien *n* คนต่างด้าว
alight *adv* สว่าง
align *v* เป็นแนวตรง
alignment *n* การจัดแถว
alike *adj* คล้ายกัน
alive *adj* มีชีวิต
all *adj* ทั้งหมด
allegation *n* การกล่าวหา
allege *v* กล่าวหา; ตั้งข้อหา
allegedly *adv* ตามข้อกล่าวหา
allegiance *n* ความจงรักภักดี
allegory *n* ชาดก
allergic *adj* ที่เป็นโรคภูมิแพ้
allergy *n* โรคภูมิแพ้
alleviate *v* บรรเทา
alley *n* ตรอก; ซอย
alliance *n* พันธมิตร
allied *adj* เป็นพันธมิตรกัน
alligator *n* จระเข้
allocate *v* จรรสรร; สั่งงาน
allot *v* ให้; จ่ายแจก
allotment *n* การจัดแบ่ง
allow *v* อนุญาต
allowance *n* การอนุญาต
alloy *n* สิ่งเจือปน
allure *n* ยั่วยวน
alluring *adj* ดึงดูดใจ
allusion *n* การพาดพิงถึง
ally *n* พันธมิตร
ally *v* เป็นพันธมิตร
almanac *n* ปฏิทินโหราศาสตร์, ปฏิทินบันทึกเหตุการณ์
almighty *adj* มีอำนาจมาก
almond *n* เมล็ดอัลมอนด์
almost *adv* เกือบ
alms *n* ของบริจาคทาน
alone *adj* โดดเดี่ยว
along *pre* ตาม
alongside *pre* ใกล้ชิด
aloof *adj* โดยลำพัง
aloud *adv* เสียงดัง
alphabet *n* พยัญชนะ
already *adv* เรียบร้อยแล้ว
alright *adv* ดี; น่าพอใจ
also *adv* เช่นกัน
altar *n* โต๊ะบูชา
alter *v* ดัดแปลง
alteration *n* การเปลี่ยนแปลง
altercation *n* การทะเลาะวิวาท
alternate *v* ผลัดเปลี่ยน
alternate *adj* ที่หมุนเวียนไป
alternative *n* ทางเลือก

although *c* ถึงแม้ว่า
altitude *n* ระดับความสูง
altogether *adj* ทั้งหมด
aluminum *n* อะลูมิเนียม
always *adv* สม่ำเสมอ
amass *v* รวมเป็นก้อน
amateur *adj* มือสมัครเล่น
amaze *v* ทำให้ประหลาดใจ
amazement *n* ความประหลาดใจ
amazing *adj* น่าประหลาดใจ
ambassador *n* เอกอัครราชฑูต
ambiguous *adj* กำกวม
ambition *n* ความทะเยอทะยาน
ambitious *adj* ทะเยอทะยาน
ambivalent *adj* ลังเล
ambulance *n* รถพยาบาล
ambush *v* ลอบทำร้าย
amenable *adj* ยอมรับฟัง
amend *v* แก้ไข; กลับตัว
amendment *n* การแก้ไข
amenities *n* เครื่องอำนวยความสะดวก
American *adj* เกี่ยวกับอเมริกา
amiable *adj* มีอัธยาศัยดี
amicable *adj* กลมเกลียวกัน
amid *pre* ท่ามกลาง
ammonia *n* สารแอมโมเนีย
ammunition *n* อาวุธ
amnesia *n* ความจำเสื่อม
amnesty *n* นิรโทษกรรม
among *pre* ท่ามกลาง
amoral *adj* ไร้ศีลธรรม
amorphous *adj* ไม่มีรูปร่าง
amortize *v* หักล้างหนี้
amount *n* จำนวน
amount to *v* รวมกันเป็น
amphibious *adj* สะเทินน้ำสะเทินบก
amphitheater *n* อัฒจันทร์
ample *adj* เหลือเฟือ
amplifier *n* เครื่องขยายเสียง
amplify *v* ขยายเสียง
amputate *v* ตัดแขนขา; กุด
amputation *n* การตัดแขนขา
amuse *v* ทำให้สนุกสนาน
amusement *n* ความสนุกสนาน
amusing *adj* น่าสนุกสนาน
an *a* อันเดียว; อันหนึ่ง
analogy *n* การเปรียบเทียบ
analysis *n* การวิเคราะห์
analyze *v* วิเคราะห์
anarchist *n* ผู้นิยมอนาธิปไตย
anarchy *n* อนาธิปไตย
anatomy *n* กายวิภาคศาสตร์
ancestor *n* บรรพบุรุษ
ancestry *n* เครือญาติ
anchor *n* สมอเรือ
anchovy *n* ปลากะตัก
ancient *adj* เก่าแก่
and *c* และ
anecdote *n* เกร็ดพงศาวดาร
anemia *n* โรคโลหิตจาง
anemic *adj* เกี่ยวกับโรคโลหิตจาง
anesthesia *n* ความชา
anew *adv* ใหม่; อีกครั้ง
angel *n* เทวฑูต

angelic *adj* ดีงาม
anger *v* ทำให้โกรธ
anger *n* ความโกรธ
angina *n* อาการจุกเสียด
angle *n* มุม; มุมมอง
angle *v* ทำมุม; ตกปลา
Anglican *adj* ของชาวอังกฤษ
angry *adj* โกรธ
anguish *n* ความเจ็บปวด
animal *n* สัตว์
animate *v* ทำให้มีชีวิต
animation *n* ความมีชีวิต
animosity *n* ความเกลียดชัง
ankle *n* ข้อเท้า
annex *n* ภาคผนวก
annexation *n* การผนวก
annihilate *v* ทำลายล้าง
annihilation *n* การทำลายล้าง
anniversary *n* วันครบรอบ
annotate *v* บันทึกหมายเหตุ
annotation *n* หมายเหตุ
announce *v* ประกาศ
announcement *n* การประกาศ
announcer *n* ผู้ประกาศ
annoy *v* ทำให้รำคาญ
annoying *adj* น่ารำคาญ
annual *adj* ประจำปี
annul *v* ยกเลิก
annulment *n* การยกเลิก
anoint *v* ทา; ชโลม
anonymity *n* การไม่ระบุชื่อ
anonymous *adj* ไม่ระบุชื่อ

another *adj* อันอื่น
answer *v* ตอบ
answer *n* คำตอบ
ant *n* มด
antagonize *v* ทำให้เป็นศัตรู
antecedent *n* สิ่งที่มาก่อน
antecedents *n* บรรพบุรุษ
antelope *n* ละมั่ง
antenna *n* เสาอากาศ
anthem *n* เพลงชาติ; เพลงสดุดี; เพลงสวด
antibiotic *n* ยาปฏิชีวนะ
anticipate *v* คาดหมาย
anticipation *n* ความคาดหมาย
antidote *n* ยาแก้พิษ
antipathy *n* ความเกลียดชัง
antiquated *adj* เก่าแก่
antiquity *n* สมัยโบราณ
anvil *n* ทั่งตีเหล็ก
anxiety *n* ความวิตกกังวล
anxious *adj* กระวนกระวายใจ
any *adj* บ้าง; ใด; ใคร
anybody *pro* ใครต่อใคร
anyhow *pro* ถึงอย่างไรก็ตาม
anyone *pro* ใครก็ตาม
anything *pro* อะไรก็ตาม
apart *adv* ต่างหาก
apartment *n* ห้องชุด
apathy *n* ความเฉยเมย
ape *n* ลิงชนิดหนึ่ง
aperitif *n* เหล้าก่อนอาหาร
apex *n* ยอดแหลม

apiece *adv* แต่ละ
apocalypse *n* คัมภีร์ศาสนาคริสต์
apologize *v* ขอโทษ
apology *n* คำขอโทษ
apostle *n* ผู้เผยแพร่ศาสนา
apostolic *adj* เกี่ยวกับผู้เผยแพร่ศาสนา
apostrophe *n* เครื่องหมายวรรคตอน
appall *v* กลัวหัวหด
appalling *adj* น่ากลัว
apparel *n* เสื้อผ้า
apparent *adj* แจ่มแจ้ง
apparently *adv* กระจ่าง
apparition *n* ผี; การปรากฏ
appeal *n* คำร้องทุกข์
appeal *v* ขอร้อง
appealing *adj* น่าดึงดูดใจ
appear *v* ปรากฏ; แสดงท่าที
appearance *n* การปรากฏตัว
appease *v* ปลอบใจ
appeasement *n* การปลอบใจ
appendicitis *n* ไส้ติ่งอักเสบ
appendix *n* ไส้ติ่ง
appetite *n* ความอยากอาหาร
appetizer *n* อาหารเรียกน้ำย่อย
applaud *v* ปรบมือ
applause *n* การปรบมือ
apple *n* ลูกแอปเปิ้ล
appliance *n* เครื่องไม้เครื่องมือ
applicable *adj* ใช้ประโยชน์ได้
applicant *n* ผู้สมัคร
application *n* การสมัครงาน
apply *v* สมัครงาน

apply for *v* ขอสมัคร
appoint *v* แต่งตั้ง; นัดหมาย
appointment *n* การแต่งตั้ง; การนัดหมาย
appraisal *n* การประเมินค่า
appraise *v* ประเมินค่า
appreciate *v* เห็นคุณค่า; ขึ้นราคา; ยกย่อง
appreciation *n* การเห็นคุณค่า; ความขอบคุณ
apprehend *v* จับกุม; เข้าใจ
apprehensive *adj* เข้าใจง่าย; หวั่นกลัว
apprentice *n* เด็กฝึกงาน
approach *n* การเข้าใกล้
approach *v* เข้าใกล้
approachable *adj* ที่เข้าถึงได้
approbation *n* การเห็นชอบ
appropriate *adj* เหมาะสม
approval *n* การเห็นชอบ
approve *v* เห็นชอบด้วย
approximate *adj* ประมาณ
apricot *n* ผลแอพพริค๊อท
April *n* เดือนเมษายน
apron *n* ผ้ากันเปื้อน
aptitude *n* ความถนัด; แนวโน้ม
aquarium *n* ตู้ปลา; พิพิธภัณฑ์สัตว์น้ำ
aquatic *adj* เกี่ยวกับน้ำ
aqueduct *n* ท่อระบายน้ำ
Arabic *adj* เกี่ยวกับอาระเบีย
arable *adj* เหมาะแก่การเพาะปลูก
arbiter *n* ตุลาการ
arbitrary *adj* โดยพลการ

arbitrate *v* ตัดสิน; ชี้ขาด
arbitration *n* การตัดสิน
arc *n* ความโค้ง
arch *n* ประตูโค้ง
archaeology *n* โบราณคดี
archaic *adj* โบราณ
archbishop *n* หัวหน้าบาทหลวง
architect *n* สถาปนิก
architecture *n* สถาปัตยกรรม
archive *n* หอจดหมายเหตุ
arctic *adj* หนาวจัด
ardent *adj* รุนแรง; กระตือรือร้น; สว่างสดใส
ardor *n* ความกระตือรือร้น
arduous *adj* ลำบากตรากตรำ
area *n* พื้นที่
arena *n* สนามกีฬา; สังเวียน
argue *v* โต้แย้ง; ถกเถียง
argument *n* การโต้แย้ง
arid *adj* แห้งแล้วกันดาร; น่าเบื่อ
arise *iv* เกิดขึ้น; ลุกขึ้น
aristocracy *n* ชนชั้นสูง
aristocrat *n* ขุนนาง
arithmetic *n* คณิตศาสตร์
ark *n* เรือ
arm *v* ติดอาวุธ
arm *n* แขน
armaments *n* อาวุธยุทธภัณฑ์
armchair *n* เก้าอี้เท้าแขน
armed *adj* ติดอาวุธ
armistice *n* การสงบศึก
armor *n* เกราะ

armpit *n* รักแร้
army *n* กองทัพ
aromatic *adj* มีกลิ่นหอม
around *pre* ประมาณ
arouse *v* กระตุ้น; เร้าอารมณ์
arrange *v* เตรียมการ; กำหนด
arrangement *n* การเตรียมการ
array *n* ขบวน
arrest *v* จับกุม
arrest *n* การจับกุม
arrival *n* การมาถึง; ผู้มาถึง
arrive *v* มาถึง
arrogance *n* ความยโส
arrogant *adj* ยโส
arrow *n* ลูกธนู
arsenal *n* คลังสรรพาวุธ
arsenic *n* สารหนู
arson *n* การลอบวางเพลิง
arsonist *n* คนลอบวางเพลิง
art *n* ศิลปะ
artery *n* เส้นเลือดแดง
arthritis *n* ข้ออักเสบ
artichoke *n* อาร์ติโชก
article *n* บทความ
articulate *v* ต่อกัน; สื่อสาร
articulation *n* การออกเสียง
artificial *adj* ปลอม
artillery *n* ปืนใหญ่
artisan *n* ช่างฝีมือ
artist *n* ศิลปิน
artistic *adj* เกี่ยวกับศิลปะ
artwork *n* ผลงานทางศิลปะ

as *adv* ราวกับ
as *c* เช่น
ascend *v* ขึ้นไป; มีอำนาจ
ascendancy *n* อำนาจวาสนา
ascertain *v* สืบหา
ascetic *adj* สันโดษ
ash *n* ต้นแอ๊ช; ขี้เถ้า
ashamed *adj* ละอายใจ
ashore *adv* ขึ้นฝั่ง
ashtray *n* ที่เขี่ยบุหรี่
aside *adv* ไปด้านหนึ่ง
aside from *adv* นอกเหนือไปจาก
ask *v* ถาม; ขอร้อง
asleep *adj* นอนหลับ
asparagus *n* หน่อไม่ฝรั่ง
aspect *n* มุมมอง; รูปลักษณ์
asphalt *n* ยางมะตอย
asphyxiate *v* หายใจไม่ออก
asphyxiation *n* การขาดอากาศหายใจ
aspiration *n* ความใฝ่ฝัน
aspire *v* ใฝ่ฝัน
aspirin *n* ยาแก้ปวด
assail *v* ทำร้าย
assailant *n* ผู้ทำร้าย
assassin *n* นักฆ่า
assassinate *v* ฆ่า
assassination *n* การลอบฆ่า
assault *v* ทำร้าย; ลวนลาม
assault *n* การทำร้าย
assemble *v* ประชุม; รวบรวม
assembly *n* การประชุม
assent *v* เห็นด้วย
assert *v* ยืนยัน; อ้างสิทธิ์
assertion *n* การยืนยัน
assess *v* ประเมินราคา
assessment *n* การประเมินราคา
asset *n* ทรัพย์สมบัติ
assets *n* สินทรัพย์
assign *v* มอบหมายงาน
assignment *n* การมอบหมาย
assimilate *v* ทำให้เหมือนกัน; ดูดซึม; ปรับตัว
assimilation *n* การดูดซึม; ความคล้ายกัน
assist *v* ช่วยเหลือ
assistance *n* การช่วยเหลือ
associate *v* คบหา
association *n* สมาคม; บริษัท
assorted *adj* สารพัด
assortment *n* การจัดประเภท
assume *v* ถือเอา; สมมุติ
assumption *n* ความเห็น
assurance *n* การรับประกัน
assure *v* รับประกัน; ยืนยัน
asterisk *n* เครื่องหมายดอกจัน
asteroid *n* คล้ายดาว
asthma *n* หอบหืด
asthmatic *adj* ที่เกี่ยวกับหอบหืด
astonish *v* ทำให้ประหลาดใจ
astonishing *adj* น่าประหลาดใจ
astound *v* ทำให้ตกใจ
astounding *adj* น่าตกใจ
astray *v* พลัดหลง
astrologer *n* โหราจารย์

astrology *n* โหราศาสตร์
astronaut *n* นักบินอวกาศ
astronomer *n* นักดาราศาสตร์
astronomic *adj* เกี่ยวกับดาราศาสตร์
astronomy *n* ดาราศาสตร์
astute *adj* ฉลาด
asunder *adv* กระจายออก
asylum *n* โรงพยาบาลบ้า; ที่หลบภัย
at *pre* ที่
atheism *n* อเทวนิยม
atheist *n* ผู้ถืออเทวนิยม
athlete *n* นักกีฬา
athletic *adj* แข็งแรง
atmosphere *n* บรรยากาศ
atmospheric *adj* เกี่ยวกับบรรยากาศ
atom *n* อนุภาค
atomic *adj* เล็กมาก
atone *v* แก้ตัว; ไถ่คืน
atonement *n* การแก้ตัว
atrocious *adj* โหดร้าย
atrocity *n* ความโหดร้าย
atrophy *v* เสื่อม; ลีบ
attach *v* แนบ; ผูกพัน
attached *adj* ที่แนบมาด้วย
attachment *n* สิ่งที่แนบมาด้วย
attack *v* โจมตี
attack *n* การโจมตี
attacker *n* ผู้ทำร้าย
attain *v* สำเร็จ
attainable *adj* สำเร็จได้
attainment *n* ความสำเร็จ
attempt *v* พยายาม

attempt *n* ความพยายาม
attend *v* เข้าร่วม; เอาใจใส่
attendance *n* การเข้าร่วม
attendant *n* คนดูแล
attention *n* ความเอาใจใส่
attentive *adj* เอาใจใส่
attenuate *v* เบาบางลง; ผอมลง
attenuating *adj* ที่เบาบางลง
attest *v* พิสูจน์; สาบาน
attic *n* ห้องเพดาน
attitude *n* เจตคติ
attorney *n* ทนายความ
attract *v* ดึงดูดใจ
attraction *n* ความดึงดูดใจ
attractive *adj* ที่น่าดึงดูดใจ
attribute *v* ให้เหตุผล
auction *v* ประมูล
auction *n* การประมูล
auctioneer *n* ผู้ประมูล
audacious *adj* กล้า; บ้าบิ่น
audacity *n* ความกล้าบ้าบิ่น
audible *adj* พอได้ยิน
audience *n* ผู้ชม; ผู้ฟัง
audit *v* ตรวจสอบบัญชี
auditorium *n* ห้องประชุม
augment *v* เพิ่มมากขึ้น
August *n* เดือนสิงหาคม
aunt *n* ป้า; น้า
auspicious *adj* รุ่งเรือง
austere *adj* เคร่งครัด
austerity *n* ความเคร่งครัด
authentic *adj* แท้จริง

authenticate *v* รับรอง
authenticity *n* ของแท้
author *n* นักประพันธ์
authoritarian *adj* เผด็จการ
authority *n* อำนาจ
authorization *n* การให้อำนาจ
authorize *v* ให้อำนาจ
auto *n* รถยนต์
autograph *n* ลายเซ็น
automatic *adj* อัตโนมัติ
automobile *n* รถยนต์
autonomous *adj* อิสระ
autonomy *n* อิสระภาพ
autopsy *n* การชันสูตรศพ
autumn *n* ฤดูใบไม้ร่วง
auxiliary *adj* สำรอง
avail *v* ได้ผล
availability *n* การหามาได้
available *adj* ที่หาได้
avalanche *n* การถล่ม; ปริมาณมาก
avarice *n* ความโลภ
avaricious *adj* โลภ
avenge *v* ล้างแค้น
avenue *n* ถนน
average *n* ส่วนมาก
averse *adj* ไม่ถูกใจ
aversion *n* ความเกลียดชัง
avert *v* หลีกเลี่ยง
aviation *n* วิชาการบิน
aviator *n* นักบิน
avid *adj* โลภ
avoid *v* หลีกเลี่ยง
avoidable *adj* ที่หลีกเลี่ยงได้
avoidance *n* การหลีกเลี่ยง
avowed *adj* ยอมรับ
await *v* ตั้งตาคอย
awake *iv* ปลุก
awake *adj* ตื่นตัว
awakening *n* การปลุก
award *n* รางวัล
award *v* มอบรางวัล
aware *adj* รู้
awareness *n* ความตระหนัก
away *adv* ไม่อยู่
awe *n* ความกลัว
awesome *adj* น่ากลัว
awful *adj* สยดสยอง
awkward *adj* งุ่มง่าม
awning *n* ม่านบังแดด
ax *n* ขวาน
axiom *n* ความจริง
axis *n* แกนโลก
axle *n* เพลา

B

babble *v* พูดไร้สาระ
baby *n* เด็กอ่อน
babysitter *n* พี่เลี้ยงเด็ก
bachelor *n* ชายโสด; บัณฑิต

back *n* หลัง
back *v* สนับสนุน
back *adv* ถอยหลัง
back down *v* ยอมตาม
back up *v* ดัน
backbone *n* กระดูกสันหลัง
backdoor *n* ผิดกฎหมาย
backfire *v* ส่งผลตรงข้าม
background *n* ภูมิหลัง
backing *n* ความช่วยเหลือ
backlash *n* การกระตุก
backlog *n* งานค้าง
backpack *n* กระเป๋าเป้
backup *n* สนับสนุน
backward *adj* ย้อนกลับ
backwards *adv* ย้อนกลับ
backyard *n* สวนหลังบ้าน
bacon *n* หมูเบคอน
bacteria *n* เชื้อโรค
bad *adj* เลว; ไม่ดี
badge *n* เหรียญตรา
badly *adv* อย่างเลว
baffle *v* ทำให้งง
bag *n* ถุง; กระเป๋าถือ
bag *v* ใส่กระเป๋า
baggage *n* กระเป๋าเดินทาง
baggy *adj* คล้ายถุง; โป่ง
baguette *n* ขนมปังฝรั่งเศส
bail *n* การประกันตัว; ถังวิดน้ำ
bail out *v* กระโดดร่ม; วิดน้ำ; ประกันตัว
bailiff *n* ผู้ดูแลที่ดิน;
 เจ้าหน้าที่ยึดทรัพย์

bait *n* เหยื่อล่อ
bake *v* อบ
baker *n* คนทำขนมปัง
bakery *n* ร้านขายขนมปัง
balance *v* ทำให้สมดุล
balance *n* ความสมดุล
balcony *n* ระเบียง
bald *adj* หัวโล้น; โล่งเตียน
bale *n* ห่อ; ความทุกข์
ball *n* ลูกบอล; งานเต้นรำ
balloon *n* ลูกโป่ง; เรือเหาะ
ballot *n* บัตรเลือกตั้ง
ballroom *n* ห้องเต้นรำ
balm *n* ยาบรรเทาปวด
balmy *adj* ซึ่งบรรเทาปวด
bamboo *n* หน่อไม้; ต้นไผ่
ban *v* ห้าม
ban *n* การสั่งห้าม
banality *n* ความน่าเบื่อ
banana *n* กล้วย
band *n* สายคาด; วงดนตรี
bandage *v* พันแผล
bandage *n* ผ้าพันแผล
bandit *n* โจรผู้ร้าย
bang *v* ทำเสียงดังปัง
bangs *n* ผมม้า
banish *v* เนรเทศ
banishment *n* การเนรเทศ
bank *n* ธนาคาร; ตลิ่ง; ที่เก็บข้อมูล
bankrupt *v* ล้มละลาย
bankrupt *adj* ที่ล้มละลาย
bankruptcy *n* การล้มละลาย

banner n ธง
banquet n งานเลี้ยง
baptism n พิธีศีลจุ่ม
baptize v ทำพิธีศีลจุ่ม
bar v สกัดกั้น
bar n ไม้กระบอง; บาร์
barbarian n คนป่า
barbaric adj ป่าเถื่อน
barbarism n ความป่าเถื่อน
barbecue n เนื้อย่าง; บาร์บีคิว
barber n ช่างตัดผม
bare adj เปลือย
barefoot adj เท้าเปล่า
barely adv แทบจะไม่
bargain v ต่อรองราคาของ
bargain n การต่อรองราคา
bargaining n การต่อรองราคา
barge n โป๊ะ; เรือ
bark v เห่า
bark n เสียงเห่า; เรือสำเภา
barley n ข้าวบาเลย์
barmaid n หญิงบาร์
barman n บาร์เทนเดอร์
barn n ยุ้งข้าว
barometer n บาโรมิเตอร์
barracks n ค่ายทหาร
barrage n เขื่อน
barrel n ถัง
barren adj แห้งแล้ง; เป็นหมัน
barricade n สิ่งกีดขวาง
barrier n อุปสรรค; ศุลกากร
barring pre ยกเว้น; นอกจาก

bartender n บาร์เทนเดอร์
barter v แลกเปลี่ยน
base v ตั้งฐาน
base n ฐาน; ข้ออ้างอิง
baseball n กีฬาเบสบอล
baseless adj ไม่มีมูลความจริง
basement n ชั้นใต้ดิน
bashful adj อาย
basic adj ขั้นพื้นฐาน
basics n ส่วนที่สำคัญที่สุด
basin n อ่าง; ลุ่มน้ำ; โคม
basis n มูลฐาน
bask v อาบแดด
basket n ตะกร้า
basketball n กีฬาบาสเกตบอล
bass n เสียงทุ้ม; ปลากะพง
bastard n คนสารเลว
bat n ค้างคาว; กระบอง
batch n พวก; ชุด
bath n การอาบน้ำ
bathe v อาบน้ำ
bathrobe n เสื้อคลุมอาบน้ำ
bathroom n ห้องน้ำ
bathtub n อ่างอาบน้ำ
baton n กระบอง
battalion n กองทัพ
batter v โจมตี
battery n ถ่าน
battle v ต่อสู้
battle n การต่อสู้
battleship n เรือรบ
bay n อ่าว

23 believable

B

bayonet *n* ดาบปลายปืน
bazaar *n* ร้านขายของ
be *iv* เป็น; อยู่; คือ
be born *v* เกิด
beach *n* ชายหาด
beacon *n* ประภาคาร
beak *n* จะงอยปาก
beam *n* ลำแสง
bean *n* ถั่ว
bear *n* หมี
bear *iv* แบกหาม; อดทน
bearable *adj* ทนได้
beard *n* หนวดเครา
bearded *adj* ที่มีหนวดเครา
bearer *n* คนหาม
beast *n* สัตว์เดรัจฉาน
beat *iv* ตี; ชนะ; เต้น
beat *n* การตี; การชนะ
beaten *adj* แพ้
beating *n* การตี; การแพ้
beautiful *adj* สวยงาม
beautify *v* ทำให้สวยงาม
beauty *n* ความสวยงาม
beaver *n* สัตว์ชนิดหนึ่ง
because *c* เพราะว่า
because of *pre* อันเนื่องมาจาก
beckon *v* กวักมือเรียก; ผงกศีรษะ
become *iv* กลายเป็น
bed *n* เตียง; ฐาน
bedding *n* ที่นอนหมอนมุ้ง
bedroom *n* ห้องนอน
bedspread *n* ผ้าคลุมเตียง
bee *n* ผึ้ง
beef *n* เนื้อวัว
beef up *v* ทำให้แข็งแกร่ง
beehive *n* รังผึ้ง
beer *n* เบียร์
beet *n* หัวผักกาด
beetle *n* แมลงเต่าทอง
before *pre* อยู่หน้า; ข้างหน้า
before *adv* ก่อน, อยู่หน้า
beforehand *adv* ล่วงหน้า
befriend *v* ตีสนิท
beg *v* ขอ; อ้อนวอน
beggar *n* ขอทาน
begin *iv* เริ่มต้น
beginner *n* มือใหม่
beginning *n* เริ่มต้น
beguile *v* ล่อลวง
behalf (on) *adv* ในนาม
behave *v* ประพฤติ
behavior *n* ความประพฤติ
behead *v* ตัดหัว
behind *pre* ข้างหลัง
behold *iv* เห็น; ดู
being *n* ความเป็นอยู่
belated *adj* ย้อนหลัง
belch *n* การเรอ
belch *v* เรอ
belfry *n* หอระฆัง
Belgian *adj* เกี่ยวกับเบลเยี่ยม
Belgium *n* ชาวเบลเยียม
belief *n* ความเชื่อ
believable *adj* น่าเชื่อ

believe v เชื่อ
believer n ผู้เชื่อ; ผู้ศรัทธา
belittle v พูดดูถูก
bell n ระฆัง; กริ่ง
bell pepper n พริกหยวก
belligerent adj ที่ทะเลาะกัน
belly n พุง
belly button n สะดือ
belong v เป็นของ
belongings n ข้าวของ
beloved adj เป็นที่รัก
below adv ข้างล่าง
below pre ข้างใต้; ต่ำกว่า
belt n เข็มขัด
bench n เก้าอี้นั่ง
bend iv ค้อมตัว; ก้ม
bend down v โก้งโค้ง
beneath pre ข้างใต้
benediction n การให้พร
benefactor n ผู้มีบุญคุณ
beneficial adj เป็นผลดี
beneficiary n ผู้รับประโยชน์
benefit n ผลประโยชน์
benefit v เป็นประโยชน์
benevolence n เมตตากรุณา
benevolent adj มีเมตตา
benign adj อ่อนโยน
bequeath v ยกมรดกให้
bereaved adj เสียไป; กำพร้า
bereavement n การเสียไป
beret n หมวกผ้าไม่มีปีก
berserk adv บ้าระห่ำ

berth n ที่จอดเรือ
beseech iv อ้อนวอน
beset iv ห้อมล้อม
beside pre ข้างๆ
besides pre นอกเหนือจาก
besiege iv ห้อมล้อม
best adj ดีที่สุด
best man n เพื่อนเจ้าบ่าว
bestial adj โหดร้าย
bestiality n ลักษณะสัตว์ป่า
bestow v สละให้
bet n พนัน
bet iv เดิมพัน
betray v หักหลัง
betrayal n การทรยศ
better adj ดีกว่า
between pre ระหว่าง
beverage n เครื่องดื่ม
beware v ระวัง
bewilder v ทำให้งง
bewitch v ทำให้เคลิบเคลิ้ม
beyond adv ถัดไป
bias n ความลำเอียง
bible n คัมภีร์ไบเบิล
biblical adj เกี่ยวกับพระคัมภีร์ไบเบิล
bibliography n บรรณานุกรม
bicycle n รถจักรยาน
bid n ประมูลราคา
bid iv ประกวดราคา
big adj ใหญ่โต
bigamy n จดทะเบียนสมรสซ้อน
bigot adj คลั่งศาสนา

25 blind

B

bigotry *n* การคลั่งศาสนา
bike *n* รถจักรยาน
bile *n* น้ำดี
bilingual *adj* พูดได้สองภาษา
bill *n* ตั๋ว; ธนบัตร
bill *v* แจ้งหนี้
billiards *n* การเล่นบิลเลียด
billion *n* พันล้าน
billionaire *n* เศรษฐีพันล้าน
bimonthly *adj* สองเดือนต่อครั้ง
bin *n* ถังขยะ
bind *iv* รัด
binding *adj* ผูกพัน
binoculars *n* กล้องส่องทางไกล
biography *n* ชีวประวัติ
biological *adj* ทางชีววิทยา
biology *n* ชีววิทยา
bird *n* นก
birth *n* การเกิด
birthday *n* วันเกิด
biscuit *n* ขนมปัง
bishop *n* หัวหน้าบาทหลวง
bison *n* วัวกระทิง
bit *n* ชิ้นส่วน; บิต
bite *n* รอยกัด
bite *iv* กิน; กัด; ทำให้แสบ
bitter *adj* ขม; ขมขื่น; หนาวจัด
bitterly *adv* อย่างขมขื่น
bitterness *n* ความขม
bizarre *adj* แปลกประหลาด
black *adj* สีดำ
blackberry *n* ผลแบล็กเบอร์รี
blackboard *n* กระดานดำ
blackmail *v* หักหลัง
blackmail *n* การหักหลัง
blackness *n* ความมืด
blackout *n* ความมืดมน
blacksmith *n* ช่างตีเหล็ก
bladder *n* กระเพาะปัสสาวะ
blade *n* ใบ; ใบมีด
blame *v* ตำหนิ
blame *n* การตำหนิ
blameless *adj* ไม่มีที่ติ
bland *adj* สุภาพ
blank *adj* ว่างเปล่า
blanket *n* ผ้าห่ม
blaspheme *v* ดูหมิ่น
blasphemy *n* การดูหมิ่น
blast *n* การระเบิด
blaze *v* สว่างโชกโชน
bleach *v* ฟอกสี
bleach *n* การฟอกสี
bleak *adj* เปล่าเปลี่ยว
bleed *iv* เลือดไหล
bleeding *n* การตกเลือด
blemish *v* ด่างพร้อย; ติด
blemish *n* คราบ; มลทิน
blend *v* ผสม
blend *n* การผสม
blender *n* เครื่องปั่น
bless *v* ให้พร
blessed *adj* ได้รับพร
blessing *n* การให้พร
blind *v* ทำให้มองไม่เห็น

blind

blind *adj* ตาบอด
blindfold *n* สิ่งที่ใช้ปิดตา
blindfold *v* ซึ่งปิดตา
blindly *adv* สุ่มสี่สุ่มห้า
blindness *n* ตาบอดสี
blink *v* กระพริบตา
bliss *n* ความสุขสำราญ
blissful *adj* ผาสุข
blister *n* ตุ่ม; รอยพอง
blizzard *n* พายุหิมะ
bloat *v* บวม
bloated *adj* บวม
block *n* ท่อนไม้; ตึกใหญ่; แม่พิมพ์; สิ่งกีดขวาง
block *v* ขวางทาง; ถ่วงความเจริญ; อัดเข้ารูป
blockade *n* การกั้นด่าน
blockade *v* กั้นด่าน
blockage *n* การขัดขวาง
blond *adj* สีเหลืองอ่อนๆ
blood *n* เลือด
bloodthirsty *adj* โหดร้าย
bloody *adj* เปื้อนเลือด
bloom *v* ผลิบาน
blossom *v* ผลิบาน
blot *n* รอยเปื้อน; ตำหนิ
blot *v* เปื้อน
blouse *n* เสื้อสตรี
blow *n* ความเบิกบาน
blow *iv* เบิกบาน; พัด
blow out *iv* ยางแตก
blow up *iv* ระเบิด; โกรธจัด

blowout *n* งานเลี้ยง; ยางแตก
bludgeon *v* ตระบอง
blue *adj* สีฟ้า; เศร้าใจ
blueprint *n* พิมพ์เขียว
bluff *v* ขู่; หลอกลวง; แสร้งทำ
bluff *n* การขู่; การหลอกลวง; การเสแสร้ง
blunder *n* ความผิดพลาด
blunt *adj* เถรตรง; ทื่อ
bluntness *n* ความเถรตรง; ความทื่อ
blur *v* สลัว
blurred *adj* ตาพร่า
blush *n* หน้าแดง
blush *v* มีอาการหน้าแดง
boar *n* หมูป่า
board *v* ต่อ
board *n* กระดาน; คณะกรรมการ
boast *v* คุยโม้
boat *n* เรือ
bodily *adj* เกี่ยวกับร่างกาย
body *n* ร่างกาย; เรือนร่าง
bog *n* โคลน
bog down *v* ชะงัก
boil *v* ต้ม
boil down to *v* เป็นเหตุให้เกิด
boil over *v* ควบคุมไม่ได้
boiler *n* หม้อน้ำ
boisterous *adj* อึกทึก
bold *adj* กล้าหาญ; ชัดเจน
boldness *n* ความกล้าหาญ
bolster *v* ค้ำจุน
bolt *n* สลักประตู

bolt *v* ล็อคประตู
bomb *v* วางระเบิด
bomb *n* ระเบิด
bombing *n* การทิ้งระเบิด
bombshell *n* กระสุน
bond *n* เยื่อใย; พันธบัตร
bondage *n* ความผูกพัน
bone *n* กระดูก
bone marrow *n* ไขกระดูก
bonfire *n* กองไฟ
bonus *n* ผลตอบแทน
book *n* หนังสือ
bookcase *n* ตู้หนังสือ
bookkeeper *n* พนักงานบัญชี
bookkeeping *n* วิชาการทำบัญชี
booklet *n* หนังสือเล่มเล็กๆ
bookseller *n* คนขายหนังสือ
bookstore *n* ร้านขายหนังสือ
boom *v* กระหึ่ม
boom *n* เสียงดัง; ความเจริญ
boost *v* ส่งเสริม
boost *n* การส่งเสริม
boot *n* รองเท้า
booth *n* แผงลอย
booty *n* ของโจร
booze *n* เหล้า, สุรา
border *n* ชายแดน; ริม
border on *v* ติดกับ
borderline *adj* คาบลูกคาบดอก
bore *v* ทำให้เบื่อ
bored *adj* เบื่อ
boredom *n* ความเบื่อ

boring *adj* น่าเบื่อ
born *adj* เกิด
borough *n* เมือง
borrow *v* ยืม
bosom *n* อก
boss *n* เจ้านาย
boss around *v* บงการ
bossy *adj* เจ้ากี้เจ้าการ
botany *n* พฤกษศาสตร์
botch *v* เพลี่ยงพล้ำ
both *adj* ทั้งคู่
bother *v* รบกวน
bothersome *adj* น่ารำคาญ
bottle *n* ขวด
bottle *v* ใส่ขวด
bottleneck *n* คอขวด
bottom *n* ก้น; โคน
bottomless *adj* ลึกมาก
bough *n* กิ่งก้าน
boulder *n* หินก้อนใหญ่
boulevard *n* ถนนใหญ่
bounce *n* การเด้ง
bounce *v* กระดอน
bound *adj* ซึ่งเกี่ยวพันกัน
bound *v* กระโดด
bound for *adj* มุ่งหน้า
boundary *n* ชายแดน
boundless *adj* ไร้พรมแดน
bounty *n* ความโอบอ้อมอารี
bourgeois *adj* เกี่ยวกับชนชั้นกลาง
bow *v* น้อมคำนับ
bow *n* การน้อมคำนับ; ศร

bow out

bow out v โค้งให้อย่างสุภาพ
bowels n เครื่องใน
bowl n ชาม; กระปุก
bowl v กลิ้ง
box n กล่อง
box v ใส่กล่อง; ตบ; ต่อย
box office n ห้องขายตั๋ว
boxer n นักมวย
boxing n มวย
boy n เด็กชาย
boycott v คว่ำบาตร
boyfriend n แฟนหนุ่ม
boyhood n วัยเด็ก
bra n เสื้อชั้นในสตรี
brace for v เตรียมพร้อม
bracelet n กำไล
bracket n วงเล็บ
brag v คุยโว
braid n ผมเปีย
brain n สมอง
brainwash v ล้างสมอง
brake v หยุดรถ
brake n การห้ามล้อรถ
branch n สาขา; กิ่งไม้
branch office n สำนักงานสาขา
branch out v แตกแขนง
brand n ยี่ห้อ
brand v ประทับตรา
brand-new adj ใหม่เอี่ยม
brandy n เหล้าบรั่นดี
brat n เด็กเหลือขอ
brave adj กล้าหาญ
bravely adv อย่างกล้าหาญ
bravery n ความกล้าหาญ
brawl n การทะเลาะกัน
breach n ช่องโหว่
bread n ขนมปัง
breadth n ความกว้าง
break n การแตก; เวลาพัก
break iv แตก
break away v แยกจากกัน
break down v พังพินาศ
break free v เป็นอิสระ
break in v ย่องเบา
break off v ระงับ
break open v เฉาะ
break out v ปะทุ
break up v แยกทาง
breakable adj เปราะบาง
breakdown n การหยุดลง
breakfast n อาหารเช้า
breakthrough n การฝ่าอุปสรรค
breast n หน้าอก
breath n ลมหายใจ
breathe v หายใจ
breathing n ลมหายใจ
breathtaking adj น่าใจหาย
breed n สายพันธุ์
breed iv ขยายพันธุ์; เลี้ยงดู
breeze n ลมโชย
brethren n พี่น้อง
brevity n ความกะทัดรัด
brew v ชง; หมัก
brewery n โรงเบียร์

29 **brush**

B

bribe *n* สินบน
bribe *v* ติดสินบน
bribery *n* การติดสินบน
brick *n* อิฐ
bricklayer *n* ช่างปูน
bridal *adj* เกี่ยวกับเจ้าสาว
bride *n* เจ้าสาว
bridegroom *n* เจ้าบ่าว
bridesmaid *n* เพื่อนเจ้าสาว
bridge *n* สะพาน
bridle *n* บังเหียน
brief *v* พูดย่อ
brief *adj* โดยย่อ
briefcase *n* กระเป๋าเอกสาร
briefing *n* การสรุปแบบสั้นๆ
briefly *adv* อย่างย่อ
briefs *n* กางเกงชั้นในชาย
brigade *n* กลุ่มคน
bright *adj* สว่าง; หลักแหลม
brighten *v* ทำให้สว่าง
brightness *n* ความสว่าง
brilliant *adj* ฉลาด
brim *n* ขอบ
bring *iv* นำมา
bring back *v* นำกลับมา
bring down *v* ขุดโค่น
bring up *v* เลี้ยงดู
brink *n* ขอบ
brisk *adj* กระฉับกระเฉง
Britain *n* เกาะอังกฤษ
British *adj* เกี่ยวกับอังกฤษ
brittle *adj* เปราะบาง
broad *adj* กว้างขวาง
broadcast *v* กระจายเสียง
broadcast *n* การออกอากาศ
broadcaster *n* ผู้ประกาศข่าว
broaden *v* กว้างขวาง
broadly *adv* อย่างกว้างขวาง
broadminded *adj* ใจกว้าง
brochure *n* ใบปลิว
broil *v* อบ; ย่าง; ปิ้ง; เผา
broiler *n* ที่ย่าง
broke *adj* ถังแตก
broken *adj* แตก
bronchitis *n* หลอมลมอักเสบ
bronze *n* ทองสัมฤทธิ์
broom *n* ไม้กวาด
broth *n* น้ำแกง
brothel *n* ซ่องโสเภณี
brother *n* พี่ชายหรือน้องชาย
brotherhood *n* ความเป็นพี่น้องกัน; ภราดรภาพ; คณะสงฆ์
brother-in-law *n* พี่เขยหรือน้องเขย
brotherly *adj* เป็นพี่เป็นน้อง
brow *n* คิ้ว; หน้าผาก
brown *adj* สีน้ำตาล
browse *v* กินหญ้า
browser *n* เบราว์เซอร์
bruise *v* ช้ำ
bruise *n* แผลถลอก
brunch *n* อาหารก่อนเที่ยง
brunette *adj* สีน้ำตาล
brush *v* หวีผม
brush *n* หวี; แปรง

brush aside *v* ปัดกวาด
brush up *v* ทบทวน
brusque *adj* กระด้าง
brutal *adj* โหดร้าย
brutality *n* ความโหดร้าย
brutalize *v* ทำสิ่งที่โหดร้าย
brute *adj* เยี่ยงสัตว์เดรัจฉาน
bubble *n* ฟองสบู่
bubble gum *n* หมากฝรั่ง
buck *n* แพะตัวผู้; ตัวรถ
buck *v* กระโดด
bucket *n* ถัง
buckle *n* หัวเข็มขัด
buckle up *v* คาดเข็มขัด
bud *n* ตาต้นไม้
buddy *n* เพื่อนคู่หู
budge *v* ขยับเขยื้อน
budget *n* งบประมาณ
buffalo *n* ควาย
bug *v* รบกวน
bug *n* แมลง
build *iv* สร้าง
builder *n* ผู้ก่อสร้าง
building *n* ตึก; อาคาร
buildup *n* การเสริมกำลัง
built-in *adj* ติดกัน
bulb *n* หลอดไฟ; หน่อ
bulge *n* รอยโป่ง
bulk *n* ขนาดใหญ่
bulky *adj* ใหญ่โต
bull *n* กระทิง
bull fight *n* การสู้วัวกระทิง
bull fighter *n* นักสู้วัวกระทิง
bulldoze *v* ขู่; ผลัก
bullet *n* ลูกกระสุน
bulletin *n* แถลงการณ์
bully *adj* ข่ม; พาล
bulwark *n* รั้ว; ป้อมปราการ
bum *n* คนเกียจคร้าน
bump *n* การชน; ตุ่ม
bump into *v* พบโดยบังเอิญ
bumper *n* กันชน
bumpy *adj* ตะปุ่มตะป่ำ
bun *n* มวยผม
bunch *n* ช่อ; มัด
bundle *v* มัดรวมกัน
bundle *n* ห่อ
bunk bed *n* เตียงสองชั้น
bunker *n* หลุมหลบภัย
buoy *n* ทุ่นลอย
burden *v* บรรทุก
burden *n* ขนาดจุ
burdensome *adj* ลำบาก
bureau *n* ที่ทำการ; โต๊ะทำงาน
bureaucracy *n* การปกครองระบบเจ้าขุนมูลนาย
bureaucrat *n* ขุนนาง
burger *n* ชาวเมือง
burglar *n* ขโมย
burglarize *v* ลักขโมย
burglary *n* การลักขโมย
burial *n* พิธีฝังศพ
burly *adj* แข็งแรง
burn *n* รอยไหม้

burn *iv* เผา
burp *n* การเรอ
burp *v* เรอ
burrow *n* โพรง
burst *iv* ระเบิด
burst into *v* จู่โจม
bury *v* ฝัง
bus *n* รถโดยสารประจำทาง, รถเมล์, รถบัส
bus *v* เดินทางโดยรถเมล์
bush *n* พุ่มไม้
busily *adv* ยุ่ง
business *n* ธุรกิจ
businessman *n* นักธุรกิจ
bust *n* หน้าอก
bustling *adj* เบียดเสียด
busy *adj* ยุ่ง
but *c* แต่ว่า
butcher *n* คนขายเนื้อ
butchery *n* ร้านขายเนื้อ
butler *n* หัวหน้าคนใช้ชาย
butt *n* การชน; เป้าหมาย
butter *n* เนย
butterfly *n* ผีเสื้อ
button *n* กระดุม
buttonhole *n* รังดุม
buy *iv* ซื้อ
buy off *v* สินบน
buyer *n* ผู้ซื้อ
buzz *v* ฉวัดเฉวียน
buzz *n* เสียงร้องหึ่ว
buzzard *n* อีแร้ง
buzzer *n* กริ่ง
by *pre* ผ่านไป
bye *e* ลาก่อน
bypass *n* ทางผ่าน
bypass *v* ตัดผ่าน
by-product *n* ผลพลอยได้
bystander *n* ผู้เห็นเหตุการณ์

C

cab *n* รถรับจ้าง
cabbage *n* กะหล่ำปลี
cabin *n* กระท่อม
cabinet *n* ห้องเล็ก; ตู้ใส่ของ
cable *n* เคเบิล
cafeteria *n* โรงอาหาร
caffeine *n* สารคาเฟอีน
cage *n* กรง
cake *n* ขนมเค๊ก
calamity *n* ความหายนะ
calculate *v* คำนวณ
calculation *n* การคำนวณ
calculator *n* เครื่องคิดเลย
calendar *n* ปฏิทิน
calf *n* ลูกวัว; น่อง; ลูกแหง่
caliber *n* ขนาดลำกล้องปืน; ความสามารถ
calibrate *v* วัดขนาด
call *n* การโทรหา

call

- **call** *v* เรียก; โทรหา
- **call off** *v* ยกเลิก
- **call on** *v* แวะเยี่ยม
- **call out** *v* ตะโกนเรียก
- **calling** *n* การเรียกร้อง
- **callous** *adj* แข็ง; กระด้าง
- **calm** *adj* สงบเงียบ
- **calm** *n* ความเงียบ
- **calm down** *v* สงบอารมณ์
- **calorie** *n* แคลอรี่
- **calumny** *n* การหมิ่นประมาท
- **camel** *n* อูฐ
- **camera** *n* กล้องถ่ายรูป
- **camouflage** *v* ลวงตา
- **camouflage** *n* การลวงตา
- **camp** *n* ค่าย; เต็นท์
- **camp** *v* เข้าค่าย
- **campaign** *v* รณรงค์
- **campaign** *n* การรณรงค์
- **campfire** *n* กองไฟ
- **can** *iv* บรรจุกระป๋อง, สามารถ
- **can** *n* กระป๋อง
- **can opener** *n* ที่เปิดกระป๋อง
- **canal** *n* คลอง
- **canary** *n* นกขมิ้น
- **cancel** *v* ยกเลิก
- **cancellation** *n* การยกเลิก
- **cancer** *n* มะเร็ง
- **cancerous** *adj* เป็นมะเร็ง
- **candid** *adj* ตรงไปตรงมา
- **candidacy** *n* การสมัคร
- **candidate** *n* ผู้สมัคร

- **candle** *n* เทียน
- **candlestick** *n* เชิงเทียน
- **candor** *n* การเปิดเผย
- **candy** *n* ลูกอม
- **cane** *n* ไม้เท้า; อ้อย
- **canister** *n* กระป๋อง; ถ้ำ
- **canned** *adj* บรรจุกระป๋อง
- **cannibal** *n* มนุษย์กินคน
- **cannon** *n* ปืนใหญ่
- **canoe** *n* เรือแจว
- **canonize** *v* แต่งตั้งเป็นนักบุญ
- **cantaloupe** *n* แคนตาลูป
- **canteen** *n* โรงอาหาร
- **canvas** *v* ปกคลุม
- **canvas** *n* ใบเรือ; ผ้าใบ
- **canyon** *n* หุบเขาลึก
- **cap** *n* ยอด; หมวกแก๊ป
- **cap** *v* สวมหมวก
- **capability** *n* ความสามารถ
- **capable** *adj* สามารถ
- **capacity** *n* ความจุ
- **cape** *n* ผ้าคลุมไหล่; แหลม
- **capital** *n* เมืองหลวง; เงินทุน
- **capital letter** *n* ตัวพิมพ์ใหญ่
- **capitalism** *n* ระบบทุนนิยม
- **capitalize** *v* ได้ผลประโยชน์
- **capitulate** *v* ยินยอม
- **capsize** *v* คว่ำ
- **capsule** *n* ยาแคปซูล
- **captain** *n* หัวหน้า
- **captivate** *v* ทำให้ลุ่มหลง
- **captive** *n* จำเลย; นักโทษ

captivity *n* การถูกจับกุม
capture *v* จับกุม
capture *n* การจับกุม
car *n* รถยนต์
carat *n* กะรัต
caravan *n* กองคาราวาน
carburetor *n* คาร์บูเรเตอร์
carcass *n* ซากศพ; โครง
card *n* นามบัตร; บัตร
cardboard *n* กระดาษแข็ง
cardiac *adj* เกี่ยวกับใจ
cardiac arrest *n* หัวใจวาย
cardiology *n* หทัยวิทยา
care *n* การดูแลเอาใจใส่
care *v* เอาใจใส่
care about *v* ถือสา
care for *v* รักษาพยาบาล
career *n* อาชีพ
carefree *adj* ปราศจากกังวล
careful *adj* ระมัดระวัง
careless *adj* ประมาท
carelessness *n* ความประมาท
caress *n* การโอ้โลม
caress *v* โอ้โลม
caretaker *n* คนดูแล
cargo *n* สินค้า
caricature *n* ภาพล้อ
caring *adj* เป็นห่วง
carnage *n* การฆาตรกรรม
carnal *adj* ในทางกามรมณ์
carnation *n* ดอกคาเนชั่น
carol *n* บทเพลงสรรเสริญ
carpenter *n* ช่างไม้
carpentry *n* วิชาช่างไม้
carpet *n* พรม
carriage *n* รถม้า
carrot *n* แครอท
carry *v* แบก; ถือ
carry on *v* สานต่อ
carry out *v* กระทำ
cart *n* รถเข็น
cart *v* บรรทุก; ขนของ
cartoon *n* การ์ตูน
cartridge *n* กระสุนปืน
carve *v* แกะสลัก; เชือด
cascade *n* น้ำตก
case *n* คดี; หีบของ
cash *n* เงินสด
cashier *n* เจ้าหน้าที่การเงิน
casino *n* บ่อน
casket *n* กล่อง
casserole *n* หม้อปรุงอาหาร
cast *iv* โยนทิ้ง; คำนวณ; เลือกผู้แสดง
cast *n* การโยน; การคำนวณ; รายชื่อนักแสดง
castaway *n* คนที่เรืออับปาง
caste *n* ชั้นวรรณะ
castle *n* ปราสาท
casual *adj* ไม่เป็นทางการ
casualty *n* ความเสียหาย
cat *n* แมว
cataclysm *n* ความหายนะ
catacomb *n* อุโมงค์ใต้ดิน; สุสานใต้ดิน

catalog 34

C

catalog *n* บัญชีรายชื่อ
catalog *v* บันทึกในบัญชีรายชื่อ
cataract *n* น้ำตก; ต้อกระจก
catastrophe *n* ภัยพิบัติ
catch *iv* จับ
catch up *v* ตามทัน
catching *adj* ติดต่อ
catchword *n* คำพูดติดปาก
catechism *n* การสอนศาสนาแบบถามตอบ
category *n* ประเภท
cater to *v* จัดหา
caterpillar *n* ตัวบุ้ง
cathedral *n* โบสถ์
catholic *adj* โรมันคาทอลิก
Catholicism *n* ศาสนาคริสต์นิกายโรมันคาทอลิก
cattle *n* ปศุสัตว์
cauliflower *n* กะหล่ำดอก
cause *n* ต้นเหตุ
cause *v* เป็นเหตุ
caution *n* ความระมัดระวัง
cautious *adj* ระมัดระวัง
cavalry *n* กองทหารม้า
cave *n* ถ้ำ
cave in *v* ยุบตัว
cavern *n* ถ้ำ
cavity *n* ฟันผุ
cease *v* หยุด
cease-fire *n* การหยุดรบ
ceaselessly *adv* ไม่รู้จบ
ceiling *n* เพดาน
celebrate *v* ฉลอง
celebration *n* การเฉลิมฉลอง
celebrity *n* ผู้มีชื่อเสียง
celery *n* ผักคื่นช่าย
celestial *adj* เกี่ยวกับท้องฟ้า
celibacy *n* ความเป็นโสด
celibate *adj* โสด
cell phone *n* โทรศัพท์มือถือ
cellar *n* ห้องใต้ดิน
cement *n* ปูนซีเมนต์
cemetery *n* สุสาน
censorship *n* การตรวจสอบ
censure *v* วิพากษ์วิจารณ์
census *n* การสำรวจสำมะโนประชากร
cent *n* เหรียญเซ็นต์
centenary *n* หนึ่งศตวรรษ
center *v* สนใจ
center *n* ศูนย์กลาง
centimeter *n* เซ็นติเมตร
central *adj* ตรงกลาง
centralize *v* รวมอำนาจ
century *n* ศตวรรษ
ceramic *n* เซรามิค
cereal *n* ธัญญาหาร
cerebral *adj* เกี่ยวกับความคิด
ceremony *n* พิธี
certain *adj* แน่ใจ
certainty *n* ความแน่ใจ
certificate *n* ประกาศนียบัตร
certify *v* รับรอง
chagrin *n* ความเสียใจ
chain *v* ล่ามโซ่

35 check

C

chain *n* โซ่
chainsaw *n* เลื่อย
chair *v* เป็นประธาน
chair *n* เก้าอี้
chairman *n* ประธาน
chalet *n* ห้องน้ำสาธารณะ
chalice *n* ถ้วย
chalk *n* ชอล์ก
chalkboard *n* กระดานดำ
challenge *v* ท้าทาย
challenge *n* การท้าทาย
challenging *adj* น่าท้าทาย
chamber *n* ห้อง
champ *n* ผู้ชนะ
champion *n* ผู้ชนะ
champion *v* ต่อสู้เพื่อป้องกัน
chance *n* โอกาส; โชควาสนา
chancellor *n* รัฐมนตรี; นายกรัฐมนตรี; อธิการบดี
chandelier *n* โคมระย้า
change *n* การเปลี่ยนแปลง
change *v* เปลี่ยน
channel *n* ช่องทาง; ช่องทางสื่อสาร
channel *v* ขุดเป็นร่อง; แจ้งให้ทราบ
chant *n* การสวดมนต์
chaos *n* ความยุ่งเหยิง
chaotic *adj* สับสนอลหม่าน
chapel *n* โบสถ์
chaplain *n* อนุศาสนาจารย์
chapter *n* ตอน
char *v* เผา
character *n* ลักษณะ; ตัวละคร
characteristic *adj* ลักษณะเฉพาะ
charade *n* การแสดง
charbroil *adj* ต้มด้วยถ่าน
charbroiled *adj* ย่างด้วยถ่าน
charcoal *n* ถ่าน
charge *v* คิดราคา; ตั้งข้อหา
charge *n* ความรับผิดชอบ
charisma *n* เสน่ห์; พรสวรรค์
charismatic *adj* ที่มีเสน่ห์
charitable *adj* ใจกว้าง
charity *n* การกุศล
charm *v* ทำให้ลุ่มหลง
charm *n* เสน่ห์
charming *adj* น่าหลงใหล
chart *n* ผังงาน; บัญชี
charter *n* สิทธิพิเศษ; กฎบัตร; ใบอนุญาต
charter *v* เช่า; อนุญาต
chase *n* การไล่ตาม
chase *v* ไล่ตาม
chase away *v* ตะเพิด
chasm *n* เหว
chaste *adj* บริสุทธิ์
chastise *v* ลงโทษ
chastisement *n* การลงโทษ
chastity *n* ความบริสุทธิ์
chat *v* พูดคุย
chauffeur *n* คนขับรถ
cheap *adj* ถูก
cheat *v* หลอกลวง
cheater *n* คนหลอกลวง
check *v* ทำเครื่องหมายถูก

C

check *n* เครื่องหมายถูก
check in *v* ลงทะเบียนเข้าพัก; ลงเวลาทำงาน; ส่งคืน
check up *n* ตรวจร่างกาย
checkbook *n* สมุดใบสั่งใจ
cheek *n* แก้ม
cheekbone *n* โหนกแก้ม
cheeky *adj* ทะเล้น
cheer *v* ให้กำลังใจ
cheer up *v* ปลอบโยน
cheerful *adj* ร่าเริง
cheers *n* เทใจ
cheese *n* เนยแข็ง
chef *n* พ่อครัว
chemical *adj* ทางเคมี
chemist *n* นักเคมี
chemistry *n* เคมี
cherish *v* ทะนุถนอม
cherry *n* ลูกเชอร์รี่
chess *n* หมากรุก
chest *n* หน้าอก; หีบ
chestnut *n* เกาลัด
chew *v* เคี้ยว
chick *n* ลูกไก่; หญิงสาว
chicken *n* ไก่
chicken out *v* กลัว
chicken pox *n* โรคอีสุกอีใส
chide *v* โทษ
chief *n* หัวหน้า
chiefly *adv* ส่วนมาก
child *n* เด็ก (เอกพจน์)
childhood *n* วัยเด็ก
childish *adj* ทำเตัวเป็นเด็ก
childless *adj* ไม่มีบุตร
children *n* เด็ก (พหูพจน์)
chill *n* หนาวเย็น
chill *v* ทำให้หนาว
chill out *v* สงบลง
chilly *adj* หนาวเย็น
chimney *n* ปล่องไฟ
chimpanzee *n* ลิงชิมแปนซี
chin *n* คาง
chip *n* บุบสลาย
chisel *n* เหล็กสกัด
chocolate *n* ช็อกโกแลต
choice *n* ทางเลือก
choir *n* ลูกคู่
choke *v* สำลัก
cholera *n* อหิวาตกโรค
cholesterol *n* คอเรสเตอรอล
choose *iv* เลือก
choosy *adj* จู้จี้จุกจิก
chop *v* สับ
chop *n* การสับ
chopper *n* ปังตอ
chore *n* หน้าที่
chorus *n* ลูกคู่
christen *v* ทำพิธีล้างบาป
christening *n* พิธีชำระล้าง
Christian *adj* ทางศาสนาคริสต์
Christianity *n* คริสต์ศาสนา
Christmas *n* คริสต์มาส
chronic *adj* เรื้อรัง
chronicle *n* เหตุการณ์ในอดีต

37 clear

C

chronology *n* การลำดับเหตุการณ์
chubby *adj* อวบอ้วน
chuckle *v* หัวเราะ
chunk *n* ก้อน
church *n* โบสถ์
chute *n* ทางลาด; น้ำตก
cider *n* น้ำแอปเปิ้ล
cigar *n* บุหรี่ซิการ์
cigarette *n* บุหรี่
cinder *n* ถ่าน
cinema *n* โรงหนัง
cinnamon *n* ซินนามอน
circle *v* ห้อมล้อม; วน
circle *n* วงจร; วงกลม
circuit *n* วงจรไฟฟ้า
circular *adj* กลม
circulate *v* หมุน
circulation *n* การหมุนเวียน
circumcise *v* ขลิบ
circumcision *n* การขลิบ
circumstance *n* เหตุการณ์
circumstantial *adj* ตามสถานการณ์
circus *n* ละครสัตว์
cistern *n* ถังน้ำ
citizen *n* ประชาชน
citizenship *n* สัญชาติ
city *n* เมือง
city hall *n* ศาลากลาง
civic *adj* เกี่ยวกับเมือง
civil *adj* เกี่ยวกับพลเมือง; มีวัฒนธรรม
civilization *n* ความศิวิไลซ์
civilize *v* ทำให้เจริญ
claim *n* การเรียกร้อง; ข้อหา
claim *v* เรียกร้อง; อ้างว่า
clam *n* หอยตลับ
clamor *v* เอ็ดตะโร
clamp *n* ความดัง
clan *n* ตระกูล
clandestine *adj* ลับๆล่อๆ
clap *v* ปรบมือ
clarification *n* การชี้แจง
clarify *v* ชี้แจง
clarinet *n* ปี่
clarity *n* ความแจ่มแจ้ง
clash *v* ขัดแย้ง
clash *n* การปะทะ
class *n* ชั้นเรียน; ระดับ
classic *adj* ที่มีคุณภาพสูง
classify *v* จัดกลุ่ม
classmate *n* เพื่อนร่วมชั้น
classroom *n* ห้องเรียน
classy *adj* ยอดเยี่ยม
clause *n* อนุพากย์
claw *v* ตะกุย
claw *n* กรงเล็บ
clay *n* ดิน
clean *adj* สะอาด
clean *v* ทำความสะอาด
cleaner *n* คนทำความสะอาด
cleanliness *n* ความสะอาด
cleanse *v* ทำให้สะอาด
cleanser *n* น้ำยาทำความสะอาด
clear *v* กำจัด; หลุดพ้น
clear *adj* ใส; ชัดเจน; โล่ง

C

clearance *n* การทำให้หมดไป
clear-cut *adj* ชัดเจน
clearly *adv* อย่างชัดเจน
clearness *n* ความแจ่มแจ้ง
cleft *n* รอยแยก
clemency *n* อากาศที่น่าสบาย
clench *v* ทำให้ติดกันแน่น
clergy *n* นักบวช
clergyman *n* พระคริสต์, หมอสอนศาสนา, บาทหลวง
clerical *adj* เกี่ยวกับงานศาสนา
clerk *n* เสมียน
clever *adj* ฉลาด
click *v* เกิดเสียงดังกริ๊ก
client *n* ลูกค้า
clientele *n* ลูกค้าทั้งหมด
cliff *n* หน้าผา
climate *n* ภูมิอากาศ
climatic *adj* เกี่ยวกับอากาศ
climax *n* จุดสำคัญ
climb *v* ปีน
climbing *n* การปีนป่าย
clinch *v* ตัดสินใจ
cling *iv* เกาะติด
clinic *n* สถานพยาบาล
clip *v* ติดด้วยคลิป
clip *n* คลิป
clipping *n* กฤตภาค
cloak *n* เสื้อคลุม
clock *n* นาฬิกา
clog *v* ตัน
cloister *n* ระเบียง
clone *v* โคลน
cloning *n* การโคลน
close *v* ปิด
close *adj* ใกล้
close to *pre* ติด
closed *adj* ปิด
closely *adv* เกือบ
closet *n* ตู้
closure *n* การปิด
clot *n* ก้อน
cloth *n* ผ้า
clothe *v* แต่งตัว
clothes *n* เสื้อผ้า
clothing *n* เสื้อผ้า
cloud *n* เมฆ
cloudless *adj* ที่ไม่มีเมฆ
cloudy *adj* มีเมฆมาก
clown *n* ตัวตลก
club *n* สโมสร; สถานบันเทิง
club *v* รวมกลุ่ม
clue *n* เบาะแส
clumsiness *n* ความซุ่มซ่าม
clumsy *adj* ซุ่มซ่าม
cluster *v* จัดกลุ่ม
cluster *n* กลุ่ม
clutch *n* คลัตช์รถยนต์
coach *v* ฝึกซ้อม
coach *n* ครูฝึก
coaching *n* การฝึกสอน
coagulate *v* จับเป็นก้อน
coagulation *n* การจับเป็นก้อน
coal *n* ถ่านหิน

coalition *n* พันธมิตร
coarse *adj* สาก; กร้าน
coast *n* ฝั่งทะเล
coast *v* แล่นเลียบฝั่ง
coastal *adj* ที่ใกล้ชายฝั่ง
coastline *n* ฝั่งทะเล
coat *n* เสื้อนอก; ปูนฉาบ
coax *v* เกลี้ยกล่อม
cob *n* ซังข้าวโพด
cobblestone *n* หินกรวด
cobweb *n* ใยแมงมุม
cock *n* ไก่ตัวผู้
cockpit *n* สนามรบ; ห้องคนขับ; สนามชนไก่
cockroach *n* แมลงสาป
cocktail *n* ค๊อกเทล
cocky *adj* หยิ่งยโส
cocoa *n* เครื่องดื่มโกโก้
coconut *n* มะพร้าว
cod *n* ปลาคอด
code *n* รหัส; มาตรา
codify *v* จัดให้เป็นระบบ
coefficient *n* ค่าสัมประสิทธิ์
coerce *v* บีบบังคับ
coercion *n* การบีบบังคับ
coexist *v* อยู่ด้วยกัน
coffee *n* กาแฟ
coffin *n* โลงศพ
cohabit *v* ร่วมชีวิต
coherent *adj* ซึ่งสอดคล้อง
cohesion *n* การทำงานร่วมกัน
coin *n* เหรียญตรา
coincide *v* เกิดขึ้นพร้อมกัน
coincidence *n* ความบังเอิญ
coincidental *adj* บังเอิญ
cold *adj* หนาวเย็น
coldness *n* ความหนาวเย็น
colic *n* อาการจุกเสียด
collaborate *v* ร่วมมือ
collaboration *n* ความร่วมมือ
collaborator *n* ผู้ร่วมงาน
collapse *v* พังทลาย
collapse *n* การพังทลาย
collar *n* ปกเสื้อ
collarbone *n* กระดูกไหปลาร้า
collateral *adj* ขนานกัน
colleague *n* เพื่อนร่วมงาน
collect *v* เก็บสะสม
collection *n* การเก็บสะสม
collector *n* นักสะสม
college *n* วิทยาลัย
collide *v* ขัดแย้งกัน
collision *n* การขัดแย้ง
cologne *n* น้ำหอม
colon *n* เครื่องหมายทวิภาค
colonel *n* พันเอก
colonial *adj* เกี่ยวกับอาณานิคม
colonization *n* การล่าอาณานิคม
colonize *v* ตั้งอาณานิคม
colony *n* อาณานิคม
color *n* สี
color *v* ย้อมสี; มีผลต่อ
colorful *adj* มีสีสัน
colossal *adj* มหึมา

C

colt *n* ลูกม้าตัวผู้; คนอ่อนหัด; เด็กหนุ่ม
column *n* เสาหิน; คอลัมน์
coma *n* หมดสติ
comb *v* หวีผม
comb *n* หวี
combat *v* สู้รบ
combat *n* การสู้รบ
combatant *n* นักรบ
combination *n* การผสมผสาน
combine *v* ผสมกัน
combustible *adj* ที่ติดไฟได้ง่าย
combustion *n* การเผาไหม้
come *iv* มา
come about *v* ออกมา
come across *v* เกิดขึ้น
come apart *v* แยกออก
come back *v* กลับมา
come down *v* ลงมา
come forward *v* ออกโรง
come from *v* มาจาก
come in *v* เข้ามา
come out *v* ออกมา
come over *v* มาเยือน
come up *v* ประชิด; คิดออก
comeback *n* การกลับมา
comedian *n* ตัวตลก
comedy *n* ความตลกขบขัน
comet *n* ดาวหาง
comfort *n* ความอุ่นใจ
comfortable *adj* สะดวกสบาย
comforter *n* ผ้าห่ม
comical *adj* ตลกขบขัน
coming *adj* ที่กำลังมาถึง
coming *n* การมาถึง
comma *n* จุลภาค
command *v* สั่ง
commander *n* ผู้บังคับการ
commandment *n* คำสั่ง
commemorate *v* ฉลอง
commence *v* เริ่มต้น
commend *v* ชื่นชม
commendation *n* การชื่นชม
comment *v* วิจารณ์
comment *n* คำวิจารณ์
commerce *n* การค้าขายสินค้า
commercial *adj* เกี่ยวกับการค้า
commission *n* คณะกรรมการ
commit *v* ประพฤติ; มอบหมาย
commitment *n* ข้อผูกพัน
committed *adj* มีพันธะ
committee *n* คณะกรรมการ
common *adj* ธรรดาสามัญ
commotion *n* ความโกลาหล
communicate *v* ติดต่อสื่อสาร
communication *n* การติดต่อสื่อสาร
communion *n* การมีส่วนร่วม
communism *n* ลัทธิคอมมิวนิสต์
communist *adj* เกี่ยวกับลัทธิคอมมิวนิสต์
community *n* กลุ่ม
commute *v* ชดเลย; แลกเปลี่ยน
compact *v* ทำให้กระชับ
compact *adj* กระชับ
companion *n* เพื่อน

companionship *n* ความเป็นเพื่อน
company *n* กลุ่มคน
comparable *adj* คล้ายคลึง
comparative *adj* ที่เปรียบเทียบกัน
compare *v* เปรียบเทียบ
comparison *n* การเปรียบเทียบ
compartment *n* การแบ่ง
compass *n* เข็มทิศ
compassion *n* ความเห็นอกเห็นใจ
compassionate *adj* ที่รู้สึกเห็นใจ
compatibility *n* ความสอดคล้องกัน
compatible *adj* ที่ทำงานร่วมกันได้
compatriot *n* เพื่อนร่วมชาติ
compel *v* บังคับ
compelling *adj* น่าเชื่อ
compendium *n* บทสรุป
compensate *v* ชดเชย
compensation *n* การชดเชย
compete *v* แข่งขัน
competence *n* ความสามารถ
competent *adj* ที่มีความสามารถ
competition *n* การแข่งขัน
competitive *adj* เกี่ยวกับการแข่งขัน
competitor *n* ผู้เข้าแข่งขัน
compile *v* รวบรวม
complain *v* บ่น
complaint *n* การบ่น
complement *n* องค์ประกอบ
complete *adj* สมบูรณ์
complete *v* ทำให้สมบูรณ์
completely *adv* โดยสมบูรณ์
completion *n* การทำสำเร็จ

complex *adj* ยาก
complexion *n* ลักษณะผิว
complexity *n* ความซับซ้อน
compliance *n* การยอมทำตาม
compliant *adj* ที่ยอมทำตาม
complicate *v* ทำให้ซับซ้อน
complication *n* ความซับซ้อน
complicity *n* การสมรู้ร่วมคิด
compliment *n* คำเยินยอ
complimentary *adj* ซึ่งยกย่อง
comply *v* เชื่อฟัง
component *n* ส่วนประกอบ
compose *v* แต่ง; ประกอบด้วย
composed *adj* เงียบสงบ; ใจเย็น
composer *n* ผู้แต่ง
composition *n* ความเรียง
compost *n* ปุ๋ย
composure *n* ความใจเย็น
compound *v* ประกอบ
compound *n* การประกอบกัน
comprehend *v* เข้าใจ
comprehensive *adj* ครอบคลุม
compress *v* ย่อ; อัด
compression *n* ความกด
comprise *v* ประกอบด้วย
compromise *v* ประนีประนอม
compromise *n* การประนีประนอม
compulsion *n* การบังคับ
compulsive *adj* ซึ่งบีบบังคับ
compulsory *adj* ที่จำเป็นต้องทำ
compute *v* คำนวณ
computer *n* คอมพิวเตอร์

C

comrade *n* เพื่อนสนิท
con man *n* นักต้มตุ๋น
conceal *v* ปกปิด
concede *v* ยอมรับว่าถูก
conceited *adj* อวดดี
conceive *v* มีท้อง; คิดในใจ
concentrate *v* ใจจดใจจ่อ
concentration *n* ความจดจ่อ
concentric *adj* ที่มีศูนย์กลาง
concept *n* ความคิด
conception *n* สิ่งที่คิดขึ้น
concern *n* ความเป็นกังวล
concern *v* เกี่ยวกับ
concerning *pre* เกี่ยวกับ
concert *n* การแสดงดนตรี
concession *n* การยินยอม
conciliate *v* ทำให้ปรองดองกัน
conciliatory *adj* ซึ่งผูกไมตรีกัน
concise *adj* กะทัดรัด
conclude *v* สรุป; จบ
conclusion *n* ข้อสรุป
conclusive *adj* เป็นข้อสรุป
concoct *v* ประกอบขึ้น; คิด
concoction *n* การผสม; อาหาร
concrete *n* คอนกรีต
concrete *adj* เป็นรูปธรรม
concur *v* ประจวบกัน
concurrent *adj* พร้อมกัน
concussion *n* การสั่นสะเทือน
condemn *v* กล่าวโทษ
condemnation *n* การกล่าวโทษ
condensation *n* การย่อ
condense *v* ย่อ; ควบแน่น
condescend *v* ยอมรับ
condiment *n* เครื่องปรุงอาหาร
condition *n* สภาพ
conditional *adj* โดยเงื่อนไข
conditioner *n* ครีมนวดผม
condo *n* อาคารชุด
condolences *n* ความเสียใจ
condone *v* อภัยโทษ
conducive *adj* ซึ่งนำมา
conduct *v* ประพฤติ
conduct *n* ความประพฤติ
conductor *n* สื่อกระแสไฟฟ้า
cone *n* กรวย
confer *v* มอบให้; ปรึกษา
conference *n* การประชุม
confess *v* สารภาพ
confession *n* การสารภาพ
confessional *n* ห้องสารภาพผิด
confessor *n* ผู้สารภาพผิด
confidant *n* คู่หู
confide *v* จำกัด
confidence *n* ความไว้วางใจ
confident *adj* มั่นใจ
confidential *adj* ลับเฉพาะ
confine *v* จำกัด
confinement *n* การจำกัด
confirm *v* ยืนยัน
confirmation *n* การยืนยัน
confiscate *v* ยึดทรัพย์
confiscation *n* การยึดทรัพย์
conflict *v* ขัดแย้งกัน

43 constancy

C

conflict *n* การขัดแย้ง
conflicting *adj* ปะทะกัน
conform *v* คล้อยตาม
conformist *adj* ที่คล้อยตาม
conformity *n* ความสมานฉันท์
confound *v* ทำให้งง
confront *v* เผชิญหน้า
confrontation *n* การเผชิญหน้า
confuse *v* ทำให้สับสน
confusing *adj* น่าสับสน
confusion *n* ความสับสน
congenial *adj* ถูกใจ
congested *adj* คับคั่ง
congestion *n* ความแออัด
congratulate *v* แสดงความยินดี
congratulations *n* การแสดงความยินดี
congregate *v* ชุมนุมกัน
congregation *n* การจับกลุ่มกัน
congress *n* สภานิติบัญญัติ
conjecture *n* การคาดคะเน
conjugal *adj* เกี่ยวกับการสมรส
conjugate *v* ผันคำ
conjunction *n* การรวม; สี่แยก
conjure up *v* คิดในใจ
connect *v* เชื่อมต่อ
connection *n* การเชื่อมต่อ
connive *v* สมคบคิด
connote *v* แสดงความหมาย
conquer *v* ชนะ
conqueror *n* ผู้ชนะ
conquest *n* ความมีชัย
conscience *n* สติรู้สึกผิดชอบ
conscious *adj* มีสติ
consciousness *n* การมีสติอยู่
conscript *n* การเกณฑ์ทหาร
consecrate *v* อุทิศตน
consecration *n* การอุทิศตน
consecutive *adj* ที่ต่อเนื่อง
consensus *n* มติมหาชน
consent *v* ตกลง; ยินยอม
consent *n* การยินยอม
consequence *n* ผลลัพธ์
consequent *adj* เป็นผลลัพธ์
conservation *n* บทสนทนา
conservative *adj* อนุรักษนิยม
conserve *v* สงวน
conserve *n* ผลไม้กวน
consider *v* พิจารณา
considerable *adj* สำคัญ
considerate *adj* เอาใจใส่
consideration *n* การพิจารณา
consignment *n* การส่งของ
consist *v* ประกอบด้วย
consistency *n* ความสอดคล้อง
consistent *adj* ที่สอดคล้องกัน
consolation *n* การปลอบใจ
console *v* ปลอบใจ
consolidate *v* รวบรวม
consonant *n* พยัญชนะ
conspicuous *adj* โดดเด่น
conspiracy *n* การสมรู้ร่วมคิด
conspirator *n* ผู้สมรู้ร่วมคิด
conspire *v* สมรู้ร่วมคิด
constancy *n* ความคงตัว

C

constant *adj* ซึ่งติดต่อกัน
constellation *n* กลุ่ม
consternation *n* ความตกตะลึง
constipate *v* ทำให้ท้องผูก
constipated *adj* ท้องผูก
constipation *n* อาการท้องผูก
constitute *v* ก่อตั้ง
constitution *n* การก่อตั้ง
constrain *v* ขัง; บังคับใจ
constraint *n* การขัง
construct *v* ก่อสร้าง
construction *n* การก่อสร้าง
constructive *adj* ที่เกี่ยวกับโครงสร้าง
consul *n* กงสุล
consulate *n* สถานกงสุล
consult *v* ปรึกษา
consultation *n* การปรึกษาหารือ
consume *v* กิน; บริโภค
consumer *n* ผู้บริโภค
consumption *n* การบริโภค
contact *v* ติดต่อ
contact *n* การติดต่อ
contagious *adj* ติดต่อกันได้
contain *v* บรรจุ
container *n* ภาชนะ
contaminate *v* ปนเปื้อน
contamination *n* การเจือปน
contemplate *v* คิด
contemporary *adj* ร่วมสมัย
contempt *n* การดูถูก
contend *v* ต่อสู้
contender *n* คู่ต่อสู้
content *v* ทำให้พึงพอใจ
content *adj* เป็นที่พึงพอใจ
contentious *adj* ชอบทะเลาะวิวาท
contents *n* ข้อความภายใน
contest *n* การต่อสู้
contestant *n* ผู้เข้าแข่งขัน
context *n* อรรถาธิบาย
continent *n* ทวีป
continental *adj* เกี่ยวกับทวีปยุโรป
contingency *n* ความบังเอิญ
contingent *adj* บังเอิญ
continuation *n* การต่อเนื่องกัน
continue *v* ดำเนินต่อไป
continuity *n* ความต่อเนื่องกัน
continuous *adj* ซึ่งติดต่อกัน
contour *n* โครงร่าง
contraband *n* ของเถื่อน, ของหนีภาษี
contract *n* สัญญา
contract *v* ทำสัญญา
contraction *n* การหดตัว
contradict *v* ขัดแย้ง
contradiction *n* ความแตกต่าง
contrary *adj* การตรงกันข้าม
contrast *v* ตรงข้าม
contrast *n* ความตรงข้าม
contribute *v* สนับสนุน
contribution *n* เงินบริจาค
contributor *n* ผู้บริจาค
contrition *n* ความเสียใจ
control *v* บังคับ; ควบคุม
control *n* การบังคับ
controversial *adj* ซึ่งชอบโต้แย้ง

45 **corpse**

controversy *n* การโต้เถียง
convalescent *adj* ที่ค่อยๆฟื้นตัว
convene *v* ชุมนุมกัน
convenience *n* ความสะดวก
convenient *adj* ที่สะดวก
convent *n* อารามนางชี
convention *n* การประชุม
conventional *adj* ตามธรรมเนียม
converge *v* รวมกัน
conversation *n* บทสนทนา
converse *v* สนทนา
conversely *adv* โดยตรงกันข้าม
conversion *n* การเปลี่ยน
convert *n* ผู้เปลี่ยนศาสนา
convert *v* เปลี่ยน
convey *v* ขนส่ง
convict *v* ลงโทษ
conviction *n* การลงโทษ
convince *v* ทำให้เชื่อ
convincing *adj* น่าเชื่อ
convoluted *adj* ที่ซับซ้อนมาก
convoy *n* ขบวนเรือสินค้า
convulse *v* ทำให้ชักกระตุก
convulsion *n* การชักกระตุก
cook *n* พ่อครัว
cook *v* ทำอาหาร
cookie *n* ขนมคุกกี้
cooking *n* การทำอาหาร
cool *v* เย็นลง
cool *adj* เย็น; เจ๋ง
cool down *v* ทำให้เย็นลง
cooling *adj* เย็น
coolness *n* ความเยือกเย็น
cooperate *v* ร่วมมือ
cooperation *n* ความร่วมมือ
cooperative *adj* ซึ่งทำงานร่วมกัน
coordinate *v* ประสานงาน
coordination *n* การประสานงาน
coordinator *n* ผู้ประสานงาน
cop *n* ตำรวจ
cope *v* รับมือได้
copier *n* คนคัดสำเนา
copper *n* ทองแดง
copy *n* สำเนา
copy *v* ทำสำเนา
copyright *n* ลิขสิทธิ์
cord *n* เชือก; สาย; ยองใย
cordial *adj* ด้วยความจริงใจ
cordless *adj* ไร้สาย
cordon *n* วงล้อม
cordon off *v* ปิดล้อม
core *n* แกนกลาง
cork *n* จุกไม้ก๊อก
corn *n* ข้าวโพด
corner *n* มุม; หัวโค้ง
cornerstone *n* ศิลาฤกษ์
cornet *n* แตรทองเหลือง
corollary *n* บทแทรก
coronary *adj* ซึ่งหล่อเลี้ยงหัวใจ
coronation *n* พิธีบรมราชาภิเษก
corporal *n* นายสิบโท
corporal *adj* เกี่ยวกับร่างกาย
corporation *n* บริษัท
corpse *n* ศพ

C

C

corpulent *adj* อ้วน
corpuscle *n* เม็ดโลหิต
correct *adj* ถูก
correct *v* แก้ไข
correction *n* การแก้ไข
correlate *v* เทียบเคียง
correspond *v* โต้ตอบจดหมาย; เหมือนกัน
correspondent *n* ผู้สื่อข่าว
corresponding *adj* เหมือนกัน
corridor *n* ทางเดิน
corroborate *v* ยืนยัน
corrode *v* กัดกร่อน
corrupt *adj* ทุจริต; ชั่ว
corrupt *v* ทำให้เลวลง
corruption *n* การทุจริต
cosmetic *n* เครื่องสำอาง
cosmic *adj* กว้างใหญ่ไพศาล
cosmonaut *n* นักบินอวกาศ
cost *n* ราคา
cost *iv* มีราคา
costly *adj* แพง
costume *n* เครื่องแต่งกาย
cottage *n* กระท่อม
cotton *n* ฝ้าย; สำลี
couch *n* ม้านั่งยาว
cough *n* อาการไอ
cough *v* ไอ
council *n* สภา; คณะมนตรี
counsel *n* การแนะนำ; ทนาย
counsel *v* แนะนำ
counselor *n* ที่ปรึกษา
count *n* ยศขุนนาง; การนับ
count *v* นับ
countdown *n* การนับถอยหลัง
countenance *n* สีหน้า
counter *v* กล่าวโต้; ต้านทาน
counter *n* เคาน์เตอร์
counteract *v* ขัดขวาง
counterfeit *adj* ปลอม
counterfeit *v* แกล้ง; แปลง
counterpart *n* ชุดสำเนา
countess *n* ภรรยายศขุนนาง
countless *adj* นับไม่ถ้วน
country *n* ประเทศ; ชนบท
country *adj* เกี่ยวกับชีวิตชนบท
countryman *n* ประชากร
countryside *n* ชนบท
county *n* มณฑล
coup *n* การทำโดยกะทันหัน
couple *n* คู่; คู่สามีภรรยา; สอง
coupon *n* คูปอง
courage *n* ความกล้าหาญ
courageous *adj* กล้าหาญ
courier *n* คนเดินหนังสือ
course *n* หลักสูตร
court *n* ลาน; สนาม; ศาล
court *v* ประจบ; เกี้ยวพาน
courteous *adj* สุภาพอ่อนโยน
courtesy *n* ความอ่อนโยน
courthouse *n* ตึกศาล
courtship *n* การติดผู้หญิง
courtyard *n* สนาม
cousin *n* ลูกพี่ลูกน้อง

C

cove *n* อ่าวเล็ก
covenant *n* สนธิสัญญา
cover *v* ปกคลุม; ครอบ
cover *n* ที่กำบัง; ฝาปิด
cover up *v* ปิดป้อง
coverage *n* การคลุม
covert *adj* อย่างลับๆ
cover-up *n* การปกปิด
covet *v* โลภมาก
cow *n* วัว
coward *n* คนขี้ขลาดตาขาว
cowardice *n* ความขี้ขลาด
cowardly *adv* อย่างขี้ขลาด
cowboy *n* โคบาล
cozy *adj* น่าสบาย
crab *n* ปู
crack *n* ของแตก; รอยแตก
crack *v* กะเทาะ; ตีความ
cradle *n* เปล; แหล่งกำเนิด
craft *n* งานผีมือ
craftsman *n* ช่างผีมือ
cram *v* ยัดเยียด; กวดวิชา
cramp *n* ตะคริว
cramped *adj* แคบ
crane *n* ปั้นจั่น
crank *n* เครื่องไขรถยนต์
cranky *adj* บ้าๆบอๆ
crash *n* เสียงดังสนั่น
crash *v* เกิดเสียงระเบิด
crass *adj* หยาบ; บัดซบ
crater *n* ปล่องภูเขาไฟ
crave *v* กระหายอยาก
craving *n* ความปรารถนา
crawl *v* การคลาน
crayon *n* สีเทียน
craziness *n* ความบ้า
crazy *adj* บ้า
creak *v* ลั่นดังเอี๊ยด
creak *n* เสียงดังเอี๊ยด
cream *n* ครีม
creamy *adj* เหมือนครีม
crease *n* รอยย่น; รอยจีบ
crease *v* ทำให้ย่น
create *v* สร้าง
creation *n* การสร้าง
creative *adj* สร้างสรรค์
creativity *n* ความคิดสร้างสรรค์
creator *n* ผู้สร้าง
creature *n* สัตว์โลก
credibility *n* ความน่าเชื่อถือ
credible *adj* น่าเชื่อถือ
credit *n* ความเชื่อถือ
credit *v* ให้สินเชื่อ
creditor *n* เจ้าหนี้
creed *n* ลัทธิ
creek *n* ห้วย
creep *v* คลานสี่เท้า
creepy *adj* น่าขนลุก
cremate *v* ฌาปนกิจศพ
crematorium *n* ฌาปนสถาน
crest *n* ยอด
crevice *n* รอยแยก
crew *n* ลูกเรือ
crib *n* เปล

C

cricket *n* จิ้งหรีด
crime *n* อาชญากรรม
criminal *adj* เกี่ยวกับอาชญากรรม
cripple *adj* พิการ
cripple *v* ทำให้พิการ
crisis *n* วิกฤตกาล
crisp *adj* เปราะ; สดชื่น
crispy *adj* กรอบ
crisscross *v* ไขว้
criterion *n* บรรทัดฐาน
critical *adj* วิกฤติ
criticism *n* การวิจารณ์
criticize *v* วิจารณ์
critique *n* คำวิจารณ์
crockery *n* เครื่องถ้วยชาม
crocodile *n* จระเข้
crony *n* เพื่อนเกลอ
crook *n* งอ; หลังค่อม
crooked *adj* คดงอ; หลังค่อม
crop *n* พืชผล
crop *v* เพาะปลูก
cross *adj* ข้าม; ไขว้
cross *v* กากบาท; ข้าม
cross *n* ไม้กางเขน
cross out *v* ขีดฆ่า
crossfire *n* การประทะ
crossing *n* ที่ข้าม
crossroads *n* ทางแยก
crosswalk *n* ทางม้าลาย
crossword *n* ปริศนาคำไขว้
crouch *v* หมอบคลาน
crow *n* อีกา
crow *v* ขัน; คุยโม้
crowbar *n* ชะแลง
crowd *n* ฝูงชน
crowd *v* จับกลุ่ม
crowded *adj* มีคนมาก
crown *v* สวมมงกุฎ
crown *n* มงกุฎ
crowning *n* เป็นยอด
crucial *adj* ร้ายแรง
crucifix *n* ไม้กางเขน
crucifixion *n* การตรึงกางเขน
crucify *v* ขึงพืด
crude *adj* หยาบ; ยังไม่สุก
cruel *adj* โหดร้าย
cruelty *n* ความโหดร้าย
cruise *v* แล่นเรือ
crumb *n* เศษ
crumble *v* ร่วน
crunchy *adj* กรุบ
crusade *n* สงครามครูเสด
crusader *n* ผู้ทำสงครามศาสนา
crush *v* ชน; กระแทก
crushing *adj* ย่อยยับ
crust *n* ขอบขนมปัง
crusty *adj* มีเปลือก; หยาบ
crutch *n* ไม้เท้าพยุง
cry *v* ร้องไห้
cry *n* การร้องไห้
cry out *v* ปล่อยโฮ
crying *n* เสียงร้องไห้
crystal *n* ผลึกแก้ว
cub *n* ลูกสัตว์

cube *n* สี่เหลี่ยมลูกบาศก์
cubic *adj* เป็นลูกบาศก์
cubicle *n* ห้องเล็กๆ
cucumber *n* แตงกวา
cuddle *v* กอดด้วยความรักใคร่
cuff *n* กุญแจมือ; ข้อมือ
cuisine *n* อาหาร
culminate *v* สุดยอด; หักมุม
culpability *n* ความผิด
culprit *n* ผู้กระทำผิด
cult *n* ศาสนา
cultivate *v* ศึกษา; เพาะปลูก
cultivation *n* การเพาะปลูก
cultural *adj* เกี่ยวกับวัฒนธรรม
culture *n* วัฒนธรรม
cumbersome *adj* ยุ่งยาก
cunning *adj* หลักแหลม
cup *n* ถ้วย
cupboard *n* ตู้
curable *adj* รักษาได้
curator *n* ผู้ทำการรักษา
curb *n* ขอบ
curb *v* เหนี่ยวรั้ง; ยั้งใจ
curdle *v* ทำให้ข้นแข็ง
cure *v* รักษา
cure *n* การรักษา
curfew *n* ห้ามออกนอกบ้านยามวิกาล
curiosity *n* ความอยากรู้
curious *adj* อยากรู้อยากเห็น
curl *n* ผมหยิก; โค้ง
curl *v* งอ
curly *adj* โค้ง; หยิก
currency *n* เงินตรา; ไฟฟ้า
current *adj* ประจำวัน
current *n* ปัจจุบัน
currently *adv* ในปัจจุบัน
curse *v* สาปแช่ง
curtail *v* ตัดทอน
curtain *n* ผ้าม่าน
curve *n* ความโค้ง
curve *v* โค้ง
cushion *n* หมอนอิง
cushion *v* พิงหมอน
cuss *v* คำสาป
custard *n* ขนมคัสตาร์ด
custodian *n* ผู้ดูแล
custody *n* โทษจำ
custom *n* ขนบธรรมเนียม
customary *adj* เกี่ยวกับประเพณี
customer *n* ลูกค้า
custom-made *adj* สั่งตัด
customs *n* ศุลกากร
cut *n* บาด; การตัด
cut *iv* ตัด
cut back *v* กระเหม็ดกระเหม่
cut down *v* ลด
cut off *v* บั้ง
cut out *v* ตัดออก
cute *adj* น่ารัก
cutlery *n* มีด; เครื่องตัด; กรรไกร
cutter *n* เครื่องตัด; ของมีคม
cyanide *n* น้ำประสานทอง
cycle *n* วงกลม; รถจักรยาน
cycle *v* หมุนรอบ; ขี่จักรยาน

C

cyclist *n* นักปั่นจักรยาน
cyclone *n* พายุหมุน
cylinder *n* รูปกระบอก
cynic *adj* ดูถูก
cynicism *n* การดูถูก
cypress *n* ต้นไซเปรซ
cyst *n* เกราะ
czar *n* จักรพรรดิ, กษัตริย์

D

dad *n* พ่อ
dagger *n* ดาบสั้น
daily *adv* ทุกวัน
dairy farm *n* ฟาร์มโคนม
daisy *n* ดอกเดซี่
dam *n* เขื่อน
damage *n* ความเสียหาย
damage *v* เสียหาย
damaging *adj* เป็นที่เสียหาย
damn *v* ด่าแช่ง
damnation *n* การด่าแช่ง
damp *adj* ชื้น
dampen *v* ทำให้ชื้น; ทำให้สลด
dance *n* การเต้นรำ
dance *v* เต้น
dancing *n* การเต้นรำ
dandruff *n* รังแค
danger *n* อันตราย
dangerous *adj* มีอันตราย
dangle *v* แกว่ง; ห้อยโหน
dare *n* การท้า
dare *v* กล้า
daring *adj* ใจกล้า
dark *adj* มืด
darken *v* ทำให้มืด; มืดลง
darkness *n* ความมืด
darling *adj* เป็นที่รัก
darn *v* ชุนผ้า; ด่าแช่ง
dart *n* ลูกดอก; หลาว
dart *v* พุ่งพรวด
dash *v* เผ่น
dashing *adj* หรูหรา
data *n* ข้อมูล
database *n* ฐานข้อมูล
date *n* วันที่; การนัด
date *v* กำหนดวันที่
daughter *n* ลูกสาว
daughter-in-law *n* ลูกสะใภ้
daunt *v* ขู่ขวัญ
daunting *adj* น่ากลัว
dawn *n* รุ่งอรุณ
day *n* วัน; กลางวัน
daydream *v* ฝันกลางวัน
daze *v* ทำให้งงงัน
dazed *adj* งงงัน
dazzle *v* ส่งแสงจ้า
dazzling *adj* วูบวาบ
deacon *n* คนดูแลวัด
dead *adj* เสียชีวิต

D

dead end *n* ทางตัน
deaden *v* ทำให้มึน
deadline *n* เส้นตาย
deadlock *n* การหยุดชะงัก
deadly *adj* ร้ายแรง
deaf *adj* หูหนวก
deafen *v* ทำให้หูหนวก
deafening *adj* ซึ่งทำให้หูหนวก
deafness *n* อาการหูหนวก
deal *iv* ติดต่อด้วย
deal *n* การติดต่อ
dealer *n* ผู้จำหน่าย
dealings *n* ธุรกิจ
dean *n* คณบดี
dear *adj* เป็นที่รัก
dearly *adv* โดยรักใคร่
death *n* ความตาย
death toll *n* ยอดผู้เสียชีวิตจากอุบัติภัย
death trap *n* กับดักความตาย
deathbed *n* ที่นอนคนตาย
debase *v* ทำให้เสื่อม
debatable *adj* ซึ่งยังไม่ตกลงกัน
debate *n* การโต้แย้ง
debate *v* โต้แย้ง; โต้วาที
debit *n* หนี้สิน
debrief *v* สอบสวน
debris *n* ซากปรักหักพัง
debt *n* หนี้สิน
debtor *n* ลูกหนี้
debunk *v* พิสูจน์หักล้าง
debut *n* การเปิดตัว
decade *n* ทศวรรษ
decadence *n* ความเสื่อมโทรม
decaf *adj* ไม่มีคาเฟอีน
decapitate *v* ตัดหัว
decay *n* ความผุพัง
decay *v* เสื่อมโทรม; ผุพัง
deceased *adj* เสียชีวิต
deceit *n* ความหลอกลวง
deceitful *adj* เสแสร้ง
deceive *v* แกล้งทำ
December *n* เดือนธันวาคม
decency *n* ความสุภาพ
decent *adj* เหมาะสม; สุภาพ
deception *n* การเสแสร้ง
deceptive *adj* ที่หลอกลวง
decide *v* ตัดสินใจ
deciding *adj* การตกลงใจ
decimal *adj* เกี่ยวกับทศนิยม
decimate *v* ทำลายยับเยิน
decipher *v* ถอดรหัส
decision *n* การตัดสินใจ
decisive *adj* เด็ดขาด
deck *n* ดาดฟ้า
deck *v* ตกแต่ง; ชนะน็อค
declaration *n* การประกาศ
declare *v* ประกาศ
declension *n* ความเสื่อม
decline *n* ภาวะตกต่ำ
decline *v* เบนลง; ปฏิเสธ
decompose *v* จำแนก
décor *n* การตกแต่ง
decorate *v* ตกแต่ง
decorative *adj* เกี่ยวกับการตกแต่ง

D

decorum *n* มารยาท
decrease *v* ลดน้อยลง
decrease *n* การลดลง
decree *n* พระราชกฤษฎีกา
decree *v* พิพากษา
decrepit *adj* ชราภาพ
dedicate *v* มอบให้
dedication *n* การมอบให้
deduce *v* อนุมาน
deduct *v* หัก; ชัก
deductible *adj* ที่หักออกได้
deduction *n* การหักออก
deed *n* สารตรา; โฉนด
deem *v* ลงความเห็น
deep *adj* ลึก
deepen *v* ทำให้ลึก
deer *n* กวาง
deface *v* ทำให้เสียโฉม
defame *v* หมิ่นประมาท
defeat *v* มีชัยต่อ
defeat *n* การพ่ายแพ้
defect *n* ข้อบกพร่อง
defect *v* แปรพักตร์
defection *n* การเอาใจออกห่าง
defective *adj* ขาดตกบกพร่อง
defend *v* ป้องกันตัว; แก้ต่าง
defendant *n* จำเลย
defender *n* ผู้ป้องกันตัว
defense *n* การป้องกันตัว
defenseless *adj* ไม่มีที่พึ่ง
defer *v* ยืดเวลา
defiance *n* การยั่ว; การขัดขืน
defiant *adj* ต่อต้าน; ที่ท้าทาย
deficiency *n* ความขาดแคลน
deficient *adj* ขาดแคลน
deficit *n* จำนวนที่ขาด
defile *v* ทำให้ด่างพร้อย
define *v* ระบุ; กำหนด
definite *adj* แน่นอน
definition *n* คำนิยาม, คำจำกัดความ
definitive *adj* เด็ดขาด
deflate *v* ทำให้แบน
deform *v* ผิดรูปร่าง
deformity *n* ความพิการ
defraud *v* คดโกง
defray *v* ใช้จ่าย
defrost *v* ทำน้ำแข็งให้ละลาย
deft *adj* ชำนาญ
defuse *v* ปลดชนวนระเบิด;ขจัดภัย
defy *v* ท้าทายอำนาจ
degenerate *v* เสื่อมลง
degenerate *adj* เสื่อมโทรม
degeneration *n* ความเสื่อมโทรม
degradation *n* การลดชั้น
degrade *v* ลดชั้น; ทำให้เลวลง
degrading *adj* น่าอาย
degree *n* ระดับ; ปริญญา
dehydrate *v* เอาน้ำออก
deign *v* ยอม
deity *n* เทวดา
dejected *adj* เศร้าใจ
delay *v* ช้าไป
delay *n* ความล่าช้า
delegate *v* มอบหน้าที่

deploy

delegate *n* ตัวแทน; ผู้แทน
delegation *n* คณะผู้แทน
delete *v* ลบ
deliberate *v* ใคร่ครวญ
deliberate *adj* โดยเจตนา
delicacy *n* ความแบบบาง
delicate *adj* เปราะบาง
delicious *adj* อร่อย
delight *v* ทำให้สุขใจ
delight *n* ความสุขใจ
delightful *adj* น่าสุขใจ
delinquency *n* การกระทำผิดกฎหมาย
delinquent *adj* เหลวไหล
deliver *v* คลอด; ส่งสินค้า
delivery *n* การคลอด
delude *v* ลวงตา
deluge *n* น้ำท่วม
delusion *n* ความหลงละเมอ
deluxe *adj* หรูหรา
demand *n* ความต้องการ
demand *v* เรียกร้อง
demanding *adj* ที่ชอบออกคำสั่ง
demean *v* ทำให้เลวลง
demeaning *adj* ที่เลวลง
demeanor *n* ความประพฤติ
demented *adj* หัวเสีย; เป็นบ้า
demise *n* มรณกรรม; สวรรคต
democracy *n* ประชาธิปไตย
democratic *adj* เกี่ยวกับประชาธิปไตย
demolish *v* รื้อ; ทำลาย
demolition *n* การรื้อ; การทำลาย
demon *n* ภูตผีปีศาจ

demonstrate *v* สาธิต
demonstrative *adj* เป็นการสาธิต
demoralize *v* ทำให้เสื่อมศีลธรรม
demote *v* ลดขั้น
den *n* ห้องเล็ก; ถ้ำของสัตว์
denial *n* การปฏิเสธ
denigrate *v* สบประมาท
Denmark *n* ประเทศเดนมาร์ก
denominator *n* ผู้ตั้งชื่อ; ตัวหาร
denote *v* แสดงว่า
denounce *v* ปรักปรำ
dense *adj* หนาแน่น; โง่
density *n* ความหนาแน่น
dent *n* รอยเว้า; รอยฟัน
dent *v* บุ๋ม
dental *adj* เกี่ยวกับฟัน
dentist *n* หมอฟัน
dentures *n* ฟัน
deny *v* ปฏิเสธ
deodorant *n* ยาดับกลิ่น
depart *v* ออกจาก
department *n* แผนก
departure *n* การออก
depend *v* ขึ้นอยู่กับ
dependable *adj* เชื่อถือได้
dependence *n* การพึ่งพาอาศัย
dependent *adj* ที่ไม่มีอิสระ
depict *v* พรรณนา
deplete *v* ทำให้หมดสิ้นลง
deplorable *adj* น่าเวทนา
deplore *v* เวทนา
deploy *v* แปรแถว

D

deployment *n* การแปรแถว
deport *v* ขับไล่; เนรเทศ
deportation *n* การเนรเทศ
depose *v* ให้การ
deposit *n* เงินวางมัดจำ
depot *n* โรงเก็บพัสดุ
deprave *adj* ทำให้เสื่อมทราม
depravity *n* ความเลวทราม
depreciate *v* เสื่อมค่า
depreciation *n* การเสื่อมคุณค่า
depress *v* ซึมเศร้า
depressing *adj* หดหู่
depression *n* ความกดอากาศต่ำ; การยุบตัว
deprivation *n* การไล่ออก
deprive *v* ไล่ออก
deprived *adj* ปราศจาก
depth *n* ความลึก
derail *v* ทำให้ตกราง
derailment *n* การหยุดชะงัก
deranged *adj* บ้าคลั่ง
derelict *adj* ถูกทอดทิ้ง
deride *v* หัวเราะเยาะ
derivative *adj* ซึ่งแตกออกมา
derive *v* ได้รับมา
derogatory *adj* เสื่อม
descend *v* ลง; ต่ำลงมา
descendant *n* ทายาท
descent *n* การเลื่อนลงมา
describe *v* อธิบาย
description *n* การอธิบาย
descriptive *adj* เป็นการบรรยาย
desecrate *v* ดูหมิ่น
desegregate *v* ขจัดการแบ่งแยกเผ่าพันธุ์
desert *v* ละทิ้ง; เปลี่ยว
desert *n* ทะเลทราย
deserted *adj* วิเวกวังเวง
deserter *n* คนหนีทัพ
deserve *v* สมควรที่จะได้
deserving *adj* เหมาะสม
design *n* แบบ; โครงการ
designate *v* ตั้ง; กำหนด
desirable *adj* เป็นที่พึงปรารถนา
desire *v* ต้องการ
desire *n* ความต้องการ
desist *v* เลิก
desk *n* เคาน์เตอร์
desolate *adj* โดดเดี่ยว
desolation *n* ความเปล่าเปลี่ยว
despair *n* ความสิ้นหวัง
desperate *adj* หมดหวัง
despicable *adj* น่ารักเกียจ
despise *v* รังเกียจ
despite *c* แม้จะมี
despondent *adj* เศร้าใจ
despot *n* ทรราช; นักเผด็จการ
despotic *adj* เผด็จการ
dessert *n* ของหวาน
destination *n* จุดมุ่งหมาย
destiny *n* โชคชะตา
destitute *adj* ขาดแคลน
destroy *v* ทำลาย
destroyer *n* ผู้ทำลาย

D

destruction *n* การทำลาย
destructive *adj* ชอบทำลาย
detach *v* ปลด; ปลีกตัว
detachable *adj* ซึ่งถอดออกได้
detail *n* รายละเอียด
detail *v* กล่าวโดยละเอียด
detain *v* กักขังไว้
detect *v* สืบหา; ตรวจพบ
detective *n* นักสืบ
detector *n* เครื่องตรวจจับ
detention *n* การกักขังไว้
deter *v* กีดขวาง
detergent *n* สารซักฟอก
deteriorate *v* เสื่อมลง
deterioration *n* การเสื่อมลง
determination *n* การกำหนด
determine *v* กำหนด; ตกลงใจ
deterrence *n* การป้องปราม
detest *v* เกลียดชัง
detestable *adj* น่าเกลียดชัง
detonate *v* ระเบิด
detonation *n* เสียงระเบิด
detonator *n* ลูกระเบิด
detour *n* การอ้อม; ทางอ้อม
detriment *n* ความเสียหาย
detrimental *adj* เป็นภัย
devaluation *n* การลดค่า
devalue *v* ลดค่า
devastate *v* ทำลายล้าง
devastating *adj* ซึ่งทำลายล้าง
devastation *n* การทำลายล้าง
develop *v* พัฒนา
development *n* การพัฒนา
deviation *n* การเบี่ยงเบน
device *n* อุปกรณ์เชิงกล
devil *n* ปีศาจร้าย
devious *adj* ไม่ตรง
devise *v* ประดิษฐ์
devoid *adj* ว่างเปล่า
devote *v* อุทิศ
devotion *n* คำอุทิศ
devour *v* สวาปาม
devout *adj* ใจบุญ
dew *n* น้ำค้าง
diabetes *n* โรคเบาหวาน
diabetic *adj* เกี่ยวกับเบาหวาน
diabolical *adj* เหมือนปีศาจ
diagnose *v* วินิจฉัยโรค
diagnosis *n* การวินิจฉัย
diagonal *adj* ขวาง; ทแยง
diagram *n* แผนผัง
dial *v* หมุน
dial *n* หน้าปัด
dial tone *n* เสียงในโทรศัพท์
dialect *n* ภาษาท้องถิ่น
dialogue *n* บทสนทนา
diameter *n* เส้นผ่าศูนย์กลาง
diamond *n* เพชร; รูปข้าวหลามตัด; สนามเบสบอล
diaper *n* ผ้าอ้อม
diarrhea *n* โรคท้องร่วง
diary *n* บันทึกประจำวัน
dice *n* ลูกเต๋า
dice *v* โยนลูกเต๋า

dictate v สั่ง
dictator n ผู้บงการ
dictatorial adj เกี่ยวกับเผด็จการ
dictatorship n อำนาจเผด็จการ
dictionary n พจนานุกรม
die v เสียชีวิต
die out v มอด
diet n อาหารการกิน
diet v ควบคุมอาหาร
differ v แตกต่าง
difference n ความแตกต่าง
different adj แตกต่างกัน
difficult adj ยาก
difficulty n ความยากลำบาก
diffuse v กระจาย
dig iv ขุด
digest v ย่อยอาหาร; จำแนก
digestion n การย่อยอาหาร
digestive adj เกี่ยวกับการย่อย
digit n ตัวเลข
dignify v ทำให้สง่างาม
dignitary n ผู้ทรงเกียรติ
dignity n เกียรติ
digress v พูดนอกเรื่อง
dike n เขื่อน
dilapidated adj ทรุดโทรม
dilemma n ภาวะวิกฤติ
diligence n ความขยัน
diligent adj ขยัน
dilute v ทำให้เบาบางลง
dim adj สลัว
dim v ทำให้มืดลง

dime n เหรียญสิบเซนต์
dimension n มิติ
diminish v ทำให้ลดน้อยลง
dine v รับประทานอาหาร
diner n ผู้รับประทานอาหาร
dining room n ห้องอาหาร
dinner n อาหารเย็น
dinosaur n ไดโนเสาร์
diocese n เขตการปกครองของบาทหลวง
diphthong n ควบกล้ำ
diploma n ประกาศนียบัตร
diplomacy n ศิลปะการทูต
diplomat n นักการทูต
diplomatic adj เกี่ยวกับการทูต
dire adj น่ากลัว
direct v มุ่ง; ชี้นำ
direct adj ตรง
direction n ทิศทาง; คำแนะนำ
director n ผู้อำนวยการ
directory n สมุดรายนาม
dirt n ดิน
dirty adj สกปรก
disability n ความพิการ
disabled adj พิการ
disadvantage n ข้อเสีย
disagree v ไม่เห็นด้วย
disagreeable adj ไม่ลงรอยกัน
disagreement n ความไม่เห็นด้วย
disappear v หายไป
disappearance n การหายไป
disappoint v ทำให้ผิดหวัง

disappointing *adj* น่าผิดหวัง
disappointment *n* ความผิดหวัง
disapproval *n* การไม่อนุญาต
disapprove *v* ไม่อนุญาต
disarm *v* ปลดอาวุธ
disarmament *n* การปลดอาวุธ
disaster *n* ความหายนะ
disastrous *adj* หายนะ
disband *v* แยกย้าย
disbelief *n* ความไม่เชื่อ
disburse *v* จ่าย; ชำระหนี้
discard *v* ทอดทิ้ง
discern *v* มองเห็น
discharge *v* ปลดปล่อย
discharge *n* การปลดปล่อย
disciple *n* สาวก
discipline *n* ระเบียบวินัย
disclaim *v* ปฏิเสธ
disclose *v* เปิดเผย
discomfort *n* ความไม่สบาย
disconnect *v* ตัดขาด
discontent *adj* ไม่พอใจ
discontinue *v* หยุด
discord *n* ความบาดหมางกัน
discordant *adj* บาดหมางกัน
discount *n* ส่วนลด
discount *v* ลดราคา
discourage *v* ทำให้ท้อ
discouragement *n* ความท้อใจ
discouraging *adj* น่าท้อใจ
discourtesy *n* ความหยาบคาย
discover *v* ค้นพบ

discovery *n* การค้นพบ
discredit *v* ความขายหน้า
discreet *adj* ระมัดระวัง
discrepancy *n* ความคลาดเคลื่อน
discretion *n* ความระมัดระวัง
discriminate *v* แยกแยะ
discrimination *n* การแบ่งแยก
discuss *v* สนทนา
discussion *n* การสนทนา
disdain *n* การดูถูก
disease *n* โรค
disembark *v* เอาขึ้นจากเรือ
disenchanted *adj* ไม่ชอบอีกต่อไป
disentangle *v* คลี่คลาย
disfigure *v* ทำให้เสียโฉม
disgrace *v* ทำให้อับอาย
disgrace *n* ความอัปยศอดสู
disgraceful *adj* น่าอาย
disgruntled *adj* ไม่พอใจ
disguise *v* ปลอมตัว
disguise *n* การปลอมแปลง
disgust *n* ความรังเกียจ
disgusting *adj* น่ารังเกียจ
dish *n* จานชาม; กับข้าว
dishearten *v* ทำให้หมดกำลังใจ
dishonest *adj* ไม่ซื่อสัตย์
dishonesty *n* ความไม่ซื่อสัตย์
dishonor *n* ความหมดเกียรติ
dishonorable *adj* หมดเกียรติ
dishwasher *n* เครื่องล้างจาน
disillusion *n* ความท้อแท้
disinfect *v* ฆ่าเชื้อโรค

D

disinfectant *n* สารใช้ฆ่าเชื้อโรค
disinherit *v* เพิกถอนสิทธิ
disintegrate *v* แตกแยก
disintegration *n* การแตกสลาย
disinterested *adj* ไม่สนใจ
disk *n* จานเสียง
dislike *n* ความไม่ชอบ
dislike *v* เขม่น
dislocate *v* ทำให้คลาดเคลื่อน
dislodge *v* เอาออก
disloyal *adj* ไม่ซื่อสัตย์
disloyalty *n* ความไม่ซื่อสัตย์
dismal *adj* สลดใจ
dismantle *v* ถอดออก
dismay *v* ทำให้ตกตะลึง
dismay *n* ความตกใจ
dismiss *v* ปล่อยไป
dismissal *n* การไล่ออก
dismount *v* ทำให้ตก
disobedience *n* การดื้อดึง
disobedient *adj* ดื้อ
disobey *v* ไม่เชื่อฟัง
disorder *n* ทำให้ยุ่งเหยิง
disorganized *adj* ยุ่งเหยิง
disoriented *adj* สับสน
disown *v* บอกปัด
disparity *n* ความต่าง
dispatch *v* ส่งไป
dispel *v* ปัดเป่า
dispensation *n* การแจกจ่าย
dispense *v* แจกจ่าย
dispersal *n* การกระจายไป
disperse *v* กระจายไป
displace *v* จำกัด; ย้ายที่
display *n* การแสดง
display *v* แสดง
displease *v* ทำให้ ไม่พอใจ
displeasing *adj* ซึ่งทำให้ ไม่พอใจ
displeasure *n* ความไม่พอใจ
disposable *adj* จัดการได้
disposal *n* การจำหน่าย
dispose *v* จำหน่าย; จัดให้เข้าที่
disprove *v* พิสูจน์หักล้าง
dispute *n* การโต้แย้ง
dispute *v* โต้แย้ง
disqualify *v* ตัดสิทธิ์
disregard *v* ไม่สนใจ
disrepair *n* สภาพชำรุดทรุดโทรม
disrespect *n* การดูหมิ่น
disrespectful *adj* ที่ไม่เคารพ
disrupt *v* ทำให้ยุ่งเหยิง
disruption *n* การขัดขวาง
dissatisfied *adj* ซึ่งไม่พอใจ
disseminate *v* เผยแพร่
dissent *v* ขัดแย้ง
dissident *adj* ผู้คัดค้าน
dissimilar *adj* ซึ่งไม่เหมือนกัน
dissipate *v* ค่อยๆน้อยลง
dissolute *adj* เกเร
dissolution *n* การสลายตัว
dissolve *v* ละลาย
dissonant *adj* ที่ไม่กลมกลืนกัน
dissuade *v* ห้ามปราม
distance *n* ระยะทาง

59 dollar

distant *adj* ห่างไกล
distaste *n* ความรังเกียจ
distasteful *adj* เป็นที่น่ารังเกียจ
distill *v* กลั่น
distinct *adj* แตกต่างชัดเจน
distinction *n* ความแตกต่าง
distinctive *adj* เด่น
distinguish *v* มองเห็น
distort *v* ทำให้ผิดรูป
distortion *n* การทำให้ผิดรูป
distract *v* ทำให้ ไขว้เขว
distraction *n* การทำให้ ไขว้เขว
distraught *adj* ว้าวุ่นใจ
distress *n* ความกังวลใจ
distress *v* กังวลใจ
distressing *adj* น่ากังวลใจ
distribute *v* แจกจ่าย
distribution *n* การแจกจ่าย
district *n* กำหนดอาณาเขต
distrust *n* ความหวาดระแวง
distrust *v* คลางแคลงใจ
distrustful *adj* ไม่ ไว้วางใจ
disturb *v* รบกวน
disturbance *n* การรบกวน
disturbing *adj* น่ารบกวน
disunity *n* การแตกแยก
disuse *n* การเลิกใช้
ditch *n* คลอง
dive *v* ดำน้ำ
diver *n* ประดาน้ำ
diverse *adj* หลายหลาย
diversify *v* ทำให้แปลกๆกัน
diversion *n* การทำให้เขว
diversity *n* ความหลากหลาย
divert *v* ทำให้เขว
divide *v* แบ่งส่วน
dividend *n* ตัวตั้ง; เงินปันผล
divine *adj* เกี่ยวกับพระเจ้า
diving *n* การดำน้ำ
divinity *n* ความเป็นพระเจ้า
divisible *adj* ซึ่งแบ่งแยกได้อีก
division *n* กองทหาร; แผนก; การแบ่ง
divorce *v* หย่าร้าง
divorce *n* การหย่าร้าง
divorcee *n* ผู้ที่หย่าร้าง
divulge *v* เปิดเผยความลับ
dizziness *n* อาการเวียนศีรษะ
dizzy *adj* เวียนศีรษะ
do *iv* ทำ
docile *adj* เชื่อง
docility *n* การว่านอนสอนง่าย
dock *n* ท่าเรือ
dock *v* จอดเรือ
doctor *n* หมอ
doctrine *n* ทฤษฎี
document *n* เอกสาร
documentary *n* สารคดี
documentation *n* การเตรียมเอกสาร
dodge *v* การหลบฃ
dog *n* สุนัข
dogmatic *adj* ดื้อรั้น
dole out *v* เจียด
doll *n* ตุ๊กตา
dollar *n* เงินดอลลาร์

D

D

dolphin *n* ปลาโลมา
dome *n* หลังคารูปทรงกลม
domestic *adj* ภายในประเทศ
domesticate *v* ทำให้เชื่อง
dominate *v* ปกครอง
domination *n* การปกครอง
domineering *adj* ซึ่งปกครอง
dominion *n* ประเทศราช
donate *v* บริจาค
donation *n* การบริจาค
donkey *n* ลา
donor *n* ผู้บริจาค
doom *n* เคราะห์กรรม
doomed *adj* ถึงเคราะห์กรรม
door *n* ประตู
doorbell *n* ออด
doorstep *n* ธรณีประตู
doorway *n* ทางเข้าออก
dope *n* ยาบำรุงกำลัง
dope *v* ให้ยาบำรุงกำลัง
dormitory *n* หอพัก
dosage *n* ขนาดยา
dossier *n* แผงเอกสาร
dot *n* จุด
double *adj* สองเท่า
double *v* มากเป็นสองเท่า
double-check *v* ตรวจตราอีกครั้ง
double-cross *v* หักหลัง
doubt *v* สงสัย
doubt *n* ความสงสัย
doubtful *adl* น่าสงสัย
dough *n* ขนมปังนิ่ม; เงิน
dove *n* นกพิราบ
down *adv* ข้างล่าง
down *adj* ซึมเศร้า
down payment *n* เงินมัดจำ
downcast *adj* เศร้าใจ
downfall *n* ความหายนะ
downhill *adv* ลงเขา; ตกต่ำ
downpour *n* ฝนห่าใหญ่
downsize *v* ลดขนาดบริษัท
downstairs *adv* ชั้นล่าง
down-to-earth *adj* ติดดิน
downtown *n* ตัวเมือง
downtrodden *adj* จน
downturn *n* ความตกต่ำ
dowry *n* สินสอดทองหมั้น
doze *v* งีบหลับ
doze *n* การงีบหลับ
dozen *n* หนึ่งโหล
draft *n* ร่าง; เช็ค
draft *v* เขียนแบบ
draftsman *n* ช่างเขียนแบบ
drag *v* ดึง
dragon *n* มังกร
drain *v* สูบ; ระบาย
drainage *n* การสูบ; การระบาย
dramatic *adj* ที่เกี่ยวกับละคร
dramatize *v* ทำเป็นละคร
drape *n* ผ้าแขวน
drastic *adj* รุนแรงมาก
draw *n* ภาพ
draw *iv* ดึง; วาด
drawback *n* ข้อบกพร่อง

drawer *n* ลิ้นชัก
drawing *n* ภาพเขียน
dread *v* หวาดกลัว
dreaded *adj* กลัว
dreadful *adj* น่ากลัว
dream *iv* ฝัน
dream *n* ความฝัน
dress *n* ชุด
dress *v* แต่งตัว
dresser *n* ตู้ที่มีลิ้นชัก
dressing *n* น้ำสลัด
dried *adj* แห้ง
drift *v* ลอย
drift apart *v* แยกกัน
drifter *n* คนพเนจร, คนเร่ร่อน
drill *n* สว่าน; การฝึกซ้อม
drill *v* เจาะ; ฝึกอบรบ
drink *iv* ดื่ม
drink *n* การดื่ม
drinkable *adj* ที่สามารถดื่มได้
drinker *n* นักดื่ม
drip *n* หยด
drip *v* ทำให้หยด
drive *iv* ขับขี่; บังคับ
drive *n* การขับ; ขบวนการ
drive at *v* ขับไปด้วยความเร็ว
drive away *v* ไล่ตะเพิด
driver *n* คนขับ
driveway *n* ถนนส่วนบุคคล
drizzle *n* ฝนปรอย
drizzle *v* ปรอย
drop *v* ตก; ทิ้ง
drop *n* การตกลง; การทิ้ง
drop in *v* มาหา
drop off *v* งีบหลับ; ทิ้งไว้
drop out *v* หล่น
drought *n* ภัยแล้ง
drown *v* จมน้ำ
drowsy *adj* ปรือ
drug *n* ยา; สิ่งเสพติด
drug *v* ให้ยา
drugstore *n* ร้านขายยา
drum *n* กลอง; เสียงกลอง
drunk *adj* เมา
drunkenness *n* ความเมา
dry *v* ทำให้แห้ง
dry *adj* แห้ง
dry-clean *v* ซักแห้ง
dryer *n* เครื่องเป่าแห้ง
dual *adj* เป็นคู่
dubious *adj* น่าสงสัย
duchess *n* ภรรยาท่านดยุค
duck *v* มุด; ก้มลง
duck *n* เป็ด
duct *n* ท่อ
due *adj* ถึงกำหนด
duel *n* การตวลกัน
dues *n* ค่าบำรุง
duke *n* ท่านดยุค
dull *adj* โง่; กร่อย; ซึมเซา
dull *v* ทำให้ทื่อ
duly *adv* ตามเวลาที่คาดไว้
dumb *adj* ใบ้; โง่; นิ่งอึ้ง
dummy *n* คนโง่

D

dummy *adj* โง่
dump *n* ระบายสินค้า
dump *v* ทิ้ง
dung *n* มูลสัตว์
dungeon *n* คุกใต้ดิน
dupe *v* หลอกลวง
duplicate *v* ทำสำเนา
duplication *n* สำเนา
durable *adj* ทนทาน
duration *n* ช่วงเวลา
during *pre* ระหว่าง
dusk *n* พลบค่ำ
dust *n* ฝุ่นละออง
dusty *adj* ฝุ่นจับ
Dutch *adj* ชาวดัตช์
duty *n* ภาระกิจ
dwarf *n* คนแคระ
dwell *iv* อาศัย
dwelling *n* บ้าน
dwindle *v* หดตัว
dye *v* ย้อม
dye *n* การย้อม
dying *adj* กำลังจะเสียชีวิต
dynamic *adj* กระตือรือร้น
dynamite *n* ระเบิด
dynasty *n* ราชวงศ์

E

each *adj* แต่ละ
each other *adj* ซึ่งกันและกัน
eager *adj* กระตือรือร้น
eagerness *n* ความกระตือรือร้น
eagle *n* นกอินทรี
ear *n* หู; ความตั้งใจ
earache *n* อาการปวดหู
eardrum *n* เยื่อแก้วหู
early *adv* ก่อนเวลาที่กำหนดไว้
earmark *v* มอบหมายงาน
earn *v* ได้รับรายได้
earnestly *adv* เอาจริงเอาจัง
earnings *n* เงินค่าจ้าง
earphones *n* หูฟัง
earring *n* ต่างหู
earth *n* โลก
earthquake *n* แผ่นดินไหว
earwax *n* ขี้หู
ease *v* บรรเทา
ease *n* ความรู้สึกบรรเทา
easily *adv* คล่อง
east *n* ทิศตะวันออก
eastbound *adj* มุ่งหน้าทางตะวันออก
Easter *n* เทศกาลอีสเตอร์
eastern *adj* เกี่ยวกับตะวันออก
easterner *n* ชาวตะวันออก
eastward *adv* ในทางตะวันออก
easy *adj* ง่ายดาย
eat *iv* กิน

63 elephant

eat away *v* กัดกิน
eavesdrop *v* ดักฟัง
ebb *v* ลดลง; น้ำทะเลลด
eccentric *adj* คนที่ผิดปกติ
echo *n* เสียงสะท้อน
eclipse *n* การบดบัง; สุริยุปราคา; จันทรุปราคา
ecology *n* นิเวศวิทยา
economical *adj* ประหยัด
economize *v* ประหยัด, มัธยัตถ์, อดออม
economy *n* ความมัธยัสถ์; เศรษฐกิจ
ecstasy *n* ความปีติยินดี
ecstatic *adj* ปีติยินดี
edge *n* ขอบ
edge *v* เขยิบ; ติดขอบ; ทำให้คม
edgy *adj* กระสับกระส่าย
edible *adj* ซึ่งกินได้
edifice *n* อาคาร
edit *v* แก้ไข
edition *n* ฉบับ
educate *v* สอน
educational *adj* เกี่ยวกับการศึกษา
eerie *adj* น่ากลัว
effect *n* ผล
effective *adj* มีประสิทธิภาพ
effectiveness *n* ประสิทธิภาพ
efficiency *n* สมรรถภาพ
efficient *adj* มีสมรรถภาพ
effigy *n* รูปจำลอง
effort *n* ความพยายาม
effusive *adj* ซึ่งพรั่งพรูออกมา
egg *n* ไข่
egg white *n* ไข่ขาว
egoism *n* ความทะนง
egoist *n* ทะนง
eight *adj* แปด
eighteen *adj* สิบแปด
eighth *adj* ที่แปด
eighty *adj* แปดสิบ
either *adv* ด้วย
either *adj* แต่ละ
eject *v* ขับไล่; ผลักออก
elapse *v* ผ่านไป
elastic *adj* ยืดหยุ่น
elated *adj* ซึ่งมีความสุขมาก
elbow *n* ศอก
elder *n* แก่กว่า
elderly *adj* สูงวัย
elect *v* คัดเลือก
election *n* การเลือกตั้ง
electric *adj* เกี่ยวกับไฟฟ้า
electrician *n* ช่างไฟ
electricity *n* กระแสไฟฟ้า
electrify *v* ปล่อยกระแสไฟฟ้า
electrocute *v* ประหารชีวิตด้วยเก้าอี้ไฟฟ้า
electronic *adj* เกี่ยวกับวงจรอิเล็กทรอนิกส์
elegance *n* ความงดงาม
elegant *adj* งดงาม
element *n* ส่วนประกอบ
elementary *adj* เบื้องต้น
elephant *n* ช้าง

E

E

elevate *v* ยกขึ้น
elevation *n* การยกให้สูงขึ้น
elevator *n* ลิฟท์
eleven *adj* สิบเอ็ด
eleventh *adj* ที่สิบเอ็ด
eligible *adj* เหมาะสม
eliminate *v* ขจัด
elm *n* ต้นไม้ชนิดหนึ่ง
eloquence *n* คารม
else *adv* อื่นๆ
elsewhere *adv* ที่อื่น
elude *v* หลบหลีก
elusive *adj* ยากที่จะหา
emaciated *adj* ผอมแห้ง
emanate *v* ฟุ้งออกมา
emancipate *v* ปลดปล่อย
embalm *v* ดองศพ
embark *v* ลงเรือ
embarrass *v* ทำให้ขวยเขิน
embassy *n* คณะทูต
embellish *v* ประดับ
embers *n* ถ่านไฟ
embezzle *v* อม
embitter *v* ทำให้ขมขื่น
emblem *n* สัญลักษณ์
embody *v* แปลงร่าง
emboss *v* สลักลายนูน
embrace *n* อ้อมกอด
embrace *v* กอด
embroider *v* เย็บปัก
embroidery *n* การเย็บปักถักร้อย
embroil *v* โยง
embryo *n* ตัวอ่อน
emerald *n* มรกต
emerge *v* ปรากฏ
emergency *n* เหตุการณ์ฉุกเฉิน
emigrant *n* ผู้ย้ายถิ่น
emigrate *v* ย้ายถิ่น
emission *n* การฉาย
emit *v* ปล่อยออกมา
emotion *n* อารมณ์
emotional *adj* เกี่ยวกับอารมณ์
emperor *n* จักรพรรดิ
emphasis *n* การเน้นย้ำ
emphasize *v* เน้นย้ำ
empire *n* ราชอาณาจักร
employ *v* จ้างงาน
employee *n* ลูกจ้าง
employer *n* นายจ้าง
employment *n* การจ้างงาน
empress *n* นางพญา
emptiness *n* ความว่างเปล่า
empty *adj* ว่างเปล่า
empty *v* ทำให้ว่างเปล่า
enable *v* ให้อำนาจ
enchant *v* ทำให้หลงใหล
enchanting *adj* น่าหลงใหล
encircle *v* ล้อมรอบ
enclave *n* สิ่งที่ถูกปิดล้อม
enclose *v* ปิดล้อม
enclosure *n* การล้อมรอบ
encompass *v* ห้อมล้อม
encounter *n* การพบกัน
encounter *v* เผชิญหน้า

encourage v สนับสนุน
encroach v เบียดเบียน
encyclopedia n สารานุกรม
end v ทำลาย; จบสิ้น
end n ตอนจบ
end up v ลงเอย
endanger v เสี่ยงอันตราย
endeavor v พยายาม
endeavor n ความพยายาม
ending n ตอนจบ
endless adj ไม่รู้จบ
endorse v เห็นด้วย
endorsement n การรับรอง
endure v ทนทาน
enemy n ศัตรู
energetic adj กระปรี้กระเปร่า
energy n พลังงาน; กำลัง
enforce v ใช้กำลังบังคับ
engage v มีธุระ; หมั้น
engaged adj ติดธุระ; หมั้น
engagement n การนัดพบ
engine n เครื่องยนต์
engineer n วิศวะ
England n ประเทศอังกฤษ
English adj ของคนอังกฤษ
engrave v จารึก; แกะสลัก
engraving n การจารึก
engrossed adj ที่ครองหมดแล้ว
engulf v ท่วม; ครอบคลุม
enhance v ทำให้ดีขึ้น
enjoy v เพลิดเพลิน
enjoyable adj น่าเพลิดเพลิน

enjoyment n ความเพลิดเพลิน
enlarge v ทำให้ใหญ่ขึ้น
enlargement n การขยาย
enlighten v สอน
enlist v ขอความช่วยเหลือ
enormous adj มหึมา
enough adv เพียงพอ
enrage v บ้าคลั่ง; โกรธ
enrich v ประดับตกแต่ง
enroll v ลงทะเบียน
enrollment n การลงทะเบียน
ensure v ทำให้มั่นใจ
entail v ยกให้
entangle v ทำให้ยุ่งเหยิง
enter v เข้าสู่
enterprise n บริษัท
entertain v รับแขก
entertaining adj รื่นรมย์
entertainment n ความบันเทิง
enthrall v ทำให้หลงใหล
enthralling adj ที่ทำให้หลงใหล
enthuse v กระตือรือร้น
enthusiasm n ความกระตือรือร้น
entice v ทำให้หลงเข้าใจผิด
enticement n การทำให้เข้าใจผิด
enticing adj ที่ล่อลวง
entire adj ทั้งปวง
entirely adv ตลอดทั้งหมด
entrance n ทางเข้า
entreat v ร้องขอ
entree n การเข้า
entrenched adj ที่ยึดที่มั่น

entrepreneur 66

E

entrepreneur *n* ผู้ประกอบการ
entrust *v* มอบความไว้วางใจ
entry *n* ทางเข้า
enumerate *v* คว้านออก
envelop *v* ล้อมรอบ
envelope *n* ซองจดหมาย
envious *adj* อิจฉา
environment *n* ภาวะสิ่งแวดล้อม
envisage *v* เผชิญหน้า
envoy *n* ตัวแทน
envy *v* อิจฉา
envy *n* ความอิจฉา
epidemic *n* ที่แพร่เชื้อ
epilepsy *n* โรคลมบ้าหมู
episode *n* บท; ตอน
epistle *n* สาร
epitaph *n* คำจารึก
epitomize *v* สรุป
epoch *n* ยุคสมัย
equal *adj* เท่าเทียมกัน
equality *n* ความเท่าเทียมกัน
equate *v* ทำให้เท่ากัน
equation *n* ความสมดุล
equator *n* เส้นศูนย์สูตร
equilibrium *n* ความเสมอภาค
equip *v* ติดตั้ง
equipment *n* เครื่องมือ
equivalent *adj* เสมอภาค
era *n* ยุคสมัย
eradicate *v* กำจัด; ทำลาย
erase *v* ลบ
eraser *n* ยางลบ
erect *v* ปลูกสร้าง
erect *adj* ตั้งชัน
err *v* ทำผิดพลาด
errand *n* กิจธุระ
erroneous *adj* เข้าใจผิด
error *n* ข้อผิดพลาด
erupt *v* แตกออก; ปะทุ
eruption *n* การปะทุ
escalate *v* ขยาย
escalator *n* บันไดเลื่อน
escapade *n* การหลบหนี
escape *v* หลบหนี
escort *n* ผู้ที่ไปเป็นเพื่อน
esophagus *n* หลอดอาหาร
especially *adv* โดยเฉพาะอย่างยิ่ง
espionage *n* การจารกรรม
essay *n* เรียงความ
essence *n* แก่นแท้
essential *adj* สำคัญ
establish *v* จัดตั้ง
estate *n* ทรัพย์สิน
esteem *v* เคารพนับถือ
estimate *v* ประเมิน; ตีค่า
estimation *n* การประเมิน
estranged *adj* ที่ทำให้เหินห่าง
estuary *n* อ่าว
eternity *n* ชั่วนิรันดร
ethical *adj* ตามหลักจริยธรรม
ethics *n* จริยธรรม
etiquette *n* มารยาท
euphoria *n* ความรู้สึกสบาย
Europe *n* ทวีปยุโรป

67 **exemption**

European *adj* เกี่ยวกับยุโรป
evacuate *v* อพยพ
evade *v* หลบหลีก
evaluate *v* ตีราคา
evaporate *v* ระเหยเป็นไอ
evasion *n* การหลีกเลี่ยง
evasive *adj* ซึ่งหลีกเลี่ยง
eve *n* เวลาเย็น
even *adj* เป็นคู่; เสมอกัน
even if *c* แม้ว่า
even more *c* ยิ่งขึ้น
evening *n* พลบค่ำ
event *n* เหตุการณ์
eventuality *n* ผลสุดท้าย
eventually *adv* ในตอนท้าย
ever *adv* เคย; เรื่อยไป
everlasting *adj* ตลอดไป
every *adj* ทุกๆ; ทั้งหมด
everybody *pro* ทุกคน
everyday *adj* ทุกวัน
everyone *pro* ทุกคน
everything *pro* ทุกอย่าง
evict *v* ขับไล่
evidence *n* พยาน
evil *n* ภูติผีปีศาจ
evil *adj* ชั่วร้าย
evoke *v* ทำให้เกิดขึ้น
evolution *n* วิวัฒนาการ
evolve *v* วิวัฒน์
exact *adj* ถูกต้อง
exaggerate *v* พูดเลยเถิด
exalt *v* ยกระดับ
examination *n* การตรวจสอบ
examine *v* ตรวจสอบ
example *n* ตัวอย่าง
exasperate *v* ทำให้ฉุนเฉียว
excavate *v* ขุดค้น
exceed *v* เกินกว่า
exceedingly *adv* อย่างมากมาย
excel *v* เก่งกว่า
excellence *n* ความยอดเยี่ยม
excellent *adj* ยอดเยี่ยม
except *pre* ยกเว้น
exception *n* ข้อยกเว้น
exceptional *adj* เป็นพิเศษ
excerpt *n* สิ่งที่คัดตอนมา
excess *n* จำนวนมากเกินไป
excessive *adj* เหลือเฟือ
exchange *v* แลกเปลี่ยน
excite *v* กระตุ้น
excitement *n* ความตื่นเต้น
exciting *adj* น่าตื่นเต้น
exclaim *v* เปล่งเสียง; อุทาน
exclude *v* แยกออกไป
excruciating *adj* สยดสยอง
excursion *n* การเที่ยว
excuse *n* ขอโทษ
excuse *v* ยกโทษให้
execute *v* ดำเนินงาน
executive *n* ผู้บริหารงาน
exemplary *adj* น่ายกย่อง
exemplify *v* ทำสำเนา
exempt *adj* ซึ่งถูกยกเว้น
exemption *n* การยกเว้น

E

exercise v ออกกำลังกาย
exercise n แบบฝึกหัด
exert v โหม; ออกกำลัง
exertion n ความพยายาม
exhaust v ทำให้อ่อนเพลีย
exhausting adj ที่น่าอ่อนเพลีย
exhaustion n ความเหนื่อย
exhibit v จัดแสดง
exhibition n นิทรรศการ
exhilarating adj ที่ทำให้เบิกบาน
exhort v ตักเตือน แนะนำ
exile n การเนรเทศ
exile v เนรเทศ
exist v มีอยู่
existence n การมีอยู่
exit n ทางออก
exodus n การอพยพ
exonerate v อภัย
exorbitant adj มีราคา
exorcist n หมอผี
exotic adj ต่างแดน
expand v ขยาย
expansion n การขยาย
expect v คาดหวัง
expectancy n ความคาดหมาย
expectation n การคาดหมาย
expediency n ความได้เปรียบ
expedient adj สะดวก
expedition n คณะเดินทาง; การเตรียมพร้อม
expel v ขับไล่
expenditure n งบประมาณ

expense n ค่าใช้จ่าย
expensive adj แพง
experience n ประสบการณ์
experiment n การทดลอง
expert adj ชำนาญ
expiate v ลบล้าง
expiation n การลบล้าง
expiration n การหมดอายุ
expire v หมดอายุ
explain v อธิบาย
explicit adj ชัดแจ้ง
explode v ระเบิด
exploit n ความสามารถ
exploit v เอาเปรียบ
exploitation n การหากำไร
explore v สำรวจ
explorer n นักสำรวจ
explosion n การระเบิด
explosive adj เกี่ยวกับระเบิด
export v ส่งออก
expose v นำออกแสดง
exposed adj ที่นำออกแสดง
express adj ชัดเจน; ด่วนพิเศษ
express v แสดงออก; ระบาย
expression n การแสดงออก
expressly adv โดยแจ่มแจ้ง
expropriate v บังคับเอา
expulsion n การขับไล่
exquisite adj งดงาม
extend v ยืดออก
extension n การยืดออก
extent n ขอบเขต

extenuating *adj* ที่บรรเทา
exterior *adj* ภายนอก
exterminate *v* กำจัดให้หมด
external *adj* ด้านนอก
extinct *adj* สูญพันธุ์
extinguish *v* ยกเลิก
extort *v* บีบบังคับ
extortion *n* การบีบบังคับ
extra *adv* ที่เพิ่มเติม
extract *v* แยกออก
extradite *v* ส่งผู้ร้ายข้ามแดน
extradition *n* การส่งผู้ร้ายข้ามแดน
extraneous *adj* นอกประเด็น
extravagance *n* ความฟุ่มเฟือย
extravagant *adj* ฟุ่มเฟือย
extreme *adj* สุดขีด
extremist *adj* เกี่ยวกับพวกหัวรุนแรง
extremities *n* วิธีการที่รุนแรง
extricate *v* แก้ไขได้
extroverted *adj* เอาใจใส่
exude *v* ไหลซึม
exult *v* ดีใจ
eye *n* ตา
eyebrow *n* คิ้ว
eye-catching *adj* เตะตา
eyeglasses *n* แว่นสายตา
eyelash *n* ขนตา
eyelid *n* เปลือกตา
eyesight *n* สายตา
eyewitness *n* ประจักษ์พยาน

F

fable *n* นิทาน
fabric *n* ผ้าหรือสิ่งทอ
fabricate *v* ทอ; สาน; กุเรื่อง
fabulous *adj* เหลือเชื่อ
face *n* ใบหน้า
face *v* เผชิญหน้า
face up to *v* เผชิญหน้ากับ
facet *n* ด้านมุมมอง
facing *pre* ไปทาง
fact *n* ความจริง
factor *n* เหตุ; ปัจจัย
factory *n* โรงงาน
factual *adj* เป็นความจริง
faculty *n* คณะวิชา; ความสามารถ
fad *n* ความคิดวิตถาร
fade *v* จางลง
faded *adj* จางๆ
fail *v* ล้มเหลว
failure *n* ความล้มเหลว
faint *n* อาการเป็นลม
faint *adj* หน้ามืด
faint *v* เป็นลม
fair *adj* สวย; ซีด
fair *n* งานแสดงสินค้า
fairness *n* ความงาม
fairy *n* นางฟ้า
faith *n* ความเชื่อ
faithful *adj* ซื่อสัตย์
fake *adj* ปลอม

F

fake *v* ทำปลอม
fall *iv* ตก
fall *n* การตก; น้ำตก
fall back *v* หงายหลัง
fall behind *v* ล้าหลัง; ถอยหลัง
fall down *v* ล้มพับ
fall through *v* ล้มเหลว
fallacy *n* มายา
fallout *n* ผลร้ายที่ตามมา
falsehood *n* การหลอกลวง
falsify *v* ปลอมแปลง
falter *v* พูดตะกุกตะกัก
fame *n* ความมีชื่อเสียง
familiar *adj* คุ้นเคย
family *n* ครอบครัว
famine *n* ทุพภิกขภัย
famous *adj* มีชื่อเสียง
fan *n* ผู้คลั่งไคล้; พัดลม
fanatic *adj* บ้าคลั่ง
fancy *adj* หรูหรา; งดงาม
fang *n* เขี้ยว
fantastic *adj* น่าอัศจรรย์
fantasy *n* การจินตนาการ
far *adv* ไกล
faraway *adj* ห่างไกล
farce *n* ละครตลก
fare *n* ค่าโดยสาร
farewell *n* การลาจาก
farm *n* ฟาร์ม
farm *v* เพาะปลูก
farmer *n* ชาวนา
farming *n* การทำฟาร์ม
farmyard *n* ลานติดกับโรงนา
farther *adv* ห่างออกไป
fascinate *v* ทำให้ตะลึงงัน
fashion *n* แฟชั่น; สมัยนิยม
fashionable *adj* ทันสมัย
fast *adj* เร็ว
fast *v* งดอาหาร; ผูก
fasten *v* ผูกติด; ทำให้แน่น
fat *adj* อ้วน
fat *n* ไขมัน
fatal *adj* เป็นอันตรายถึงชีวิต
fate *n* โชคชะตา
fateful *adj* เป็นเวรเป็นกรรม
father *n* พ่อ
fatherhood *n* ความเป็นพ่อ
father-in-law *n* พ่อตา
fatherly *adj* คล้ายพ่อ
fathom out *v* พยายามค้นหา
fatigue *n* ความเหนื่อยล้า
fatten *v* ขุนให้อ้วน
fatty *adj* มันเยิ้ม
faucet *n* ก๊อกน้ำ
fault *n* ความผิดพลาด
faulty *adj* ซึ่งมีข้อผิดพลาด
favor *n* ความกรุณา
favorable *adj* เป็นที่ชื่นชอบ
favorite *adj* ที่โปรดปราน
fear *n* ความกลัว
fearful *adj* น่ากลัว
feasible *adj* เป็นไปได้
feast *n* งานเลี้ยง
feat *n* ความสามารถ

71 fight

feather *n* ขนนก
feature *n* ลักษณะ; รูปแบบ
February *n* เดือนกุมภาพันธ์
fed up *adj* เศร้าซึม
federal *adj* สหพันธรัฐ
fee *n* ค่าธรรมเนียม
feeble *adj* อ่อนกำลัง
feed *iv* ให้อาหาร
feedback *n* การตอบกลับ
feel *iv* รู้สึก
feeling *n* ความรู้สึก
feelings *n* หัวอก
feet *n* เท้า
feign *v* ประดิษฐ์
fellow *n* เพื่อนฝูง
fellowship *n* มิตรภาพ
felon *n* อาชญากร
felony *n* ความร้ายกาจ
felt *n* ผ้าขนสัตว์; ผ้าสักหลาด
felt *v* คลุมด้วยผ้าขนสัตว์
female *n* ผู้หญิง
feminine *adj* เกี่ยวกับเพศหญิง
fence *n* รั้ว
fence *v* ล้อมรั้ว
fencing *n* การฟันดาบ
fend *v* รักษา
fend off *v* ดันให้ห่างออกไป
fender *n* บังโคลนรถยนต์
ferment *v* หมักบ่ม
ferment *n* การหมัก
ferocious *adj* โหดร้าย
ferocity *n* ความดุร้าย
ferry *n* เรือข้ามฟาก
fertile *adj* เจริญพันธุ์
fertility *n* ภาวะเจริญพันธุ์
fertilize *v* ทำให้อุดม
fervent *adj* รุนแรง
fester *v* เปื่อยเน่า
festive *adj* รื่นเริง
festivity *n* มหกรรม
fetid *adj* เหม็น
fetus *n* ทารกในครรภ์
feud *n* ความอาฆาต
fever *n* ไข้
feverish *adj* เป็นไข้
few *adj* น้อย
fewer *adj* น้อยกว่า
fiancé *n* คู่หมั้น
fiber *n* เส้นใย
fickle *adj* แปรปรวน
fiction *n* นวนิยาย
fictitious *adj* ไม่จริง
fiddle *n* คนสีไวโอลิน
fidelity *n* ความจงรักภักดี
field *n* ทุ่งนา; ลานกว้าง
field *v* รับลูก
fierce *adj* ดุร้าย
fiery *adj* ซึ่งลุกเป็นไฟ
fifteen *adj* สิบห้า
fifth *adj* ที่ห้า
fifty *adj* ห้าสิบ
fifty-fifty *adv* ครึ่งต่อครึ่ง
fig *n* มะเดื่อ
fight *iv* ต่อสู้

F

fight *n* การต่อสู้
fighter *n* นักสู้
figure *n* ตัวเลข; รูปร่าง
figure out *v* คิดออก
file *v* ใส่แฟ้ม; ตะไบ
file *n* แฟ้ม; ตะไบ
fill *v* บรรจุ; กรอก
filling *n* การกรอก
film *n* หนัง; ฟิล์มถ่ายรูป
film *v* ถ่ายภาพยนตร์
filter *v* กรอง
filter *n* เครื่องกรอง
filth *n* ความสกปรก
filthy *adj* สกปรก
fin *n* ครีบปลา
final *adj* สุดท้าย
finalize *v* ทำให้เสร็จสมบูรณ์
finance *v* ลงเงิน
financial *adj* เกี่ยวกับการเงิน
find *iv* หา
find out *v* สืบรู้
fine *adj* วิเศษ; งาม
fine *v* ปรับ
fine *n* ค่าปรับ
fine *adv* ก็ได้
fine print *n* อักษรตัวเล็ก
finger *n* นิ้วมือ
fingernail *n* เล็บมือ
fingerprint *n* ลายนิ้วมือ
fingertip *n* ปลายนิ้ว
finish *v* ทำเสร็จ
Finland *n* ประเทศฟินแลนด์

Finnish *adj* เกี่ยวกับประเทศฟินแลนด์
fire *n* ไฟ
fire *v* เผา; ไล่ออก; ยิง
firearm *n* ปืนไฟ
firecracker *n* ประทัด
firefighter *n* พนักงานดับเพลิง
fireman *n* ช่างไฟ
fireplace *n* เตาผิง
firewood *n* ฟืน
fireworks *n* ดอกไม้ไฟ
firm *adj* มั่นคง
firm *n* บริษัท
firmness *n* ความมั่นคง
first *adj* ที่หนึ่ง
fish *n* ปลา
fish *v* จับปลา
fisherman *n* ชาวประมง
fishy *adj* เหม็นคาว
fist *n* กำปั้น
fit *n* ความพอเหมาะ
fit *v* เข้ารูป; ทำให้พอดี
fitness *n* ความเหมาะ
fitting *adj* เครื่องประกอบ
five *adj* ห้า
fix *v* ซ่อมบำรุง; กำหนด
fjord *n* อ่าวแคบๆ
flag *n* ธง
flagpole *n* เสาธง
flamboyant *adj* มีสีสัน
flame *n* เปลวไฟ
flammable *adj* ลุกเป็นไฟได้
flank *n* ส่วนข้าง

73 fold

flare *n* แสงวอบแวบ
flare-up *v* ฉุน
flash *n* แสงวาบ
flashlight *n* ไฟฉาย
flashy *adj* ที่มีแสงวาบ
flat *n* ห้องชุด
flat *adj* แบนราบ
flatten *v* แบน; แฟบ
flatter *v* ประจบ
flattery *n* การประจบ
flaunt *v* โอ้อวด
flavor *n* รสชาติ; รสนิยม
flaw *n* ข้อบกพร่อง
flawless *adj* ไร้ที่ติ
flea *n* หมัด
flee *iv* หนี
fleece *n* ขนแกะ
fleet *n* กองเรือรบ
fleet *v* เคลื่อนที่อย่างรวดเร็ว
fleeting *adj* ชั่วแล่น
flesh *n* เนื้อหนังมังสา
flex *v* งอ
flexible *adj* ดัดได้; ปรับตัวได้
flicker *v* ริบหรี่
flier *n* ใบปลิว; นักบิน
flight *n* เที่ยวบิน; การบิน
flimsy *adj* บอบบาง
flip *v* พลิก
flirt *v* ให้ท่า
float *v* ลอย
flock *n* กลุ่ม
flog *v* ตีโบย
flood *v* ท่วม
flood *n* น้ำท่วม, อุทกภัย
floodgate *n* ประตูระบายน้ำ
flooding *n* การกระจายออกไป
floodlight *n* แสงไฟสว่างจ้า
floor *n* พื้น
flop *n* เหลวไหล
floss *n* เส้นใย
flour *n* แป้ง
flourish *v* เจริญรุ่งเรือง
flow *n* กระแส; สายธาร
flow *v* ไหล
flower *n* ดอกไม้
flowerpot *n* กระถางดอกไม้
flu *n* ไข้หวัดใหญ่
fluctuate *v* ผันแปร
fluently *adv* อย่างคล่อง
fluid *n* ของเหลว
flunk *v* สอบตก; หนีหน้า
flush *v* ทำให้หน้าแดง
flute *n* ขลุ่ย
flutter *v* โผบิน
fly *iv* บิน
fly *n* แมลงวัน
foam *n* ฟอง
focus *n* จุดรวม
focus on *v* มุ่งเน้น
foe *n* ศัตรู
fog *n* หมอก
foggy *adj* เต็มไปด้วยหมอก
foil *v* ทำลาย
fold *v* พับ

F

folder

folder *n* แฟ้มเอกสาร
folks *n* ญาติโยม
folksy *adj* ลูกทุ่ง
follow *v* ติดตาม
follower *n* พรรคพวก
folly *n* ความเขลา
fond *adj* รัก; ติดอกติดใจ
fondle *v* ลูบไล้ด้วยความรัก
fondness *n* ความชอบ
food *n* อาหาร
foodstuff *n* ของกิน
fool *v* หลอกลวง
fool *n* เซ่อ
foolproof *adj* ไม่มีอันตราย
foot *n* เท้า; ฟุต; ฐาน
football *n* กีฬาฟุตบอล
footnote *n* เชิงอรรถ
footprint *n* รอยเท้า
footstep *n* ฝีเท้า
footwear *n* สิ่งที่ใช้สวมเท้า
for *pre* เพื่อ
forbid *iv* ไม่อนุญาต
force *n* อำนาจ; เหล่าทัพ
force *v* บังคับ
forceful *adj* เข้มแข็ง
forcibly *adv* โดยการบังคับ
forecast *iv* พยากรณ์
forefront *n* แถวหน้า
foreground *n* ส่วนหน้า
forehead *n* หน้าผาก
foreign *adj* ต่างประเทศ
foreigner *n* ชาวต่างชาติ

foreman *n* หัวหน้างาน
foremost *adj* มาก่อน
foresee *iv* คาดการณ์ล่วงหน้า
foreshadow *v* เป็นลาง
foresight *n* สายตาไกล
forest *n* ป่า
foretaste *n* การลิ้มรส
foretell *v* คาดการณ์ล่วงหน้า
forever *adv* ตลอดไป
forewarn *v* เตือนล่วงหน้า
foreword *n* คำนำ
forfeit *v* เสีย; ริบ
forge *v* ตีเหล็ก
forgery *n* การปลอมแปลง
forget *v* ลืม
forgivable *adj* อภัยให้ได้
forgive *v* ให้อภัย
forgiveness *n* การอภัย
fork *n* ส้อม
form *n* แบบ; แผน
formal *adj* เป็นทางการ
formality *n* พิธีรีตอง
formalize *v* ทำแผน; ทำพิธี
formally *adv* อย่างเป็นทางการ
format *n* ขนาด; รูป
formation *n* การก่อรูป
former *adj* ก่อน
formerly *adv* ก่อนหน้านี้
formidable *adj* ซึ่งยากที่จะจัดการ
formula *n* หลักเกณฑ์; สูตร
forsake *iv* ทอดทิ้ง
fort *n* ป้อมปราการ

75 friction

forthcoming *adj* ซึ่งกำลังจะมาถึง
forthright *adj* ตรงไปตรงมา
fortify *v* สร้างป้อมปราการ
fortitude *n* ความอดทน
fortress *n* ป้อมปราการ
fortunate *adj* โชคดี
fortune *n* โชคชะตา
forty *adj* สี่สิบ
forward *adv* ล่วงหน้า
fossil *n* ซากดึกดำบรรพ์
foster *v* อุปถัมภ์
foul *adj* สกปรก; เน่า
foundation *n* การสร้าง; มูลนิธิ
founder *n* ผู้ก่อการ
foundry *n* โรงหล่อ
fountain *n* น้ำพุ
four *adj* สี่
fourteen *adj* สิบสี่
fourth *adj* ที่สี่
fox *n* หมาป่า
foxy *adj* เจ้าเล่ห์
fraction *n* เศษส่วน
fracture *n* รอยแตก
fragile *adj* บอบบาง
fragment *n* เศษ; ชิ้นส่วน
fragrance *n* น้ำหอม
fragrant *adj* หอม
frail *adj* อ่อนแอ; แบบบาง
frailty *n* ความอ่อนแอ
frame *n* สะดึง; กรอบ
frame *v* ทำกรอบ; วางโครง
framework *n* โครงร่าง; กรอบ
France *n* ประเทศฝรั่งเศส
franchise *n* สิทธิพิเศษ
frank *adj* ตรงไปตรงมา
frankly *adv* อย่างตรงไปตรงมา
frankness *n* ความตรงไปตรงมา
frantic *adj* ตื่นเต้นมาก
fraternal *adj* ฉันพี่น้อง
fraternity *n* ความเป็นพี่น้อง
fraud *n* การโกง
fraudulent *adj* หลอกลวง
freckle *n* กระ
freckled *adj* มีกระ
free *adj* อิสระ; ให้เปล่า
free *v* ปล่อยเป็นอิสระ
freedom *n* อิสรภาพ
freeway *n* ทางด่วน
freeze *iv* กลายเป็นน้ำแข็ง
freezer *n* ตู้น้ำแข็ง
freezing *adj* แช่น้ำแข็ง; หนาว
freight *n* ค้าระวาง
French *adj* ภาษาฝรั่งเศส
frenetic *adj* บ้าคลั่ง
frenzied *adj* คลุ้มคลั่ง
frenzy *n* ความบ้าคลั่ง
frequency *n* ความถี่
frequent *adj* ถี่
frequent *v* ไปมาหาสู่บ่อยๆ
fresh *adj* สดใส
freshen *v* ทำให้สด
freshness *n* ความสด
friar *n* พระคริสต์
friction *n* ความฝืด

F

F

Friday *n* วันศุกร์
fried *adj* ทอด
friend *n* เพื่อน
friendship *n* ความเป็นเพื่อน
fries *n* มันฝรั่งทอด
frigate *n* เรือรบขนาดกลาง
fright *n* ความหวาดกลัว
frighten *v* ทำให้หวาดกลัว
frightening *adj* น่าหวาดกลัว
frigid *adj* เยือกเย็น
fringe *n* ฝอย; ชายขอบ
frivolous *adj* ไม่น่าเอาจริงเอาจัง
frog *n* กบ
from *pre* จาก
front *adj* ด้านหน้า; ข้างหน้า
front *n* แนวรบ; แถวหน้า
frontage *n* ด้านหน้าของอาคาร
frontier *n* ชายแดน
frost *n* น้ำค้างแข็ง
frostbite *n* โรคความเย็นกัด
frostbitten *adj* ได้รับอันตรายจากความเย็นจัด
frosty *adj* ซึ่งหนาวจัด
frown *v* ทำหน้าบึ้ง
frozen *adj* ซึ่งเป็นน้ำแข็ง
frugal *adj* ประหยัด
frugality *n* ความประหยัด
fruit *n* ผลไม้
fruitful *adj* มีผลดก
fruity *adj* คล้ายผลไม้
frustrate *v* ทำให้สิ้นหวัง
frustration *n* ความสิ้นหวัง
fry *v* ทอด
frying pan *n* กะทะ
fuel *v* เติมเชื้อเพลิง
fuel *n* เชื้อเพลิง
fugitive *n* ผู้ที่หลบหนี
fulfill *v* บรรลุเป้าหมาย
fulfillment *n* ความสมหวัง
full *adj* เต็ม
fully *adv* อย่างเต็มที่
fumes *n* ควัน
fumigate *v* อบควัน
fun *n* ความสนุกสนาน
function *n* การทำงาน; หน้าที่
fund *v* หาทุนให้
fund *n* เงินทุน
fundamental *adj* เป็นมูลฐาน
funds *n* กองทุน
funeral *n* งานศพ
fungus *n* เห็ด; รา
funny *adj* ตลก
fur *n* ขนสัตว์
furious *adj* ซึ่งโกรธจัด
furiously *adv* อย่างโกรธจัด
furnace *n* เตาหลอม
furnish *v* ตกแต่ง
furnishings *n* เครื่องเรือน
furniture *n* เครื่องตกแต่งบ้าน
furor *n* ความเกรี้ยวกราด
furrow *n* ร่องทางเดิน
furry *adj* นุ่มอย่างขนสัตว์
further *adv* ห่างออกไป
furthermore *adv* นอกจากนี้

fury *n* การโกรธ
fuse *n* ละลาย; สายชนวน
fusion *n* การหลอม
fuss *n* ความเอะอะ
fussy *adj* วุ่นวาย; จุกจิก
futile *adj* เปล่าประโยชน์
futility *n* การไร้ประโยชน์
future *n* อนาคต
fuzzy *adj* เลือน

G

gadget *n* เครื่องมือ
gag *n* มุขตลก
gag *v* ปิดปาก
gage *v* ให้ของไว้เป็นประกัน
gain *n* ของที่ได้มา
gain *v* ได้รับ
gal *n* หญิงสาว
galaxy *n* กลุ่มดาวกาแล็กซี
gale *n* ลมแรง
gall bladder *n* ถุงน้ำดี
gallant *adj* กล้าหาญ
gallery *n* ห้องแสดงภาพ
gallon *n* แกลลอน
gallop *v* ควบม้า; วิ่งห้อ
gallows *n* ที่แขวนคอนักโทษ
galvanize *v* กระตุ้น

gamble *v* พนัน
game *n* การละเล่น
gang *n* กลุ่ม; คณะ
gangrene *n* ความเน่าเปื่อย
gangster *n* พวกอันธพาล
gap *n* ช่องว่าง
garage *n* โรงรถ
garbage *n* ขยะ
garden *n* สวน
gardener *n* คนสวน
gargle *v* กลั้วคอ
garland *n* พวงมาลา
garlic *n* กระเทียม
garment *n* เสื้อผ้า
garnish *v* ประดับ
garnish *n* เครื่องประดับ
garrison *n* กองทหารรักษาการณ์
garrulous *adj* ช่างพูด
garter *n* สายรัดถุงเท้า
gas *n* น้ำมันรถ
gash *n* แผลตัดลึก
gasoline *n* น้ำมันรถ
gasp *v* อ้าปากค้าง
gastric *adj* เกี่ยวกับกระเพาะอาหาร
gate *n* ประตู
gather *v* รวบรวม
gathering *n* การรวบรวม
gauge *v* วัดดู
gauze *n* เครื่องวัด
gaze *v* เพ่ง
gear *n* เกียร์รถ; เครื่องมือ
geese *n* ห่าน

G

gem *n* อัญมณี
gender *n* ประเภท; เพศ
gene *n* พันธุ์
general *n* พลเอก; นายพล
generalize *v* กล่าวอย่างกว้างๆ
generate *v* แพร่พันธุ์
generation *n* ยุคสมัย
generator *n* เครื่องกำเนิดไฟฟ้า; คนต้นคิด
generic *adj* เกี่ยวกับจำพวก
generosity *n* ความเอื้ออาทร
genetic *adj* เกี่ยวกับยีน
genial *adj* มีมิตรไมตรีจิต
genius *n* อัจฉริยบุคคล
genocide *n* การฆ่าล้างเชื้อชาติ
genteel *adj* สุภาพอ่อนโยน
gentle *adj* อ่อนโยน
gentleman *n* สุภาพบุรุษ
gentleness *n* ความอ่อนโยน
genuflect *v* แสดงความเคารพ
genuine *adj* แท้จริง
geography *n* ภูมิศาสตร์
geology *n* ธรณีวิทยา
geometry *n* เรขาคณิต
germ *n* เชื้อโรค
German *adj* ภาษาเยอรมัน
Germany *n* ประเทศเยอรมัน
germinate *v* แตกหน่อ
gerund *n* อาการนาม
gestation *n* การตั้งครรภ์
gesticulate *v* ให้สัญญาณ
gesture *n* การแสดงท่าทาง
get *iv* ได้มา; เข้าใจ
get along *v* เข้ากันได้
get away *v* หนีรอด
get back *v* กลับ
get by *v* เอาตัวรอด
get down *v* ลง
get down to *v* ลงมาสู่
get in *v* เข้าไป
get off *v* ออกจาก
get out *v* ออกไป
get over *v* เอาชนะ
get together *v* นัดพบ
get up *v* ตื่น
geyser *n* น้ำพุร้อน
ghastly *adj* อย่างน่าหวาดกลัว
ghost *n* ภูติผีปีศาจ
giant *n* ยักษ์; สิ่งที่ใหญ่โต
gift *n* ของขวัญ
gifted *adj* มีพรสวรรค์
gigantic *adj* ใหญ่โต
giggle *v* หัวเราะต่อกระซิก
gimmick *n* กลไก
ginger *n* ขิง
gingerly *adv* ระมัดระวัง
giraffe *n* ยีราฟ
girl *n* เด็กหญิง
girlfriend *n* แฟนสาว
give *iv* ให้
give away *v* เปิดเผย
give back *v* ส่งคืน
give in *v* ยอม
give out *v* แจก

give up *v* ยอมแพ้
glacier *n* ธารน้ำแข็ง
glad *adj* ดีใจ
gladiator *n* นักต่อสู้
glamorous *adj* มีเสนห์
glance *v* ชำเลือง
glance *n* การชำเลือง
gland *n* ต่อมในร่างกาย
glare *n* แสงจ้า
glass *n* แก้ว; กระจก
glasses *n* แว่นตา
glassware *n* เครื่องแก้ว
gleam *v* ส่องแสง
gleam *n* แสงสว่าง
glide *v* เหิน
glimmer *n* ส่องแสงริบหรี่
glimpse *n* การมองแวบเดียว
glimpse *v* เหลือบมอง
glitter *v* พรายแสง
globe *n* ลูกโลก; ลูกกลม
globule *n* เม็ดเล็ก
gloom *n* ความมืดมน
gloomy *adj* มืดมัว; เศร้าใจ
glorify *v* ยกย่อง
glorious *adj* รุ่งเรือง
glory *n* ความมีชื่อเสียง
gloss *n* ความแวววาว
glossary *n* ศัพท์หมวด
glossy *adj* เป็นเงาวาว
glove *n* ถุงมือ
glow *v* พรายแสง
glucose *n* น้ำตาล
glue *n* กาว
glue *v* ใช้กาวติด
glut *n* จำนวนที่มากเกินไป
glutton *n* คนตะกละ
gnaw *v* แทะ
go *iv* ไป
go ahead *v* ดำเนินการต่อไป
go away *v* ไสหัวไป
go back *v* กลับไป
go down *v* มีอันเป็นไป
go in *v* รี่เข้าใส่
go on *v* สืบสาน
go out *v* ออกไปข้างนอก
go over *v* ตรวจ
go through *v* ฝ่า; ลุย
go under *v* ล่มจม
go up *v* ขึ้น
goad *v* กระตุ้น
goal *n* เป้าหมาย
goalkeeper *n* ผู้รักษาประตู
goat *n* แพะ
gobble *v* กลืนโดยไม่เคี้ยว
God *n* พระเจ้า
goddess *n* เทพธิดา
godless *adj* ซึ่งไม่มีพระเจ้า
goggles *n* แว่นตากันลม
gold *n* ทอง
golden *adj* มีสีทอง
good *adj* เหมาะสม; ดี
good-looking *adj* หน้าตาดี
goodness *n* คุณงามความดี
goods *n* สินค้า

goodwill

goodwill *n* ไมตรีจิต
goof *v* ทำให้ยุ่งเหยิง
goof *n* คนโง่
goose *n* ห่าน
gorge *n* ช่องเขา
gorgeous *adj* งดงาม
gorilla *n* ลิงกอริลลา
gory *adj* เปื้อนเลือด
gospel *n* คำสอนของพระเยซู
gossip *v* ซุบซิบนินทา
gossip *n* การซุบซิบนินทา
gout *n* โรคเกาต์
govern *v* ปกครอง
government *n* รัฐบาล
governor *n* ผู้ว่า
gown *n* เสื้อคลุมยาว
grab *v* ฉวย
grace *n* ความดี
graceful *adj* งดงาม
gracious *adj* เมตตากรุณา
grade *n* ระดับ; ชั้น; เกรด
grade *v* แบ่งระดับ
gradual *adj* ทีละน้อย
graduate *v* สำเร็จการศึกษา
graduation *n* การสำเร็จการศึกษา
graft *v* ตอนกิ่ง
graft *n* การตอนกิ่ง
grain *n* เมล็ดข้าว
gram *n* น้ำหนักเป็นกรัม
grammar *n* ไวยกรณ์
grand *adj* ยิ่งใหญ่
grandchild *n* หลาน

granddad *n* ปู่; ตา
grandfather *n* ปู่; ตา
grandmother *n* ย่า; ยาย
grandparents *n* ปู่ย่าตายาย
grandson *n* หลานชาย
grandstand *n* อัฒจรรย์
granite *n* หินแกรนิต
granny *n* ย่า; ยาย
grant *v* ยอมรับ
grant *n* การอนุญาต
grape *n* องุ่น
grapefruit *n* ส้มโอ
grapevine *n* ต้นองุ่น
graphic *adj* เกี่ยวกับรูปภาพ
grasp *v* ฉวย; จับความ
grasp *n* การฉวย
grass *n* หญ้า
grassroots *adj* ระดับสามัญชน
grateful *adj* ปลื้มปีติ
gratify *v* ทำให้พอใจ
gratifying *adj* ที่ทำให้พอใจ
gratitude *n* ความกตัญญู
gratuity *n* เงินทิป
grave *n* หลุมศพ
grave *adj* รุนแรง
gravel *n* โรคนิ่ว
gravely *adv* อย่างรุนแรง
gravestone *n* หินบนหลุมฝังศพ
graveyard *n* สุสาน
gravitate *v* ดึงดูด
gravity *n* แรงดึงดูด
gravy *n* น้ำเกรวี่

gray *adj* สีเทา
grayish *adj* ค่อนข้างเทา
graze *v* กินหญ้า; กรีด
graze *n* การกินหญ้า
grease *v* ติดสินบน
grease *n* ไขมัน; ขี้ผึ้ง
greasy *adj* เป็นมัน
great *adj* ดีเยี่ยม; ใหญ่โต
greatness *n* ความสำคัญ
Greece *n* ประเทศกรีก
greed *n* ความละโมบ
greedy *adj* ละโมบ; ตะกละ
Greek *adj* ภาษากรีก
green *adj* สีเขียว
green bean *n* ถั่วเขียว
greenhouse *n* เรือนกระจก
Greenland *n* เกาะกรีนแลนด์
greet *v* ทักทาย
greetings *n* การทักทาย
gregarious *adj* ชอบสังคม
grenade *n* ระเบิดมือ
greyhound *n* สุนัขพันธุ์หนึ่ง
grief *n* ความเศร้าโศก
grievance *n* ความไม่พอใจ
grieve *v* เศร้าโศก
grill *v* ย่าง
grill *n* ตะแกรง; ลูกกรง
grim *adj* เคร่งขรึม
grimace *n* หน้าตาบูดบึ้ง
grime *n* สิ่งสกปรก
grin *n* การยิ้มกว้าง
grin *v* ยิ้มยิงฟัน
grind *iv* บด
grip *n* การจับ; การกำ
grip *v* ไขว้คว้า; กำ
gripe *n* การบ่น
grisly *adj* น่าสยดสยอง
groan *v* คร่ำครวญ
groan *n* เสียงคร่ำครวญ
groceries *n* ของชำ
groin *n* หน้าขา
groom *n* เจ้าบ่าว
groove *n* ช่อง; ร่อง; ราง
gross *adj* อ้วนใหญ่
grossly *adv* อย่างไม่มีการลด
grotesque *adj* ผิดปกติ
grotto *n* ถ้ำ
grouch *v* พร่ำบ่น
grouchy *adj* หงุดหงิด
ground *n* พื้นดิน
ground floor *n* ชั้นล่าง
groundless *adj* ไม่มีมูล
groundwork *n* รากฐาน
group *n* กลุ่ม
grow *iv* ปลูก; เติบโต
grow up *v* เจริญเติบโต
growl *v* คำราม
grown-up *n* ผู้ใหญ่
growth *n* การเจริญเติบโต
grudge *n* ความไม่พอใจ
grudgingly *adv* อย่างไม่เต็มใจ
grueling *adj* ที่ทำให้เหนื่อย
gruesome *adj* น่ากลัว
grumble *v* บ่น

grumpy 82

grumpy *adj* อารมณ์เสีย
guarantee *v* รับประกัน
guarantee *n* การรับประกัน
guarantor *n* คนค้ำประกัน
guard *n* คนอารักขา; ยาม
guard *v* คุ้มกัน
guardian *n* ผู้คุ้มกัน
guerrilla *n* กองโจร
guess *n* การเดา
guess *v* เดา
guest *n* แขก
guidance *n* คำแนะนำ
guide *n* ผู้ชี้นำ
guide *v* ชี้นำ
guidebook *n* หนังสือนำเที่ยว
guidelines *n* กฎเกณฑ์
guild *n* สมาคมอาชีพ
guile *n* การโกง; มารยา
guillotine *n* เครื่องตัดกระดาษ; เครื่องประหารชีวิต
guilt *n* ความผิด
guilty *adj* รู้สึกผิด
guise *n* หน้ากาก
guitar *n* กีตาร์
gulf *n* อ่าวขนาดใหญ่
gull *n* นกนางนวล
gullible *adj* ซึ่งหลอกง่าย
gulp *v* กระเดือก; ล่อ
gulp *n* กลืนอย่างติดคอ
gulp down *v* กลืน
gum *n* เหงือก; ยางไม้
gun *n* ปืน
gun down *v* ยิง
gunfire *n* การยิงปืน
gunman *n* มือปืน
gunpowder *n* ดินปืน
gunshot *n* ลูกกระสุนปืน
gust *n* ความสนุกสนาน
gusto *n* ความเอร็ดอร่อย
gusty *adj* มีลมแรง
gut *n* ไส้พุง
guts *n* ความกล้า
gutter *n* ท่อ; รางน้ำ; คูน้ำ
guy *n* คนนั้น
guzzle *v* ล่อ
gymnasium *n* โรงยิม
gynecology *n* นรีเวชวิทยา
gypsy *n* ชาวยิปซี

H

habit *n* นิสัย
habitable *adj* พออาศัยได้
habitual *adj* ที่เป็นนิสัย
hack *v* ตัด; สับ; ฟัน
haggle *v* ต่อราคา; ทะเลาะ
hail *n* ลูกเห็บ; การร้องทัก
hail *v* ทักทาย; ยอมรับ
hair *n* ผม
hairbrush *n* หวี

haircut *n* ทรงผม
hairdo *n* แบบผม
hairdresser *n* ช่างผม
hairpiece *n* วิก
hairy *adj* ขนดก
half *n* ครึ่งหนึ่ง
half *adj* ครึ่ง
hall *n* ห้องโถง
hallucinate *v* เกิดภาพหลอน
hallway *n* ทางเดินในบ้าน
halt *v* หยุด
halve *v* แบ่งครึ่ง
ham *n* หมูแฮม
hamburger *n* แฮมเบอร์เกอร์
hamlet *n* หมู่บ้านเล็กๆ
hammer *n* ค้อน
hammer *v* ตอก
hammock *n* เปลญวน
hand *n* มือ
hand down *v* พิพากษา; หลุบ
hand in *v* มีส่วนร่วม
hand out *v* แจก
hand over *v* โอน
handbag *n* กระเป๋าถือ
handbook *n* คู่มือ
handcuff *v* ใส่กุญแจมือ
handcuffs *n* กุญแจมือ
handful *n* เต็มมือ
handgun *n* ปืนพก
handicap *n* ความเสียเปรียบ
handkerchief *n* ผ้าเช็ดหน้า
handle *v* จัดการ
handle *n* การจับ; ด้ามจับ
handmade *adj* ทำด้วยมือ
handout *n* ข่าวแถลง
handrail *n* ราวบันได
handshake *n* การจับมือทักทาย
handsome *adj* หล่อ
handwriting *n* ลายมือ
handy *adj* สะดวก
hang *iv* แขวน
hang around *v* ป้วนเปี้ยน
hang on *v* รอ
hang up *v* วางหูโทรศัพท์
hanger *n* ไม้แขวน
hang-up *n* ความไม่ชอบ
happen *v* เกิดขึ้น
happening *n* เรื่องราว
happiness *n* ความสุข
happy *adj* มีความสุข
harass *v* กวนใจ
harassment *n* การก่อกวน
harbor *n* ท่าเรือ
hard *adj* แข็ง; ยาก
harden *v* ทำให้แข็ง
hardly *adv* เกือบจะไม่
hardness *n* ความยาก
hardship *n* ความยากลำบาก
hardware *n* เครื่องโลหะ
hardwood *n* ไม้เนื้อแข็ง
hardy *adj* ทนทาน
hare *n* กระต่าย
harm *n* อันตราย
harm *v* เป็นอันตรายต่อ

H

harmful *adj* ที่เป็นอันตราย
harmless *adj* ไม่มีอันตราย
harmonize *v* สามัคคีกัน
harmony *n* ความกลมกลืนกัน
harp *n* พิณใหญ่
harpoon *n* ฉมวก
harrowing *adj* ที่บาดใจ
harsh *adj* หยาบกระด้าง
harshly *adv* อย่างหยาบ
harshness *n* ความหยาบ
harvest *n* การเก็บเกี่ยว
harvest *v* เก็บเกี่ยว
hashish *n* กัญชา
hassle *v* ทะเลาะวิวาท
hassle *n* การทะเลาะวิวาท
haste *n* ความเร่งรีบ
hasten *v* เร่งรีบ
hastily *adv* อย่างเร่งรีบ
hasty *adj* รีบร้อน
hat *n* หมวก
hatchet *n* ขวานเหล็ก
hate *v* เกลียด
hateful *adj* น่ารังเกียจ
hatred *n* ความเกลียดชัง
haughty *adj* หยิ่งยโส
haul *v* ฉุดลาก
haunt *v* หลอกหลอน
have *iv* มี
have to *v* จำเป็นต้อง
haven *n* ท่าเรือ; ที่กำบัง
havoc *n* ความหายนะ
hawk *n* คนหลอกลวง

hay *n* หญ้าแห้ง
haystack *n* กองหญ้า
hazard *n* เหตุบังเอิญ
hazardous *adj* เสี่ยงอันตราย
haze *n* หมอก
hazelnut *n* ถั่วเฮเซลนัท
hazy *adj* สลัว
he *pro* เขาผู้ชาย
head *n* ศีรษะ
head for *v* มุ่งหน้า
headache *n* อาการปวดศีรษะ
heading *n* หัวเรื่อง
head-on *adv* ซบ
headphones *n* หูฟัง
headquarters *n* สำนักงานใหญ่
headway *n* ความคืบหน้า
heal *v* รักษา
healer *n* ผู้รักษา
health *n* สุขภาพร่างกาย
healthy *adj* แข็งแรง
heap *v* รวมเป็นกอง
heap *n* มูนดิน
hear *iv* ได้ยิน
hearing *n* การได้ยิน
hearsay *n* ข่าวลือ
hearse *n* รถบรรทุกศพ
heart *n* หัวใจ; ส่วนสำคัญ
heartbeat *n* การเต้นของหัวใจ
heartburn *n* อาการเสียดท้อง
hearten *v* กล้าขึ้น
heartfelt *adj* จริงใจ
hearth *n* พื้นเตา

85 hiccup

heartless *adj* โหดเหี้ยม
hearty *adj* แข็งแรง
heat *v* ฉุนเฉียว
heat *n* ความร้อน
heat wave *n* คลื่นความร้อน
heater *n* เครื่องทำความร้อน
heathen *n* คนไม่มีศาสนา
heating *n* การทำให้อุ่น
heatstroke *n* ลมแดด
heaven *n* สวรรค์
heavenly *adj* ล้ำเลิศ
heaviness *n* ความหนัก
heavy *adj* หนัก
heckle *v* พูดแทรก
hectic *adj* วุ่นวาย
heed *v* นำพา
heel *n* ส้นเท้า
height *n* ความสูง
heighten *v* เพิ่มความสูง
heinous *adj* ร้ายกาจ
heir *n* ทายาท
heiress *n* ทายาทหญิง
heist *n* การปล้น
helicopter *n* เฮลิคอปเตอร์
hell *n* นรก
hello *e* สวัสดี
helm *n* ตำแหน่งผู้นำ
helmet *n* หมวกกันน็อก
help *v* ช่วยเหลือ
help *n* ความช่วยเหลือ
helper *n* ผู้ช่วยเหลือ
helpful *adj* ซึ่งช่วยเหลือ
helpless *adj* ช่วยไม่ได้
hem *n* ขอบ
hemisphere *n* ซีกโลก
hemorrhage *n* การตกเลือด
hen *n* แม่ไก่
hence *adv* เพราะฉะนั้น
henchman *n* ผู้ติดตาม
her *adj* ของเธอผู้หญิง
herald *n* ผู้สื่อข่าว
herald *v* แจ้งข่าว
herb *n* สมุนไพร
here *adv* ที่นี่
hereafter *adv* ต่อจากนี้
hereby *adv* ด้วยประการฉะนี้
hereditary *adj* มาจากบรรพบุรุษ
heresy *n* ความเห็นนอกรีต
heretic *adj* นอกศาสนา
heritage *n* ประเพณี
hermetic *adj* เกี่ยวกับการเชื่อม
hermit *n* นักบวช
hernia *n* ไส้เลื่อน
hero *n* วีรบุรุษ
heroic *adj* กล้าหาญ
heroin *n* นางเอก
heroism *n* ความเป็นวีรบุรุษ
hers *pro* ของเธอผู้หญิง
herself *pro* ด้วยตัวของเธอเอง
hesitant *adj* ลังเล
hesitate *v* เกิดอาการลังเล
hesitation *n* ความลังเล
heyday *n* สมัยรุ่งเรือง
hiccup *n* อาการสะอึก

H

hidden *adj* ที่ซ่อนไว้
hide *iv* ซ่อน
hideaway *n* ที่หลบภัย
hideous *adj* น่าขยะแขยง
hierarchy *n* ลำดับชั้น
high *adj* สูง
highlight *n* เหตุการณ์ที่สำคัญ
highly *adv* อย่างมาก
Highness *n* ความสูงสง่า
highway *n* ทางหลวง
hijack *v* จี้เครื่องบิน
hijack *n* การจี้เครื่องบิน
hijacker *n* คนจี้เครื่องบิน
hike *v* ปีนเขา
hike *n* การปีนเขา
hilarious *adj* สนุกสนาน
hill *n* เนินเขา
hillside *n* ลาดเขา
hilltop *n* ยอดเขา
hilly *adj* เต็มไปด้วยเนิน
hilt *n* ด้ามมีด
him *pro* เขาผู้ชาย
hinder *v* ขัดขวาง
hindrance *n* เครื่องกีดขวาง
hindsight *n* การเข้าใจ
hinge *n* บานพับ
hinge *v* ใส่บานพับ
hint *v* พูดเป็นนัย
hint *n* การพูดเป็นนัย
hip *n* สะโพก
hire *v* จ้างงาน
his *adj* ของเขาผู้ชาย
his *pro* ของเขาผู้ชาย
Hispanic *adj* เกี่ยวกับสเปน
hiss *v* ทำเสียงฟู่
historian *n* นักประวัติศาสตร์
history *n* ประวัติศาสตร์
hit *iv* ตี; ชน; ต่อย
hit *n* การปะทะ; การต่อย
hit back *v* ตอกหน้า
hitch *n* การผูกเชือก
hitch up *v* เทียมม้า
hitchhike *v* การอาศัยโดยสาร
hitherto *adv* จนกระทั่งบัดนี้
hive *n* รัง
hoard *v* เก็บสะสม
hoarse *adj* แหบแห้ง
hoax *n* เล่ห์เหลี่ยม
hobby *n* งานอดิเรก
hog *n* หมู
hoist *v* ยก
hoist *n* เครื่องยก
hold *iv* จับ; ยึดครอง
hold back *v* ยั้งใจ
hold on to *v* เกาะ
hold out *v* เอื้อม
hold up *v* ยกขึ้น
holdup *n* การหยุดชะงัก
hole *n* หลุม
holiday *n* วันหยุด
holiness *n* ความศักดิ์สิทธิ์
Holland *n* ประเทศฮอลแลนด์
hollow *adj* เป็นโพรง; ว่างเปล่า
holocaust *n* การทำลายล้าง

holy *adj* ศักดิ์สิทธิ์
homage *n* ความจงรักภักดี
home *n* บ้าน
homeland *n* ภูมิลำเนา
homeless *adj* ไม่มีบ้าน
homely *adj* เรียบๆ
homemade *adj* ซึ่งทำที่บ้าน
homesick *adj* คิดถึงบ้าน
hometown *n* ถิ่นฐานบ้านเกิด
homework *n* การบ้าน
homicide *n* ฆาตกรรม
homily *n* การเทศนา
honest *adj* ซื่อสัตย์
honesty *n* ความซื่อสัตย์
honey *n* น้ำผึ้ง; ที่รัก
honeymoon *n* การดื่มน้ำผึ้งพระจันทร์
honk *v* บีบแตร
honor *n* เกียรติ
hood *n* หมวกครอบ
hoodlum *n* อันธพาล
hoof *n* กีบเท้าสัตว์
hook *n* ตะขอ; เคียว
hooligan *n* คนอันธพาล
hop *v* กระโดด
hope *n* ความหวัง
hope *v* หวัง
hopeful *adj* มีความหวัง
hopefully *adv* อย่างมีความหวัง
hopeless *adj* หมดหวัง
horizon *n* ขอบฟ้า
horizontal *adj* แนวราบ
hormone *n* ฮอร์โมน

horn *n* แตรรถยนต์
horrendous *adj* น่ากลัว
horrible *adj* สยดสยอง
horrify *v* ทำให้กลัว
horror *n* ความน่าหวาดกลัว
horse *n* ม้า
hose *n* สายยาง
hospital *n* โรงพยาบาล
hospitality *n* ความเอื้อเฟื้อเผื่อแผ่
hospitalize *v* เข้ารักษาในโรงพยาบาล
host *n* เจ้าบ้าน; เจ้าภาพ
hostage *n* ตัวประกัน
hostess *n* เจ้าบ้านหญิง; บริกรหญิง
hostile *adj* ซึ่งเป็นศัตรู
hostility *n* ความเป็นศัตรู
hot *adj* ร้อน; มีรสเผ็ด
hotel *n* โรงแรม
hound *n* สุนัขล่าเนื้อ
hour *n* ชั่วโมง
hourly *adv* ทุกๆชั่วโมง
house *n* บ้าน
household *n* ครัวเรือน
housekeeper *n* แม่บ้าน
housewife *n* แม่บ้าน, ภรรยา, เมีย
housework *n* งานบ้าน
hover *v* บินร่อน
how *adv* อย่างไร
however *c* อย่างไรก็ตาม
howl *n* การเห่าหอน
howl *v* เห่าหอน
hub *n* จุดศูนย์กลาง
huddle *v* กองรวมกันไว้

hug *n* อ้อมกอด
hug *v* กอด
huge *adj* ใหญ่โต
hull *n* ตัวเรือ
hum *v* ครวญเพลง
human *adj* เกี่ยวกับมนุษย์
human being *n* คน
humanities *n* มนุษยศาสตร์
humankind *n* มวลมนุษย์
humble *adj* อ่อนน้อมถ่อมตน
humbly *adv* เจียมตัว
humid *adj* ชื้น
humidity *n* ความชื้น
humiliate *v* ทำให้ขายหน้า
humility *n* อาการขายหน้า
humor *n* ข้อขบขัน
humorous *adj* น่าขัน
hump *n* ปุ่ม
hunch *n* โค้ง
hunchback *n* คนหลังค่อม
hunched *adj* หลังค่อม
hundred *adj* หนึ่งร้อย
hundredth *adj* ที่หนึ่งร้อย
hunger *n* ความหิว
hungry *adj* กระหาย
hunt *v* ล่าสัตว์
hunter *n* นักล่า
hunting *n* การล่า
hurdle *n* กระโดดข้ามรั้ว
hurl *v* ขว้าง
hurricane *n* พายุเฮอริเคน
hurriedly *adv* อย่างเร่งรีบ
hurry *v* รีบ
hurry up *v* เร่งรีบ
hurt *adj* ทำให้เจ็บ
hurt *iv* เจ็บ
hurtful *adj* ซึ่งทำให้บาดเจ็บ
husband *n* สามี
hush *n* สันติสุข; ความเงียบ
hush up *v* ปิดความ; หมกเม็ด
husky *adj* แข็งแรง
hustle *n* ความรีบเร่ง; การเบียดเสียด
hut *n* กระท่อม
hydraulic *adj* ซึ่งใช้กำลังน้ำ
hydrogen *n* ธาตุแก๊ส
hyena *n* หมาใน
hygiene *n* สุขวิทยา
hymn *n* กลอนสวด
hyphen *n* ยัติภังค์
hypnosis *n* การสะกดจิต
hypnotize *v* สะกดจิต
hypocrisy *n* การเสแสร้ง
hypocrite *adj* ผู้เสแสร้ง
hypothesis *n* สมมติฐาน
hysteria *n* โรคฮิสทีเรีย
hysterical *adj* เป็นโรคประสาท

H

89 **immobilize**

I

I *pro* ดิฉัน; ผม; เรา
ice *n* น้ำแข็ง
ice *v* ใส่น้ำแข็ง
ice cream *n* ไอศกรีม
ice cube *n* ก้อนน้ำแข็ง
ice skate *v* เล่นสเกตน้ำแข็ง
iceberg *n* ภูเขาน้ำแข็ง
icebox *n* ช่องน้ำแข็งในตู้เย็น
ice-cold *adj* เย็นเหมือนน้ำแข็ง
icon *n* สัญลักษณ์; รูปบูชา
icy *adj* เต็มไปด้วยน้ำแข็ง
idea *n* ความคิด
ideal *adj* ซึ่งอยู่ในความคิด
identical *adj* เหมือนกัน
identify *v* ระบุชื่อ
identity *n* อัตลักษณ์; เอกลักษณ์
ideology *n* ลัทธิความเชื่อ
idiom *n* สำนวน
idiot *n* คนโง่เง่า
idiotic *adj* โง่
idle *adj* เกียจคร้าน
idol *n* รูปบูชา
idolatry *n* การบูชารูปปั้น
if *c* ถ้าหาก
ignite *v* ก่อไฟ
ignorance *n* ความไม่รู้
ignorant *adj* ไร้การศึกษา
ignore *v* ทำเพิกเฉย
ill *adj* ไม่สบาย; เลว
illegal *adj* ผิดกฎหมาย
illegible *adj* ซึ่งอ่านไม่ออก
illegitimate *adj* ซึ่งผิดกฎหมาย
illicit *adj* ผิดกฎหมาย
illiterate *adj* ไม่มีการศึกษา
illness *n* การเจ็บไข้ได้ป่วย
illogical *adj* ไร้เหตุผล
illuminate *v* ติดโคมไฟ; ฉายไฟ
illusion *n* ภาพมายา
illustrate *v* ยกตัวอย่าง
illustration *n* การยกตัวอย่าง
illustrious *adj* มีชื่อเสียง
image *n* รูปภาพ; รูปแบบ
imagination *n* การจินตนาการ
imagine *v* จินตนาการ
imbalance *n* สภาพที่ไม่มีดุลภาพ
imitate *v* เลียนแบบ
imitation *n* การเลียนแบบ
immaculate *adj* ใสสะอาด
immature *adj* ยังไม่บรรลุนิติภาวะ
immaturity *n* การยังไม่บรรลุนิติภาวะ
immediately *adv* อย่างกะทันหัน
immense *adj* มหึมา
immensity *n* ความใหญ่โต
immerse *v* แช่
immersion *n* การแช่
immigrant *n* ผู้อพยพ
immigrate *v* อพยพ
immigration *n* การอพยพ
imminent *adj* ซึ่งใกล้จะเกิดขึ้น
immobile *adj* ซึ่งไม่เคลื่อนไหว
immobilize *v* ตรึง

I

immoral 90

immoral *adj* ผิดศีลธรรม
immorality *n* การผิดศีลธรรม
immortal *adj* ซึ่งเป็นอมตะ
immortality *n* ความเป็นอมตะ
immune *adj* เกี่ยวกับภูมิคุ้มกัน
immunity *n* ภูมิคุ้มกัน
immunize *v* ทำให้รอดจาก
immutable *adj* ไม่เปลี่ยนรูป
impact *v* ปะทะ
impact *n* ผลกระทบ
impair *v* ทำให้เสีย
impartial *adj* เสมอภาค
impatience *n* ความไม่อดทน
impatient *adj* ไม่อดทน
impeccable *adj* ไม่มีมลทิน
impediment *n* การต้านทาน
impending *adj* ที่ใกล้ชิด
imperfection *n* ความไม่สมบูรณ์
imperial *adj* ยิ่งใหญ่
imperialism *n* ลัทธิล่าอาณานิคม
impersonal *adj* ไม่มีตัวตน
impertinence *n* ความทะลึ่ง
impertinent *adj* ทะลึ่ง
impetuous *adj* หุนหัน
implacable *adj* ไม่โอนอ่อน
implant *v* เพาะ; ฝัง; ปลูก
implement *v* อุปกรณ์
implicate *v* เกี่ยวข้อง
implication *n* การเกี่ยวพัน
implicit *adj* แน่นอน
implore *v* ขอร้อง
imply *v* พูดเป็นนัย
impolite *adj* ไม่สุภาพ
import *v* นำเข้า
importance *n* ความสำคัญ
importation *n* สินค้าเข้า
impose *v* กำหนด
imposing *adj* สง่างาม
imposition *n* การจัดเก็บภาษี
impossibility *n* ความเป็นไปได้
impossible *adj* ที่เป็นไปไม่ได้
impotent *adj* หมดกำลัง
impound *v* กักขัง
impoverished *adj* ที่ทำให้เสื่อม
impractical *adj* ที่ทำไม่ได้
imprecise *adj* คลุมเครือ
impress *v* ทำให้ประทับใจ
impressive *adj* น่าประทับใจ
imprison *v* จำคุก
improbable *adj* ไม่น่าจะเป็นไปได้
impromptu *adv* กะทันหัน
improper *adj* ไม่ถูกต้อง
improve *v* ปรับปรุงแก้ไข
improvement *n* การปรับปรุงแก้ไข
improvise *v* ว่ากลอนสด
impulse *n* แรงกระตุ้น
impulsive *adj* ถูกกระตุ้น
impunity *n* การพ้นโทษ
impure *adj* ซึ่งไม่บริสุทธ์
in *pre* ภายใน
in depth *adv* อย่างละเอียด
inability *n* การไร้ความสามารถ
inaccessible *adj* ซึ่งเข้าไม่ถึง
inaccurate *adj* ไม่แน่นอน

91 **indiscreet**

inadequate *adj* ไม่เพียงพอ
inadmissible *adj* ซึ่งไม่ยอมรับ
inappropriate *adj* ไม่เหมาะสม
inasmuch as *c* เพราะฉะนั้น
inaugurate *v* เริ่มเป็นทางการ
inauguration *n* พิธีเปิด
incalculable *adj* มากมาย
incapable *adj* ซึ่งไม่สามารถพอ
incapacitate *v* ทำให้ ไม่สามารถ
incarcerate *v* จองจำ
incense *n* ธูปหอม
incentive *n* สิ่งยั่วยวน
inception *n* การเริ่ม
incessant *adj* ต่อเนื่อง
inch *n* นิ้ว
incident *n* อุบัติการณ์
incidentally *adv* โดยบังเอิญ
incision *n* รอยผ่า
incite *v* กระตุ้น
incitement *n* การกระตุ้น
inclination *n* การเอียง
incline *v* ลาดเอียง
include *v* ประกอบด้วย
inclusive *adv* รวมอยู่ด้วย
incoherent *adj* ไม่ต่อเนื่องกัน
income *n* รายได้
incoming *adj* ซึ่งใกล้เข้ามา
incompatible *adj* ขัดแย้งกัน
incompetence *n* การไร้ความสามารถ
incompetent *adj* ไร้ความสามารถ
incomplete *adj* ไม่สมบูรณ์
inconsistent *adj* ไม่แน่นอน
incontinence *n* การบังคับไม่อยู่
inconvenient *adj* ไม่สะดวก
incorporate *v* รวมเข้าด้วยกัน
incorrect *adj* ไม่ถูกต้อง
incorrigible *adj* แก้ ไขไม่ ได้
increase *n* การเพิ่มขึ้น
increase *v* เพิ่มขึ้น
increasing *adj* ที่เพิ่มขึ้น
incredible *adj* เหลือเชื่อ
increment *n* จำนวนที่เพิ่มขึ้น
incriminate *v* ใส่ความ
incur *v* ก่อให้เกิด
incurable *adj* รักษาไม่หาย
indecency *n* ความหยาบคาย
indecision *n* ความลังเล
indecisive *adj* ซึ่งลังเล
indeed *adv* โดยแท้จริงแล้ว
indefinite *adj* ไม่แน่นอน
indemnify *v* ป้องกัน; รับใช้
indemnity *n* การป้องกัน
independence *n* อิสรภาพ
independent *adj* ที่เป็นเอกราช
index *n* สารบัญ; นิ้วชี้
indicate *v* ชี้บอก
indication *n* สัญญาณ
indict *v* ฟ้องร้อง
indifference *n* ความไม่สนใจ
indifferent *adj* ซึ่งเป็นกลาง
indigent *adj* ยากจน
indigestion *n* การไม่ย่อย
indirect *adj* โดยอ้อม
indiscreet *adj* ซึ่งไม่รอบคอบ

I

indiscretion *n* ความไม่รอบคอบ
indispensable *adj* ซึ่งขาดไม่ได้
indisposed *adj* ซึ่งไม่เต็มใจ
indisputable *adj* เถียงไม่ได้
indivisible *adj* แบ่งแยกไม่ได้
indoctrinate *v* ปลูกฝังความเชื่อ
indoor *adv* ในร่ม
induce *v* ชักนำ
indulge *v* ยอมตามใจ
indulgent *adj* ตามใจ
industrious *adj* ขยัน
industry *n* ความอุตสาหะ
ineffective *adj* ซึ่งใช้การไม่ได้
inefficient *adj* ซึ่งไร้ประสิทธิภาพ
inept *adj* ซึ่งขาดความสามารถ
inequality *n* ความไม่เสมอภาค
inevitable *adj* ซึ่งหลีกเลี่ยงไม่ได้
inexcusable *adj* ซึ่งยกโทษให้ไม่ได้
inexpensive *adj* ไม่แพง
inexperienced *adj* ซึ่งไร้ประสบการณ์
inexplicable *adj* ซึ่งอธิบายไม่ได้
infallible *adj* ซึ่งไม่มีข้อผิดพลาด
infamous *adj* น่าอับอาย
infancy *n* วัยทารก
infant *n* ทารก
infantry *n* ทหารราบ
infect *v* ติดเชื้อ
infection *n* การติดเชื้อ
infectious *adj* ซึ่งติดเชื้อ
infer *v* อนุมาน
inferior *adj* ด้อยกว่า
infertile *adj* ซึ่งไม่อุดมสมบูรณ์

infested *adj* ที่รบกวน
infidelity *n* ความไม่ซื่อสัตย์
infiltrate *v* แทรกซึม
infiltration *n* การแทรกซึม
infinite *adj* ที่ไม่สิ้นสุด
infirmary *n* โรงพยาบาล
inflammation *n* การอักเสบ
inflate *v* ทำให้พอง
inflation *n* การขยายตัว
inflexible *adj* ซึ่งไม่ยืดหยุ่น
inflict *v* สร้างความเจ็บปวด
influence *n* อิทธิพล
influential *adj* มีอิทธิพล
influenza *n* ไข้หวัดใหญ่
influx *n* การไหลเข้า
inform *v* แจ้งให้รู้
informal *adj* ไม่เป็นทางการ
informality *n* ความเป็นกันเอง
informant *n* ผู้บอก
information *n* ข้อมูล
informer *n* คนแจ้งข่าว
infraction *n* การละเมิด
infrequent *adj* ไม่บ่อย
infuriate *v* ทำให้โกรธ
infusion *n* การแช่
ingenuity *n* ความฉลาด
ingest *v* รับประทาน, กิน
ingot *n* ก้อนโลหะ
ingrained *adj* ที่ฝังแน่น
ingratiate *v* ประจบสอพลอ
ingratitude *n* ความเนรคุณ
ingredient *n* ส่วนประกอบ

93 insoluble

inhabit *v* อาศัยอยู่
inhabitable *adj* อาศัยอยู่ได้
inhabitant *n* พลเมือง
inhale *v* หายใจเข้า
inherit *v* รับช่วง
inheritance *n* มรดก
inhibit *v* ยับยั้ง
inhuman *adj* โหดเหี้ยม
initial *adj* แรกเริ่ม
initial *n* ชื่อแรก; ขั้นแรก
initial *v* ลงชื่อแรก
initially *adv* อย่างแรกเริ่ม
initials *n* ชื่อย่อ
initiate *v* ก่อกำเนิด
initiative *n* ความคิดริเริ่ม
inject *v* ฉีด
injection *n* การฉีด
injure *v* ทำร้าย
injurious *adj* ซึ่งเป็นอันตราย
injury *n* ความเสียหาย
injustice *n* ความอยุติธรรม
ink *n* น้ำหมึก
inkling *n* ความเฉลียวใจ
inlaid *adj* เลี่ยม
inland *adv* ภายในประเทศ
inland *adj* ท้องถิ่น
in-laws *n* ญาติโดยการสมรส
inmate *n* ผู้ถูกกักกัน
inn *n* โรงแรม
innate *adj* โดยกำเนิด
inner *adj* ข้างใน
innocence *n* ความบริสุทธิ์
innocent *adj* ไร้เดียงสา
innovation *n* การปรับปรุง
innuendo *n* การเสียดสี
innumerable *adj* นับไม่ถ้วน
input *n* สิ่งที่ใส่เข้าไป
inquest *n* การสอบสวนคดี
inquire *v* ไต่ถาม
inquiry *n* การไต่ถาม
inquisition *n* การสืบสวน
insane *adj* วิกลจริต
insanity *n* ความวิกลจริต
insatiable *adj* ไม่รู้จักพอ
inscription *n* ข้อความที่จารึก
insect *n* แมลง
insecurity *n* ความไม่ปลอดภัย
insensitive *adj* ไม่รู้สึก
inseparable *adj* แยกออกไม่ได้
insert *v* สอด
insertion *n* การสอด
inside *adj* ภายใน
inside *pre* ข้างใน
inside out *adv* กลับด้าน
insignificant *adj* ไม่มีความหมาย
insincere *adj* ไม่จริงใจ
insincerity *n* ความไม่จริงใจ
insinuate *v* พูดเป็นนัย
insinuation *n* การพูดสอดแทรก
insipid *adj* ไม่น่าสนใจ
insist *v* ยืนกราน
insistence *n* การยืนกราน
insolent *adj* ไม่มียางอาย
insoluble *adj* แก้ไขไม่ได้

I

insomnia *n* อาการนอนไม่หลับ
inspect *v* ตรวจสอบ
inspection *n* การตรวจสอบ
inspector *n* ผู้ตรวจสอบ
inspiration *n* การหายใจเข้า
inspire *v* บันดาลใจ
instability *n* ความไม่แน่นอน
install *v* ติดตั้ง
installation *n* การติดตั้ง
installment *n* การผ่อนส่ง
instance *n* กรณี
instant *n* อึดใจ
instantly *adv* ทันทีทันใด
instead *adv* แทนที่
instigate *v* กระตุ้น
instill *v* ค่อยๆซึมเข้าไป
instinct *n* สัญชาตญาณ
institute *v* จัดตั้ง
institution *n* สถาบัน
instruct *v* สั่งสอน
instructor *n* ผู้สอน
insufficient *adj* ไม่เพียงพอ
insulate *v* ห่อหุ้มด้วยฉนวน
insulation *n* ฉนวน
insult *v* ดูถูก
insult *n* การดูถูก
insurance *n* การประกัน
insure *v* ประกัน
insurgency *n* การจราจล
insurrection *n* การจราจล
intact *adj* ไม่บุบสลาย
intake *n* การนำเข้า

integrate *v* ผสมผสาน
integration *n* การรวบรวม
integrity *n* ความสมบูรณ์
intelligent *adj* ฉลาดปราดเปรื่อง
intend *v* ตั้งใจ
intense *adj* หนาแน่น
intensify *v* ทำให้รุนแรงขึ้น
intensity *n* ความเข้มข้น
intensive *adj* เข้มข้น
intention *n* ความตั้งใจ
intercede *v* ขอร้อง
intercept *v* ขัดขวาง
intercession *n* การเข้าขวาง
interchange *n* การแลกเปลี่ยน
interchange *v* แลกเปลี่ยนกัน
interest *n* ความสนใจ; ดอกเบี้ย
interested *adj* สนใจ
interesting *adj* น่าสนใจ
interfere *v* แทรกแซง
interference *n* การเข้าแทรกแซง
interior *adj* ภายใน
interlude *n* การเล่นสลับฉาก
intermediary *n* สื่อ; ตัวกลาง
intern *v* กักตัว
interpret *v* แปลความหมาย
interpretation *n* การตีความ
interpreter *n* ล่าม
interrogate *v* สอบถาม
interrupt *v* ขัดขวาง
interruption *n* การขัดขวาง
intersect *v* ตัด
intertwine *v* ทำให้พันกัน

interval *n* เวลาว่าง
intervene *v* แทรกแซง
intervention *n* การแทรกแซง
interview *n* การสัมภาษณ์
intestine *n* ลำไส้
intimacy *n* ความคุ้นเคย
intimate *adj* คุ้นเคย; ลึกซึ้ง
intimidate *v* ทำให้กลัว
intolerable *adj* มากเกินไป
intolerance *n* ความไม่อดทน
intoxicated *adj* ที่ทำให้เมา
intravenous *adj* ในเส้นเลือดดำ
intrepid *adj* กล้าหาญ
intricate *adj* ซับซ้อน
intrigue *n* การวางแผนร้าย
intriguing *adj* น่าหลงใหล
intrinsic *adj* เนื้อแท้
introduce *v* แนะนำ
introduction *n* การแนะนำตัว
introvert *adj* สนใจแต่เรื่องตนเอง
intrude *v* บุกรุก
intruder *n* ผู้บุกรุก
intrusion *n* การบุกรุก
intuition *n* การหยั่งรู้
inundate *v* ท่วม
invade *v* รุกราน
invader *n* ผู้รุกราน
invalid *n* ความไม่สมบูรณ์
invalidate *v* ทำให้ไม่มีค่า
invaluable *adj* ล้ำค่า
invasion *n* การรุกราน
invent *v* ประดิษฐ์
invention *n* การประดิษฐ์
inventory *n* รายการสินค้า
invest *v* ลงทุน
investigate *v* สืบสวน
investigation *n* การสืบสวน
investment *n* การลงทุน
investor *n* นักลงทุน
invincible *adj* ทำลายไม่ได้
invisible *adj* มองไม่เห็น
invitation *n* การเชิญ; คำเชิญ
invite *v* เชิญ
invoice *n* ใบแจ้งราคาสินค้า
invoke *v* ก่อให้เกิด
involve *v* เกี่ยวพัน
involved *v* ที่เกี่ยวข้อง
involvement *n* ความเกี่ยวข้อง
inward *adj* เข้าข้างใน
inwards *adv* โดยเข้าด้านใน
iodine *n* สารไอโอดีน
irate *adj* โกรธเป็นไฟ
Ireland *n* ประเทศไอร์แลนด์
Irish *adj* เกี่ยวกับไอร์แลนด์
iron *v* รีดผ้า
iron *n* เตารีด; ธาตุเหล็ก
ironic *adj* กระแทกแดกดัน
irony *n* การประชด
irrational *adj* ไม่มีเหตุผล
irrefutable *adj* หักล้างไม่ได้
irregular *adj* ผิดปกติ
irrelevant *adj* ไม่ตรงประเด็น
irreparable *adj* ที่แก้ไขไม่ได้
irresistible *adj* ต่อต้านไม่ได้

I

irrespective 96

irrespective *adj* ไม่คำนึงถึง
irreversible *adj* กลับไม่ได้
irrevocable *adj* ยกเลิกไม่ได้
irrigate *v* ชำระล้าง
irrigation *n* การชลประทาน
irritate *v* ทำให้เคือง
irritating *adj* ที่ทำให้เคือง
Islamic *adj* ของอิสลาม
island *n* เกาะ
isle *n* เกาะเล็ก
isolate *v* แยกจากกัน
isolation *n* การแยกจากกัน
issue *n* ฉบับ; ปัญหา
issue *v* แจกจ่าย; ตีพิมพ์
Italian *adj* เกี่ยวกับอิตาลี
italics *adj* หนังสือแบบตัวเอียง
Italy *n* ประเทศอีตาลี
itch *v* คัน
itchiness *n* อาการคัน
item *n* เรื่อง; อัน; ชิ้น
itemize *v* ลงรายการ
itinerary *n* กำหนดการเดินทาง
ivory *n* งาช้าง

J

jackal *n* สุนัขจิ้งจอก
jacket *n* เสื้อแจ็กเกต
jackpot *n* รางวัลใหญ่
jaguar *n* เสือจากัวร์
jail *v* จำคุก
jail *n* คุก
jailer *n* ผู้คุม
jam *n* ความแออัด; ผลไม้กวน
jam *v* แออัด; ติด
janitor *n* ภารโรง
January *n* เดือนมกราคม
Japan *n* ประเทศญี่ปุ่น
Japanese *adj* เกี่ยวกับญี่ปุ่น
jar *n* เหยือก
jar *v* ขัดแย้ง
jasmine *n* ดอกมะลิ
jaw *n* กราม
jealous *adj* หึงหวง; อิจฉา
jealousy *n* ความหึงหวง
jeans *n* กางเกงยีนส์
jeopardize *v* ทำให้เป็นอันตราย
jerk *n* การกระตุก
jerk *v* กระตุก
jersey *n* ชื่อเสื้อผ้าชนิดหนึ่ง
Jew *n* ชาวยิว
jewel *n* อัญมณี
jeweler *n* ร้านขายเพชร; คนขายเพชร; ช่างทำเพชร
jewelry store *n* ร้านขายเพชร

Jewish *adj* เกี่ยวกับชาวยิว
jigsaw *n* ตัวต่อ
job *n* งาน
jobless *adj* ไม่มีงานทำ
join *v* ร่วม; ทำให้ติดกับ
joint *n* ข้อต่อ; จุดต่อ
jointly *adv* ร่วมกัน
joke *v* พูดตลก
joke *n* เรื่องตลก
joker *n* ตัวตลก
jokingly *adv* อย่างขบขัน
jolly *adj* ร่าเริง
jolt *n* การกระตุก
jolt *v* กระตุก
journal *n* บันทึก
journalist *n* นักหนังสือพิมพ์
journey *n* การเดินทาง
jovial *adj* ร่าเริง; สนุกสนาน
joy *n* ความปีติยินดี
joyful *adj* ปีติยินดี
joyfully *adv* อย่างมีความสุข
jubilant *adj* ปีติยินดี
Judaism *n* ศาสนาของยิว
judge *n* ผู้พิพากษา
judge *v* ตัดสิน
judgment *n* การตัดสินใจ
judicious *adj* สุขุม
jug *n* เหยือก
juggler *n* นักเล่นกล
juice *n* น้ำผลไม้
juicy *adj* ฉ่ำ
July *n* เดือนกรกฎคม
jump *n* การกระโดด
jump *v* กระโดด
jumpy *adj* น่ากลัว
junction *n* การเชื่อมต่อ
June *n* เดือนมิถุนายน
jungle *n* ป่า
junior *adj* อ่อนกว่า
junk *n* สิ่งของที่เก่าแก่
junk *v* คนติดยาเสพติด
jury *n* คณะลูกขุน
just *adj* เป็นธรรม; ถูกต้อง
justice *n* ความยุติธรรม
justify *v* อธิบาย
justly *adv* อย่างเป็นธรรม
juvenile *adj* หนุ่มสาว
juvenile *n* เยาวชน

K

kangaroo *n* จิงโจ้
karate *n* มวยคาราเต้
keep *iv* เก็บ; รักษา
keep on *v* สานต่อ
keep up *v* ติดต่ออยู่เสมอ
keg *n* ถัง
kennel *n* บ้านสุนัข
kettle *n* กาน้ำ
key *n* กุญแจ; แป้นอักษร

key ring *n* พวงกุญแจ
keyboard *n* คีย์บอร์ด
kick *v* เตะ; ถีบกลับ
kickback *n* เงินสินบน
kickoff *n* การเริ่มต้น
kid *n* ลูกแพะ; เด็ก
kid *v* พูดเล่น
kidnap *v* ลักพาตัว
kidnapper *n* คนลักพาตัว
kidnapping *n* การลักพาตัว
kidney *n* ไต
kidney bean *n* เมล็ดรูปไต
kill *v* ฆ่า; กำจัด
killer *n* นักฆ่า
killing *n* การฆ่า
kilogram *n* กิโลกรัม
kilometer *n* กิโลเมตร
kilowatt *n* กิโลวัตต์
kind *adj* ใจดี
kindle *v* ก่อไฟ; เร้าอารมณ์
kindly *adv* อย่างเมตตา
kindness *n* ความใจดี
king *n* พระราชา
kingdom *n* อาณาจักร
kinship *n* ความเกี่ยวดอง
kiosk *n* ร้านเล็ก
kiss *v* จูบ
kiss *n* การจูบ; การสัมผัส
kitchen *n* ห้องครัว
kite *n* ว่าว
kitten *n* ลูกแมว
knee *n* หัวเข่า
kneecap *n* กระดูกสะบ้า
kneel *iv* คุกเค่า
knife *n* มีด
knight *n* อัศวิน; นักรบ
knit *v* ถัก; ขมวดคิ้ว
knob *n* ลูกบิด
knock *v* ตี; เคาะ; ทุบ
knock *n* การเคาะ
knot *n* เงื่อน
know *iv* รู้; ทราบ; หยั่งรู้
know-how *n* รู้คิดรู้อ่าน
knowingly *adv* อย่างรอบรู้
knowledge *n* ความรู้

L

lab *n* ห้องทำการทดลอง
label *n* ฉลาก; ป้าย
labor *n* แรงงาน
laborer *n* ผู้ใช้แรงงาน
labyrinth *n* เขาวงกต
lace *n* เชือกผูกรองเท้า
lack *n* ความขาดแคลน
lack *v* ขาดแคลน; บกพร่อง
lad *n* พ่อหนุ่ม
ladder *n* บันได
laden *adj* มีภาระหนัก
lady *n* สุภาพสตรี

99 **law-abiding**

ladylike *adj* ที่เป็นสุภาพสตรี
lagoon *n* บึง
lake *n* ทะเลสาบ
lamb *n* ลูกแกะ
lame *adj* ขาเสีย; อ่อนแอ
lament *n* ความเศร้าโศก
lament *v* คร่ำครวญ
lamp *n* โคมไฟ
lamppost *n* เสาตะเกียง
lampshade *n* โป๊ะไฟ
land *v* ลงจอด; วางลง
land *n* ดินแดน
landfill *n* การฝังกลบ
landing *n* การลงจอด
landlady *n* เจ้าของที่ดินหญิง
landlocked *adj* ไม่มีทางออกสู่ทะเล
landlord *n* เจ้าของที่
landscape *n* ภูมิประเทศ
lane *n* ช่องทางเดินรถ
language *n* ภาษา
languish *v* อ่อนแรง
lantern *n* โคมไฟ
lap *n* เสียงกระทบเบาๆ; ตัก
lapse *v* ผ่านพ้นไป; หมดอายุ
lapse *n* การหมดอายุ
larceny *n* การโจรกรรม
lard *n* ไขมันสัตว์
large *adj* ใหญ่โต
larynx *n* กล่องเสียง
laser *n* แสงเลเซอร์
lash *v* ฟาด
lash *n* แส้; การฟาด
lash out *v* กระฉอก
lasso *n* เชือก,บ่วงบาศ
lasso *v* คล้อง
last *adj* สุดท้าย
last *adv* ทนอยู่ได้
last name *n* ชื่อสกุล
last night *adv* เมื่อคืนนี้
lasting *adj* ยั่งยืน
lastly *adv* สุดท้าย
latch *n* กลอน
late *adv* ดึก; สาย
lately *adv* เมื่อเร็วๆนี้
later *adj* ต่อมา
later *adv* ในภายหลัง
lateral *adj* ด้านข้าง
latest *adj* ล่าสุด
lather *n* ฟอง
latitude *n* เส้นละติจูด; เส้นรุ้ง
latter *adj* ถัดมา; อันหลัง
laugh *v* หัวเราะ
laugh *n* การหัวเราะ
laughable *adj* ที่น่าขัน
laughing stock *n* โจ๊ก
laughter *n* เสียงหัวเราะ
launch *v* ปล่อย
launch *n* การปล่อย
laundry *n* การซักเสื้อผ้า
lavatory *n* ห้องน้ำ
lavish *adj* ฟุ่มเฟือย
lavish *v* ใช้จ่ายฟุ่มเฟือย
law *n* กฎหมาย
law-abiding *adj* เคารพกฎหมาย

L

lawful

lawful *adj* ตามกฎหมาย
lawmaker *n* ผู้บัญญัติกฎหมาย
lawn *n* สนามหญ้า
lawsuit *n* คดีความ
lawyer *n* ทนาย
lax *adj* ซึ่งไม่เข้มงวด
laxative *adj* เกี่ยวกับยาระบาย
lay *iv* วางลง; นอน
lay *n* กลอนสั้น; บทเพลง
lay off *v* เลิกจ้าง; ลอยแพ
layer *n* ชั้น
layman *n* สามัญชน
lay-out *n* แบบแผน
laziness *n* ความเกียจคร้าน
lazy *adj* เกียจคร้าน
lead *iv* นำทาง; นำไปสู่
lead *n* ตะกั่ว; การนำทาง
leaded *adj* ถ่วงด้วยตะกั่ว
leader *n* ผู้นำ
leadership *n* ความเป็นผู้นำ
leading *adj* ชั้นนำ; นำทาง
leaf *n* ใบไม้
leaflet *n* ใบปลิว
league *n* สหพันธ์
leak *v* รั่ว
leak *n* การรั่วไหล
leakage *n* การรั่ว
lean *iv* พิง
lean *adj* ผอม; ซูบซีด
lean back *v* แอ่น
lean on *v* พึ่งพาอาศัย
leaning *n* ความเอนเอียง

leap *n* การกระโจน
leap *iv* กระโจน
leap year *n* ปีอธิกสุรทิน
learn *iv* เรียนรู้
learned *adj* ซึ่งเกิดจากการเรียนรู้
learner *n* ผู้เรียนรู้
learning *n* การเรียนรู้
lease *n* การให้เช่า
lease *v* ให้เช่า
leash *n* เชือกจูงสุนัข
least *adj* น้อยที่สุด
leather *n* หนัง
leave *iv* ออกจาก; ทิ้ง
leave out *v* ตกหล่น
leaves *n* ใบไม้
lectern *n* แท่นอ่านพระคัมภีร์ในโบสถ์
lecture *n* การปราศรัย
ledger *n* หิน; บัญชีแยกประเภท
leech *n* ปลิง
left *adv* เบื้องซ้าย
left *n* ด้านซ้าย
left *adj* ทางซ้าย
leftovers *n* สิ่งที่เหลืออยู่
leg *n* ขา
legacy *n* ทรัพย์สมบัติ
legal *adj* เกี่ยวกับกฎหมาย
legality *n* ความถูกต้องตามกฎหมาย
legalize *v* ทำให้ถูกกฎหมาย
legend *n* ตำนาน
legible *adj* อ่านออกได้
legion *n* กองทหาร
legislate *v* ออกกฎหมาย

legislation *n* การออกกฎหมาย
legislature *n* สภานิติบัญญัติ
legitimate *adj* ถูกต้องตามกฎหมาย
leisure *n* เวลาว่าง
lemon *n* มะนาว
lemonade *n* น้ำมะนาว
lend *iv* ให้ยืม
length *n* ความยาว
lengthen *v* ทำให้ยาว
lengthy *adj* ที่มีความยาวมาก
leniency *n* ความโอนอ่อน
lenient *adj* อ่อนโยน
lens *n* แว่น
Lent *n* เทศกาลมหาพรต
lentil *n* เม็ดถั่ว
leopard *n* เสือดาว
leper *n* ผู้เป็นโรคเรื้อน
leprosy *n* โรคเรื้อน
less *adj* น้อยลง; น้อยกว่า
lessee *n* ผู้เช่า
lessen *v* ทำให้น้อยลง
lesser *adj* น้อยลง; น้อยกว่า
lesson *n* บทเรียน
lessor *n* ผู้ให้เช่า
let *iv* ปล่อย
let down *v* ทิ้ง; ลด
let go *v* ปล่อยไป
let in *v* นำเข้าไปสู่
let out *v* แพลม
lethal *adj* ที่ทำให้ตายได้
letter *n* จดหมาย; ตัวอักษร
lettuce *n* ผักกาดหอม

leukemia *n* ลูคีเมีย
level *n* แนวราบ; เกรด
level *v* ทำให้ได้ระดับ
lever *n* ชะแรง; ไม้คาน
leverage *n* อำนาจ; การงัด
levy *v* จัดเก็บ
lewd *adj* มีตัณหา
liability *n* ความเป็นไปได้
liable *adj* อาจเป็นไปได้
liaison *n* การประสานงาน
liar *adj* โกหก
libel *n* การหมิ่นประมาท
liberate *v* ปลดปล่อย
liberation *n* การปลดปล่อย
liberty *n* เสรีภาพ
librarian *n* บรรณารักษ์
library *n* ห้องสมุด
lice *n* แมลงปรสิตเล็กๆ
license *n* การอนุญาต
license *v* ให้อำนาจ
lick *v* เลีย
lid *n* ฝาปิด
lie *n* การโกหก
lie *iv* โกหก, นอนลง
lieu *n* สถานที่
lieutenant *n* ร้อยโท; นายร้อย
life *n* ชีวิต
lifeguard *n* ผู้คอยช่วยชีวิต
lifeless *adj* ไม่มีชีวิต
lifestyle *n* วิถีการดำเนินชีวิต
lifetime *adj* ชั่วชีวิต
lift *v* ยก

lift off *n* ทยานขึ้นฟ้า
lift-off *n* การทยานขึ้นฟ้า
ligament *n* เครื่องพันธนาการ
light *adj* อ่อนๆ; สว่าง
light *iv* จุดไฟ; เปิดไฟ
light *n* แสงไฟ
lighter *n* ไฟแช็ค
lighthouse *n* ประภาคาร
lighting *n* การจุดไฟ
lightly *adv* เล็กน้อย
lightning *n* ฟ้าแลบ
lightweight *n* น้ำหนักเบา
likable *adj* น่ารัก
like *v* ชอบ
like *pre* เหมือน
like *adj* เสมอกัน
likelihood *n* ความเป็นไปได้
likely *adv* เป็นไปได้
likeness *n* ความเหมือนกัน
likewise *adv* เช่นเดียวกัน
liking *n* ความชอบ
limb *n* กิ่ง
lime *n* มะนาว
limestone *n* หินปูน
limit *v* จำกัด
limit *n* ขอบข่าย; วิสัย
limitation *n* การจำกัด; ข้อจำกัด
limp *v* กะโผลกกะเผลก
limp *n* การเดินกะโผลกกะเผลก
linchpin *n* หมุด; สลัก
line *n* เส้น; โครงร่าง; ทางรถไฟ; แถว; เชือก; เชื้อสาย

line up *v* เรียงแถวตรง
linen *n* ผ้าลินิน
linger *v* อ้อยอิ่ง
lingerie *n* ชุดชั้นในสตรี
lingering *adj* ที่อ้อยอิ่ง
lining *n* การเรียงเป็นแถว
link *n* สิ่งเชื่อมต่อ; การเชื่อม
link *v* เชื่อม; เกี่ยวเนื่อง
lion *n* สิงโต
lioness *n* สิงโตตัวเมีย
lip *n* ริมฝีปาก
liqueur *n* สุราที่มีรสหวาน
liquid *n* ของเหลว
liquidate *v* ชำระบัญชี
liquidation *n* การชำระบัญชี
liquor *n* สุราเมรัย
list *n* รายการ
list *v* จัดรายการ
listen *v* ฟัง
listener *n* ผู้ฟัง
litany *n* การสวดมนตร์
liter *n* ลิตร
literal *adj* แท้จริง
literally *adv* อย่างแท้จริง
literate *adj* มีการศึกษา
literature *n* วรรณคดี
litigate *v* ฟ้องร้อง
litigation *n* การฟ้องร้อง
litter *n* ขยะ
little *adj* เล็กน้อย
little bit *n* ความเล็กน้อย
little by little *adv* ทีละน้อย

liturgy *n* พิธีสวด
live *v* อาศัยอยู่
live *adj* มีชีวิตชีวา; สดๆ
live off *v* อยู่ได้ด้วย
live up *v* ทำให้สมเกียรติ
livelihood *n* ความมีชีวิตชีวา
lively *adj* มีชีวิตชีวา
liver *n* ตับ
livestock *n* ปศุสัตว์
livid *adj* โกรธ
living room *n* ห้องนั่งเล่น
lizard *n* สัตว์เลื้อยคลาน
load *v* บรรทุกของ
load *n* ของบรรทุก
loaded *adj* เต็ม
loaf *n* ก้อนขนมปัง
loaf *v* เดินทอดน่อง
loan *v* ให้กู้ยืม
loan *n* เงินกู้
loathe *v* รังเกียจ
loathing *n* ความรังเกียจ
lobby *n* ระเบียง
lobby *v* วิ่งเต้น
lobster *n* กุ้งทะเลขนาดใหญ่
local *adj* ท้องถิ่น
localize *v* จำกัด
locate *v* ก่อตั้ง
located *adj* ที่ตั้งอยู่
location *n* สถานที่ตั้ง
lock *v* ล็อค
lock *n* ตัวล็อค
lock up *v* กักขัง

locker room *n* ห้องล็อคเกอร์
locksmith *n* ช่างทำกุญแจ
locust *n* ตั๊กแตนหนวดสั้น
lodge *v* มีถิ่นที่อยู่
lodging *n* การพำนัก
lofty *adj* ทะนงตัว
log *n* ท่อนไม้
log *v* โค่นตัดต้นไม้
log in *v* เข้าสู่ระบบ
log off *v* ออกสู่ระบบ
logic *n* ตรรกวิทยา
logical *adj* ทางตรรกวิทยา
loin *n* เนื้อตะโพก
loiter *v* เดินเตร่
loneliness *n* ความโดดเดี่ยว
lonely *adv* อย่างโดดเดี่ยว
loner *n* ผู้อยู่สันโดษ
lonesome *adj* สันโดษ
long *adj* ยาว
long for *v* ปรารถนา
longing *n* ความปรารถนา
longitude *n* เส้นลองจิจูด
long-standing *adj* ยาวนาน
long-term *adj* ระยะยาว
look *v* มองดู
look *n* การมอง
look after *v* ดูแล
look at *v* มองดู
look down *v* ดูถูก
look for *v* ค้นหา
look forward *v* ตั้งหน้าตั้งตา
look into *v* มองเข้าไป

look out *v* ระวัง
look over *v* พินิจ
look through *v* สรรหา
looking glass *n* กระจก
looks *n* ลักษณะทั่วไป
loom *v* ปรากฏรางๆ
loom *n* เครื่องทอผ้า
loophole *n* รูกำแพง
loose *adj* หลวม
loose *v* ปล่อยให้หลวม
loosen *v* ทำให้หลวม
loot *v* ปล้นจี้
loot *n* ของขโมย
lord *n* ขุนนาง; เจ้าศักดินา
lordship *n* การปกครอง
lose *iv* สูญเสีย; แพ้
loser *n* ผู้แพ้
loss *n* ความสูญเสีย
lot *adv* มาก
lotion *n* ครีมบำรุงผิว
lots *adj* มากมาย
lottery *n* สลากกินแบ่ง
loud *adj* ดัง
loudly *adv* อย่างดัง
loudspeaker *n* ลำโพง
lounge *n* สถานที่นั่งเล่น
lounge *v* เอกเขนก
louse *n* แมลงปรสิตเล็กๆ
lousy *adj* มีหมัด; น่ารังเกียจ
lovable *adj* น่าชื่นชอบ
love *v* รัก; ชอบ
love *n* ความรัก
lovely *adj* น่ารัก
lover *n* คนรัก
loving *adj* แสดงความรัก
low *adj* ต่ำ
lower *adj* ต่ำกว่า
low-key *adj* เรียบง่าย
lowly *adj* ที่ต่ำ
loyal *adj* ซื่อสัตย์
loyalty *n* ความซื่อสัตย์
lubricate *v* ผ่อนคลาย; ทำให้ลื่น
lubrication *n* การหล่อลื่น
lucid *adj* สว่าง
luck *n* โชคชะตา
lucky *adj* โชคดี
lucrative *adj* ที่มีกำไรงาม
ludicrous *adj* น่าเย้ยหยัน
luggage *n* กระเป๋าเดินทาง
lukewarm *adj* ค่อนข้างอุ่น
lull *n* การกล่อม
lumber *n* เศษไม้
luminous *adj* เข้าใจง่าย
lump *n* ก้อน; ก้อนนูน; ติ่ง
lump sum *n* การเหมาจ่าย
lump together *v* รวมประเภท
lunacy *n* ความวิกลจริต
lunatic *adj* วิกลจริต
lunch *n* อาหารกลางวัน
lung *n* ปอด
lure *v* ล่อลวง
lurid *adj* ซีดเซียว
lurk *v* ซุ่มซ่อน
lush *adj* ฉ่ำ

L

lust *n* ราคะ
lust *v* กระสัน
lustful *adj* มีตัณหาราคะ
luxurious *adj* หรูหราโอ่อ่า
luxury *n* ความหรูหราโอ่อ่า
lynch *v* ประชาทัณฑ์
lynx *n* แมวป่าชนิดหนึ่ง
lyrics *n* บทกวีอิสระ

M

machine *n* เครื่องยนต์
machine gun *n* ปืนกล
mad *adj* โกรธ; บ้าคลั่ง
madam *n* แหม่ม; คุณนาย
madden *v* ทำให้เป็นบ้า
madly *adv* อย่างบ้าคลั่ง
madman *n* คนบ้า
madness *n* ความบ้าคลั่ง
magazine *n* นิตยสาร
magic *n* เวทมนตร์คาถา
magical *adj* น่าอัศจรรย์
magician *n* นักมายากล
magistrate *n* ผู้พิพากษา
magnet *n* แม่เหล็ก
magnetic *adj* ดึงดูด
magnetism *n* อำนาจดึงดูด
magnificent *adj* งดงาม
magnify *v* ทำให้เพิ่มมากขึ้น
magnitude *n* ความใหญ่โต
mahogany *n* มะฮอกกานี
maid *n* สาวใช้; แม่บ้าน
maiden *n* สาวโสด
mail *n* จดหมาย
mail *v* เขียนจดหมาย
mailbox *n* ตู้จดหมาย
mailman *n* บุรุษไปรษณีย์
maim *v* ทำให้บาดเจ็บสาหัส
main *adj* สำคัญ
mainland *n* แผ่นดินใหญ่
mainly *adv* โดยส่วนใหญ่
maintain *v* รักษา
maintenance *n* การบำรุงรักษา
majestic *adj* สูงส่ง
majesty *n* ความสง่าผ่าเผย
major *adj* ส่วนใหญ่; สำคัญ
major *n* พันตรี
major in *v* เรียนทางด้าน
majority *n* ส่วนใหญ่
make *iv* ทำ; ประดิษฐ์
make *n* แบบ; สิ่งที่สร้างขึ้น
make up *v* กุเรื่อง; แต่งหน้า
make up for *v* ทำทดแทน
maker *n* ผู้ผลิต
makeup *n* เครื่องสำอางค์
malaria *n* ไข้มาลาเรีย
male *n* ผู้ชาย
malevolent *adj* เป็นอันตราย
malfunction *v* ทำงานผิดปกติ
malfunction *n* การทำงานผิดปกติ

malice n ความมุ่งร้าย
malign v ใส่ร้าย
malignancy n การปองร้าย
malignant adj เป็นอันตราย
mall n ห้างสรรพสินค้า
malnutrition n ภาวะขาดสารอาหาร
malpractice n การทุจริตต่อหน้าที่
mammal n สัตว์เลี้ยงลูกด้วยนม
mammoth n ช้างแมมมอธ
man n มนุษย์; ผู้ชาย
manage v จัดการ
manageable adj จัดการได้
management n การจัดการ
manager n ผู้จัดการ
mandate n คำสั่ง
mandatory adj ผู้ได้รับมอบอำนาจ
maneuver n การซ้อมรบ
manger n รางหญ้า
mangle v ทำให้เสียโฉม
manhandle v ปฏิบัติไม่ดี
manhunt n การค้นหานักโทษ
maniac adj บ้า
manifest v เข้าใจแจ่มแจ้ง
manipulate v จัดการ
mankind n มนุษยชาติ
manliness n ความเป็นลูกผู้ชาย
manly adj แบบลูกผู้ชาย
manner n มารยาท
mannerism n กิริยาท่าทาง
manners n มารยาทสังคม
manpower n กำลังคน
mansion n คฤหาสน์

manslaughter n การฆาตกรรม
manual adj ที่ต้องใช้กำลัง
manual n คู่มือ
manufacture v ผลิตด้วยเครื่องจักร
manure n ปุ๋ยธรรมชาติ
manuscript n ต้นฉบับ
many adj มากมาย
map n แผนที่
map v วาดแผนที่
marble n หินอ่อน
march n ขบวน
March n เดือนมีนาคม
march v เดินขบวน
mare n ม้าหรือลาตัวเมีย
margin n ขอบ
marginal adj เล็ก; ไม่สำคัญ
marinate v หมัก
marine adj เกี่ยวกับการเดินเรือ
marital adj เกี่ยวกับการแต่งงาน
mark v ทำเครื่องหมาย
mark n คะแนน
mark down v จด
marker n เครื่องหมาย
market n ตลาด
market v ขาย
marksman n นักแม่นปืน
marmalade n แยม; เยลลี่
marriage n การแต่งงาน
married adj ที่แต่งงาน
marrow n ไขกระดูก
marry v แต่งงาน
Mars n ดาวอังคาร

marshal *n* จอมพล; นายอำเภอ
martyr *n* ผู้ทุกข์ทรมาน
martyrdom *n* ความทุกข์ทรมาน
marvel *n* สิ่งที่น่าพิศวง
marvelous *adj* ยอดเยี่ยม
Marxist *adj* เกี่ยวกับลัทธิมาร์กซ์
masculine *adj* เกี่ยวกับเพศชาย
mash *v* มันบด
mask *n* หน้ากาก
mask *v* สวมหน้ากาก; ปกปิด
masochism *n* การลงโทษตัวเอง
mason *n* ช่างก่อสร้าง
masquerade *v* ปลอมแปลงตัว
mass *n* ความหนาแน่น
massacre *n* การสังหารหมู่
massage *v* บีบนวด
massage *n* การบีบนวด
masseur *n* พนักงานนวดชาย
masseuse *n* พนักงานนวดหญิง
massive *adj* ใหญ่โต
mast *n* เสาเรือ
master *n* หัวหน้า; ครูผู้สอน
master *v* ปกครอง
mastermind *n* ผู้ริเริ่มโครงการ
mastermind *v* วางแผนอย่างชำนาญ
masterpiece *n* ผลงานชิ้นเอก
mastery *n* อำนาจปกครอง
mat *n* พรม; เสื่อ
match *n* สิ่งที่คู่ควรกัน
match *v* แข่งขัน; คู่ควรกัน
mate *n* เพื่อน; คู่สมรส
material *n* สิ่งของ; สิ่งทอ
materialism *n* วัตถุนิยม
maternal *adj* ทางแม่
maternity *n* ความเป็นมารดา
math *n* เลขาคณิต
matriculate *v* สมัครเข้าเป็นนักศึกษา
matrimony *n* การแต่งงาน
matter *n* สสาร; เรื่อง
matter *v* เป็นเรื่องสำคัญ
mattress *n* ที่นอน
mature *adj* ที่เป็นผู้ใหญ่
maturity *n* ความเป็นผู้ใหญ่
maul *v* ทุบตี
maxim *n* หลัก; คติพจน์
maximum *adj* มากที่สุด; ขั้นสุด
may *iv* ย่อม
May *n* เดือนพฤษภาคม
may-be *adv* คง
mayhem *n* ความโกลาหล
mayor *n* นายกเทศมนตรี
maze *n* เขาวงกต
meadow *n* ทุ่งหญ้า
meager *adj* ขาดแคลน
meal *n* มื้ออาหาร
mean *iv* ตั้งใจ; หมายความ
mean *adj* ใจแคบ
mean *n* วิธีการ; ค่าเฉลี่ย
meaning *n* ความหมาย
meaningful *adj* มีความหมาย
meaningless *adj* ไม่มีความหมาย
meanness *n* ความใจแคบ
means *n* วิถีทาง
meantime *adv* ในระหว่างนั้น

meanwhile *adv* ในเวลาเดียวกัน
measles *n* โรคหัด
measure *v* วัดขนาด
measurement *n* การวัด
meat *n* อาหาร; เนื้อสด
meatball *n* ลูกชิ้น
mechanic *n* ช่างเครื่อง
mechanism *n* กลไก
mechanize *v* ใช้เครื่องจักร
medal *n* เหรียญรางวัล
medallion *n* การประดับเหรียญ
meddle *v* ก้าวก่าย
mediate *v* เป็นผู้ไกล่เกลี่ย
mediator *n* ผู้เป็นสื่อกลาง
medication *n* การแพทย์
medicinal *adj* ซึ่งมีคุณสมบัติเป็นยา
medicine *n* ยา
medieval *adj* ล้าสมัย
mediocre *adj* ธรรมดา
mediocrity *n* ความธรรมดา
meditate *v* นั่งสมาธิ
meditation *n* การนั่งสมาธิ
medium *adj* ปานกลาง
meek *adj* นอบน้อม
meekness *n* ความนอบน้อม
meet *iv* พบ
meeting *n* การประชุม
melancholy *n* ความเศร้า
mellow *adj* สุก; กลมกล่อม
mellow *v* ทำให้สุขุม
melodic *adj* ไพเราะ
melody *n* ทำนองเพลง

M

melon *n* แตง
melt *v* ละลาย
member *n* สมาชิก
membership *n* การเป็นสมาชิก
membrane *n* เยื่อบุผิว
memento *n* ของที่ระลึก
memo *n* กระดาษจดบันทึก
memoirs *n* บันทึกความทรงจำ
memorable *adj* ซึ่งน่าจดจำ
memorize *v* ท่องจำ
memory *n* ความจำ
men *n* มนุษย์; ผู้ชาย
menace *n* ภัยอันตราย
mend *v* แก้ไข
meningitis *n* เยื่อหุ้มสมองอักเสบ
menopause *n* วัยทอง
menstruation *n* การมีประจำเดือน
mental *adj* เกี่ยวกับจิตใจ
mentality *n* ความสามารถทางจิต
mentally *adv* ทางจิตใจ
mention *n* การกล่าวพาดพิง
mention *v* กล่าวพาดพิง
menu *n* รายการอาหาร
merchandise *n* สินค้า
merchant *n* พ่อค้า
merciful *adj* เปี่ยมด้วยความเมตตา
merciless *adj* ไร้ความเมตตา
mercury *n* ปรอท; คนเดินข่าว
mercy *n* ความเมตตา
merely *adv* เพียงเท่านั้น
merge *v* รวมเข้าด้วยกัน
merger *n* การรวมกัน

109 mindful

merit *n* คุณความดี
merit *v* ควรได้รับ
mermaid *n* นางเงือก
merry *adj* รื่นเริง
mesh *n* ตาข่าย
mesmerize *v* ทำให้ตกตะลึง
mess *n* สภาพรกรุงรัง
mess around *v* ป่วน
mess up *v* ทำให้ยุ่ง
message *n* ข้อความ
messenger *n* ผู้ส่งสาส์น
Messiah *n* พระคริสต์
messy *adj* ยุ่งเหยิง
metal *n* โลหะ
metallic *adj* เกี่ยวกับโลหะ
metaphor *n* คำอุปมา
meteor *n* ดาวตก
meter *n* เมตร
method *n* วิธีการ
methodical *adj* ซึ่งเป็นระเบียบ
meticulous *adj* พิถีพิถันมาก
metric *adj* ซึ่งวัดเป็นเมตร
metropolis *n* มหานคร
Mexican *adj* เกี่ยวกับเม็กซิกัน
mice *n* หนู
microbe *n* จุลินทรีย์
microphone *n* ไมโครโฟน
microscope *n* กล้องจุลทรรศน์
microwave *n* คลื่นไมโครเวฟ
midair *n* กลางอากาศ
midday *n* เที่ยงวัน
middle *n* ตรงกลาง
middleman *n* คนกลาง
midget *n* คนตัวเล็กมาก
midnight *n* เที่ยงคืน
midsummer *n* กลางฤดูร้อน
midwife *n* นางพยาบาลผดุงครรภ์, หมอตำแย
might *n* อำนาจ; พลัง
mighty *adj* ทรงพลัง
migraine *n* โรคไมเกรน
migrant *n* ผู้อพยพ
migrate *v* อพยพ
mild *adj* อ่อนโยน; จืด
mildew *n* โรคราน้ำค้าง
mile *n* ไมล์
mileage *n* ระยะทางเป็นไมล์
milestone *n* เหตุการณ์สำคัญ
militant *adj* พร้อมที่จะต่อสู้
milk *n* นม
milky *adj* ซึ่งใส่นม
mill *n* โรงงานผลิตสินค้า
millennium *n* สหัสวรรษ
milligram *n* มิลลิกรัม
millimeter *n* มิลลิเมตร
million *n* หนึ่งล้าน
millionaire *n* เศรษฐี
mime *v* เล่นละครใบ้
mince *v* สับ
mincemeat *n* เนื้อสับ
mind *n* จิตใจ; ความคิด
mind *v* เอาใจใส่; ระวัง
mind-boggling *adj* ตื่นเต้น; ตื้นตัน
mindful *adj* ซึ่งให้ความสนใจ

M

mindless *adj* ซึ่งไม่มีเหตุผล
mine *v* ระเบิดจากใต้ดิน; ขุด
mine *pro* ของฉัน
mine *n* เหมืองแร่
minefield *n* เขตทุ่นระเบิด
miner *n* คนงานเหมืองแร่
mineral *n* แร่
mingle *v* ผสม
miniature *n* สิ่งที่มีขนาดจิ๋ว
minimize *v* ทำให้เล็กลงที่สุด
minimum *n* จำนวนน้อยที่สุด
miniskirt *n* กระโปรงสั้น
minister *n* รัฐมนตรี; ทูต
minister *v* ทำนุบำรุง; ปรนนิบัติ
ministry *n* กระทรวง; คณะสงฆ์
minor *adj* เล็กกว่า; น้อย
minor *n* เยาวชน; วิชารอง
minor *v* เลือกวิชารอง
minority *n* คนกลุ่มน้อย
mint *v* ทำเหรียญ
mint *n* ใบมินท์
minus *adj* ลบ
minute *n* นาที
miracle *n* ความอัศจรรย์
miraculous *adj* น่าอัศจรรย์
mirage *n* ภาพลวงตา
mirror *n* กระจก
misbehave *v* ประพฤติผิด
miscalculate *v* คำนวณผิดพลาด
miscarriage *n* การแท้งบุตร
miscarry *v* แท้งบุตร
mischief *n* การก่อกวน

mischievous *adj* ซน
misconduct *n* การประพฤติผิด
misconstrue *v* เข้าใจผิด
misdemeanor *n* ผู้กระทำผิด
miser *n* คนตระหนี่
miserable *adj* ทนทุกข์
misery *n* ความทุกข์ยาก
misfit *adj* ที่ไม่เหมาะ
misfortune *n* ความโชคร้าย
misgiving *n* ความสงสัย
misguided *adj* ซึ่งนำทางผิด
misinterpret *v* ตีความผิด
misjudge *v* ทำให้เข้าใจผิด
mislead *v* นำทางผิด
misleading *adj* หลอกลวง
mismanage *v* จัดการผิด
misplace *v* ใส่ผิดที่
misprint *n* การพิมพ์ผิด
miss *v* พลาด; หายไป
miss *n* นางสาว; หญิงสาว
missile *n* ขีปนาวุธ
missing *adj* ที่ขาดหายไป
mission *n* ภาระหน้าที่; คณะผู้แทน
missionary *n* ผู้เผยแพร่ศาสนา
mist *n* หมอก
mistake *n* ข้อผิดพลาด
mistake *iv* เข้าใจผิด
mistaken *adj* หลงผิด
mister *n* นาย; ท่าน; มร.
mistreat *v* ปฏิบัติไม่ดี
mistreatment *n* การปฏิบัติไม่ดี
mistress *n* นาง; นายผู้หญิง

mistrust *n* ความไม่ไว้วางใจ
mistrust *v* ไม่ไว้วางใจ
misty *adj* มีหมอกคลุม; พร่ามัว
misunderstand *v* เข้าใจผิด
misuse *n* การใช้ในทางที่ผิด
mitigate *v* ทำให้ลดน้อยลง
mix *v* ผสม
mixed-up *adj* ผสมกัน
mixer *n* เครื่องผสม
mixture *n* การผสม
mix-up *n* ความสับสน
moan *v* ร้องคร่ำครวญ
moan *n* การร้องคร่ำครวญ
mob *v* ห้อมล้อม
mob *n* ฝูงชน
mobile *adj* ซึ่งเคลื่อนที่ได้ง่าย
mobilize *v* ระดมกำลัง
mobster *n* อาชญากร
mock *v* เยาะเย้ย
mockery *n* การเยาะเย้ย
mode *n* วิธีการ
model *n* แบบจำลอง; นางแบบ
model *iv* จำลองแบบ; แสดงแบบ
moderate *adj* ปานกลาง
moderation *n* การทำให้น้อยลง
modern *adj* สมัยใหม่
modernize *v* ทำให้ทันสมัย
modest *adj* ถ่อมตัว
modesty *n* การถ่อมตัว
modify *v* แก้ไข
module *n* เกณฑ์ในการวัด
moisten *v* ทำให้เปียก

moisture *n* ความชื้น
molar *n* ฟันกราม
mold *n* รา; เบ้าหล่อ
mold *v* พิมพ์; ปั้น; นวด
moldy *adj* ซึ่งปกคลุมด้วยรา, เต็มไปด้วยรา
mole *n* ไฝ; ตัวตุ่น
molecule *n* โมเลกุล
molest *v* รบกวน
mom *n* แม่
moment *n* ชั่วขณะ
momentarily *adv* อย่างชั่วขณะ
momentous *adj* ร้ายแรง
monarch *n* พระมหากษัตริย์
monarchy *n* ราชาธิปไตย, ระบอบกษัตริย์
monastery *n* วัด
monastic *adj* เกี่ยวกับวัด
Monday *n* วันจันทร์
money *n* เงิน
money order *n* ธนาณัติ
monitor *v* สังเกตุการณ์
monk *n* พระ; นักบวช
monkey *n* ลิง
monogamy *n* การมีคู่สมรสเพียงคนเดียว
monologue *n* บทพูดคนเดียว
monopolize *v* ผูกขาด
monopoly *n* ระบบผูกขาด
monotonous *adj* น่าเบื่อหน่าย
monotony *n* ความซ้ำซาก
monster *n* สัตว์ประหลาด

monstrous *adj* ใหญ่โต; โหดร้าย
month *n* เดือน
monthly *adv* เป็นรายเดือน
monument *n* อนุสาวรีย์
monumental *adj* ยิ่งใหญ่
mood *n* อารมณ์
moody *adj* เจ้าอารมณ์
moon *n* พระจันทร์
moor *v* จอดเรือ
mop *v* ถูพื้น
moral *n* ศีลธรรม
moral *adj* ทางศีลธรรม
morality *n* ความดีงาม
more *adj* มากขึ้น
moreover *adv* นอกเหนือไปจากนี้
morning *n* ตอนเช้า
moron *adj* คนปัญญาอ่อน
morphine *n* ยาเสพติดมอร์ฟีน
morsel *n* อาหารหนึ่งคำ
mortal *adj* ถึงตาย
mortality *n* ความตาย
mortar *n* ครก
mortgage *n* การจำนอง
mortification *n* ความอับอาย
mortify *v* ทำให้อับอาย
mortuary *n* ห้องดับจิต
mosaic *n* ลวดลายที่ทำด้วยกระจกสี
mosque *n* สุเหร่า
mosquito *n* ยุง
moss *n* พืชตะไคร่น้ำ
most *adj* มากที่สุด
mostly *adv* ส่วนมาก
motel *n* โรงแรมเล็กๆ
moth *n* ผีเสื้อราตรี
mother *n* แม่
motherhood *n* ความเป็นแม่
mother-in-law *n* แม่ยาย
motion *n* การเคลื่อนไหว; คำร้องต่อศาล; ญัตติ
motion *v* ท่าทาง
motionless *adj* ซึ่งอยู่นิ่ง
motivate *v* กระตุ้น
motive *n* แรงจูงใจ
motor *n* เครื่องยนต์
motorcycle *n* รถจักรยานยนต์
motto *n* ภาษิต
mount *n* ภูเขา; ม้า
mount *v* เพิ่มขึ้น; หาม้าให้ขี่
mountain *n* ภูเขา
mountainous *adj* เต็มไปด้วยภูเขา
mourn *v* เศร้าโศก
mourning *n* ซึ่งเศร้าเสียใจ
mouse *n* หนู
mouth *n* ปาก
move *n* การเคลื่อนไหว
move *v* เคลื่อนไหว
move back *v* ย้ายกลับ
move forward *v* รุกคืบ
move out *v* ย้ายออก
move up *v* เขยิบ
movement *n* การเคลื่อนไหว
movie *n* ภาพยนตร์
mow *v* ตัดหญ้า
much *adv* มาก

M

mucus *n* น้ำมูก
mud *n* โคลน
muddle *n* คิดเรื่อยเปื่อย
muddy *adj* เต็มไปด้วยโคลน
muffle *v* ห่อหุ้ม
muffler *n* สิ่งห่อหุ้ม
mug *v* โจมตี; เรียน
mug *n* เหยือก
mugging *n* การโจมตี
mule *n* ม้าล่อ
multiple *adj* หลากหลาย
multiplication *n* การคูณ
multiply *v* คูณ
multitude *n* จำนวนมากมาย
mumble *v* พูดพึมพำ
mummy *n* มัมมี่
mumps *n* โรคคางทูม
munch *v* เคี้ยวเสียงดัง
munitions *n* อาวุธ
murder *n* การฆาตกรรม
murderer *n* ฆาตกร
murky *adj* ซึ่งมืดมัว
murmur *v* บ่นพึมพำ
murmur *n* การบ่นพึมพำ
muscle *n* กล้ามเนื้อ
museum *n* พิพิธภัณฑ์
mushroom *n* เห็ด
music *n* ดนตรี
musician *n* นักดนตรี
Muslim *adj* มุสลิม
must *iv* ต้อง
mustache *n* หนวด

mustard *n* มัสตาร์ด
muster *v* รวบรวม
mutate *v* เปลี่ยนแปลง
mute *adj* ไม่ออกเสียง
mutilate *v* ทำให้ใช้การไม่ได้
mutiny *n* การขัดขืนคำสั่ง
mutually *adv* ร่วมกัน
muzzle *v* สวมตะกร้อปาก
muzzle *n* ปากกระบอกปืน
my *adj* ของฉัน
myopic *adj* สายตาสั้น
myself *pro* ตัวฉันเอง
mysterious *adj* ลึกลับ
mystery *n* ความลึกลับ
mystic *adj* ลึกลับ
mystify *v* ทำให้งง
myth *n* นิทานปรัมปรา

N

nag *v* จู้จี้; ดุด่า; ถากถาง
nagging *adj* ซึ่งจู้จี้; ซึ่งดุด่า
nail *n* เล็บ; ตะปู
nail *v* ตอกตะปู
naive *adj* ไร้เดียงสา
naked *adj* เปลือย
name *n* ชื่อ
name *v* ตั้งชื่อ

namely *adv* กล่าวคือ
nanny *n* พี่เลี้ยงเด็ก
nap *n* การงีบ
nap *v* งีบ
napkin *n* กระดาษเช็ดปาก
narcotic *n* ยาเสพติด
narrate *v* บรรยาย
narrow *adj* แคบ
narrowly *adv* อย่างแคบ
nasty *adj* น่าคลื่นไส้
nation *n* ประเทศ
national *adj* แห่งประเทศ
nationality *n* สัญชาติ
nationalize *v* โอนสัญชาติ; กำกับดูแลโดยรัฐบาล
native *adj* พื้นเมือง; เนื้อแท้
natural *adj* โดยธรรมชาติ
naturally *adv* อย่างธรรมชาติ
nature *n* ธรรมชาติ
naughty *adj* ซน
nausea *n* อาการคลื่นไส้
nave *n* ช่วงกลางโบสถ์
navel *n* สะดือ
navigate *v* หาเส้นทาง
navigation *n* การเดินเรือ
navy *n* กองทัพเรือ
navy blue *adj* น้ำเงิน
near *pre* เกือบจะ
nearby *adj* ใกล้ชิด
nearly *adv* จวน
nearsighted *adj* ซึ่งสายตาสั้น
neat *adj* เรียบร้อย

neatly *adv* อย่างเรียบร้อย
necessary *adj* จำเป็น
necessitate *v* ทำให้จำเป็น
necessity *n* สิ่งจำเป็น
neck *n* ลำคอ
necklace *n* สร้อยคอ
necktie *n* เน็กไท
need *v* ต้องการ
need *n* ความต้องการ
needle *n* เข็มฉีดยา
needless *adj* ไม่จำเป็น
needy *adj* ขัดสน
negative *adj* เชิงลบ
negative *n* คำปฏิเสธ
neglect *v* ละเลย; ประมาท
neglect *n* การละเลย
negligence *n* ความไม่เอาใจใส่
negligent *adj* โดยเผลอไป
negotiate *v* เจรจา
negotiation *n* การเจรจา
neighbor *n* เพื่อนบ้าน
neighborhood *n* ละแวกบ้าน, บ้านใกล้เรือนเคียง
neither *adv* ต่างก็ไม่
neither *adj* ไม่ใช่ทั้งสองอย่าง
nephew *n* หลานชาย
nerve *n* เส้นประสาท
nervous *adj* กระวนกระวาย
nest *n* รังนก
net *n* ตาข่าย
Netherlands *n* ประเทศเนเธอร์แลนด์
network *n* เครือข่าย

neurotic *adj* เกี่ยวกับโรคประสาท
neutral *adj* ซึ่งเป็นกลาง
neutralize *v* ทำให้เป็นกลาง
never *adv* ไม่เคย
nevertheless *adv* แต่อย่างไรก็ตาม
new *adj* ใหม่
newborn *n* เด็กแรกเกิด
newcomer *n* ผู้มาใหม่
newly *adv* สดๆร้อนๆ
newlywed *adj* เพิ่งแต่งงาน
news *n* ข่าวสาร
newscast *n* การรายงานข่าว
newsletter *n* จดหมายข่าว
newspaper *n* หนังสือพิมพ์
newsstand *n* แผงขายหนังสือพิมพ์
next *adj* ต่อไป
next door *adj* ข้างบ้าน
nibble *v* เล็ม
nice *adj* ดี
nicely *adv* อย่างดี
nickel *n* นิกเคิล
nickname *n* ชื่อเล่น
nicotine *n* สารนิโคติน
niece *n* หลานสาว
night *n* กลางคืน
nightfall *n* เวลาค่ำ
nightgown *n* ชุดชาตรี
nightingale *n* นกไนติงเกล
nightmare *n* ฝันร้าย
nine *adj* เก้า
nineteen *adj* สิบเก้า
ninety *adj* เก้าสิบ
ninth *adj* ที่เก้า
nip *v* หนีบ; หยิก
nip *n* การหนีบ; การหยิก
nipple *n* หัวนม
nitpicking *adj* ชอบจับผิดเล็กๆ น้อยๆ
nitrogen *n* สารไนโตรเจน
no one *pro* ไม่มีใคร
nobility *n* ความสูงส่ง
noble *adj* ชั้นสูง
nobleman *n* ขุนนาง
nobody *pro* ไม่มีใคร
nocturnal *adj* เกี่ยวกับกลางคืน
nod *v* ผงกศีรษะ; สัปหงก
noise *n* เสียงดัง
noisily *adv* ดังลั่น
noisy *adj* อึกทึก
nominate *v* เสนอชื่อ
none *pre* ไม่มีเลย
nonetheless *c* ถึงอย่างไรก็ตาม
nonsense *n* การพูดสิ่งไร้สาระ
nonsmoker *n* คนไม่สูบบุหรี่
nonstop *adv* ต่อเนื่อง
noon *n* เที่ยงวัน
noose *n* ห่วง; บ่วง
nor *c* ไม่
norm *n* มาตรฐาน
normal *adj* ปกติ
normalize *v* กลายเป็นปกติ
normally *adv* อย่างปกติ
north *n* เหนือ
northeast *n* ตะวันออกเฉียงเหนือ
northern *adj* ทางเหนือ

N

northerner *n* ชาวเหนือ
Norway *n* ประเทศนอร์เวย์
Norwegian *adj* เกี่ยวกับนอร์เวย์
nose *n* จมูก
nosedive *adv* ไถลลง
nostalgia *n* ความอาลัยอาวรณ์
nostril *n* รูจมูก
nosy *adj* สอดรู้สอดเห็น
not *adv* ไม่
notable *adj* ซึ่งมีชื่อเสียงโดดเด่น
notably *adv* อย่างโดดเด่น
notary *n* พนักงานจดทะเบียน
notation *n* หมายเหตุ
note *v* ใช้เครื่องหมาย
note *n* ข้อความ; สัญลักษณ์; โน้ตเพลง; ธนบัตร
notebook *n* สมุดบันทึก
noteworthy *adj* น่าสังเกต
nothing *n* การไม่มีอะไร
notice *n* ใบประกาศ
notice *v* แจ้งให้ทราบ
noticeable *adj* น่าสังเกต
notification *n* การประกาศ
notify *v* ประกาศ
notion *n* ความคิด
notorious *adj* อื้อฉาว
noun *n* คำนาม
nourish *v* เลี้ยงดู
nourishment *n* อาหารบำรุง
novel *n* นวนิยาย
novelist *n* ผู้แต่งนวนิยาย
novelty *n* ของใหม่
November *n* เดือนพฤศจิกายน
novice *n* ผู้เริ่มหัด
now *adv* ขณะนี้
nowadays *adv* ทุกวันนี้
nowhere *adv* ไม่มีที่ใด
noxious *adj* ซึ่งเป็นอันตราย
nozzle *n* หัวฉีด
nuance *n* ความแตกต่างกันนิดหน่อย
nuclear *adj* เกี่ยวกับนิวเคลียร์
nude *adj* เปลือย
nudism *n* ลัทธิเปลือยกาย
nudist *n* ชีเปลือย
nudity *n* การเปลือยกาย
nuisance *n* การรบกวน
null *adj* ไม่มีค่า
nullify *v* ทำให้ไม่มีค่า
numb *adj* ชา
number *n* ตัวเลข
numbness *n* อาการชา
numerous *adj* มากมาย
nun *n* แม่ชี
nurse *v* รักษาพยาบาล
nurse *n* พยาบาล
nursery *n* ที่เพาะต้นไม้
nurture *v* การให้การอบรม
nut *n* แป้นเกลียว
nutrition *n* โภชนาการ
nutritious *adj* ซึ่งบำรุงสุขภาพ
nut-shell *n* เปลือก
nutty *adj* บ๊อง

N

O

oak *n* ต้นโอ๊ก
oar *n* ไม้พาย
oasis *n* โอเอซิส
oath *n* คำสาบาน
oatmeal *n* ข้าวโอ๊ต
obedience *n* การเชื่อฟัง
obedient *adj* เชื่อฟัง
obese *adj* อ้วนมาก
obey *v* เชื่อฟัง
object *n* สิ่งของ
object *v* คัดค้าน
objection *n* การคัดค้าน
objective *n* เป้าหมาย
obligate *v* ผูกมัด
obligation *n* สัญญาผูกมัด
obligatory *adj* เป็นพันธะ
oblige *v* บังคับ
obliged *adj* ซึ่งถูกบังคับ
oblique *adj* เฉียง
obliterate *v* ทำลายจนสิ้นซาก
oblivion *n* การลืม
oblivious *adj* ซึ่งไม่ตระหนักถึง
oblong *adj* รูปสี่เหลี่ยมผืนผ้า
obnoxious *adj* น่ารังเกียจ
obscene *adj* ลามก
obscenity *n* ความลามก
obscure *adj* คลุมเครือ
obscurity *n* ความไม่เป็นที่รู้จัก
observation *n* การสังเกต
observatory *n* หอสังเกตการณ์
observe *v* สังเกต
obsess *v* ครอบงำ
obsession *n* ความครอบงำจิตใจ
obsolete *adj* ล้าสมัย
obstacle *n* อุปสรรค
obstinacy *n* ความรั้น
obstinate *adj* แข็งข้อ
obstruct *v* ขัดขวาง
obstruction *n* สิ่งกีดขวาง
obtain *v* ได้รับ
obvious *adj* ชัดเจน
obviously *adv* อย่างชัดเจน
occasion *n* โอกาส
occasionally *adv* บางโอกาส
occult *adj* ลึกลับซับซ้อน
occupant *n* ผู้พำนักอาศัย
occupation *n* อาชีพ
occupy *v* ยึดครอง
occur *v* ปรากฎ
occurrence *n* ปรากฎการณ์
ocean *n* มหาสมุทร
October *n* เดือนตุลาคม
octopus *n* ปลาหมึกยักษ์
odd *adj* แปลก
oddity *n* คนแปลก
odds *n* ความได้เปรียบ
odious *adj* น่ารังเกียจ
odometer *n* เครื่องมือวัดระยะทางที่ผ่าน
odor *n* กลิ่น
odyssey *n* การเดินทางผจญภัยที่ยาวนาน
of *pre* ของ

O

off *adv* แยกไป
offend *v* กระทำผิด; บาดใจ
offense *n* การกระทำผิด
offensive *adj* ก้าวร้าว; ซึ่งรุกราน
offer *n* การเสนอ; ข้อเสนอ
offer *v* เสนอ
offering *n* สิ่งที่เสนอให้
office *n* สำนักงาน
officer *n* เจ้าหน้าที่; นายตำรวจ
official *adj* ทางราชการ
officiate *v* ปฏิบัติหน้าที่
offset *v* สิ่งชดเชย; สาขา
offspring *n* บุตร
off-the-record *adj* ไม่เป็นทางการ
often *adv* บ่อยๆ
oil *n* น้ำมัน
ointment *n* ยาขี้ผึ้ง
okay *adv* ถูกต้อง; ใช้ ได้
old *adj* อาวุโส; โบราณ
old age *n* วัยสูงอายุ
old-fashioned *adj* ล้าสมัย
olive *n* มะกอก
Olympics *n* การกีฬาโอลิมปิก
omelet *n* ไข่เจียว
omen *n* ลางบอกเหตุ
ominous *adj* เป็นลางสังหรณ์
omission *n* การละเว้น
omit *v* ละเว้น; ตกหล่น
on *pre* บน
once *adv* ครั้งหนึ่ง
once *c* เมื่อ
one *adj* หนึ่ง
oneself *pre* ตนเอง
ongoing *adj* ต่อเนื่อง
onion *n* หอมหัวใหญ่
onlooker *n* ผู้ชม
only *adv* เท่านั้น
onset *n* การเริ่ม; การโจมตี
onslaught *n* การบุกรุก
onwards *adv* มุ่งหน้าไป
opaque *adj* ทึบแสง
open *adj* เปิดอยู่; เปิดเผย
open *v* เปิด
open up *v* เปิดเผย
opening *n* การเปิด
open-minded *adj* ใจกว้าง
openness *n* ความใจกว้าง
opera *n* ละครโอเปรา
operate *v* ปฏิบัติการ; ผ่าตัด
operation *n* การปฏิบัติการ
opinion *n* ความคิดเห็น
opinionated *adj* ดื้อดึง
opium *n* ฝิ่น
opponent *n* ผู้คัดค้าน; คู่แข่ง
opportune *adj* เหมาะโอกาส
opportunity *n* โอกาส
oppose *v* ต่อต้าน
opposite *adv* อยู่ตรงข้าม
opposite *n* ผู้ที่อยู่ตรงกันข้าม
opposite *adj* ตรงข้าม
opposition *n* การคัดค้าน
oppress *v* กดขี่
oppression *n* การกดขี่
opt for *v* เลือก

O

119 outfit

optical *adj* เกี่ยวกับสายตา
optician *n* ช่างแว่นตา
optimism *n* การมองในแง่ดี
optimistic *adj* มองโลกในแง่ดี
option *n* ทางเลือก
optional *adj* ให้เลือกได้
opulence *n* ความมั่งคั่ง
or *c* หรือ
oracle *n* คำพยากรณ์
orally *adv* ด้วยปาก
orange *n* สีส้ม
orangutan *n* ลิงอุรังอุตัง
orbit *n* วงโคจร
orchard *n* สวนผลไม้
orchestra *n* วงมโหรี
ordain *v* บวช
ordeal *n* ความเจ็บปวด
order *n* คำสั่ง; ลำดับ
order *v* สั่ง; จัดลำดับ
ordinarily *adv* ตามธรรมดา
ordinary *adj* ธรรมดา
ordination *n* การบวช
ore *n* สินแร่
organ *n* อวัยวะ; หีบเพลง
organism *n* องค์การ; สิ่งมีชีวิต
organist *n* คนเล่นหีบเพลง
organization *n* องค์การ
organize *v* จัดระเบียบ
orient *n* ตะวันออก
oriental *adj* ทางตะวันออก
orientation *n* ปฐมนิเทศ
oriented *adj* ที่ไปทาง
origin *n* แหล่งกำเนิด
original *adj* ดั้งเดิม
originally *adv* แต่เดิม
originate *v* ก่อกำเนิด
ornament *n* เครื่องประดับ
ornamental *adj* สำหรับประดับ
orphan *n* เด็กกำพร้า
orphanage *n* สถานที่เลี้ยงเด็กกำพร้า
orthodox *adj* ดั้งเดิม
ostentatious *adj* โอ้อวด
ostrich *n* นกกระจอกเทศ
other *adj* อื่นๆ
otherwise *adv* อีกนัยหนึ่ง
otter *n* นากน้ำ
ought to *iv* ควรจะ
ounce *n* ออนซ์
our *adj* ของพวกเรา
ours *pro* ของของเราเอง
ourselves *pro* พวกเราเอง
oust *v* ขับไล่
out *adv* ออกไป
outbreak *n* การระบาดของโรค
outburst *n* การระเบิดออก
outcast *adj* ถูกไล่ออก
outcome *n* ผลลัพธ์
outcry *n* เสียงร้องดัง
outdated *adj* เชย
outdo *v* เอาชนะ
outdoor *adv* นอกบ้าน
outdoors *adv* กลางแจ้ง
outer *adj* ข้างนอก; ภายนอก
outfit *n* เครื่องแต่งกาย

O

outgoing adj ออกสังคม
outgrow v เจริญเกินกว่า
outing n การออกนอกบ้าน
outlast v อยู่ได้นานกว่า
outlaw v ผิดกฎหมาย
outlet n ช่องลม; ทางออก
outline v ร่างภาพคร่าวๆ
outline n เค้าโครง; รูปร่าง
outlive v อยู่ทนกว่า
outlook n ทัศนียภาพ; ทัศนะ
outmoded adj ล้าสมัย
outnumber v มีจำนวนมากกว่า
outpatient n คนไข้นอก
outperform v ทำดีกว่า
outpouring n การหลั่งไหล
output n ข้อมูลที่ส่งออกมา
outrage n การข่มขืน
outrageous adj ซึ่งทำให้เจ็บใจ
outright adj ตรงไปตรงมา
outrun v วิ่งไกลกว่า
outset n การเริ่ม; จุดเริ่ม
outshine v ดีกว่า
outside adv ข้างนอก
outsider n คนนอก
outskirts n นอกเมือง
outspoken adj โผงผาง
outstanding adj ดีเด่น
outstretched adj ขยายออก
outward adj ภายนอก
outweigh v มีค่าเกิน
oval adj รูปวงไข่
ovary n รังไข่

ovation n การโห่ร้องยินดี
oven n เตาอบ
over pre เหนือ
overall adv รวมทั้งหมด
overbearing adj กดขี่
overboard adv ออกนอกเรือ
overcast adj มืดครึ้ม
overcharge v คิดแพงเกินไป
overcoat n เสื้อกันหนาว
overcome v เอาชนะ
overcrowded adj แน่นเกินไป
overdo v ทำมากเกินไป
overdone adj แก่ไฟ
overdose n ยาเกินขนาด
overdue adj เกินกำหนด
overestimate v ประเมินมากเกินไป
overflow v ล้น
overhaul v ยกเครื่องใหม่
overlap v ซ้อนกัน
overlook v มองข้าม
overnight adv ข้ามคืน
overpower v มีกำลังเหนือ
overrate v ประมาณมากไป
override v ควบม้าข้าม
overrule v ตีกลับ; ลบล้าง
overrun v เหยียบย่ำ
overseas adv ต่างประเทศ
oversee v ควบคุม
overshadow v สำคัญกว่า
oversight n การควบคุม
overstate v คุยโว
overstep v ล้ำเส้น

overtake *v* ไล่ทัน
overthrow *v* ล้มล้าง
overthrow *n* การล้มล้าง
overtime *adv* ล่วงเวลา
overturn *v* พลิกคว่ำ
overview *n* เนื้อหา
overweight *adj* หนักเกินพิกัด
overwhelm *v* ครอบงำ
owe *v* เป็นหนี้
owing to *adv* เนื่องจาก
owl *n* นกฮูก
own *adj* ด้วยตนเอง
own *v* เป็นเจ้าของ
owner *n* เจ้าของ
ownership *n* ความเป็นเจ้าของ
ox *n* วัวตัวผู้
oxen *n* วัวตัวผู้ (พหูพจน์)
oxygen *n* ธาตุอ๊อคซิเจน
oyster *n* หอยนางรม

P

pace *v* ย่างก้าว
pace *n* ฝีเท้า
pacify *v* ทำให้สงบลง
pack *v* รวมกลุ่ม; เก็บลงหีบ
pack *n* หีบห่อ; ฝูง
package *n* หีบห่อ
pact *n* สนธิสัญญา
pad *v* รองเบาะ; บุ
padding *n* เครื่องรอง
paddle *v* พายเรือ
paddle *n* ไม้พาย
padlock *n* กุญแจสายยู
pagan *adj* คนป่าเถื่อน
page *n* มหาดเล็ก
pail *n* ถังน้ำ
pain *n* ความเจ็บปวด
painful *adj* เจ็บปวด
painkiller *n* ยาแก้ปวด
painless *adj* ไม่เจ็บปวด
paint *n* สีย้อม; การทาสี
paint *v* ทาสี; เขียนภาพ
paintbrush *n* แปรงสำหรับทาสี
painter *n* ช่างทาสี
painting *n* ภาพเขียน
pair *n* คู่
pajamas *n* ชุดนอน
pal *n* เพื่อนคู่หู
palace *n* พระราชวัง
palate *n* เพดานปาก
pale *adj* ซีด
paleness *n* ความซีด
palm *n* ต้นปาล์ม; ฝ่ามือ
palm *v* เอามือหยิบ
palpable *adj* ชัดเจน
paltry *adj* ไม่สำคัญ
pamper *v* ตามใจ
pamphlet *n* เอกสารแผ่นพับ
pan *n* กระทะ

P

pancreas 122

pancreas *n* ตับอ่อน
pander *v* สนับสนุน
pang *n* ความเจ็บปวด
panic *n* ความตื่นตกใจ
panorama *n* ทัศนียภาพ
panther *n* เสือลายตลับ
pantry *n* ตู้เก็บอาหาร
pants *n* กางเกง
pantyhose *n* ถุงใยบัว
papacy *n* ตำแหน่งสันตะปาปา
paper *n* กระดาษ
paperclip *n* คลิปหนีบกระดาษ
paperwork *n* งานหนังสือ
parable *n* การอุปมาอุปไมย
parachute *n* ร่มชูชีพ
parade *n* การเดินขบวน
paradise *n* สวรรค์
paradox *n* บุคคลที่ผิดธรรมดา
paragraph *n* ย่อหน้า
parakeet *n* นกแก้ว
parallel *n* เส้นขนาน
paralysis *n* โรคอัมพาต
paralyze *v* ทำให้เป็นอัมพาต
parameters *n* วงจำกัด
paramount *adj* ยิ่งใหญ่
paranoid *adj* หวาดระแวง
parasite *n* พยาธิ
paratrooper *n* ทหารร่มชูชีพ
parcel *n* พัสดุ; หีบห่อ
parcel post *n* พัสดุไปรษณีย์
parch *v* ทำให้เกรียม
parchment *n* กระดาษหนัง; ปริญญาบัตร
pardon *n* การให้อภัย
pardon *v* ให้อภัย
parenthesis *n* วงเล็บ
parents *n* ผู้ปกครอง
parish *n* เขตสงฆ์
parishioner *n* ลูกวัด
parity *n* ความเท่าเทียมกัน
park *n* สวนสาธารณะ
park *v* จอดรถ
parking *n* ที่จอดรถ
parliament *n* รัฐสภา
parochial *adj* ซึ่งอยู่ในเขตสงฆ์
parrot *n* นกแก้ว
parsley *n* ผักชีฝรั่ง
parsnip *n* หัวผักกาด
part *n* ส่วน; ตอน
part *v* จากกัน
partial *adj* ลำเอียง; บางส่วน
partially *adv* เพียงบางส่วน
participate *v* มีส่วนร่วม
participation *n* การมีส่วนร่วม
participle *n* คำกริยา
particle *n* อนุภาค
particular *adj* โดยเฉพาะ
particularly *adv* อย่างเป็นพิเศษ
parting *n* การจากกัน
partisan *n* พรรคพวก
partition *n* การแบ่ง
partly *adv* เป็นบางส่วน
partner *n* หุ้นส่วน; คู่ขา
partnership *n* หุ้นส่วน
partridge *n* นกกระทา

P

party *n* พรรค; คณะ
party *v* จัดงานเลี้ยง
pass *v* ล่วงลับไป
pass *n* บัตรผ่าน
pass around *v* ส่งต่อ
pass away *v* เสียชีวิต
pass out *v* หมดสติ
passage *n* ทางเดิน
passenger *n* คนโดยสาร
passer-by *n* คนตามท้องถนน
passion *n* ความชอบมาก
passionate *adj* รุ่มร้อน; หลงใหล
passive *adj* ไม่แสดงกิริยาใดๆ
passport *n* หนังสือเดินทาง
password *n* รหัสผ่าน
past *adj* ล่วงมาแล้ว
past *n* อดีต
paste *n* ยาพอก; กระปิ
paste *v* แปะ
pasteurize *v* ฆ่าเชื้อด้วยความร้อนสูง
pastime *n* งานอดิเรก
pastor *n* พระ; บาทหลวง
pastoral *adj* เกี่ยวกับพระ
pastry *n* ขนมปิ้ง
pasture *n* ทุ่งเลี้ยงสัตว์
pat *n* การลูบ
patch *n* รอยปะ
patch *v* แก้ไข
patent *n* สิทธิบัตร
patent *v* จดสิทธิบัตร
paternity *n* ความเป็นพ่อ
path *n* ทางเดิน

pathetic *adj* น่าสมเพช
patience *n* ความอดทน
patient *adj* อดทน
patio *n* ชานบ้าน
patriarch *n* พระสังฆราช
patrimony *n* มรดก
patriot *n* คนรักชาติ
patriotic *adj* ด้วยความรักชาติ
patrol *n* ผู้ปกครอง
patron *n* ผู้อุปการะ
patronage *n* ความอุปการะ
patronize *v* อุปถัมภ์
pattern *n* แบบแผน
pavement *n* ทางเท้า
pavilion *n* กระโจม
paw *n* อุ้งเท้าสัตว์
pawn *v* เครื่องมือ
pawnbroker *n* ผู้รับจำนำ
pay *n* ค่าแรง
pay *iv* ให้ค่าจ้าง
pay back *v* คืนทุน
pay off *v* ให้สินบน
pay slip *n* ใบจ่ายเงินเดือน
payable *adj* ที่ต้องชำระ
paycheck *n* เช็คเงินเดือน
payee *n* ผู้รับเงิน
payment *n* การจ่ายเงิน
payroll *n* บัญชีเงินเดือน
pea *n* ถั่ว
peace *n* ความสงบสุข
peaceful *adj* สงบสุข
peach *n* ลูกท้อ

peacock *n* นกยูง
peak *n* จุดสูงสุด; ยอด
peanut *n* ถั่วลิสง
pear *n* ลูกสาลี่
pearl *n* ไข่มุข
peasant *n* ชาวชนบท
pebble *n* พลอย
peck *v* ขว้างหิน; ถากถาง
peck *n* การจิกของไก่
peculiar *adj* แปลกประหลาด
pedagogy *n* การสอน
pedal *n* ที่ถีบ; ที่เหยียบ
pedantic *adj* ชอบคุยฟุ้ง
pedestrian *n* คนเดินถนน
peel *v* ปอกเปลือก
peel *n* เปลือก
peep *v* มองลอด
peer *n* การมองดู
pelican *n* นกกระทุง
pellet *n* ยาเม็ดเล็กๆ; ลูกปืน; ลูกหิน
pen *n* ปากกา
penalize *v* ลงโทษ
penalty *n* การลงโทษ; ค่าปรับ
penance *n* การสำนึกผิด
penchant *n* ใจชอบ
pencil *n* ดินสอ
pendant *n* จี้
pending *adj* ยังค้างอยู่
pendulum *n* ลูกตุ้ม
penetrate *v* เจาะ; ทะลุเข้าไป
penguin *n* นกเพนกวิน
penicillin *n* เพนิซิลิน
peninsula *n* คาบสมุทร
penitent *n* ซึ่งรู้สึกผิด
penniless *adj* หมดตัว
penny *n* เงินเหรียญเพนนี
pension *n* เบี้ยบำนาญ
pentagon *n* รูปห้าเหลี่ยม
pent-up *adj* ถูกล้อม
people *n* ฝูงชน
pepper *n* พริกไทย
per *pre* ต่อ
perceive *v* เข้าใจ
percent *adv* อัตตราร้อยละ
percentage *n* ร้อยละ
perception *n* ความเข้าใจ
perennial *adj* ตลอดกาล
perfect *adj* ดีพร้อม
perfection *n* ความดีพร้อม
perforate *v* แทง
perforation *n* การเจาะ
perform *v* กระทำ; เข้าฉาก
performance *n* การกระทำ
perfume *n* น้ำหอม
perhaps *adv* บางที
peril *n* ความอันตราย
perilous *adj* มหาภัย
perimeter *n* ปริมณฑล
period *n* ระยะเวลา; ช่วงมีรอบเดือน; สมัย
perish *v* สูญสิ้น
perishable *adj* เน่าเปื่อยง่าย
perjury *n* การทวนสาบาน
permanent *adj* ถาวร

P

125 physics

permeate *v* ซึมซาบ
permission *n* การอนุญาต
permit *v* อนุญาต
pernicious *adj* ร้ายแรง
perpetrate *v* กระทำผิด
persecute *v* กลั่นแกล้ง
persevere *v* พากเพียร
persist *v* ยืนกราน
persistence *n* การยืนกราน
persistent *adj* ซึ่งยืนกราน
person *n* บุคคล
personal *adj* ส่วนบุคคล
personality *n* บุคลิกภาพ
personify *v* ยกให้เป็นบุคคล
personnel *n* พนักงาน
perspective *n* ทิวทัศน์
perspiration *n* เหงื่อ
perspire *v* เหงื่อออก
persuade *v* ชักชวน
persuasion *n* การชักชวน
persuasive *adj* ล่อใจ
pertain *v* เกี่ยวกับ; เป็นของ
pertinent *adj* เข้าเรื่อง
perturb *v* ทำให้ตกอกตกใจ
perverse *adj* ดันทุรัง; เสียนิสัย
pervert *v* ใช้ในทางที่ผิด
pervert *n* พวกกามวิตถาร
pessimism *n* การมองโลกในแง่ร้าย
pessimistic *adj* ที่มองโลกในแง่ร้าย
pest *n* สัตว์ที่รบกวน
pester *v* รบกวน
pesticide *n* ยาฆ่าแมลง
pet *n* สัตว์เลี้ยง
pet *v* ลูบอย่างเอ็นดู
petal *n* กลีบดอกไม้
petite *adj* เล็ก
petition *n* คำร้อง
petrified *adj* กลายเป็นหิน
petroleum *n* ปิโตรเลียม
pettiness *n* ความเล็กน้อย
petty *adj* นิดหน่อย
pew *n* ม้านั่งในโบสถ์
phantom *n* ภูติผีปีศาจ
pharmacist *n* เภสัชกร
pharmacy *n* ร้านขายยา
phase *n* ช่วง; ระยะ
pheasant *n* ไก่ฟ้า
phenomenon *n* ปรากฏการณ์
philosopher *n* นักปรัชญา
philosophy *n* ปรัชญา
phobia *n* ความหวาดกลัว
phone *n* โทรศัพท์
phone *v* โทรศัพท์
phony *adj* ปลอม
phosphorus *n* ฟอสฟอรัส
photo *n* รูปภาพ
photocopy *n* ทำสำเนา
photograph *v* ถ่ายภาพ
photographer *n* ช่างถ่ายภาพ
photography *n* การถ่ายรูป
phrase *n* วลี; สำนวน
physically *adv* ทางร่างกาย
physician *n* แพทย์
physics *n* กายภาพ

P

pianist *n* นักเล่นเปียโน
piano *n* เปียโน
pick *v* เด็ด; หยิบ; เลือก
pick *n* การเลือก; การเก็บ
pick up *v* ไปรับ; หยิบ
pickpocket *n* นักล้วงกระเป๋า
pickup *n* รถกระบะ
picture *n* รูปภาพ
picture *v* จินตนาการ
picturesque *adj* งดงาม
pie *n* ขนมพาย
piece *n* ชิ้น
piecemeal *adv* ทีละชิ้น
pier *n* ท่าเรือ
pierce *v* เจาะ
piercing *n* การเจาะ
piety *n* ความนับถือ
pig *n* หมู
P
pigeon *n* นกพิราบ
piggy bank *n* ออมสิน
pile *v* รวมไว้เป็นกอง
pile *n* กอง
pile up *v* กองพะเนิน
pilfer *v* ขโมย
pilgrim *n* ผู้แสวงบุญ
pilgrimage *n* การแสวงบุญ
pill *n* ยาเม็ด
pillage *v* ปล้นสะดม
pillar *n* เสาหิน
pillow *n* หมอน
pillowcase *n* ปลอกหมอน
pilot *n* คนขับเครื่องบิน
pimple *n* สิว
pin *n* เข็มหมุด
pin *v* กลัด
pincers *n* ปากคีบ
pinch *v* หยิก
pinch *n* การหยิก; ข้อลำบาก
pine *n* ต้นสน
pineapple *n* สับปะรด
pink *adj* สีชมพู
pinpoint *v* หาตำแหน่ง
pint *n* น้ำหนักเป็นไปนต์
pioneer *n* ผู้บุกเบิก
pious *adj* ใจบุญ
pipe *n* หลอด; กล้องยาสูบ
pipeline *n* ท่อลำเลียงน้ำมัน
piracy *n* การโจรกรรม
pirate *n* โจรสลัด
pistol *n* ปืนสั้น
pit *n* หลุม; อุโมงค์ในเหมือง; สังเวียนชนไก่; นรก
pitch *v* ขว้าง; ตั้งระดับเสียง; ขายสินค้า
pitch-black *adj* มืดมาก
pitcher *n* เหยือก; ผู้ขว้าง; ตำแหน่งพิทเชอร์
pitchfork *n* คราด
pitfall *n* หลุมพราง; กับดัก
pitiful *adj* น่าเห็นใจ
pity *n* ความสงสาร
placard *n* ใบประกาศ
placate *v* ปลอบโยน
place *n* สถานที่
place *v* วาง; หาที่ตั้ง

placid *adj* เงียบสงบ
plague *n* กาฬโรค
plain *n* พื้นที่ราบ
plain *adj* เรียบ; ง่ายๆ
plainly *adv* อย่างง่ายๆ
plaintiff *n* เจ้าทุกข์
plan *v* วางแผน
plan *n* แผนการ
plane *n* เครื่องบิน; พื้นราบ; ระดับ
planet *n* ดาวเคราะห์
plant *v* ปลูก
plant *n* ต้นไม้
plaster *n* ปูนปลาสเตอร์
plaster *v* เทปูน
plastic *n* พลาสติก
plate *n* จาน
plateau *n* ที่ราบสูง
platform *n* ชานชาลา
platinum *n* ทองคำขาว
platoon *n* กองทหาร
plausible *adj* น่าเชื่อถือ
play *n* การเล่น; บทละคร
play *v* เล่น; แสดงละคร
player *n* ตัวละคร; ผู้เล่น
playful *adj* สนุกสนาน
playground *n* สนามเด็กเล่น
plea *n* คำขอร้อง; คำแก้ฟ้อง
plead *v* อ้อนวอน; แก้ตัว
pleasant *adj* น่าพึงพอใจ
please *v* ทำให้พอใจ
pleasing *adj* น่าพอใจ
pleasure *n* ความพอใจ
pleat *n* รอยจีบ
pleated *adj* ถูกจีบ
pledge *v* วางมัดจำ; จำนำ
pledge *n* การวางมัดจำ
plentiful *adj* มากมาย
plenty *n* มากมาย
pliable *adj* ยืดหยุ่นได้
pliers *n* ปากคีบ
plot *v* ออกอุบาย
plot *n* แผน; เค้าโครงเรื่อง
plow *v* ไถ
ploy *n* ไถ; เครื่องกวาดหิมะ
pluck *v* ถอน; ปอกลอก
plug *v* อุด; เผยแพร่
plug *n* เครื่องอุด; จุกไม้ก๊อก
plum *n* ลูกพลับ
plumber *n* ช่างท่อประปา
plumbing *n* ประปา
plummet *v* ตกดิ่งลงไป
plump *adj* อวบ
plunder *v* ปล้นจี้
plunge *v* จ้วง; พรวดพราด
plunge *n* การกระโดด
plural *n* พหูพจน์
plus *adj* มากเป็นพิเศษ; ที่เพิ่ม
plush *adj* อุดมสมบูรณ์
plutonium *n* ธาตุพลูโตเนียม
pneumonia *n* โรคปอดอักเสบ
pocket *n* กระเป๋า
poem *n* กลอน
poet *n* กวี
poetry *n* บทกวี

P

poignant 128

poignant *adj* สาหัส
point *n* ปลายแหลม; หัวข้อ
point *v* ชี้; แจ้ง
pointed *adj* แหลม
pointless *adj* ทู่
poise *n* ท่าทาง; หลัก; การชั่ง
poison *v* วางยาพิษ
poison *n* ยาพิษ
poisoning *n* พิษ
poisonous *adj* ที่มีพิษ
Poland *n* ประเทศโปแลนด์
polar *adj* เกี่ยวกับขั้วโลก
pole *n* ขั้วโลก
police *n* ตำรวจ
policeman *n* เจ้าหน้าที่ตำรวจ
policy *n* นโยบาย
polish *n* ยาขัด; ความเงา
polish *v* ขัดเงา
Polish *adj* เกี่ยวกับโปแลนด์
polite *adj* สุภาพ
politeness *n* ความสุภาพ
politician *n* นักการเมือง
politics *n* การเมือง
poll *n* การสำรวจความคิดเห็น
pollen *n* เกสรดอกไม้
pollute *v* ก่อให้เกิดมลพิษ
pollution *n* มลพิษ
polygamist *adj* เมียน้อย
polygamy *n* การมีคู่ครองหลายคน
pomegranate *n* ผลไม้ทับทิม
pomposity *n* ความหรูหรา
pond *n* สระน้ำ
ponder *v* ไตร่ตรอง
pontiff *n* พระสันตะปาปา
pool *v* รวมกำไรกัน
pool *n* บ่อน้ำ ;สระน้ำ
poor *n* ความยากจน
poorly *adv* ไม่สบาย
pop *v* ทำเสียงดังป๊อบ
popcorn *n* ข้าวโพดคั่ว
Pope *n* พระสันตะปาปา
poppy *n* ต้นพอพพี
popular *adj* มีชื่อเสียง
popularize *v* ทำให้แพร่หลาย
populate *v* ตั้งถิ่นฐาน
population *n* จำนวนประชากร
porcelain *n* เครื่องถ้วยชาม
porch *n* ระเบียง
porcupine *n* เม่น
pore *n* รูขุมขน
pork *n* เนื้อหมู
porous *adj* เป็นรูพรุน
port *n* ท่าเรือ; ประตูใหญ่
portable *adj* ที่พกพาได้
portent *n* ความหมาย
porter *n* คนขนของ
portion *n* ขนาด
portrait *n* รูป
portray *v* เขียนภาพ
Portugal *n* ประเทศโปรตุเกส
Portuguese *adj* เกี่ยวกับโปรตุเกส
pose *n* ท่าทาง
pose *v* ตั้งคำถาม; ทำให้งง
posh *adj* เยี่ยม

P

position *n* ตำแหน่ง
positive *adj* บวก; มั่นใจ
possess *v* ครอบครอง
possession *n* การครอบครอง
possibility *n* ความเป็นไปได้
possible *adj* เป็นไปได้
post *n* หลัก; ที่มั่น
post *v* ประกาศ
post office *n* ที่ทำการไปรษณีย์
postage *n* ค่าไปรษณีย์
postcard *n* ไปรษณียบัตร
poster *n* ใบปิดประกาศ
posterity *n* ลูกหลาน
postman *n* บุรุษไปรษณีย์
postmark *n* ตราประทับบนไปรษณียภัณฑ์
postpone *v* เลื่อนกำหนด
postponement *n* การเลื่อนเวลา
pot *n* หม้อ; กาน้ำ
potato *n* มันฝรั่ง
potent *adj* มีอำนาจ
potential *adj* สามารถเป็นได้
pothole *n* หลุม
poultry *n* สัตว์ปีก
pound *v* ขังไว้; บด; ห้ำหั่น
pound *n* เงินปอร์น; ที่คุมขัง
pour *v* เท
poverty *n* ความยากจน
powder *n* แป้ง
power *n* อำนาจ; พลังงาน
powerful *adj* มีอำนาจ
powerless *adj* ไร้อำนาจ
practical *adj* ปฏิบัติจริง
practice *v* ฝึกฝน
practice *n* การฝึกฝน
practicing *adj* ซึ่งปฏิบัติ
pragmatist *adj* ที่ปฏิบัตนิยม
prairie *n* ทุ่งหญ้า
praise *v* สรรเสริญ
praise *n* การสรรเสริญ
praiseworthy *adj* น่าสรรเสริญ
prank *n* ความคึกคะนอง
prawn *n* กุ้งตัวใหญ่
pray *v* อธิฐาน
prayer *n* คำอธิฐาน
preach *v* เทศน์
preacher *n* นักเทศน์
preaching *n* การเทศน์
preamble *n* คำนำ
precarious *adj* ไม่คงทน
precaution *n* การป้องกันไว้ก่อน
precede *v* ออกหน้า
precedent *n* เรื่องราวแต่ก่อน
preceding *adj* อันก่อน
precept *n* คำสั่งสอน
precious *adj* มีค่า
precipice *n* หน้าผา
precipitate *v* ทำให้ตกตะกอน
precise *adj* แน่นอน
precision *n* ความแน่นอน
precocious *adj* แก่เกินอายุ
precursor *n* ผู้นำ
predecessor *n* บรรพบุรุษ
predicament *n* สถานการณ์

P

predict v พยากรณ์
prediction n การพยากรณ์
predilection n ความสมัครใจ
predisposed adj ซึ่งครอบงำจิต
predominate v เหนือกว่า
preempt v ยึดเอาเสียก่อน
prefabricate v ทำเตรียมไว้ก่อน
preface n บทนำ
prefer v ชอบมากกว่า
preference n การชอบมากกว่า
prefix n คำนำหน้า
pregnancy n การท้อง
pregnant adj ท้อง
prehistoric adj ก่อนประวัติศาสตร์
prejudice n อคติ
preliminary adj เบื้องต้น
prelude n โหมโรง
premature adj ก่อนกำหนด
premeditate v ไตร่ตรองล่วงหน้า
premeditation n การไตร่ตรองไว้ก่อน
premier adj เริ่มแรก
premise n หลักฐาน; คำนำ
premises n สถานที่
premonition n ลาง
preoccupation n การเข้ายึดก่อน
preoccupy v เข้ายึดก่อน
preparation n การเตรียมการ
prepare v เตรียมการ
preposition n คำบุพบท
prerequisite n สภาพ
prerogative n สิทธิพิเศษ
prescribe v กำหนด

prescription n การกำหนด
presence n การปรากฏตัว
present v รายงาน
present adj ปัจจุบัน
present n ของขวัญ; ปัจจุบันนี้
presentation n การรายงาน
preserve v รักษา
preside v รับผิดชอบ
presidency n การเป็นประธาน
president n ประธานาธิบดี
press n ความกด; ความดัน
press v กด; อัด
pressing adj เร่งด่วน
pressure n ความกดดัน
pressure v กดดัน
prestige n เกียรติศักดิ์
presume v สันนิษฐาน
presumption n การสันนิษฐาน
presuppose v สมมุติล่วงหน้า
presupposition n ข้อสันนิษฐาน
pretend v เสแสร้ง
pretense n ข้ออ้าง
pretension n การทำท่า
pretty adj น่ารัก
prevail v เป็นต่อ; แพร่หลาย
prevalent adj เป็นที่แพร่หลาย
prevent v ป้องกัน
prevention n การป้องกัน
preventive adj เป็นการขัดขวาง
preview n การชมก่อน
previous adj ก่อนหน้านี้
previously adv แต่ก่อน

prey *n* เหยื่อ
price *n* ราคา
pricey *adj* แพง
prick *v* เสียดแทง
pride *n* ความภาคภูมิใจ
priest *n* นักบวช
priestess *n* ภิกษุณี
priesthood *n* ความเป็นนักบวช
primacy *n* ความแรกเริ่ม
primarily *adv* ส่วนมาก
prime *adj* ยอดเยี่ยม; แรก
primitive *adj* โบราณ
prince *n* เจ้าชาย
princess *n* เจ้าหญิง
principal *adj* เป็นส่วนใหญ่
principle *n* หลัก; หลักธรรม
print *n* รอย
print *v* พิมพ์
printer *n* ช่างพิมพ์
printing *n* การพิมพ์
prior *adj* ก่อน
priority *n* สิทธิไปก่อน
prism *n* รูปทรงปริซึม
prison *n* คุก
prisoner *n* คนคุก
privacy *n* ความเป็นส่วนตัว
private *adj* ที่เป็นส่วนตัว
privilege *n* สิทธิพิเศษ
prize *n* รางวัล
probability *n* ความน่าจะเป็น
probable *adj* น่าจะเป็นไปได้
probe *v* ไต่ถาม

probing *n* สำรวจ; ขุดค้น
problem *n* ปัญหา
problematic *adj* ที่เป็นปัญหา
procedure *n* กระบวนการ
proceed *v* ดำเนินเรื่อง
proceedings *n* กิจการ
proceeds *n* เงินรายได้
process *n* กระบวนการ
process *v* ดำเนินการ
procession *n* ขบวน
proclaim *v* ประกาศ
proclamation *n* การประกาศ
procrastinate *v* รีรอ
procreate *v* สร้าง
procure *v* จัดหา
prod *v* กระทุ้ง
prodigious *adj* มหัศจรรย์
prodigy *n* ตัวอย่างมหัศจรรย์
produce *n* พืชผล
produce *v* ผลิต
product *n* ผลิตภัณฑ์; ผลที่เกิดขึ้น
production *n* การผลิต
productive *adj* มีผล; เป็นประโยชน์
profane *adj* ดูหมิ่น; หยาบคาย
profess *v* แสดงตัว
profession *n* วิชาชีพ
professional *adj* อย่างมืออาชีพ
professor *n* อาจารย์
proficiency *n* ความคล่องแคล่ว
proficient *adj* คล่องแคล่ว
profile *n* โฉม
profit *v* มีกำไร

profit n กำไร
profitable adj ได้ประโยชน์
profound adj ลึกซึ้ง
program n โครงการ
program v เขียนโปรแกรม
programmer n นักเขียนโปรแกรม
progress v ก้าวหน้า
progressive adj อย่างก้าวหน้า
prohibit v ห้าม
prohibition n การห้าม
project v วางแผน
project n โครงการ
projectile n ลูกกระสุนปืน
prologue n อารัมภบท
prolong v ทำให้ยาวขึ้น
promenade n การเดินเล่น
prominent adj สำคัญ
promiscuous adj หลากหลาย
promise n คำสัญญา
promote v เลื่อนขั้น
promotion n การเลื่อนขั้น
prompt adj อย่างฉับพลัน
prone adj มีใจโอนเอียง
pronoun n คำสรรพนาม
pronounce v ออกเสียง
proof n หลักฐาน
propaganda n การโฆษณา
propagate v โฆษณา
propel v ลากจูง
propensity n นิสัยชอบ
proper adj เหมาะสม
properly adv อย่างเหมาะสม

property n ความเหมาะสม
prophecy n การทำนาย
prophet n โหร; หมอดู
proportion n ส่วน
proposal n การขอแต่งงาน
propose v ขอแต่งงาน; เสนอ
proposition n ข้อความ
prose n ร้อยแก้ว
prosecute v ฟ้องร้อง
prosecutor n โจทก์ในคดีอาญา
prospect n โอกาส
prosper v รุ่งเรือง
prosperity n ความรุ่งเรือง
prosperous adj เจริญ
prostate n ต่อมลูกหมาก
prostrate adj นอนคว่ำ
protect v ปกป้อง
protection n การปกป้อง
protein n โปรตีน
protest v ประท้วง
protest n การประท้วง
protocol n แบบพิธี
prototype n รากเดิม
protract v ยืดเยื้อ; กางออกไป
protracted adj ยืดเยื้อ; กาง
protrude v ยื่นออกมา
proud adj ภาคภูมิใจ
proudly adv อย่างภาคภูมิใจ
prove v พิสูจน์
proven adj เห็นจริงแล้ว
proverb n สุภาษิต
provide v จัดหา

providence *n* การเตรียม; พรหมลิขิต
providing that *c* ถ้าหากว่า
province *n* ภูมิภาค
provision *n* การจัดหา
provisional *adj* เฉพาะกาล
provocation *n* ความเร้าใจ
provoke *v* กระตุ้น
prow *n* หัวเรือ
prowl *v* เที่ยวเดินเตร็ดเตร่
prowler *n* รถสายตรวจ
proximity *n* ความใกล้ชิด
proxy *n* ตัวแทน
prudence *n* ความรอบคอบ
prudent *adj* รอบคอบ
prune *n* ลูกพรุน
prune *v* เลาะ; เล็มต้นไม้
prurient *adj* เต็มไปด้วยราคะ
pseudonym *n* นามแฝง
psychiatrist *n* นักจิตวิทยา
psychiatry *n* จิตเวชศาสตร์
psychic *adj* เกี่ยวกับจิตใจ
psychology *n* จิตวิทยา
psychopath *n* คนบ้า
puberty *n* วัยแรกรุ่น
public *adj* สาธารณะ
publication *n* การโฆษณา
publicity *n* การเปิดเผย
publicly *adv* อย่างสาธารณะ
publish *v* พิมพ์ออกจำหน่าย
publisher *n* ผู้พิมพ์จำหน่าย
pudding *n* ขนมพุดดิ้ง
puerile *adj* ไร้สาระ

puff *n* การปุย
puffy *adj* ปุกปุย
pull *v* ดึง
pull ahead *v* แซง; ล้ำหน้า
pull down *v* ลด; รื้อ
pull out *v* ดึงออก
pulley *n* รอก
pulp *n* ส่วนที่เป็นเนื้อ
pulpit *n* การเทศน์
pulsate *v* รัว
pulse *n* ชีพจร
pulverize *v* บดขยี้
pump *v* สูบน้ำ; ปั๊ม
pump *n* เครื่องสูบน้ำ
pumpkin *n* ฟักทอง
punch *v* ตอกหัวหมุด; ต่อย
punch *n* เครื่องสำหรับตอกรู; การชก; น้ำพันช์
punctual *adj* ตรงเวลา
puncture *n* การเจาะ; การรั่ว
punish *v* ลงโทษ
punishable *adj* ที่มีโทษ
punishment *n* การลงโทษ
pupil *n* นักเรียน; ลูกตาดำ
puppet *n* ตุ๊กตา
puppy *n* ลูกหมา
purchase *v* ซื้อ
purchase *n* การซื้อ
pure *adj* บริสุทธิ์
puree *n* น้ำแกงข้น
purgatory *n* นรก
purge *v* ฟอก; ทำให้สะอาด

purge *n* การฟอก; ยาระบาย
purification *n* การทำให้บริสุทธิ์
purify *v* ทำให้บริสุทธิ์
purity *n* ความบริสุทธิ์
purple *adj* สีม่วง
purpose *n* จุดประสงค์
purposely *adv* โดยเจตนา
purse *n* กระเป๋าถือสตรี
pursue *v* ติดตาม; มุ่งไปยัง
pursuit *n* อาชีพ
pus *n* หนอง
push *v* ผลัก
pushy *adj* เร่งเร้า
put *iv* วาง
put aside *v* วางข้างๆ
put away *v* เก็บ
put off *v* เอาออก; เลื่อนไป
put out *v* ดับ
put up *v* ให้เงิน; ตั้ง; พำนัก
put up with *v* ทน
putrid *adj* เน่าเปื่อย
puzzle *n* ปริศนา
puzzling *adj* ทำให้งง
pyramid *n* ปีรามิด
python *n* งูเหลือม

Q

quagmire *n* บึง
quail *n* นกกระทา
quake *v* สั่นสะเทือน
qualify *v* มีคุณสมบัติ
quality *n* คุณสมบัติ
qualm *n* ความไม่สบายใจ
quandary *n* ความลังเลใจ
quantity *n* จำนวน
quarrel *v* ทะเลาะวิวาท
quarrel *n* การทะเลาะวิวาท
quarrelsome *adj* ชอบทะเลาะวิวาท
quarry *n* เหมืองหิน
quarter *n* หนึ่งในสี่; ภาค
quarterly *adj* ทุกสามเดือน
quarters *n* ที่พัก; ไตรมาส
quash *v* ยกเลิก; ปราบ
queen *n* พระราชินี
queer *adj* แปลกประหลาด
quell *v* ปราบ; ทำให้สงบ
quench *v* ทำให้หมด; ดับ
quest *n* การสืบหา
question *v* ถาม
question *n* คำถาม
questionable *adj* น่าสงสัย
questionnaire *n* แบบสอบถาม
queue *n* คิว
quick *adj* เร็ว
quicken *v* ทำให้เร็ว
quickly *adv* อย่างเร็ว

quicksand *n* บริเวณทรายดูด
quiet *adj* เงียบ
quietness *n* ความเงียบ
quilt *n* ผ้าห่ม
quit *iv* เลิก; หยุด
quite *adv* ค่อนข้างจะ
quiver *v* สั่น
quiz *v* ตั้งคำถาม
quotation *n* สิ่งอ้างอิง
quote *v* อ้างอิง
quotient *n* ผลหาร

R

rabbi *n* อาจารย์ในศาสนายิว
rabbit *n* กระต่าย
rabies *n* โรคพิษสุนัขบ้า
raccoon *n* ตัวแรคคูน
race *v* วิ่งแข่ง
race *n* การวิ่งแข่ง; เชื้อชาติ
racism *n* ลัทธิเหยียดผิว
racist *adj* ถือลัทธิเหยียดผิว
racket *n* เสียงดัง; ไม้แร็กเก็ต
racketeering *n* การกรรโชก
radar *n* เรดาร์
radiation *n* กัมมันตภาพรังสี
radiator *n* เครื่องนำความร้อน; หม้อน้ำรถยนต์
radical *adj* รุนแรง
radio *n* วิทยุ
radish *n* หัวผักกาด
radius *n* รัศมี
raffle *n* ของเสีย
raft *n* แพ
rag *n* ผ้าขี้ริ้ว
rage *n* ความโกรธ
ragged *adj* โกรธ
raid *n* การจู่โจม; การตรวจค้น
raid *v* โจมตี; ตรวจค้น
raider *n* ผู้โจมตี
rail *n* รางรถ; ทางรถไฟ
railroad *n* ทางรถไฟ
rain *v* ฝนตก
rain *n* ฝน
rainbow *n* รุ้งกินน้ำ
raincoat *n* เสื้อกันฝน
rainfall *n* ปริมาณน้ำฝน
rainy *adj* มีฝนชุก
raise *v* ตั้งขึ้น; ยกขึ้น
raise *n* การตั้งขึ้น; การยกขึ้น
raisin *n* ลูกเกด
rake *n* คราด
rally *n* การชุมนุม
ram *v* ขวิด; กระทุ้ง
ram *n* แกะตัวผู้
ramification *n* การแตกกิ่งก้าน
ramp *n* ทางลาด
rampage *v* วุ่นวาย; มีโทสะ
rampant *adj* วิ่งพล่าน
ranch *n* ทุ่งเลี้ยงสัตว์

R

rancor n ความพยายาม
randomly adv เคว้งคว้าง
range n เทือกเขา; แถว
rank n ตำแหน่ง; แถว; ชั้น
rank v จัดแถว; จัดตำแหน่ง
ransack v ค้นหา; ปล้น
ransom n ค่าไถ่
ransom v ไถ่ตัว
rape v ข่มขืน
rape n การข่มขืน
rapid adj รวดเร็ว
rapist n คนข่มขืน
rapport n ความปรองดอง
rare adj หายาก
rarely adv ไม่บ่อย
rascal n อันธพาล
rash n ผื่น; การแพร่หลาย
rash adj ใจร้อน; ประมาท
raspberry n ลูกราสเบอรี่
rat n หนู
rate n อัตรา; ชั้น
rate v จัดลำดับ
rather adv ค่อนข้างจะ
ratification n การอนุมัติ
ratify v อนุมัติ
ratio n อัตราส่วน; สัดส่วน
ration v ปันส่วน
ration n การปันส่วน
rational adj มีเหตุผล
rationalize v ใช้เหตุผลตัดสิน
rattle v มีเสียงแหลม
ravage v ทำลาย; ล้างผลาญ

ravage n การทำลาย
rave v พูดเพ้อเจ้อ
raven n นกกาเหว่า
ravine n หุบเขาลึก
raw adj หยาบ; ดิบ; ไม่สุก
ray n ปลากระเบน; รังสี
raze v ทำลาย
razor n เครื่องโกนหนวด
reach n การเอื้อม
reach v เอื้อม
react v โต้ตอบ
reaction n การโต้ตอบ
read iv อ่าน
reader n ผู้อ่าน
readiness n ความเต็มใจ
reading n การอ่าน
ready adj พร้อม
real adj แท้จริง
realism n สัจนิยม
reality n ความเป็นจริง
realize v ตระหนัก
really adv โดยแท้จริง
realm n อาณาจักร
realty n อสังหาริมทรัพย์
reap v ได้ผล; เก็บเกี่ยว
reappear v เกิดขึ้นอีกครั้ง
rear n ด้านหลัง
rear adj ข้างหลัง
rear v เลี้ยง; ส่งเสีย
reason v ชี้แจงเหตุผล
reason n เหตุผล
reasonable adj สมเหตุสมผล

reasoning *n* การให้เหตุผล
reassure *v* ทำให้มั่นใจขึ้นอีก
rebate *n* ส่วนลด
rebel *n* ผู้ก่อการกบฏ
rebel *v* ก่อการกบฏ
rebellion *n* การก่อการกบฏ
rebirth *n* การเกิดใหม่
rebound *v* เด้งกลับ
rebuff *v* ปฏิเสธ; ขับออก
rebuff *n* การปฏิเสธ
rebuild *v* สร้างใหม่
rebuke *v* ต่อว่า
rebuke *n* การต่อว่า
rebut *v* โต้แย้ง
recall *v* ระลึกได้
recant *v* ยกเลิก
recap *v* ปะยางรถ
recapture *v* เอาคืน
recede *v* ถอยห่าง
receipt *n* ใบเสร็จรับเงิน
receive *v* ได้รับ
recent *adj* เมื่อเร็วๆนี้
reception *n* การต้อนรับ
receptionist *n* พนักงานต้อนรับ
receptive *adj* รับได้
recess *n* การพักผ่อน
recession *n* ภาวะถดถ่อย
recharge *v* อัดหม้อไฟใหม่
recipe *n* ตำรับยา
reciprocal *adj* ทำนองเดียวกัน
recital *n* การท่องอาขยาน
recite *v* ท่องจำ
reckless *adj* ชะล่าใจ
reckon *v* คำนวณ; นึกไว้
reckon on *v* นึกถึง
reclaim *v* ทำให้คืนดี
recline *v* เอนกาย
recluse *n* ฤษี
recognition *n* ความสำนึก
recognize *v* จำได้
recollect *v* ฟื้นความจำ
recollection *n* การระลึก
recommend *v* แนะนำ
recompense *v* ชดเชย
recompense *n* ค่าชดเชย
reconcile *v* ประนีประนอม
reconsider *v* พิจารณาทบทวน
reconstruct *v* สร้างใหม่
record *v* บันทึก; อัดเทป
record *n* บันทึก; แผ่นเสียง
recorder *n* เครื่องบันทึกเสียง
recording *n* การบันทึกเสียง
recount *n* การนับใหม่
recoup *v* เอาคืน
recourse *v* ขอความช่วยเหลือ
recourse *n* การขอความช่วยเหลือ
recover *v* เอากลับคืน
recovery *n* การเอากลับคืน
recreate *v* สร้างใหม่
recreation *n* การสร้างใหม่
recruit *v* สมาชิกใหม่
recruit *n* รับสมัคร
recruitment *n* การรับสมัคร
rectangle *n* รูปสี่เหลี่ยมมุมฉาก

R

rectangular *adj* สี่เหลี่ยมมุมฉาก
rectify *v* ทำให้ถูกต้อง
rector *n* อธิบดี
rectum *n* ไส้ตรง
recuperate *v* ทำให้ฟื้นคืน
recur *v* กลับมาอีก
recurrence *n* การกลับมาอีก
recycle *v* นำกลับมาใช้อีก
red *adj* สีแดง
red tape *n* ผ้าแถบแดง
redden *v* ทำให้เป็นสีแดง
redeem *v* ไถ่
redemption *n* การไถ่คืน
red-hot *adj* ร้อนจัด; โกรธ
redo *v* ประดับใหม่
redouble *v* เพิ่มทวีคูณ
redress *v* แต่งตัวใหม่; ชดใช้
reduce *v* ทำให้น้อยลง
redundant *adj* ซ้ำซาก; ฟุ่มเฟือย
reed *n* พืชจำพวกกก
reef *n* โขดหิน
reel *n* หลอด; หลอดด้าย
reelect *v* เลือกใหม่
reenactment *n* การปฏิบัติใหม่
reentry *n* การเข้ามาใหม่
refer to *v* พาดพิงถึง
referee *n* กรรมการตัดสิน
reference *n* การอ้างอิง
referendum *n* การลงประชามติ
refill *v* เติมอีกครั้ง
refinance *v* กู้เงินใหม่
refine *v* ทำให้บริสุทธิ์

refinery *n* โรงกลั่น
reflect *v* สะท้อนกลับ
reflection *n* การสะท้อนกลับ
reflexive *adj* สะท้อนกลับ
reform *n* การเปลี่ยนรูป
reform *v* เปลี่ยนรูป
refrain *v* ละเว้น
refresh *v* ทำให้สดชื่น
refreshing *adj* น่าสดชื่น
refreshment *n* ความสดชื่น
refrigerate *v* ทำให้เย็น; แช่เย็น
refuel *v* เติมเชื้อเพลิง
refuge *n* ที่หลบภัย
refugee *n* ผู้ลี้ภัย
refund *v* คืนเงินให้
refund *n* การคืนเงินให้
refurbish *v* ทำให้ใหม่
refusal *n* การปฏิเสธ
refuse *v* ปฏิเสธ
refuse *n* ขยะ
refute *v* หักล้าง
regain *v* ได้คืน
regal *adj* ของกษัตริย์
regard *v* เห็นว่า; คำนึงถึง
regarding *pre* เกี่ยวกับ
regardless *adv* ไม่ระมัดระวัง
regards *n* ความเคารพนับถือ
regeneration *n* การเกิดใหม่
regent *n* อุปราช
regime *n* ระบบการปกครอง
regiment *n* กรมทหาร; รัฐบาล
region *n* บริเวณ; ดินแดน

139 **remark**

regional *adj* ทั่วแคว้น
register *v* ลงทะเบียน
registration *n* การลงทะเบียน
regret *n* ความเสียใจ
regret *v* เสียใจ
regrettable *adj* น่าเสียใจ
regularity *n* ระเบียบ
regularly *adv* สม่ำเสมอ
regulate *v* วางระเบียบ
regulation *n* กฎระเบียบ
rehabilitate *v* ทำให้กลับเป็นดี
rehearsal *n* การแจ้ง; การซ้อม
rehearse *v* แจ้งรายการ; ซ้อม
reign *n* อำนาจการปกครอง
reign *v* ครองราชย์
reimburse *v* ชำระเงินคืน
reimbursement *n* การชำระเงินคืน
rein *n* วิธีการควบคุม
rein *v* ดึงบังเหียน
reindeer *n* กวางขนาดใหญ่
reinforce *v* เสริมกำลัง
reinforcements *n* กำลังสนับสนุน
reiterate *v* ย้ำ
reject *v* ปฏิเสธ
rejection *n* การปฏิเสธ
rejoice *v* ดีใจ; ยินดี
rejoin *v* กลับมาร่วมกันอีก
rejuvenate *v* ทำให้กระปรี้กระเปร่า
relapse *n* การกลับทรุด
related *adj* ซึ่งได้เกี่ยวพันกัน
relationship *n* ความสัมพันธ์
relative *n* ญาติ
relative *adj* เกี่ยวข้องกัน
relax *v* ผ่อนคลาย
relaxation *n* การผ่อนคลาย
relaxing *adj* ที่ผ่อนคลาย
relay *v* ถ่ายทอด
release *v* ปล่อย
relegate *v* เนรเทศ
relent *v* บรรเทา
relentless *adj* กระด้าง
relevant *adj* สัมพันธ์กัน
reliable *adj* วางใจได้
reliance *n* ความเชื่อมั่น
relic *n* ของที่ระลึก
relief *n* ความโล่งอก
relieve *v* บรรเทา; ผ่อนคลาย
religion *n* ศาสนา
religious *adj* เกี่ยวกับศาสนา
relinquish *v* ยกเลิก
relish *v* เพลิดเพลิน
relive *v* มีชีวิตอีก
relocate *v* ขนย้าย
relocation *n* การขนย้าย
reluctant *adj* ไม่เต็มใจ
reluctantly *adv* อย่างไม่เต็มใจ
rely on *v* พึ่งพา
remain *v* คงอยู่
remainder *n* ของตกค้าง
remaining *adj* ซึ่งคงอยู่
remains *n* สิ่งที่ตกค้างอยู่
remake *v* ทำใหม่
remark *n* คำกล่าว; ข้อสังเกต
remark *v* กล่าว; พึงสังเกต

R

remarkable *adj* น่าสังเกต
remarry *v* สมรสใหม่
remedy *v* รักษา
remedy *n* การรักษา; ยา
remember *v* จำได้
remembrance *n* ความทรงจำ
remind *v* เตือนใจ
reminder *n* สิ่งที่เตือนใจ
remission *n* การอภัยโทษ
remit *v* ส่งเงิน; อภัยโทษ
remittance *n* การส่งเงิน
remnant *n* เศษ
remodel *v* ปรับปรุง
remorse *n* ความสำนึกผิด
remorseful *adj* สำนึกผิด
remote *adj* ห่างไกล
removal *n* การเคลื่อนที่
remove *v* เคลื่อนย้าย
remunerate *v* ให้รางวัลตอบแทน
renew *v* ทำใหม่
renewal *n* การสร้างใหม่
renounce *v* สละ
renovate *v* ปรับปรุง
renovation *n* การปรับปรุง
renowned *adj* มีชื่อเสียง
rent *v* เช่า
rent *n* เงินค่าเช่า; การเช่า
reorganize *v* ปฏิรูป
repair *v* ซ่อมแซม
reparation *n* การซ่อมแซม
repatriate *v* ส่งกลับ; ส่งคืน
repay *v* ชำระหนี้

repayment *n* การชำระหนี้
repeal *v* ยกเลิก
repeal *n* การยกเลิก
repeat *v* ทำซ้ำ
repel *v* ต้านทาน
repent *v* สำนึกผิด
repentance *n* การสำนึกผิด
repetition *n* การทำซ้ำ
replace *v* แทนที่
replacement *n* การแทนที่
replay *n* การเล่นใหม่
replenish *v* เสริมกำลัง
replete *adj* เพียบพร้อม
replica *n* การถอดแบบ
replicate *v* ทำสำเนา
reply *v* ตอบ
reply *n* การตอบ; คำตอบ
report *v* ส่งข่าว; ทำรายงาน
report *n* รายงาน; การประกาศ
reportedly *adv* ตามข่าว
reporter *n* ผู้รายงาน; ผู้สื่อข่าว
repose *v* นอนพิง
repose *n* การนอนพิง
represent *v* ทำแทน
repress *v* ปราบปราม
repression *n* การปราบปราม
reprieve *n* การบรรเทาโทษ
reprint *v* พิมพ์ซ้ำ
reprint *n* การพิมพ์ซ้ำ
reprisal *n* การแก้แค้น
reproach *v* ต่อว่า
reproach *n* การต่อว่า

reproduce v ทำสำเนา
reproduction n การทำสำเนา
reptile n สัตว์เลื้อยคลาน
republic n สาธารณรัฐ
repudiate v ปฏิเสธ
repugnant adj คัดค้าน
repulse v ขับไล่
repulse n การขับไล่
repulsive adj น่ารังเกียจ
reputation n ชื่อเสียง
reputedly adv อย่างมีชื่อเสียง
request n คำขอร้อง
request v ขอร้อง
require v ต้องการ
requirement n ความต้องการ
rescue v ช่วยชีวิต
rescue n การช่วยชีวิต
research v ค้นคว้า
research n การค้นคว้า
resemblance n ความคล้ายคลึง
resemble v คล้ายคลึง
resent v ไม่พอใจ
resentment n ความไม่พอใจ
reservation n การสำรอง
reserve v สำรองที่
reservoir n อ่างเก็บน้ำ
reside v อาศัยอยู่
residence n ถิ่นที่อยู่
residue n ส่วนที่เหลือ
resign v ลาออก
resignation n การลาออก
resilient adj คืนกลับ

resist v ต้านทาน
resistance n ความต้านทาน
resolute adj มั่นคง
resolution n ความแน่วแน่
resolve v ตัดสินใจ
resort v อาศัย
resounding adj สะท้อนกลับ
resource n แหล่งที่มา
respect n ความเคารพนับถือ
respect v เคารพ
respectful adj ซึ่งเคารพนับถือ
respective adj โดยเฉพาะ
respiration n การหายใจ
respite n การทุเลา
respond v ตอบ; โต้ตอบ
response n คำตอบ
responsibility n ความรับผิดชอบ
responsible adj ที่รับผิดชอบ
responsive adj เป็นคำตอบ
rest v พักผ่อน
rest n การพักผ่อน
rest room n ห้องน้ำ
restaurant n ร้านอาหาร
restful adj ซึ่งพักผ่อน
restitution n การพักฟื้น
restless adj กระสับกระส่าย
restoration n การบูรณะ
restore v ซ่อมแซม; บูรณะ
restrain v ยับยั้ง
restraint n การยับยั้ง
restrict v จำกัด
result n ผลลัพธ์

resume *v* เริ่มต้นใหม่
resumption *n* การเริ่มต้นใหม่
resurface *v* เกิดขึ้นอีก
resurrection *n* การคืนชีพ
resuscitate *v* นำกลับมาใหม่
retain *v* เก็บไว้; รักษา
retaliate *v* ตอบโต้
retaliation *n* การตอบโต้
retarded *adj* ปัญญาอ่อน
retention *n* การเก็บไว้
retire *v* ถอนตัว; ปลดเกษียณ
retirement *n* การถอนตัว
retract *v* ถอนกลับ
retreat *v* ล่าถอย
retreat *n* การล่าถอย; ที่ลี้ภัย
retrieval *n* การแก้ ไข
retrieve *v* แก้ ไข
retroactive *adj* มีผลย้อนหลับ
return *n* การกลับมา
return *v* กลับมา; กลับคืน
reunion *n* การกลับมารวมตัวกัน
reveal *v* เปิดเผย
revealing *adj* ซึ่งเปิดเผย
revel *v* สำราญ
revelation *n* การเปิดเผย
revenge *n* การแก้แค้น
revenge *v* แก้แค้น
revenue *n* รายได้; ภาษีอากร
reverence *n* ความเคารพนับถือ
reversal *n* การถอยหลัง
reverse *n* ความตรงกันข้าม
reversible *adj* กลับด้านได้
revert *v* กลับสู่สภาพเดิม
review *v* ทบทวน
review *n* การทบทวน
revise *v* ปรับปรุง
revision *n* การปรับปรุง
revive *v* ฟื้นฟู
revoke *v* ยกเลิก
revolt *v* ก่อกบฏ
revolt *n* กบฏ
revolting *adj* น่าขยะแขยง
revolve *v* โคจร; คิดทบทวน
revolver *n* ปืนพก
revue *n* บทเพลงเสียดสี
revulsion *n* ความรู้สึกขยะแขยง; การถอยกลับ
reward *n* รางวัล
reward *v* ให้รางวัล
rewarding *adj* ซึ่งให้รางวัล
rheumatism *n* โรคไขข้อ
rhinoceros *n* แรด
rhyme *n* คำกลอน
rhythm *n* จังหวะดนตรี
rib *n* ซี่โครง
ribbon *n* สายริบบิ้น; โบ
rice *n* ข้าว
rich *adj* รวย
rid of *iv* กำจัด
riddle *n* ปริศนา
ride *iv* ขับขี่; อาศัย
ridge *n* สันเขา
ridicule *v* หัวเราะเยาะ
ridicule *n* การหัวเราะเยาะ

143 rotation

ridiculous *adj* น่าขัน
rifle *n* ปืนยา
rift *n* รอยแตก
right *n* ฝ่ายขวา
right *adj* ขวา; ถูกต้อง
right *adv* โดยถูกต้อง
rigid *adj* แข็งแกร่ง
rigor *n* ความรุนแรง
rim *n* ขอบ; ริม
ring *iv* กดกระดิ่ง
ring *n* แหวน; ล้อ
ringleader *n* ผู้นำ
rinse *v* ซักล้าง
riot *n* ความอลหม่าน
riot *v* ก่อความอลหม่าน
rip *v* ฉีก
rip apart *v* ฉีกออกจากกัน
rip off *v* คิดเกินราคา
ripe *adj* สุกงอม
ripen *v* ทำให้สุกงอม
ripple *n* ระลอกคลื่น
rise *iv* ลุกขึ้น; ยืนขึ้น
risk *n* การเสี่ยงภัย
risk *v* เสี่ยงภัย
risky *adj* มีอันตราย
rite *n* พิธีทางศาสนา
rival *n* คู่แข่งขัน; คู่ต่อสู้
rivalry *n* การแข่งขัน
river *n* แม่น้ำ
rivet *v* ตรึง
riveting *adj* โลดโผน
road *n* ถนน
roam *v* เที่ยวไป; เดินเตร่
roar *v* คำราม
roar *n* เสียงคำราม
roast *v* อบ; ปิ้ง; คั่ว
roast *n* เนื้อย่าง
rob *v* ปล้น; จี้
robber *n* โจร
robbery *n* การจี้ปล้น
robe *n* เสื้อคลุมยาว
robust *adj* แข็งแรง
rock *n* ก้อนหิน
rock *v* โยก
rocket *n* จรวด; พลุ
rocky *adj* แข็งเหมือนหิน
rod *n* ท่อนไม้
rodent *n* สัตว์ที่ใช้ฟันแทะ
roll *v* ม้วน; กลิ้ง
roll *n* ม้วนเอกสาร
romance *n* เรื่องรักๆใคร่ๆ
roof *n* หลังคา
room *n* ห้อง; ที่ว่าง
roomy *adj* ใหญ่
rooster *n* ไก่ตัวผู้
root *n* ราก
rope *n* เชือก
rosary *n* สายลูกประคำ
rose *n* ดอกกุหลาบ
rosy *adj* เป็นสีดอกกุหลาบ
rot *n* การเน่าเปื่อย
rot *v* เน่าเปื่อย
rotate *v* หมุนเวียน
rotation *n* การหมุนเวียน

R

rotten *adj* เน่าเปื่อย
rough *adj* หยาบ; ขรุขระ
round *adj* กลม
roundup *n* การล้อมจับ
rouse *v* ปลุก
rousing *adj* เร้าใจ
route *n* เส้นทาง
routine *n* กิจวัตรประจำวัน
row *v* โยกย้าย
row *n* แถว; แนว
rowdy *adj* เสเพล
royal *adj* เกี่ยวกับเจ้า
royalty *n* พระราชวงศ์
rub *v* ถู; นวด
rubber *n* ยาง; คนนวด
rubbish *n* ขยะ
rubble *n* เศษหินหรืออิฐ
ruby *n* ทับทิม
rudder *n* หางเสือ
rude *adj* หยาบคาย
rudeness *n* ความหยาบคาย
rudimentary *adj* เป็นพื้นฐาน
rug *n* พรม
ruin *v* ทำลาย
ruin *n* ซากปรักหักพัง
rule *v* ควบคุม
rule *n* กฎเกณฑ์
ruler *n* ผู้ควบคุม; ผู้นำ
rum *n* เหล้ารัม
rumble *v* ดังก้อง
rumble *n* เสียงดัง
rumor *n* ข่าวลือ
run *iv* วิ่ง
run away *v* เผ่นหนี
run into *v* วิ่งเข้าหา
run out *v* หมด
run over *v* ทับ
run up *v* ทำให้สูงขึ้น
runner *n* นักวิ่ง; ผู้ส่งข่าว
runway *n* ลานวิ่ง
rupture *n* การแยกออก
rupture *v* แยกออก
rural *adj* แถบชนบท
ruse *n* เล่ห์เหลี่ยม
rush *v* รีบเร่ง
Russia *n* ประเทศรัสเซีย
Russian *adj* เกี่ยวกับประเทศรัสเซีย
rust *n* สนิม
rust *v* ขึ้นสนิม
rustic *adj* บ้านนอก
rust-proof *adj* กันสนิม
rusty *adj* เป็นสนิม
ruthless *adj* เหี้ยมโหด
rye *n* ข้าวไร

S

sabotage *v* ก่อวินาศกรรม
sabotage *n* การก่อวินาศกรรม
sack *n* ถุง; การไล่ออก
sack *v* ใส่ถุง; ไล่ออก
sacrament *n* การให้ศีล
sacred *adj* ศักดิ์สิทธิ์
sacrifice *n* การเสียสละ
sacrilege *n* การลบหลู่ศาสนา
sad *adj* น่าเสียใจ
sadden *v* เสียใจ
saddle *n* อานม้า
sadist *n* คนซาดิสท์
sadness *n* ความเสียใจ
safe *adj* ปลอดภัย
safe *n* ความปลอดภัย
safeguard *n* ผู้อารักขา
safety *n* ความปลอดภัย
sail *v* ล่องเรือ
sail *n* การล่องเรือ
sailboat *n* เรือใบ
sailor *n* กะลาสี
saint *n* นักบุญ
salad *n* สลัด
salary *n* เงินเดือน
sale *n* การจัดจำหน่าย
sale slip *n* ใบเสร็จ
salesman *n* พนักงานขาย
saliva *n* น้ำลาย
salmon *n* ปลาแซลมอน
saloon *n* ห้องโถง
salt *n* เกลือ
salty *adj* เค็ม
salvage *v* กู้เรือ
salvation *n* การรอดพ้นภัย
same *adj* เหมือน
sample *n* ตัวอย่าง
sanctify *v* ทำให้ศักดิ์สิทธิ์
sanction *v* อนุญาต; ลงโทษ
sanction *n* การอนุญาต
sanctity *n* ความศักดิ์สิทธิ์
sanctuary *n* สถานที่ศักดิ์สิทธิ์
sand *n* ทราย
sandal *n* รองเท้าแตะ
sandpaper *n* กระดาษทราย
sandwich *n* ขนมปังแซนวิช
sane *adj* มีสติ
sanity *n* การมีสุขภาพจิตที่ดี
sap *n* น้ำเลี้ยงต้นไม้
sap *v* ทำให้หย่อนลง
sapphire *n* นิลสีคราม
sarcasm *n* การเสียดสี
sarcastic *adj* เสียดสี
sardine *n* ปลาซาร์ดีน
satanic *adj* ร้ายกาจ
satellite *n* ดาวเทียม
satire *n* การเหน็บแนม
satisfaction *n* ความพอใจ
satisfactory *adj* ที่น่าพอใจ
satisfy *v* ทำให้พอใจ
saturate *v* ทำให้อิ่มตัว
Saturday *n* วันเสาร์

sauce 146

sauce *n* น้ำจิ้ม; น้ำซอส
saucepan *n* กระทะ
saucer *n* จานรอง
sausage *n* ไส้กรอก
savage *adj* ป่าเถื่อน
savagery *n* ความป่าเถื่อน
save *v* ช่วยชีวิต; สงวน
savings *n* เงินออม
savior *n* ผู้ช่วยชีวิต
savor *v* รสชาติ; แรงดึงดูด
saw *n* เลื่อย; ภาษิต
saw *iv* เลื่อย
say *iv* พูด
saying *n* คำพูด
scaffolding *n* นั่งร้าน
scald *v* ทำให้ร้อนจัด
scale *n* สะเก็ด; ตาชั่ง
scale *v* วัด; ชั่ง
scalp *n* หนังหัว
scam *n* การหลอกลวง
scan *v* พิจารณา
scandal *n* เรื่องอื้อฉาว
scandalize *v* ทำให้อื้อฉาว
scapegoat *n* ผู้รับเคราะห์
scar *n* แผลเป็น
scarce *adj* หายาก
scarcely *adv* หายาก
scarcity *n* ความหายาก
scare *v* ทำให้กลัว
scare *n* การตื่นตกใจ
scare away *v* ทำให้ตกใจกลัว
scarf *n* ผ้าพันคอ
scary *adj* น่ากลัว
scatter *v* แยกย้ายกันไป
scenario *n* บทภาพยนตร์
scene *n* เวที; ฉาก
scenery *n* ทัศนียภาพ
scenic *adj* เกี่ยวกับละคร
scent *n* น้ำหอม; กลิ่น
schedule *n* รายการ; ตาราง
schedule *v* กำหนด
scheme *n* หลักสูตร; แบบแผน
schism *n* การแตกแยก
scholar *n* นักเรียน
scholarship *n* ทุนการศึกษา
school *n* โรงเรียน
science *n* วิทยาศาสตร์
scientific *adj* ทางวิทยาศาสตร์
scientist *n* นักวิทยาศาสตร์
scissors *n* กรรไกร
scoff *v* เย้ยหยัน
scold *v* ด่าว่า
scolding *n* การด่าว่า
scooter *n* รถสกูเตอร์
scope *n* ขอบเขต
scorch *v* เผาไหม้จนเกรียม
score *v* ทำคะแนน
score *n* คะแนน
scorn *v* รังเกียจ; ดูถูก
scornful *adj* ซึ่งรังเกียจ; ซึ่งดูถูก
scorpion *n* แมลงป่อง
scoundrel *n* ตัวโกง
scour *v* ขัดด้วยทราย
scourge *n* หวายเฆี่ยนคน

S

scout *n* ทหารพราน
scramble *v* ตะเกียกตะกาย
scrambled *adj* ที่ตะเกียกตะตาย
scrap *n* สิ่งเล็กน้อย
scrap *v* ต่อยกัน; ทิ้ง
scrape *v* ถู; ขัดสี; ขูด
scratch *n* การเกา; การข่วน
scratch *v* เกา; ข่วน
scream *n* การกรีดร้อง
scream *v* กรีดร้อง
screech *v* ส่งเสียงแหลม
screen *v* ป้องกัน; ปกปิด
screen *n* ฉาก; จอภาพยนตร์
screw *n* สลักเกลียว
screw *v* คาดคั้น; กวดขัน
screwdriver *n* ไขควง
scribble *v* เขียนหวัด
script *n* ต้นฉบับ
scroll *n* ม้วนกระดาษ
scrub *v* ถู; ขัด
scruples *n* ธรรมะ
scrupulous *adj* เจ้าระเบียบ
scrutiny *n* การพินิจ
scuffle *n* ตะลุมบอน
sculptor *n* ประติมากร
sculpture *n* งานประติมากรรม
sea *n* ทะเล
seafood *n* อาหารทะเล
seagull *n* นกนางนวล
seal *v* ประทับตรา
seal *n* แมวน้ำ; ตราประทับ
seal off *v* ปิด

seam *n* ตะเข็บผ้า
seamless *adj* ไร้ตะเข็บ
seamstress *n* ช่างเย็บผ้า
search *v* ค้นหา
search *n* การค้นหา
seashore *n* ชายฝั่งทะเล
seasick *adj* เมาเรือ
seaside *adj* ริมหาด
season *n* ฤดูกาล
season *v* ปรุงรส; เพิ่มสีสัน
seasonal *adj* ตามฤดูกาล
seasoning *n* เครื่องปรุงรส
seat *n* ที่นั่ง
seated *adj* นั่งอยู่
secede *v* แยกออก
secluded *adj* เปล่าเปลี่ยว
seclusion *n* ความสันโดษ
second *n* ครั้งที่สอง
second *adj* ที่สอง
secondary *adj* รอง; ที่สอง
secrecy *n* ความใน
secret *n* ความลับ
secretary *n* เลขานุการ
secretly *adv* อย่างลับๆ
sect *n* แขนง; นิกาย
section *n* ส่วน; แผนก
sector *n* ภาค; แผนก
secure *v* ทำให้ปลอดภัย
secure *adj* แน่นหนา; ปลอดภัย
security *n* ความปลอดภัย
sedate *v* ใจเย็น
sedation *n* การกดประสาท

seduce *v* เย้ายวนใจ
seduction *n* สิ่งเย้ายวน
see *iv* มองเห็น; เข้าใจ
seed *n* เมล็ดพืช
seedless *adj* ไม่มีเมล็ด
seedy *adj* มีเมล็ดมาก
seek *iv* เสาะหา
seem *v* คล้ายว่า
see-through *adj* เห็นทะลุ
segment *n* ส่วน
segregate *v* แยกตัวออก
segregation *n* การแบ่งแยก
seize *v* ถือเอา; จับ; ฉวย
seizure *n* การจับกุม; การยึด
seldom *adv* ไม่ค่อยจะ
select *v* เลือก
selection *n* การเลือก; ตัวเลือก
self-conscious *adj* ระวังตัว
self-esteem *n* ความนับถือตนเอง
self-evident *adj* ซึ่งปรากฏชัด
self-interest *n* ความเห็นแก่ตัว
selfish *adj* เห็นแก่ตัว
selfishness *n* ความเห็นแก่ตัว
self-respect *n* การเคารพตนเอง
sell *iv* ขาย
seller *n* พนักงานขาย
sellout *n* การขายหมดแล้ว
semblance *n* ความคล้ายคลึง
semester *n* เทอม
seminary *n* โรงเรียนสอนศาสนา
senate *n* รัฐสภา
senator *n* วุฒิสมาชิก

send *iv* ส่ง
sender *n* ผู้ส่ง
senile *adj* อาวุโส
senior *adj* อาวุโสกว่า
seniority *n* ระดับอาวุโส
sensation *n* ความรู้สึก
sense *v* สังหรณ์; รู้สึก
sense *n* ประสาท; สติ
senseless *adj* หมดสติ
sensible *adj* มีไหวพริบ
sensitive *adj* อ่อนไหวง่าย
sensual *adj* ราคะจัด
sentence *v* พิพากษาลงโทษ
sentence *n* ประโยค; คำพิพากษา
sentiment *n* ความรู้สึก
sentimental *adj* ซาบซึ้ง
sentry *n* ทหารยาม
separate *adj* แยกกัน
separate *v* แบ่งแยก
separation *n* การแบ่งแยก
September *n* เดือนกันยายน
sequel *n* ผลที่ตามมา
sequence *n* ตอนหนึ่ง; ลำดับ
serenade *n* เพลงเกี้ยวสาว
serene *adj* สงบเงียบ
serenity *n* ความสงบเงียบ
sergeant *n* สิบเอก; นายสิบ
series *n* ลำดับ
serious *adj* จริงจัง; เครียด
seriousness *n* ความสำคัญ
sermon *n* คำสั่งสอน
serpent *n* งูพิษ

serum *n* เซรุ่ม
servant *n* คนรับใช้
serve *v* ให้บริการ; รับใช้
service *n* การบริการ
service *v* ให้บริการ
session *n* การนั่ง; สมัยประชุม
set *iv* ตก; วาง; เรียง
set *n* การแข่งขันกีฬา
set about *v* บ่ายหน้า
set off *v* เริ่มเดินทาง
set out *v* ผันผาย
set up *v* จัดตั้งขึ้น
setback *n* ความพ่ายแพ้
setting *n* บริเวณ; ทิศทาง
settle *v* เข้าที่; สงบลง
settle down *v* ตั้งหลักแหล่ง
settle for *v* ตกลงปลงใจ
settlement *n* ข้อยุติ; การชำระ
settler *n* หมัดเด็ด
setup *n* โครงสร้าง
seven *adj* เจ็ด
seventeen *adj* สิบเจ็ด
seventh *adj* ที่เจ็ด
seventy *adj* เจ็ดสิบ
sever *v* พราก; ตัดขาด
several *adj* มากมาย
severance *n* ความแตกแยก
severe *adj* สาหัส; เคร่งครัด
severity *n* ความรุนแรง
sew *v* เย็บ
sewage *n* น้ำเน่า; สิ่งโสโครก
sewer *n* ท่อน้ำทิ้ง; ช่างเย็บผ้า

sewing *n* การเย็บปักถักร้อย
sex *n* เพศ; กามา
sexuality *n* กิจกรรมทางเพศ
shabby *adj* กะรุ่งกะริ่ง
shack *n* กระท่อม
shackle *n* กุญแจมือ; สายยู
shade *n* ลำดับชั้นของสี
shadow *n* ร่มเงา; ที่หลบภัย
shady *adj* ในที่ร่ม; สลัว
shake *iv* เขย่า; โยก
shaken *adj* สั่น
shaky *adj* สั่นสะเทือน
shallow *adj* ตื้น
sham *n* การเสแสร้ง
shambles *n* โรงฆ่าสัตว์
shame *v* ทำให้อับอาย
shame *n* ความอับอาย
shameful *adj* น่าอับอาย
shameless *adj* ไร้ยางอาย
shape *n* รูปร่าง; แบบ
shape *v* ทำให้เป็นรูปร่าง
share *n* หุ้น; ส่วนแบ่ง
share *v* มีส่วน; ร่วมหุ้น
shareholder *n* ผู้ถือหุ้น
shark *n* ปลาฉลาม
sharp *adj* แหลม; ฉลาด
sharpen *v* เพิ่มขึ้น
sharpener *n* ผู้ลับ; ที่เหลา
shatter *v* แตกละเอียด
shattering *adj* ซึ่งทำให้ป่นปี้
shave *v* โกน
she *pro* เขาผู้หญิง

shear *iv* เล็ม; กำจัด
shed *iv* สลัด; ส่องแสง
shed *n* เพิง; โรงนา; กระท่อม
sheep *n* แกะ
sheet *n* ผ้าปูที่นอน; หนังสือพิมพ์
sheets *n* ผ้าปูที่นอน
shelf *n* หิ้ง; ชะโงกผา
shell *n* เรือเล็ก
shell *v* ลอกเปลือกออก
shellfish *n* หอย
shelter *v* ลี้ภัย
shelter *n* ที่ลี้ภัย
shelves *n* ชั้น
shepherd *n* พระสอนศาสนา
sherry *n* เหล้าเชอร์รี่
shield *v* ป้องกัน
shield *n* โล่; เครื่องบัง
shift *n* การเคลื่อน
shift *v* เปลี่ยน; แกว่ง
shine *iv* ส่องแสง
shine *n* การส่องแสง
shiny *adj* เป็นมันวาว
ship *n* เรือ
ship *v* โดยสารทางน้ำ
shipment *n* การส่งสินค้า
shipwreck *n* เรือล่ม
shipyard *n* อู่เรือ
shirk *v* บ่ายเบี่ยง
shirt *n* เสื้อเชิ้ต
shiver *v* หนาวสั่น
shiver *n* ชิ้นเล็กชิ้นน้อย
shock *v* ทำให้สะดุ้ง

shock *n* ความสะดุ้งตกใจ
shocking *adj* น่าตกใจ
shoddy *adj* กระจอก
shoe *n* รองเท้า
shoe polish *n* น้ำยาขัดรองเท้า
shoe store *n* ร้านขายรองเท้า
shoelace *n* เชือกผูกรองเท้า
shoot *iv* ถ่ายภาพ; ยิงประตู
shoot down *v* ยิงทิ้ง
shop *n* ร้านขายของ
shop *v* ซื้อของ
shoplifting *n* การโจรกรรมในร้านค้า
shopping *n* การไปซื้อของ
shore *n* ชายทะเล
short *adj* เตี้ย; สั้น; ใกล้
shortage *n* ความขาดแคลน
shortcoming *n* ข้อบกพร่อง
shortcut *n* ทางลัด
shorten *v* ทำให้สั้นลง
shorthand *n* การจดชวเลข
short-lived *adj* อายุสั้น
shortly *adv* ในไม่ช้า
shorts *n* กางเกงขาสั้น
shortsighted *adj* ซึ่งมีสายตาสั้น; ไม่รอบคอบ
shot *n* กระสุน; คนยิงปืน
shotgun *n* ปืนลูกซอง
shoulder *n* ไหล่
shout *v* ตะโกน
shout *n* การตะโกน
shouting *n* การร้องตะโกน
shove *v* เข็น; ผลัก**

shovel *n* พลั่ว
shovel *v* ตัก; แซะ
show *iv* แสดง
show off *v* เอาหน้า
show up *v* แสดงตน
showdown *n* การแสดงกำลัง
shower *n* ฝนปรอยๆ; ฝักบัว
shrapnel *n* เศษกระสุน
shred *n* ชิ้น; เศษ
shred *v* ฉีก; หั่น
shrewd *adj* เฉลียวฉลาด
shriek *v* ร้องเสียงหลง
shriek *n* การร้องเสียงหลง
shrimp *n* กุ้ง
shrine *n* ศาลเจ้า; เทวสถาน
shrink *iv* หด; ลดค่า
shroud *n* ผ้าห่อศพ
shrouded *adj* ห่อด้วยผ้าห่อศพ
shrub *n* ไม้พุ่ม
shrug *v* ยักไหล่
shudder *n* อาการตัวสั่น
shudder *v* ตัวสั่น
shuffle *v* สับเปลี่ยน; ล้างไพ่
shun *v* รังเกียจ
shut *iv* ปิด
shut off *v* ปิด
shut up *v* หยุดพูด
shuttle *v* พุ่งกลับไปกลับมา
shy *adj* เขินอาย
shyness *n* ความเขินอาย
sick *adj* ป่วย; เบื่อหน่าย
sicken *v* ทำให้คลื่น

sickening *adj* น่าเวียนหัว
sickle *n* เคียว
sickness *n* อาการเจ็บไข้ได้ป่วย
side *n* ด้าน; ข้าง; ฝ่าย
sideburns *n* จอนหู
sidestep *v* ก้าวเท้าเลี่ยง
sidewalk *n* ทางเท้า
sideways *adv* ไปด้านข้าง
siege *v* ห้อมล้อม
siege *n* การล้อม
sift *v* เลือกเฟ้น; กรอง
sigh *v* ถอนหายใจ
sigh *n* การถอนหายใจ
sight *n* สิ่งที่เห็น; การเห็น
sightseeing *v* ทัศนาจร
sign *v* เซ็น; ลงนาม
sign *n* เครื่องหมาย
signal *n* สัญญาณ
signal *v* ส่งสัญญาณ
signature *n* ลายเซ็น
significance *n* ความสำคัญ
significant *adj* สำคัญ
signify *v* มีความหมายว่า
silence *v* ทำให้ต้องเงียบ
silence *n* ความนิ่งเงียบ
silent *adj* เงียบ
silhouette *n* ภาพเงา
silk *n* ผ้าไหม
silly *adj* โง่; เซ่อ
silver *n* ธาตุเงิน
silver plated *adj* ชุบเงิน
silversmith *n* ช่างเงิน

silverware *n* เครื่องเงิน
similar *adj* คล้ายคลึง
similarity *n* ความคล้ายคลึง
simmer *v* เดือดกรุ่นๆ
simple *adj* ง่าย
simplicity *n* ความเรียบง่าย
simplify *v* แก้ไขให้ง่ายขึ้น
simply *adv* อย่างง่ายๆ
simulate *v* เสแสร้ง
simultaneous *adj* พร้อมกัน
sin *v* ประทุษร้าย
sin *n* บาป
since *pre* ตั้งแต่
since *c* เนื่องด้วย
since then *adv* ตั้งแต่นั้นมา
sincere *adj* จริงใจ
sincerity *n* ความจริงใจ
sinful *adj* ชั่วร้าย
sing *iv* ร้องเพลง
singer *n* นักร้อง
single *n* ตั๋วไปทางเดียว
single *adj* เดี่ยว; โสด
singlehanded *adj* ลุยเดี่ยว
single-minded *adj* เด็ดเดี่ยว
singular *adj* ดีเลิศ
sinister *adj* อุบาทว์; น่ากลัว
sink *iv* จม; ตก; เหี่ยวห่อ
sink *n* อ่างล้าง
sink in *v* บุ๋ม
sinner *n* ผู้ประพฤติชั่ว
sip *v* จิบ
sip *n* การดื่มจิบๆ
sir *n* คุณ; ท่าน
siren *n* หวอ; ไซเรน
sirloin *n* เนื้อสันนอก
sissy *adj* น้องสาว
sister *n* พี่สาว; น้องสาว
sister-in-law *n* น้องสะใภ้
sit *iv* ประชุมกัน; นั่ง
site *n* ที่ตั้งเมือง; สถาน
sitting *n* การกกไข่
situated *adj* ตั้งอยู่
situation *n* สถานการณ์
six *adj* หก
sixteen *adj* สิบหก
sixth *adj* ที่หก
sixty *adj* หกสิบ
sizable *adj* ใหญ่มาก
size *n* ขนาด
size up *v* ตัดสิน
skate *v* เล่นสเก็ต
skate *n* รองเท้าสเก็ต
skeleton *n* โครงกระดูก
skeptic *adj* ขี้ระแวง
skeptic *n* ผู้สงสัย
sketch *n* ภาพร่าง; รูปวาด
sketch *v* เขียนแบบ; ร่าง
sketchy *adj* อย่างหวัดๆ
ski *v* วิ่งด้วยสกี
skill *n* ความชำนาญ
skillful *adj* ชำนาญ
skim *v* ดูอย่างเผินๆ
skin *n* หนัง; ผิว
skin *v* ถลกหนัง

S

153 **smash**

skinny *adj* ผอม
skip *n* การกระโดด
skip *v* กระโดด
skirmish *n* การต่อสู้กัน
skirt *n* กระโปรง
skull *n* กะโหลกศีรษะ
sky *n* ท้องฟ้า
skylight *n* ช่องแสงบนหลังคา
skyscraper *n* ตึกสูง
slab *n* แผ่นหิน
slack *adj* สะเพร่า
slacken *v* หย่อนลง
slacks *n* กางเกงทรงหลวม
slam *v* การตีเสียง
slander *n* การใส่ร้าย
slanted *adj* เป๋
slap *v* ตบ; ปะทะ
slap *n* การตบ; การปะทะ
slash *v* ฟัน; เฉือน; หวด
slash *n* การฟัน; การเฉือน
slate *n* กระดานชนวน
slaughter *v* สังหาร
slaughter *n* การสังหาร
slave *n* ทาส; บ่าว
slavery *n* ความเป็นทาส
slay *iv* สังหาร
sleazy *adj* ไม่แข็ง
sleep *iv* หลับ
sleep *n* การนอนหลับ
sleeve *n* แขนเสื้อ
sleeveless *adj* แขนกุด
sleigh *n* เลื่อน
slender *adj* สมส่วน
slice *v* ตัด; แล่; ซอย
slice *n* ชิ้น; ส่วนแบ่ง
slide *iv* ไถล; เลื่อน
slightly *adv* อย่างดูแคลน
slim *adj* บอบบาง
slip *n* การเลื่อน
slip *v* เลื่อน; ลื่น; ไหล
slipper *n* รองเท้าแตะ
slippery *adj* ลื่น
slit *iv* แยก
slob *n* ความสกปรก
slogan *n* คำขวัญ; คติพจน์
slope *n* เนิน
sloppy *adj* สะเพร่า; เลอะเทอะ
slot *n* ช่องใส่สตางค์; ช่องรู
slow *adj* ช้า
slow down *v* ชะลอ
slow motion *n* การเคลื่อนช้าๆ
slowly *adv* อย่างช้า
sluggish *adj* เฉื่อย; เกียจคร้าน
slum *n* แหล่งเสื่อมโทรม
slump *v* ตกต่ำ
slump *n* ความตกต่ำ
slur *v* พูดไม่ค่อยชัด
sly *adj* ขี้โกง
smack *v* ตี; ตบ; หวีดร้อง
smack *n* กลิ่น; รส; การตี
small *adj* เล็ก
smallpox *n* ฝีดาษ; ไข้ทรพิษ
smart *adj* ฉลาด; โก้เก๋
smash *v* ชน; ทุบ; ต่อย

S

smear *n* ร้อยเปื้อน; สีทา
smear *v* ทา; ป้าย
smell *iv* ดมกลิ่น; มีกลิ่น
smell *n* กลิ่น
smelly *adj* ส่งกลิ่น; เหม็น
smile *v* ยิ้ม
smile *n* การยิ้ม
smith *n* ช่างโลหะ
smoke *v* สูบบุหรี่
smoked *adj* รมควัน
smoker *n* คนสูบบุหรี่
smoking gun *n* หลักฐานมัดตัว
smooth *v* ทำให้เรียบ
smooth *adj* เรียบ; ราบรื่น
smoothly *adv* อย่างราบรื่น
smoothness *n* ความเรียบ
smother *v* ข่มใจ; ปกปิด
smuggler *n* ผู้ลักลอบ
snack *n* อาหารว่าง
snack *v* รับประทาน
snail *n* หอยทาก
snake *n* งู
snap *v* ส่งเสียงแหลม; ฉวย
snapshot *n* ภาพถ่ายเร็ว
snare *v* วางกับดัก
snare *n* กับดัก; หลุมพราง
snatch *v* ฉกฉวย; กระชาก
sneak *v* ทำลับๆล่อๆ; แอบดู
sneeze *n* อาการจาม
sneeze *v* จาม
sniff *v* สูดดม
sniper *n* ผู้ลอบยิง
snitch *v* ขโมย
snooze *v* งีบหลับ
snore *n* การกรน
snore *v* กรน
snow *v* หิมะตก
snow *n* หิมะ
snowfall *n* ปริมาณหิมะ
snowflake *n* เกล็ดหิมะ
snub *v* ดูถูก
snub *n* การดูถูก
soak *v* แช่; ทำให้เปียก
soak in *v* ดอง
soak up *v* อุ้ม
soar *v* โผบิน
sob *v* ร้องไห้สะอึกสะอื้น
sob *n* เสียงสะอื้น
sober *adj* ตึงเครียด
so-called *adj* ดังที่เรียกกัน
sociable *adj* ชอบสมาคม
socialism *n* สังคมนิยม
socialist *adj* นักสังคมนิยม
socialize *v* เข้าสังคม
society *n* สังคม
sock *n* ถุงเท้า
sod *n* ตฤณมัย
soda *n* น้ำอัดลม
sofa *n* เก้าอี้นวม
soft *adj* นุ่ม
soften *v* ทำให้นุ่ม
softly *adv* อย่างนุ่ม
softness *n* ความนุ่ม
soggy *adj* หมาด; เปียก

S

soil *v* ทำให้สกปรก
soil *n* ดิน
soiled *adj* เลอะเทอะ
solace *n* การปลอบใจ
solar *adj* เกี่ยวกับดวงอาทิตย์
solder *v* ประสาน; บัดกรี
soldier *n* ทหาร
sold-out *adj* ขายหมดเกลี้ยง
sole *n* ฝ่าเท้า; พื้นรองเท้า
sole *adj* เพียงผู้เดียว
solely *adv* เพียงลำพัง
solemn *adj* เคร่งขรึม
solicit *v* เรียกร้อง; วิงวอน
solid *adj* แน่น; แข็ง
solidarity *n* ความสมัครสมาน
solitary *adj* เปลี่ยว; โดดเดี่ยว
solitude *n* การอยู่คนเดียว
soluble *adj* ละลายน้ำได้
solution *n* การแก้ปัญหา
solve *v* แก้ปัญหา
solvent *adj* ซึ่งละลายได้
somber *adj* สลัว; เศร้าหมอง
some *adj* บ้าง
somebody *pro* บางคน
someday *adv* บางวัน
somehow *adv* อย่างไรก็ตาม
someone *pro* บางคน
something *pro* บางอย่าง
sometimes *adv* บางครั้ง
someway *adv* บางวิธี
somewhat *adv* บางส่วน
son *n* บุตรชาย
song *n* เพลง
son-in-law *n* ลูกเขย
soon *adv* เร็ว; ในไม่ช้า
soothe *v* ปลอบโยน
sorcerer *n* ผู้วิเศษ
sorcery *n* เวทมนตร์
sore *n* ตุ่ม
sore *adj* เจ็บ; ปวด
sorrow *n* ความเสียใจ
sorrowful *adj* เศร้าโศกเสียใจ
sorry *adj* เสียใจ
sort *n* ชนิด; ประเภท
sort out *v* แยกประเภท
soul *n* วิญญาณ
sound *v* ประกาศ; ออกเสียง
sound *n* เสียง; เสียงเปล่ง
sound out *v* หยั่งดูท่าที
soup *n* น้ำแกง
sour *adj* เปรี้ยว
source *n* ต้นตอ; แหล่ง
south *n* ทิศใต้
southbound *adv* ไปทางใต้
southeast *n* ทิศตะวันออกเฉียงใต้
southern *adj* ทางตอนใต้
southerner *n* ชาวปักษ์ใต้
southwest *n* ทิศตะวันตกเฉียงใต้
souvenir *n* ของที่ระลึก
sovereign *adj* สำคัญยิ่ง
sovereignty *n* อำนาจของกษัตริย์
soviet *adj* เกี่ยวกับระบอบคอมมิวนิสต์
sow *iv* หว่าน; ปราย
spa *n* น้ำพุแร่

S

space *n* อวกาศ; ช่องว่าง
space out *v* เว้นระยะ
spacious *adj* กว้างใหญ่
spade *n* เสียม
Spain *n* ประเทศสเปน
span *v* วัดเป็นคืบ
span *n* ช่วงกว้างของมือ
Spaniard *n* ชาวสเปน
Spanish *adj* เกี่ยวกับชาติสเปน
spank *v* ตีก้น; ตบ
spanking *adj* ที่ตบ; ที่ตีก้น
spare *v* หวง; ไว้ชีวิต
spare *adj* น้อย; สำรอง
spare part *n* เครื่องอะไหล่
sparingly *adv* หยิมๆ
spark *n* ประกายไฟ
spark off *v* เริ่ม
spark plug *n* หัวเทียน
sparkle *v* ส่องแสงแวบวาบ
sparrow *n* นกกระจอก
sparse *adj* เบาบาง
spasm *n* อาการกระตุก
speak *iv* พูด
speaker *n* ผู้พูด; ลำโพง
spear *n* หอก
spearhead *v* เป็นผู้นำ
special *adj* พิเศษ
specialize *v* ศึกษาเป็นพิเศษ
specialty *n* ลักษณะเฉพาะ
species *n* จำพวก; สายพันธุ์
specific *adj* เฉพาะเจาะจง
specimen *n* ตัวอย่าง
speck *n* จุดด่าง
spectacle *n* การแสดง
spectator *n* ผู้ชม
speculate *v* คาดการณ์
speculation *n* การคาดการณ์
speech *n* การพูด; คำบรรยาย
speechless *adj* พูดไม่ออก
speed *n* อัตราความเร็ว
speed *iv* เร่งรีบ
speedily *adv* อย่างรวดเร็ว
speedy *adj* รวดเร็ว
spell *iv* สะกด
spell *n* เวทมนตร์
spelling *n* การสะกดคำ
spend *iv* ใช้จ่าย; ใช้ชีวิต
spending *n* การใช้จ่าย
sperm *n* ตัวอสุจิ
sphere *n* ดาวฤกษ์; ลูกโลก
spice *n* เครื่องเทศ
spicy *adj* เผ็ดร้อน
spider *n* แมงมุม
spider web *n* ใยแมงมุม
spill *iv* ทำหก
spill *n* เศษไม้; สิ่งที่หก
spin *iv* หมุน; ควง; ม้วน
spine *n* ความแข็งขัน
spineless *adj* ไม่เข้มแข็ง
spinster *n* หญิงโสด
spirit *n* วิญญาณ; จิตใจ
spiritual *adj* ทางใจ
spit *iv* ถ่มน้ำลาย
spite *n* เจตนาร้าย

S

spiteful *adj* มีเจตนาร้าย
splash *v* สาดน้ำ; โดดน้ำ
splendid *adj* ยอดเยี่ยม
splendor *n* ความยอดเยี่ยม
splint *n* โครงสาน
splinter *v* ทำให้แตกเป็นชิ้น
splinter *n* เศษ; ชิ้น; สะเก็ด
split *n* การแยก
split *iv* แยกทาง
split up *v* แตกแยก
spoil *v* ทำให้เสีย; เปื่อยเน่า
spoils *n* ของที่ริบได้
sponge *n* ฟองน้ำ
sponsor *n* ผู้สนับสนุน
spontaneity *n* ความคล่อง
spontaneous *adj* เป็นปกติวิสัย
spooky *adj* เหมือนผี
spool *n* ระวิง; แกนม้วนสาย
spoon *n* ช้อน
spoonful *n* เต็มช้อน
sporadic *adj* เป็นพักๆ
sport *n* กีฬา
sportsman *n* นักกีฬา
sporty *adj* เหมือนนักกีฬา
spot *n* จุด; คราบ; เป้า
spot *v* จำได้; ทำให้เป็นจุด
spotless *adj* สะอาดสะอ้าน
spotlight *n* ไฟฉายสว่างจ้า
spouse *n* คู่สมรส
sprain *v* บิด
sprawl *v* แผ่กิ่งก้านสาขา
spray *v* พ่นน้ำ; พรม
spread *iv* กระจาย; แพร่สะพัด
spring *n* สปริง; ฤดูใบไม้ผลิ
spring *iv* กระโดด; เผ่นพรวด
springboard *n* กระดานกระโดดน้ำ
sprinkle *v* โปรย; หว่าน
sprout *v* แตกใบ; ผลิ
spruce up *v* ทำให้ดีขึ้น
spur *v* กระตุ้น
spur *n* เดือยรองเท้า; ตัวกระตุ้น
spy *v* สอดแนม
spy *n* นักสืบ; จารชน
squalid *adj* สกปรก; ต่ำช้า
squander *v* ใช้จ่ายสุรุ่ยสุร่าย
square *adj* สี่เหลี่ยม
square *n* ลานกว้าง; สี่แยก
squash *v* กดให้แบน; บีบ
squeak *v* รับสารภาพ
squeaky *adj* ส่งเสียงดังเอี๊ยด
squeamish *adj* เจ็บป่วย; คลื่นไส้
squeeze *v* บีบ; กด; รีดไถ
squeeze in *v* แทรกซอน
squeeze up *v* เบียด
squid *n* ปลาหมึก
squirrel *n* กระรอก
stab *n* การแทง
stab *v* แทง
stability *n* ความคงที่
stable *adj* คงที่; มั่นคง
stable *n* โรงม้า; คอกสัตว์
stack *v* กอง; สุม
stack *n* กอง; ตั้ง
staff *n* คณะผู้ทำงาน; เสนาธิการ; เสาค้ำ

staff *v* จัดหาคณะทำงาน
stage *v* แสดงละคร
stage *n* เวที; ศิลปะละคร
stage *n* รถม้าโดยสาร; ระยะเวลา
stagger *v* เซ; โงนเงน
staggering *adj* ที่เซ
stagnant *adj* หยุดนิ่ง; เฉื่อยชา
stagnate *v* ทำให้หยุดนิ่ง
stagnation *n* ความเฉื่อยชา
stain *n* รอยเปื้อน; คราบ
stain *v* ทำให้เปื้อน
stair *n* บันได
staircase *n* ขั้นบันได
stairs *n* ขั้นบันไดหลายขั้น
stake *v* กั้นหลัก; วางเดิมพัน
stake *n* เงินเดิมพัน; หมุด
stale *adj* เก่า; เน่าเปื่อย
stalemate *n* ทางตัน; ความอับ
stalk *n* ลำต้น; อวัยวะ
stalk *v* ย่องตาม
stall *v* กั้นคอก; ขัดขวาง
stall *n* แผงลอย; คอก
stammer *v* พูดติดอ่าง
stamp *v* ตี; ประทับ
stamp *n* การประทับตรา
stamp out *v* เหยียบ
stampede *n* ความแตกตื่น
stand *iv* ยืน; ตั้งอยู่
stand *n* แผง
stand for *v* แทนค่า
stand out *v* โดดเด่น
stand up *v* ลุกยืน
standard *n* ระดับ; มาตรฐาน
standardize *v* จัดมาตรฐาน
standing *n* ฐานะ; ชื่อเสียง
standpoint *n* ความเห็น; ทัศนคติ
standstill *adj* การหยุดนิ่ง
staple *n* วัตถุดิบ; สินค้าหลัก
staple *v* เย็บด้วยลวดเย็บกระดาษ
stapler *n* เครื่องเย็บกระดาษ
star *n* ดวงดาว
starch *n* แป้ง
starchy *adj* เป็นแป้ง
stare *v* จ้องมอง
stark *adj* ทั้งหมด
start *n* การเริ่มต้น
start *v* เริ่มต้น
startle *v* รบกวน
startled *adj* ขวัญหนี
starvation *n* ความอดอยาก
starve *v* หิว
state *n* สภาพการณ์; อาการ
state *v* แจ้ง; แถลง
statement *n* คำกล่าว; คำแถลง
station *n* สถานี; สำนักงาน
stationary *adj* ประจำที่
stationery *n* เครื่องเขียน
statistic *n* ข้อมูลสถิติ
statue *n* งานประติมากรรม
status *n* สถานภาพ; สภาพ
statute *n* มาตรา; กฎระเบียบ
staunch *adj* เด็ดเดี่ยว; แข็งขัน
stay *v* อาศัยอยู่
stay *n* การพัก

S

steady *adj* มั่นคง; สม่ำเสมอ
steak *n* เนื้อย่าง
steal *iv* ขโมย
stealthy *adj* หลบๆซ่อนๆ
steam *n* ไอน้ำ; พลังงาน
steel *n* เหล็กกล้า
steep *adj* สูงลิ่ว; สูงชัน
stem *n* ก้านดอก
stem *v* กั้น; อุด
stench *n* กลิ่นเหม็น
step *n* จังหวะก้าว
step *v* ก้าว
step down *v* หลีกทาง; ลดลง
step out *v* ออกไป; เสียชีวิต
step up *v* เพิ่ม
stepbrother *n* น้องเลี้ยง
step-by-step *adv* ทีละขั้น
stepdaughter *n* ลูกเลี้ยง
stepfather *n* พ่อเลี้ยง
stepladder *n* บันไดพาด
stepmother *n* แม่เลี้ยง
stepsister *n* น้องเลี้ยง
stepson *n* ลูกเลี้ยง
sterile *adj* แห้งแล้ง
sterilize *v* ทำให้ปราศจากเชื้อ
stern *n* ท้ายเรือ; ตะโพก
stern *adj* เข้มงวด; ดุร้าย
sternly *adv* อย่างเข้มงวด
stew *n* อาหารตุ๋น
stewardess *n* บริกรหญิงบนเครื่องบิน
stick *iv* ทิ่ม; แทง; ปัก
stick *n* ไม้เท้า; กิ่งไม้
stick around *v* ยังคงอยู่; อ้อยอิ่ง
stick out *v* ถลน; พลุ้ย; ท้น
stick to *v* ยึดหลัก
sticker *n* ฉลากติด; สติกเกอร์
sticky *adj* เหนียว; ติดแน่น
stiff *adj* ตึง; กระด้าง
stiffen *v* ทำให้แข็ง
stiffness *n* ความแข็ง; ความตรง
stifle *v* ยับยั้ง; ดับ; อุดอู้
stifling *adj* ที่ดับ; ที่ยับยั้ง
still *adj* นิ่ง; เงียบ
still *adv* ในขณะนี้
stimulant *n* เครื่องกระตุ้น
stimulate *v* ปลุกใจ; กระตุ้น
stimulus *n* สิ่งกระตุ้น
sting *n* ความเจ็บปวด
sting *iv* กัด; ต่อย
stinging *adj* ที่ต่อย; ที่กัด
stingy *adj* ขี้เหนียว; ใจแคบ
stink *n* กลิ่นเหม็น
stink *iv* เหม็นสาบ
stinking *adj* ที่ทำให้เหม็น
stipulate *v* วางเงื่อนไข
stir *v* คน; แกว่ง
stir up *v* กระตุ้นเตือน
stitch *n* ตะเข็บ
stitch *v* เย็บปัก
stock *n* คลังสินค้า; ด้ามจับ
stock *v* ใส่สินค้าในร้าน
stocking *n* ถุงเท้ายาว
stockpile *n* คลังสินค้า
stockroom *n* ห้องเก็บพัสดุ

stoic *adj* วางเฉย; อดทน
stomach *n* ท้อง
stone *v* ขว้างก้อนหิน
stone *n* ก้อนหิน
stool *n* เก้าอี้นั่ง
stop *v* หยุด; ยับยั้ง
stop *n* การหยุด; การห้าม
stop by *v* แวะ
stop over *v* ค้างคืน
storage *n* ที่เก็บของ
store *n* ร้านค้า; ห้องพัสดุ
store *v* เก็บรักษา
stork *n* นกกระสา
storm *n* พายุ
stormy *adj* รุนแรง; มีพายุจัด
story *n* เรื่องราว; นิทาน
stove *n* เตา
straight *adj* ตรง; ซื่อตรง; ปกติ
straighten out *v* จัดให้เป็นระเบียบ
strain *n* ความเครียด
strain *v* ขึงตึง; ทำให้เครียด
strained *adj* ที่ขึงตึงแล้ว
strainer *n* เครื่องกรอง
strait *n* ช่องแคบ
stranded *adj* ที่เกยฝั่งแล้ว
strange *adj* แปลกประหลาด
stranger *n* คนแปลกหน้า
strangle *v* รัดคอ
strap *n* สายหนัง; หนังรัด
strategy *n* กลยุทธ์
straw *n* หลอดกาแฟ
strawberry *n* ลูกสตรอเบอรี่
stray *adj* กระจัดกระจาย
stray *v* เที่ยวไป; เร่ร่อน
stream *n* กระแส; สายน้ำ
street *n* ถนน
streetcar *n* รถราง
streetlight *n* ไฟตามถนน
strength *n* กำลัง
strengthen *v* ทำให้แข็งแรงขึ้น
strenuous *adj* เข้มแข็ง
stress *n* เสียงหนักเบา
stressful *adj* น่าตึงเครียด
stretch *v* ยืด
stretch *n* การยืด
stretcher *n* เครื่องยืด
strict *adj* เข้มงวด
stride *iv* เดินกางขา
strife *n* การต่อสู้กัน
strike *iv* ตี; ปะทะ; ชกต่อย
strike *n* การตี; การปะทะ
strike back *v* ตอกหน้า
strike out *v* ยกเลิก
strike up *v* ประโคม
striking *adj* โดดเด่น
string *n* เชือก; ด้าย
stringent *adj* เคร่งครัด
strip *n* สายยาว
strip *v* เปลื้อง; เปลือยเปล่า
stripe *n* ผ้าริ้ว; แถบยศ
striped *adj* ลาย
strive *iv* มุ่งมั่น; ตั้งเป้า
stroke *n* การตี; การเคาะ
stroll *v* เดินทอดน่อง

S

strong *adj* แข็งแรง
structure *n* โครงสร้าง
struggle *v* พยายาม
struggle *n* ความพยายาม
stub *n* ตอไม้; ต้นขั้ว
stubborn *adj* ดื้อ
student *n* นักเรียน; นักศึกษา
study *v* เรียนรู้
stuff *v* สอดไส้; บรรจุ
stuff *n* ยัดไส้
stuffing *n* การบรรจุ
stuffy *adj* อบอ้าว; อุดอู้
stumble *v* สะดุด
stun *v* ทำให้งงงวย
stunning *adj* ที่ทำให้สลบ
stupendous *adj* มากมาย
stupid *adj* โง่; ทึ่ม
stupidity *n* ความโง่
sturdy *adj* มั่นคง
stutter *v* พูดติดอ่าง
style *n* รูปแบบ; ลักษณะ
subdue *v* ทำให้อ่อนลง
subdued *adj* ที่ถูกทำให้อ่อนลง
subject *v* ควบคุม; ครอบงำ
subject *n* กรณี; หัวข้อเรื่อง
sublime *adj* สูงสุด; ประเสริฐ
submerge *v* จมดิ่ง
submissive *adj* อ่อนน้อม
submit *v* ยื่นเสนอ
subpoena *v* หมายศาล
subpoena *n* หมายศาล
subscribe *v* จ่ายค่าสมาชิก

subscription *n* การสมัครสมาชิก
subsequent *adj* ภายหลัง
subsidiary *adj* สงเคราะห์
subsidize *v* สงเคราะห์เงิน
subsidy *n* การสงเคราะห์เงิน
subsist *v* ดำรงชีวิต
substance *n* สาระ;วัสดุ
substandard *adj* ต่ำกว่ามาตรฐาน
substantial *adj* มีตัวตน; ยิ่งใหญ่
substitute *n* วัตถุที่ใช้แทน
substitute *v* ทดแทน
subtitle *n* หัวเรื่องย่อย
subtle *adj* ฉลาด; อ่อนโยน
subtract *v* ลบออก
subtraction *n* การลบออก
suburb *n* ชานเมือง
subway *n* รถไฟใต้ดิน
succeed *v* ประสบความสำเร็จ
success *n* ความสำเร็จ
successful *adj* ประสบผลสำเร็จ
successor *n* ผู้สืบมรดก
succulent *adj* อุดมสมบูรณ์
succumb *v* ยอม; เชื่อฟัง
such *adj* เช่นกัน; เช่นนั้น
suck *v* ดูด
sucker *n* เครื่องดูด; ผู้ดูด
sudden *adj* ทันทีทันใด
suddenly *adv* อย่างทันทีทันใด
sue *v* ฟ้องร้อง
suffer *v* ทนทุกข์ทรมาน
suffer from *v* ทุกข์ทรมานจาก
suffering *n* ความทุกข์

sufficient *adj* พอเพียง
suffocate *v* สำลัก
sugar *n* น้ำตาล
suggest *v* แนะนำ
suggestion *n* คำแนะนำ
suggestive *adj* เป็นการแนะ
suicide *n* การฆ่าตัวตาย
suit *n* คำร้อง; ชุดสูท
suitable *adj* เหมาะสม
suitcase *n* กระเป๋าเดินทาง
sulfur *n* กำมะถัน
sullen *adj* มืดมัว; เฉื่อยชา
sum *n* ยอด; ผลบวก
sum up *v* กล่าวสรุป
summarize *v* ย่อ
summary *n* ความย่อ
summer *n* ฤดูร้อน
summit *n* จุดสูงสุด
summon *v* เรียกตัว
sumptuous *adj* เลิศหรู
sun *n* พระอาทิตย์
sun block *n* ครีมกันแดด
sunburn *n* ผิวไหม้จากแดด
Sunday *n* วันอาทิตย์
sundown *n* ตกค่ำ
sunglasses *n* แว่นตากันแดด
sunken *adj* จม; อยู่ใต้น้ำ
sunny *adj* มีแดดมาก
sunrise *n* พระอาทิตย์ขึ้น
sunset *n* พระอาทิตย์ตก
superb *adj* ดีเลิศ
superfluous *adj* ฟุ่มเฟือย
superior *adj* เหนือกว่า
superiority *n* ความเหนือกว่า
supermarket *n* ซูเปอร์มาร์เก็ต
superpower *n* อภิมหาอำนาจ
supersede *v* แทน
superstition *n* ความเชื่อในทางไสยศาสตร์
supervise *v* ควบคุมดูแล
supervision *n* การควบคุมดูแล
supper *n* อาหารค่ำ
supple *adj* อ่อนนุ่ม
supplier *n* ผู้ให้
supplies *n* พัสดุ
supply *v* จัดหา
support *v* สนับสนุน
supporter *n* ผู้สนับสนุน
suppose *v* สมมุติ; นึกเอา
supposing *c* สมมุติ; เผื่อว่า
supposition *n* การสมมุติ
suppress *v* ปราบปราม
supremacy *n* อำนาจสูงสุด
supreme *adj* สูงสุด
surcharge *n* ภาระที่เพิ่มขึ้น
sure *adj* แน่ใจ
surely *adv* อย่างแน่นอน
surf *v* เล่นกระดานโต้คลื่น
surface *n* พื้นผิว
surge *n* คลื่นแรง
surgeon *n* หมอผ่าตัด
surgical *adv* เกี่ยวกับการผ่าตัด
surname *n* นามสกุล
surpass *v* ดีกว่า; มากกว่า

S

surplus *n* ส่วนเกิน
surprise *v* ทำให้ประหลาดใจ
surprise *n* ความประหลาดใจ
surrender *v* ยอมจำนน
surrender *n* การยอมจำนน
surround *v* ล้อมรอบ
surroundings *n* สิ่งรอบข้าง
surveillance *n* การตรวจตรา
survey *n* การสำรวจ
survival *n* ความอยู่รอด
survive *v* อยู่รอด
survivor *n* ผู้อยู่รอด
susceptible *adj* อ่อนแอ
suspect *v* สงสัย
suspect *n* ผู้ต้องสงสัย
suspend *v* แขวน; ลอยตัว
suspenders *n* สายโยงกางเกง
suspense *n* การไม่กล้าตัดสิน
suspension *n* การลอยตัว
suspicion *n* ความสงสัย
suspicious *adj* สงสัย; ระแวง
sustain *v* ได้รับ; สนับสนุน
sustenance *n* อาหาร
swallow *v* กลืน
swamp *n* หนอง; บึง
swamped *adj* ล้นมือ
swan *n* หงส์; ห่าน
swap *n* การแลกเปลี่ยน
swap *v* แลกเปลี่ยน
swarm *n* ฝูง; กลุ่ม
swarm *v* จับเป็นกลุ่ม
sway *v* แกว่ง; เซ
swear *iv* สาบาน; สบถ
sweat *v* เหงื่อออก
sweat *n* เหงื่อ
sweater *n* เสื้อขนสัตว์ถัก
Sweden *n* ประเทศสวีเดน
Swedish *adj* เกี่ยวกับประเทศสวีเดน
sweep *iv* ปัดถู
sweet *adj* หวาน
sweeten *v* ทำให้หวาน
sweetheart *n* หวานใจ
sweetness *n* ความหวาน
sweets *n* ลูกกวาด
swell *iv* บวม
swelling *n* ต่อม
swift *adj* รวดเร็ว
swim *iv* ว่ายน้ำ
swimmer *n* นักว่ายน้ำ
swimming *n* การว่ายน้ำ
swindle *v* ฉ้อโกง
swindle *n* การฉ้อโกง
swindler *n* คนโกง
swing *n* ชิงช้า; การแกว่ง
swing *iv* แกว่งไกว
Swiss *adj* เกี่ยวกับสวิตเซอร์แลนด์
switch *n* การเปิดปิด
switch *v* เฆี่ยน; หวด
switch off *v* ปิด
switch on *v* เปิด
Switzerland *n* ประเทศสวิสเซอร์แลนด์
swivel *v* หมุน
swollen *adj* บวม
sword *n* ดาบ

swordfish n นาก
syllable n พยางค์
symbol n สัญลักษณ์
symbolic adj เป็นสัญลักษณ์
symmetry n ความสมมาตร
sympathize v เห็นอกเห็นใจ
sympathy n ความเห็นใจ
symphony n วงซิมโฟนี
symptom n อาการของโรค
synagogue n สุเหร่ายิว; โบสถ์
synchronize v เกิดขึ้นพร้อมๆ กัน
synod n เถรสมาคม
synonym n คำพ้อง
synthesis n การสังเคราะห์
syphilis n โรคซิฟิลิส
syringe n กระบอกฉีดยา
syrup n น้ำเชื่อม
system n ระบบ
systematic adj ตามระบบ

T

table n โต๊ะ
tablecloth n ผ้าปูโต๊ะ
tablespoon n ช้อนโต๊ะ
tablet n แผ่นจารึก; ยาเม็ด
tack n ตะปู; ทิศทางเดินเรือ
tackle v จับ; จัดการกับปัญหา; ต่อสู้
tact n ไหวพริบ; ลูกเล่น
tactful adj มีไหวพริบ
tactical adj เกี่ยวกับกลยุทธ์
tactics n กลยุทธ์
tag n ป้าย
tail n หาง
tail v ประกบตัว
tailor n ช่างตัดเสื้อ
tainted adj ด่างพร้อย
take iv จับ; หยิบ; เอา
take apart v จำแนก
take away v ขน
take back v เอาคืน
take in v คำนึง
take off v ถอด
take out v ถอดออก; กลับบ้าน
take over v รับช่วง
tale n นิทาน
talent n พรสวรรค์
talk v พูด
talkative adj ช่างพูด
tall adj สูง
tame v เพาะปลูก
tangent n เส้นสัมผัส
tangerine n ส้มจีน
tangible adj มีรูปร่าง; สัมผัสได้
tangle n ความทุลักทุเล
tank n รถถัง; บ่อน้ำ
tanned adj คล้ำ
tantamount to adj ทัดเทียม
tantrum n อาการโมโห
tap n การตบเบาๆ

tap into *v* เท; เจาะ
tape *n* สายเทป; สายวัด
tape recorder *n* เครื่องบันทึกเสียง
tapestry *n* สิ่งทอ
tar *n* น้ำมันดิน
tarantula *n* แมงมุมพิษ
tardy *adv* เชื่องช้า
target *n* เป้า; โล่ห์กลม
tariff *n* ภาษี; ค่าโดยสาร
tarnish *v* ทำให้มัวหมอง
tart *n* ขนมทาร์ต
tartar *n* การเคลือบฟัน
task *n* งาน
taste *v* ลิ้มรส; ออกรส
taste *n* รสชาด; รสนิยม
tasteful *adj* รสอร่อย
tasteless *adj* ไร้รสชาด
tasty *adj* รสดี
tavern *n* โรงแรม
tax *n* ภาษี
tea *n* ชา
teach *iv* สอน
teacher *n* ครู; อาจารย์
team *n* พวก; คณะ
teapot *n* กาน้ำชา
tear *n* รอยขาด; น้ำตา
tear *iv* ขาด; ดึง; เร่งรีบไป
tearful *adj* ร้องไห้
tease *v* หยอกล้อ
teaspoon *n* ช้อนชา
technical *adj* ทางเทคนิค
technicality *n* ลักษณะทางเทคนิค
technician *n* ช่างเทคนิค
technique *n* เทคนิค
technology *n* วิทยาการผลิต
tedious *adj* น่าเบื่อ
tedium *n* ความน่าเบื่อ
teenager *n* วัยรุ่น
teeth *n* ฟัน
telegram *n* โทรเลข
telepathy *n* โทรจิต
telephone *n* โทรศัพท์
telescope *n* กล้องโทรทรรศน์
televise *v* ถ่ายทอดโทรทัศน์
television *n* โทรทัศน์
tell *iv* บอก
teller *n* ผู้บอก
telling *adj* อย่างแรง
temper *n* อารมณ์
temperature *n* อุณหภูมิ
tempest *n* ความวุ่นวาย
temple *n* วัด
temporary *adj* ชั่วคราว
tempt *v* ล่อใจ
temptation *n* ความล่อใจ
tempting *adj* น่าล่อใจ
ten *adj* สิบ
tenacity *n* แรงใจ
tenant *n* ผู้อยู่อาศัย
tendency *n* แนวโน้ม
tender *adj* อ่อนโยน; นุ่ม
tenderness *n* ความอ่อนโยน
tennis *n* กีฬาเทนนิส
tenor *n* แนวโน้ม

T

tense *adj* ตึงเครียด
tension *n* ความตึงเครียด
tent *n* กระโจม; เต๊นท์
tentacle *n* หนวดสัตว์
tentative *adj* ลังเล; ชั่วคราว
tenth *n* เศษสิบ
tenuous *adj* ความผอมบาง
tepid *adj* จืดชืด; เฉื่อยชา
term *n* ภาคเรียน; ศัพท์
terminate *v* สิ้นสุดลง
terminology *n* คำศัพท์เฉพาะทาง
termite *n* ปลวก
terms *n* สมัย; ศัพท์
terrace *n* ดาดฟ้า; ระเบียง
terrain *n* ภูมิประเทศ
terrestrial *adj* เกี่ยวกับโลก
terrible *adj* แย่; สยดสยอง
terrific *adj* ดีเยี่ยม
terrify *v* ทำให้กลัวหัวหด
terrifying *adj* น่ากลัว
territory *n* อาณาเขต
terror *n* ความหวาดกลัว
terrorism *n* ลัทธิก่อการร้าย
terrorist *n* ผู้ก่อการร้าย
terrorize *v* ก่อการร้าย
terse *adj* ห้วน; รวบรัด
test *v* ลอง
test *n* การทดสอบ
testament *n* พินัยกรรม
testify *v* พิสูจน์; เป็นพยาน
testimony *n* พยานหลักฐาน
text *n* ต้นฉบับ; ตัวบท
textbook *n* ตำราคู่มือ
texture *n* แก่นสาร
thank *v* ขอบคุณ
thankful *adj* รู้สึกขอบใจ
thanks *n* การขอบใจ
that *adj* นั่น; โน่น
thaw *v* ทำให้ละลาย
thaw *n* การบรรเทา
theater *n* โรงภาพยนตร์
theft *n* การลักขโมย
theme *n* สาระสำคัญ
themselves *pro* พวกเขาเหล่านั้น
then *adv* เวลานั้น; ถัดมา
theologian *n* นักเทววิทยา
theology *n* เทววิทยา
theory *n* ทฤษฎี
therapy *n* การบำบัดโรค
there *adv* ที่นั่น; ตรงนั้น
therefore *adv* ดังนั้น
thermometer *n* เทอร์โมมิเตอร์
thermostat *n* เครื่องควบคุมความร้อน
these *adj* เหล่านี้; พวกนี้
thesis *n* วิทยานิพนธ์
they *pro* พวกเขา
thick *adj* หนา; แน่น
thicken *v* ทำให้หนา
thickness *n* ความหนา
thief *n* โจร
thigh *n* โคนขา
thin *adj* ผอม; บาง
thing *n* สิ่งของ
think *iv* นึกคิด

thinly *adv* บางเบา
third *adj* ที่สาม
thirst *v* กระหาย
thirsty *adj* กระหายน้ำ
thirteen *adj* สิบสาม
thirty *adj* สามสิบ
this *adj* นี่
thorn *n* หนาม
thorny *adj* เต็มไปด้วยหนาม
thorough *adj* เต็มที่; สมบูรณ์
those *adj* นั่น; โน่น
though *c* แม้กระทั่ง
thought *n* ความคิด
thoughtful *adj* ช่างคิด
thousand *adj* หนึ่งพัน
thread *v* ร้อยด้าย; ชอนไช
thread *n* ด้าย; เชือก
threat *n* การคุกคาม; คำขู่
threaten *v* ขู่
three *adj* สาม
thresh *v* นวดข้าว; ฟาดข้าว
threshold *n* การเริ่มต้น
thrifty *adj* ประหยัด
thrill *v* ทำให้พอใจ
thrill *n* ความรู้สึกตื่นเต้น
thrive *v* เจริญเติบโต
throat *n* ลำคอ
throb *n* การเต้นอย่างเร็ว
throb *v* เต้นเร็ว
thrombosis *n* ลิ่มเลือดอุดตัน
throne *n* ราชบัลลังก์
throng *n* การชุมนุม
through *pre* กระทั่ง
throw *iv* โยน
throw away *v* โยนทิ้ง
throw up *v* อาเจียน
thug *n* ผู้ก่อการร้าย
thumb *n* นิ้วหัวแม่มือ
thumbtack *n* เป๊กติดกระดาษ
thunder *n* ฟ้าร้อง
thunderbolt *n* สายฟ้า
thunderstorm *n* ฝนฟ้าคะนอง
Thursday *n* วันพฤหัสบดี
thus *adv* ดังนั้น
thwart *v* ขัดขวาง
thyroid *n* ไทรอยด์
tickle *v* จักจี้
tickle *n* ความรู้สึกจักจี้
ticklish *adj* น่าจักจี้
tidal wave *n* คลื่นยักษ์
tide *n* วิกฤติกาล
tidy *adj* สะอาดสะอ้าน
tie *n* ความเสมอกัน
tie *v* โยง; ล่าม
tiger *n* เสือ
tight *adj* แน่น
tighten *v* ทำให้แน่น
tile *n* แผ่นกระเบื้อง
till *adv* ตราบเท่า
till *v* เพาะปลูก
tilt *v* ตะแคง
timber *n* ท่อนไม้
time *v* จับเวลา
time *n* เวลา

timeless *adj* ไม่มีเวลา
timely *adj* ถูกกาลเทศะ
times *n* เวลา; ครั้ง
timetable *n* ตารางเวลา
timid *adj* ขลาด; ขี้อาย
timidity *n* ความขี้อาย
tin *n* ดีบุก; กระป๋อง
tiny *adj* เล็กมาก
tip *n* ปลาย; ข้อแนะนำ
tiptoe *n* การเขย่งปลายเท้า
tire *n* ยางรถยนต์
tire *v* ทำให้เหนื่อย
tired *adj* เหนื่อย
tiredness *n* ความเหน็ดเหนื่อย
tireless *adj* ไม่รู้จักเหนื่อย
tiresome *adj* น่าเบื่อ; น่ารำคาญ
tissue *n* เนื้อเยื่อ; เยื่อกระดาษ
title *n* หัวข้อ
to *pre* ต่อ; จนถึง; สู่
toad *n* คางคก
toast *v* ปิ้ง; ดื่มอวยพร
toast *n* ขนมปังปิ้ง
toaster *n* คนดื่มอวยพร
tobacco *n* ยาสูบ; บุหรี่
today *adv* ปัจจุบันนี้
toddler *n* เด็กเริ่มหัดเดิน
toe *n* นิ้วเท้า
toenail *n* เล็บเท้า
together *adv* ด้วยกัน; พร้อมกัน
toil *v* กระเสือกกระสน
toilet *n* ห้องน้ำ
token *n* เครื่องหมาย

tolerable *adj* พอประมาณ
tolerance *n* ความใจกว้าง
tolerate *v* ยอมให้; อดทน
toll *v* ตีระฆัง
toll *n* การตีระฆัง
tomato *n* มะเขือเทศ
tomb *n* หลุมฝังศพ
tombstone *n* ศิลาจารึกหลุมฝังศพ
tomorrow *adv* พรุ่งนี้
ton *n* ตัน
tone *n* การปรับสี
tongs *n* แหนบ; คีม
tongue *n* ลิ้น
tonic *n* ยาชูกำลัง
tonight *adv* คืนนี้
tonsil *n* ต่อมทอนซิล
too *adv* เหมือนกัน
tool *n* อุปกรณ์; เครื่องมือ
tooth *n* ฟัน
toothache *n* อาการปวดฟัน
toothpick *n* ไม้จิ้มฟัน
top *n* ด้านบน; ลูกข่าง
topic *n* หัวข้อเรื่อง; ตัวบท
topple *v* ทำให้คว่ำ
torch *n* คบไฟ
torment *v* ตอแย
torment *n* ความเจ็บปวด
torrent *n* ฝนตกหนัก
torrid *adj* ร้อนอบอ้าว
torso *n* ร่างกายคน
tortoise *n* เต่า
torture *v* ทรมาน

torture *n* ความทรมาน
toss *v* โยน
total *adj* ทั้งหมด
totalitarian *adj* ระบบการปกครองแบบเผด็จการ
totality *n* จำนวนทั้งสิ้น
touch *n* การจับ
touch *v* แตะต้อง
touch on *v* กินความ
touch up *v* ปรุงแต่ง
touching *adj* น่าสะเทือนใจ
tough *adj* เหนียว; ทนทาน
toughen *v* ทำให้แกร่ง
tour *n* การท่องเที่ยว
tourism *n* การท่องเที่ยว
tourist *n* นักท่องเที่ยว
tournament *n* การแข่งขัน
tow *v* ชักลาก; พ่วง
tow truck *n* รถลาก
towards *pre* ไปทาง; ในเรื่อง
towel *n* ผ้าขนหนู
tower *n* หอคอย
towering *adj* สูงตระหง่าน
town *n* เมือง
town hall *n* ศาลากลางจังหวัด
toxic *adj* เป็นพิษ
toxin *n* พิษ
toy *n* ของเล่น
trace *v* ลากเส้น; ติดตาม
track *v* สะกดรอย
track *n* รอยเท้า; ทางเดิน
traction *n* การลาก
tractor *n* เครื่องลาก
trade *n* การค้าขาย
trade *v* ค้าขาย
trademark *n* ตราสินค้า
trader *n* เรือค้าขาย
tradition *n* ประเพณี
traffic *v* ค้าขาย
traffic *n* การขนส่ง
tragedy *n* โศกนาฏกรรม
tragic *adj* โศกเศร้า
trail *n* รอยเท้า; ทาง
trail *v* งอกขึ้น; ลากหาง
trailer *n* ไม้เลื้อย
train *v* อบรม
train *n* รถไฟ
trainee *n* ผู้เข้ารับการอบรม
trainer *n* ครูฝึก
training *n* การฝึกหัด
trait *n* สันดาน
traitor *n* คนทรยศ
trajectory *n* เส้นโคจร
tram *n* รถราง
trample *v* กระทืบ
trance *n* อาการเคลิ้ม
tranquility *n* ความสงบ
transaction *n* ธุรกิจ
transcend *v* อยู่เหนือ; ชนะ
transcribe *v* ทำสำเนา
transfer *n* การย้าย
transfer *v* โยกย้าย
transform *v* เปลี่ยนร่าง
transformation *n* การเปลี่ยนร่าง

T

transfusion *n* การถ่ายเท
transient *adj* ชั่วคราว
transit *n* การขนส่ง
transition *n* การเปลี่ยนแปลง
translate *v* แปลง; แปลความ
translator *n* นักแปล
transmit *v* ส่งผ่าน; แพร่เชื้อ
transparent *adj* โปร่งใส
transplant *v* โยกย้าย
transport *v* ขนส่ง
trap *n* กับดัก
trap *v* วางกับดัก
trash *n* ขยะ
trash can *n* ถังขยะ
traumatic *adj* ซึ่งบอบช้ำทางจิตใจ
traumatize *v* ชอกช้ำใจ
travel *v* เดินทาง
traveler *n* นักเดินทาง
tray *n* ถาด
treacherous *adj* ขายชาติ
treachery *n* การทรยศ
tread *iv* ย่ำ; เหยียบ
treason *n* การกบฏ
treasure *n* ทรัพย์สมบัติ
treasurer *n* เหรัญญิก
treat *v* รักษา; เลี้ยงดู
treat *n* การรักษา
treatment *n* การรักษา; การเลี้ยง
treaty *n* สนธิสัญญา
tree *n* ต้นไม้
tremble *v* สั่น
tremendous *adj* น่าเกรงขาม
tremor *n* เสียงสั่น
trench *n* คูระบาย
trend *n* แบบสมัยนิยม
trendy *adj* ซึ่งเป็นที่นิยม
trespass *v* บุกเข้าไป
trial *n* การพิสูจน์
triangle *n* สามเหลี่ยม
tribe *n* เผ่า
tribulation *n* ความลำบาก
tribunal *n* ศาล
tribute *n* เงินบรรณาธิการ; ส่วย
trick *v* ปลิ้นปล้อน
trick *n* เคล็ดลับ
trickle *v* ซิบ; เล็ด
tricky *adj* หลอกลวง
trigger *v* จุดประกาย
trigger *n* ไกปืน
trim *v* เล็ม
trimester *n* ไตรมาส
trimmings *n* การดุด่า
trip *v* สะดุด
trip *n* การเดินทาง
triple *adj* สามเท่า
tripod *n* ขาตั้ง; ขาหยั่ง
triumph *n* ชัยชนะ
triumphant *adj* มีชัย
trivial *adj* ไม่เป็นสาระ
trivialize *v* ประเมินค่าต่ำกว่า
trolley *n* รถราง
troop *n* กองทัพ
trophy *n* ถ้วยรางวัล
tropic *n* เขตร้อน

tropical *adj* ร้อนชื้น
trouble *n* อุปสรรค
trouble *v* กวนเมือง
troublesome *adj* น่ารำคาญ
trousers *n* กางเกงขายาว
trout *n* ปลาเทราท์
truce *n* การพักรบ
truck *n* รถบรรทุก
trucker *n* คนขับรถบรรทุก
trumped-up *adj* แสร้งทำ
trumpet *n* แตร
trunk *n* ลำต้น; งวงช้าง
trust *v* วางใจ; เชื่อถือได้
trust *n* ผู้จัดการทรัพย์สิน; ความเชื่อใจ
truth *n* ความจริง
truthful *adj* สุจริต
try *v* พยายาม; ลอง
tub *n* อ่างอาบน้ำ
tuberculosis *n* วัณโรค
Tuesday *n* วันอังคาร
tuition *n* การอบรม; คำสอน
tulip *n* ดอกทิวลิป
tumble *v* พลัดตก; ล้มคว่ำ
tummy *n* ท้อง
tumor *n* เนื้องอก
tumult *n* ความอลเวง
tumultuous *adj* สับสนวุ่นวาย
tuna *n* ปลาทูนา
tune *n* ทำนองเพลง
tune *v* ตั้ง; ปรับคลื่น
tune up *v* ปรับเครื่องยนต์
tunic *n* เสื้อคลุม

tunnel *n* อุโมงค์
turbine *n* กังหัน
turbulence *n* ความอลเวง
turf *n* สนามหญ้า
Turk *adj* เกี่ยวกับประเทศตุรกี
Turkey *n* ประเทศตุรกี
turmoil *n* ความโกลาหล
turn *v* หมุน
turn *n* ตา
turn back *v* หมุนกลับ
turn down *v* หลุบ
turn in *v* แปลสภาพ
turn off *v* ปิด
turn on *v* เปิด
turn out *v* ผลิต
turn over *v* พลิก; ไถ; ผกผัน
turn up *v* ปรากฏ
turret *n* ป้อมปืน
turtle *n* เต่า
tusk *n* ฟันช้าง; เขี้ยวยาว
tutor *n* ครูสอนพิเศษ
tweezers *n* แหนบ
twelfth *adj* ที่สิบสอง
twelve *adj* ที่เป็นจำนวนสิบสอง
twentieth *adj* ที่ยี่สิบ
twenty *adj* ยี่สิบ
twice *adv* สองครั้ง
twilight *n* พลบค่ำ
twin *n* ฝาแฝด
twinkle *v* ส่องแสงระยิบระยับ
twist *v* บิด
twist *n* การบิด

twisted *adj* บิดเบี้ยว
twister *n* พายุหมุน
two *adj* สอง
tycoon *n* ผู้ประกอบการ
type *v* พิมพ์
type *n* ชนิด; ตัวพิมพ์
typical *adj* เป็นแบบอย่าง
tyranny *n* การปกครองแบบเผด็จการ
tyrant *n* เผด็จการ

U

ugliness *n* ความน่าเกลียด
ugly *adj* น่าเกลียด
ulcer *n* แผลมีหนอง; ฝี
ultimate *adj* ขั้นสูงสุด
ultimatum *n* คำขาด; ข้อสรุป
ultrasound *n* อุลตราซาวด์
umbrella *n* ร่ม
umpire *n* กรรมการ
unable *adj* ไร้สามารถ
unanimity *n* ความเป็นเอกฉันท์
unarmed *adj* ไร้อาวุธ
unassuming *adj* ถ่อมตัว
unattached *adj* โสด; ไม่ผูกติด
unavoidable *adj* เลี่ยงไม่ได้
unaware *adj* ไม่รู้ตัว
unbearable *adj* เหลือทน
unbeatable *adj* แพ้ไม่ได้
unbelievable *adj* ไม่น่าเชื่อ
unbiased *adj* ยุติธรรม
unbroken *adj* ไม่ขาดระยะ
unbutton *v* แกะกระดุม
uncertain *adj* ไม่แน่ใจ
uncle *n* ลุง; น้าชาย
uncomfortable *adj* อึดอัด
uncommon *adj* ไม่ธรรมดา
unconscious *adj* หมดสติ
uncover *v* ค้นพบ
undecided *adj* ลังเลใจ
undeniable *adj* ปฏิเสธไม่ได้
under *pre* ใต้
undercover *adj* ปลอมตัว
underdog *n* ผู้ที่มีเค้าว่าจะแพ้
undergo *v* ฝ่าฟัน
underground *adj* ใต้ดิน
underlie *v* วางไว้ข้างใต้
underline *v* ขีดเส้นใต้
underlying *adj* ที่อยู่ข้างใต้
undermine *v* ก่อวินาศกรรม
underneath *pre* ข้างใต้
underpass *n* อุโมงค์ใต้ถนน; ทางข้างล่าง
understand *v* เข้าใจ
understandable *adj* แจ่มแจ้ง
understanding *n* ความเข้าใจ
undertake *v* รับหน้าที่
underwear *n* ชุดชั้นใน
underwrite *v* รับประกัน
undeserved *adj* ไม่สมควรจะได้
undesirable *adj* ไม่ต้องการ

173 **unlock**

undisputed *adj* ที่ไม่โต้แย้ง
undo *v* แก้ไข
undoubtedly *adv* ไม่ต้องสงสัย
undress *v* เปลื้องผ้า
undue *adj* เกินควร
unearth *v* ขุด
uneasiness *n* ความไม่สบายใจ
uneasy *adj* ซึ่งไม่สบายใจ
uneducated *adj* ไร้การศึกษา
unemployed *adj* ว่างงาน
unemployment *n* การตกงาน
unending *adj* ไม่จบสิ้น
unequal *adj* เหลื่อมล้ำ
unequivocal *adj* ชัดเจน
uneven *adj* ไม่สม่ำเสมอ
uneventful *adj* เรื่อยๆ
unexpected *adj* ไม่คาดคิด
unfailing *adj* ไม่เคยขาด
unfair *adj* ไม่ยุติธรรม
unfairly *adv* อย่างไม่ยุติธรรม
unfairness *n* ความอยุติธรรม
unfaithful *adj* ทรยศ
unfamiliar *adj* ไม่คุ้น
unfasten *v* แกะ
unfavorable *adj* น่าเสียดาย
unfit *adj* ไม่เหมาะสม
unfold *v* คลี่
unforeseen *adj* ไม่คาดฝัน
unforgettable *adj* ลืมไม่ลง
unfounded *adj* โคมลอย
unfriendly *adj* ไม่เป็นมิตร
unfurnished *adj* ไม่มีเครื่องเรือน
ungrateful *adj* อกตัญญู
unhappiness *n* ความทุกข์
unhappy *adj* เป็นทุกข์
unharmed *adj* ปลอดภัย
unhealthy *adj* สุขภาพไม่ดี
unheard-of *adj* แปลกหู
unhurt *adj* ไม่ได้รับบาดเจ็บ
unification *n* การสังสรรค์
uniform *n* เครื่องแบบ
uniformity *n* ความเป็นอันหนึ่งอันเดียว
unify *v* รวมกัน
unilateral *adj* เดี่ยว
union *n* สมาคม; สหพันธ์
unique *adj* มีลักษณะเฉพาะ
unit *n* หน่วย
unite *v* สามัคคี
unity *n* เอกภาพ
universal *adj* ทั่วไป
universe *n* จักรวาล
university *n* มหาวิทยาลัย
unjust *adj* อยุติธรรม
unjustified *adj* โคมลอย
unknown *adj* ไม่เป็นที่รู้จัก
unlawful *adj* เถื่อน
unleaded *adj* ไร้สารตะกั่ว
unleash *v* แก้สายรั้ง
unless *c* นอกจาก
unlike *adj* แตกต่าง
unlikely *adj* ยาก
unlimited *adj* โดยไม่จำกัด
unload *v* ถ่ายเท
unlock *v* ไขกุญแจ

U

unlucky *adj* โชคร้าย
unmarried *adj* โสด
unmask *v* เปิดเผย
unmistakable *adj* ชัดเจน; แน่แท้
unnecessary *adj* ไม่จำเป็น
unnoticed *adj* หลงหูหลงตา
unoccupied *adj* ว่าง
unofficially *adv* อย่างไม่เป็นทางการ
unpack *v* รื้อ; เอาออก
unpleasant *adj* น่าเกลียด; น่าชัง
unplug *v* ถอดปลั๊ก
unpopular *adj* ไม่มีชื่อเสียง
unpredictable *adj* ไม่คาดฝัน
unprofitable *adj* เปล่าประโยชน์
unprotected *adj* ที่ไม่ได้ป้องกัน
unravel *v* แก้; คิดได้
unreal *adj* จอมปลอม
unrealistic *adj* ที่ลวงตา
unreasonable *adj* ฟังไม่ขึ้น
unrelated *adj* ไม่เกี่ยวข้อง
unreliable *adj* กลับกลอก
unrest *n* ระส่ำระสาย
unsafe *adj* อันตราย
unselfish *adj* ไม่เห็นแก่ตัว
unspeakable *adj* เหนือคำบรรยาย
unstable *adj* ไม่มั่นคง
unsteady *adj* คลอนแคลน
unsuccessful *adj* ไร้ผล
unsuitable *adj* ไม่สมศักดิ์ศรี
unsuspecting *adj* ไม่สงสัย
unthinkable *adj* เหลือเชื่อ
untie *v* แก้มัด

until *pre* จนกระทั่ง
untimely *adj* จวบจน
untouchable *adj* ซึ่งห้ามสัมผัส
untrue *adj* เท็จ
unusual *adj* ผิดปกติ
unveil *v* ตีแผ่; เปิดป้าย
unwillingly *adv* ไม่เต็มใจ
unwind *v* คลาย
unwise *adj* โง่
unwrap *v* แกะ
upbringing *n* การเลี้ยงดู
upcoming *adj* กำลังจะมา
update *v* ทำให้ทันสมัย
upgrade *v* ยกระดับ
upheaval *n* แรงกระเพื่อม
uphill *adv* ขึ้นทางลาด
uphold *v* ดำรง; ค้ำจุน
upholstery *n* หุ้มเบาะ
upkeep *n* ค่าบำรุงรักษา
upon *pre* เหนือ
upper *adj* ต้น
upright *adj* ซื่อสัตย์
uprising *n* ขบถ
uproar *n* เสียงกึกก้อง
uproot *v* ถอนรากถอนโคน
upset *v* ทำให้หัวเสีย
upside-down *adv* พลิกกลับ
upstairs *adv* ชั้นบน
uptight *adj* เครียด; โกรธจัด
up-to-date *adj* ทันสมัย
upturn *n* เทกระจาด
upwards *adv* ข้างบน

urban *adj* ในเมือง
urge *n* การกระตุ้น
urge *v* กระตุ้น
urgency *n* ความเร่งด่วน
urgent *adj* เร่งด่วน
urinate *v* ถ่ายปัสสาวะ
urine *n* ปัสสาวะ
urn *n* กาโลหะทรงโกศ
us *pro* พวกเรา
usage *n* การใช้
use *n* การใช้
use *v* ใช้
used to *adj* คุ้นเคย
useful *adj* มีประโยชน์
usefulness *n* คุณประโยชน์
useless *adj* ไร้ประโยชน์
user *n* ผู้ใช้
usher *n* พนักงานเฝ้าประตู
usual *adj* ปกติ
usurp *v* แย่งชิง
utensil *n* เครื่องใช้
uterus *n* มดลูก
utilize *v* นำมาใช้
utmost *adj* ที่สุด
utter *v* เปล่ง

V

vacancy *n* ที่ว่าง
vacant *adj* ว่าง
vacate *v* ละทิ้ง
vacation *n* การพักร้อน
vaccinate *v* ฉีดยา
vaccine *n* วัคซีน
vacillate *v* ลังเลใจ
vagrant *n* คนจรจัด
vague *adj* เลือนลาง
vain *adj* ไร้ผล
vainly *adv* เก้อ
valiant *adj* กล้าหาญ
valid *adj* ใช้ได้
validate *v* ทำให้ใช้ได้
validity *n* ความมีเหตุผล
valley *n* หุบเขา
valuable *adj* มีค่า
value *n* คุณค่า
value *v* ประเมินค่า
valve *n* ลิ้น
vampire *n* ผีดูดเลือด
van *n* รถตู้
vandal *n* คนพาล
vandalism *n* การทำลายทรัพย์สิน
vandalize *v* ทำลายทรัพย์สิน
vanguard *n* ระดับแนวหน้า
vanish *v* สูญหาย
vanity *n* ความทรนง
vanquish *v* กำราบ

vaporize v ระเหิด
variable adj ไม่มั่นคง
varied adj หลากหลาย
variety n ความหลากหลาย
various adj ทั้งหลาย
varnish n ชักเงา
varnish v ฉาบ
vary v เปลี่ยนแปลง
vase n แจกัน
vast adj กว้างใหญ่
veal n เนื้อลูกวัว
veer v เลี้ยว
vegetable v หั่นผัก
vegetarian v กินเจ
vegetation n พืช
vehicle n พาหนะ
veil n กำบัง
vein n เส้นเลือด
velocity n ความเร็ว
velvet n กำมะหยี่
venerate v บูชา; นับถือ
vengeance n การแก้แค้น
venison n เนื้อกวาง
venom n พิษ
vent n ช่องระบายอากาศ
ventilate v ถ่ายเท
ventilation n การระบายอากาศ
venture n ทุนทรัพย์
venture v ถือวิสาสะ
verb n คำกริยา
verbally adv อย่างโจมตี
verbatim adv คำต่อคำ

verdict n คำตัดสิน
verge n ริม; ไหล่ถนน
verification n การตรวจจับ
verify v ตรวจจับ
versatile adj คล่องแคล่ว
verse n กลอน; ร้อยกรอง
versed adj แตกฉาน
version n ฉบับ
versus pre ต่อ
vertebra n กระดูก
very adv มาก
vessel n กระถาง; เรือ
vest n เสื้อกั๊ก
vestige n เค้าเงื่อน
veteran n ทหารผ่านศึก
veterinarian n สัตวแพทย์
veto v ยับยั้ง; ไม่อนุมัติ
viaduct n ทางยกระดับ
vibrant adj สั่น
vibrate v สั่นสะเทือน
vibration n การสั่นสะเทือน
vice n ความชั่วร้าย; จุดบกพร่อง
vicinity n ละแวก; แดน
vicious adj ใจร้าย
victim n เหยื่อ
victimize v ลวงเป็นเหยื่อ
victor n ผู้ชนะ
victorious adj มีชัย
victory n ชัยชนะ
view v พิจารณา; มีความคิดเห็น; ดูโทรทัศน์
view n ความคิดเห็น; ภาพทิวทัศน์; การมอง

177 **vulnerable**

viewpoint *n* ทัศนคติ
vigil *n* การเฝ้า
village *n* หมู่บ้าน
villager *n* ชาวบ้าน
villain *n* วายร้าย
vindicate *v* แก้แค้น
vindictive *adj* พยาบาท
vine *n* เถา; ไม้เลื้อย
vinegar *n* น้ำส้มสายชู
vineyard *n* ไร่องุ่น
violate *v* ข่มขืน; ละเมิด
violence *n* ความรุนแรง
violent *adj* รุนแรง
violet *n* สีม่วง
violin *n* ไวโอลิน
violinist *n* นักไวโอลิน
viper *n* งูพิษ
virgin *n* พรหมจาริณี
virginity *n* ความบริสุทธิ์
virile *adj* อกสามศอก
virility *n* ความเป็นชาย
virtually *adv* แทบจะ
virtue *n* คุณธรรม; บุญ
virtuous *adj* ทรงเกียรติ
virulent *adj* ร้ายแรง
virus *n* เชื้อไวรัส
visibility *n* ทัศนวิสัย
visible *adj* ปรากฏ
vision *n* วิสัยทัศน์
visit *n* การเยี่ยม
visit *v* เยี่ยม; ไปหา
visitor *n* ผู้มาเยือน
visual *adj* ที่เห็นได้
visualize *v* นึกภาพ
vital *adj* สำคัญ
vitality *n* ความมีเสน่ห์
vitamin *n* วิตามิน
vivacious *adj* สดใส; คึกคัก
vivid *adj* สดใส; ฉูดฉาด
vocabulary *n* คำศัพท์
vocation *n* วิชาชีพ
vogue *n* สมัยนิยม
voice *n* เสียง
void *adj* ว่าง; สูญ; โมฆะ
volatile *adj* ปะทุง่าย
volcano *n* ภูเขาไฟ
volleyball *n* กีฬาวอลเลย์บอล
voltage *n* แรงดันไฟฟ้า
volume *n* ปริมาตร; ระดับเสียง
volunteer *n* อาสาสมัคร
vomit *v* อาเจียน
vomit *n* การอาเจียน
vote *v* ออกเสียง
vote *n* คะแนนเสียง
voting *n* การออกเสียงเลือกตั้ง
vouch for *v* รับรอง
voucher *n* ใบสั่งจ่าย
vow *v* บนบาน
vowel *n* รูปสระ
voyage *n* การเดินทาง
voyager *n* นักเดินทาง
vulgar *adj* หยาบช้า
vulgarity *n* ความต่ำช้า
vulnerable *adj* เปราะบาง

V

vulture *n* นกแร้ง

W

wafer *n* ขนมปังแผ่นบาง
wag *v* กระดิก
wage *n* ค่าแรง
wage *v* พนัน; ว่าจ้าง
wagon *n* ประทุน; เกวียน
wail *v* ร่ำไห้
wail *n* การร่ำไห้
waist *n* เอว
wait *v* รอ
waiter *n* บริกรชาย
waiting *n* การรอคอย
waitress *n* บริการหญิง
waive *v* ยกเว้น
wake up *iv* ตื่น; ปลุก
walk *n* การเดิน
walk *v* เดิน
walkout *n* การนัดหยุดงาน
wall *n* กำแพง
wallet *n* กระเป๋าเงิน
walnut *n* ลูกวอลนัท
walrus *n* ช้างน้ำ
waltz *n* จังหวะวอลทซ์
wander *v* เร่ร่อน
wanderer *n* คนพเนจร
wane *v* โรย
want *v* ต้องการ
war *n* สงคราม
ward *n* กรง
warden *n* พัศดี
wardrobe *n* ตู้เสื้อผ้า
warehouse *n* คลังสินค้า
warfare *n* ศึกสงคราม
warm *adj* อุ่น; อบอุ่น
warm up *v* อุ่นเครื่อง
warmth *n* ความอบอุ่น
warn *v* เตือน
warning *n* คำเตือน
warp *v* หงิกงอ
warped *adj* เหยเก
warrant *v* รับประกัน
warrant *n* ประกัน
warranty *n* หลักประกัน
warrior *n* นักรบ
warship *n* เรือรบ
wart *n* หูด
wary *adj* สุขุม
wash *v* ล้าง
washable *adj* ล้างได้
wasp *n* ตัวต่อ; แตน
waste *v* สิ้นเปลือง
waste *n* ของเสีย
waste basket *n* ถังขยะ
wasteful *adj* ฟุ่มเฟือย
watch *n* นาฬิกา
watch *v* เฝ้าดู
watch out *v* ระวัง

V

watchful *adj* ระวังตัว
watchmaker *n* ช่างนาฬิกา
water *v* รดน้ำ
water *n* น้ำ
water down *v* ทำให้เจือจาง
water heater *n* เครื่องทำน้ำอุ่น
waterfall *n* น้ำตก
watermelon *n* แตงโม
waterproof *adj* กันน้ำ
watershed *n* สันปันน้ำ
watertight *adj* รัดกุม
watery *adj* เหลว; โจ๋งเจ๋ง
watt *n* แรงเทียน
wave *n* คลื่น; ลอน
wave *v* โบกมือ; เป็นลอน
waver *v* พริ้ว; โลเล
wavy *adj* หยิก
wax *n* ขี้ผึ้ง; น้ำมัน
way *n* หนทาง; แนวทาง
way in *n* ทางเข้า
way out *n* ทางออก
we *pro* พวกเรา
weak *adj* อ่อนแอ
weaken *v* ทำให้อ่อนแอ
weakness *n* ความอ่อนแอ
wealth *n* ความมั่งคั่ง
wealthy *adj* ร่ำรวย
weapon *n* อาวุธ
wear *iv* สวมใส่; ใส่
wear *n* เครื่องสวมใส่
wear down *v* กร่อน
wear out *v* มืออ่อนตีนอ่อน
weary *adj* เหนื่อย; เบื่อ
weather *n* อากาศ
weave *iv* ทอ
web *n* ใย
web site *n* เว็บไซต์
wed *iv* แต่งงาน
wedding *n* งานแต่งงาน
wedge *n* ลิ่ม
Wednesday *n* วันพุธ
weed *n* วัชพืช
weed *v* คัดออก
week *n* สัปดาห์
weekday *adj* วันทำงาน
weekend *n* สุดสัปดาห์
weekly *adv* ทุกสัปดาห์
weep *iv* ร่ำไห้
weigh *v* ชั่งน้ำหนัก
weight *n* น้ำหนัก
weird *adj* แปลก
welcome *v* ต้อนรับ
welcome *n* การต้อนรับ
weld *v* ประสาน; บัดกรี
welder *n* ตัวเชื่อม
welfare *n* สวัสดิการ
well *n* บ่อน้ำ
well-known *adj* เป็นที่รู้จัก
well-to-do *adj* พอมีอันจะกิน
west *n* ทิศตะวันตก
westbound *adv* ไปทางตะวันตก
western *adj* ทางทิศตะวันตก
westerner *adj* ชาวตะวันตก
wet *adj* เปียก

W

whale n ปลาวาฬ
wharf n ท่าเรือ
what adj อะไร
whatever adj อะไรก็ตาม
wheat n ธัญญพืช
wheel n ล้อ
wheelbarrow n รถเข็นล้อเดียว
wheelchair n เก้าอี้รถเข็น
wheeze v หายใจหอบ
when adv เมื่อไหร่
whenever adv เมื่อไหร่ก็ตาม
where adv ที่ไหน
whereabouts n สถานที่
whereas c ในขณะที่
whereupon c จากนั้น
wherever c ที่ไหนๆ
whether c หรือไม่
which adj อันไหน
while c ในขณะที่
whim n ความเพ้อฝัน
whine v พร่ำบ่น
whip v ลงแส้; ฟาด
whip n แส้
whirl v หมุน
whirlpool n วังวน
whiskers n หนวด; เครา
whisper n การกระซิบ
whisper v กระซิบ
whistle v ผิวปาก
whistle n นกหวีด
white adj มีสีขาว
whiten v ทำให้ขาว

whittle v ถาก
who pro ใคร
whoever pro ใครก็ตาม
whole adj ทั้งหมด
wholehearted adj สุดใจ
wholesale n การขายส่ง
wholesome adj ซึ่งเป็นประโยชน์
whom pro ผู้ซึ่ง
why adv ทำไม
wicked adj ชั่วร้าย
wickedness n สิ่งชั่วร้าย
wide adj กว้าง
widely adv อย่างกว้างขวาง
widen v ทำให้กว้างขึ้น
widespread adj แพร่หลาย
widow n แม่หม้าย
widower n พ่อหม้าย
width n ความกว้าง
wield v กุม; กวัดแกว่ง
wife n ภรรยา, เมีย (เอกพจน์)
wig n ผมปลอม
wiggle v กระดิก
wild adj เถื่อน; คะนอง
wild boar n หมูป่า
wilderness n ป่าดงดิบ
wildlife n สัตว์ป่า
will n พินัยกรรม
willfully adv โดยมีเจตนา
willing adj เต็มใจ
willingly adv อย่างเต็มใจ
willingness n ความสมัครใจ
willow n ต้นหลิว

181 **workbook**

wily *adj* เพรียว
wimp *adj* อ่อนแอ
win *iv* ชนะ
win back *v* ได้คืน
wind *iv* ลมพัด; เกลียว
wind *n* ลม
wind up *v* ยุติ
winding *adj* คดเคี้ยว
windmill *n* กังหันลม
window *n* หน้าต่าง
windpipe *n* หลอดลม
windshield *n* ที่ปัดน้ำฝน
windy *adj* มีลมแรง
wine *n* เหล้าไวน์
winery *n* โรงกลั่นเหล้าองุ่น
wing *n* ปีก; ด้าน
wink *v* กระพริบตา
wink *n* แวบ
winner *n* ผู้ชนะ
winter *n* ฤดูหนาว
wipe *v* เช็ด
wipe out *v* ปราบ; ลบล้าง
wire *n* ลวด; โทรเลข
wireless *adj* ไร้สาย
wisdom *n* ปัญญา
wise *adj* ชาญลาด
wish *v* อวยพร; หวัง
wish *n* ความปรารถนา
wit *n* ปฏิภาณ
witch *n* แม่มด
witchcraft *n* เวทมนตร์
with *pre* กับ; ด้วยกัน
withdraw *v* ถอน; ถอนตัว
withdrawal *n* การเพิกถอน
withdrawn *adj* เก็บตัว
wither *v* เหี่ยว; สลด
withhold *iv* ยั้ง
within *pre* ภายใน
without *pre* ไร้; ปราศจาก
withstand *v* ฝืนทน; รับมือ
witness *n* พยาน
witty *adj* มีไหวพริบ
wives *n* ภรรยา, เมีย (พหูพจน์)
wizard *n* พ่อมด
wobble *v* แกว่ง
woes *n* ความเสียใจ
wolf *n* หมาป่า
woman *n* ผู้หญิง (เอกพจน์)
womb *n* มดลูก
women *n* ผู้หญิง (พหูพจน์)
wonder *v* สงสัย
wonder *n* ความอัศจรรย์
wonderful *adj* น่าอัศจรรย์
wood *n* ไม้; ป่า
wooden *adj* ทำด้วยไม้
wool *n* ขนสัตว์
woolen *adj* ทำจากขนสัตว์
word *n* คำ
wording *n* ถ้อยคำ
work *v* ทำ; ทำงาน
work *n* งาน
work out *v* ออกกำลังกาย
workable *adj* ที่ใช้การได้
workbook *n* สมุด

W

worker *n* คนงาน
workshop *n* โรงงาน
world *n* โลก
worldly *adj* ทางโลก
worldwide *adj* ทั่วโลก
worm *n* หนอน
worn-out *adj* เหนื่อย; โทรม
worrisome *adj* น่าวิตก
worry *v* วิตกกังวล
worry *n* ความกังวล
worse *adj* แย่กว่า
worsen *v* ซ้ำเติม
worship *n* พิธีกรรม
worst *adj* แย่ที่สุด
worth *adj* คุ้มค่า
worthless *adj* ไม่คุ้มค่า
worthwhile *adj* คุ้มค่าเหนื่อย
worthy *adj* มีค่า
would-be *adj* ที่ใฝ่ฝัน
wound *n* บาดแผล
wound *v* บอบช้ำ
woven *adj* ที่ทอ
wrap *v* ห่อหุ้ม; ห่ม
wrap up *v* ห่อ
wrapping *n* การห่อหุ้ม
wrath *n* ความโกรธ
wreath *n* มาลัย; พวงหรีด
wreck *v* พินาศ
wreckage *n* ซาก
wrench *n* กุญแจปากตาย
wrestle *v* ปล้ำ; ฟัด
wrestler *n* นักมวยปล้ำ
wrestling *n* กีฬามวยปล้ำ
wretched *adj* อนาถ
wring *iv* บีบ; บิด
wrinkle *n* ตีนกา
wrinkle *v* เหี่ยวแห้ง; ย่น
wrist *n* ข้อแขน
write *iv* เขียน
write down *v* จด; ลงรายการ
writer *n* นักเขียน
writhe *v* บิด; ดิ้น
writing *n* การเขียน
written *adj* ซึ่งเป็นลายลักษณ์อักษร
wrong *adj* ผิด

X

X-mas *n* วันคริสต์มาส
X-ray *n* การฉายแสง

Y

yacht *n* เรือใบ
yam *n* มันเทศ
yard *n* สนาม; หลา

W

183 zoology

yarn *n* ด้าย; เรื่องราว
yawn *v* หาว
yawn *n* การหาว
year *n* ปี
yearly *adv* ประจำปี
yearn *v* ปรารถนา
yeast *n* แป้งข้าวหมาก
yell *v* ตะโกน; ตะคอก
yellow *adj* สีเหลือง
yes *adv* ใช่
yesterday *adv* พรุ่งนี้
yet *c* แต่กระนั้น
yield *v* ยอมให้; ใจอ่อน
yield *n* ดอกผล
yoke *n* การเทียมม้า
yolk *n* ไข่แดง
you *pro* คุณ
young *adj* อายุน้อย; อ่อน
youngster *n* หนุ่มสาว
your *adj* ของคุณ
yours *pro* ของคุณ
yourself *pro* ด้วยตัวคุณเอง
youth *n* วัยหนุ่มสาว
youthful *adj* ที่ยังหนุ่มยังสาว

Z

zap *v* ยิง; ฉายแสง
zeal *n* ความกระตือรือร้น
zealous *adj* กระตือรือร้น
zebra *n* ม้าลาย
zero *n* ศูนย์
zest *n* ความสนุก
zinc *n* สังกะสี
zip code *n* รหัสไปรษณีย์
zipper *n* ซิป
zone *n* เขต
zoo *n* สวนสัตว์
zoology *n* สัตววิทยา

Z

Thai-English

Abbreviations

a - article
n - noun
e - exclamation
pro - pronoun
adj - adjective
adv - adverb
v - verb
iv - irregular verb
pre - preposition
c - conjunction

ก

กงสุล *n* consul
กฎเกณฑ์ *n* guidelines, rule
กฎบัตร *n* charter
กฎระเบียบ *n* statute, regulation
กฎหมาย *n* law
กด *v* press, squeeze
กดกระดิ่ง *iv* ring
กดขี่ *v* oppress
กดขี่ *adj* overbearing
กดดัน *v* pressure
กดให้แบน *v* squash
ก็ได้ *adv* fine
ก้น *n* bottom
กบ *n* frog
กบฏ *n* revolt
ก้ม *iv* bend
ก้มลง *v* duck
กรง *n* cage, ward
กรงเล็บ *n* claw
กรณี *n* subject, instance
กรด *n* acid
กรน *v* snore
กรมทหาร *n* regiment
กรรไกร *n* cutlery, scissors
กรรมการ *n* umpire
กรรมการตัดสิน *n* referee

กรวย *n* cone
กรอก *v* fill
กรอง *v* sift, filter
กร่อน *v* wear down
กรอบ *n* framework, frame
กรอบ *adj* crispy
กร่อย *adj* dull
กระ *n* freckle
กระจก *n* glass, looking glass, mirror
กระจอก *adj* shoddy
กระจัดกระจาย *adj* stray
กระจ่าง *adv* apparently
กระจาย *iv* spread, diffuse
กระจายไป *v* disperse
กระจายเสียง *v* broadcast
กระจายออก *adv* asunder
กระโจน *iv* leap
กระโจม *n* tent, pavilion
กระฉอก *v* lash out
กระฉับกระเฉง *adj* brisk
กระชับ *adj* compact
กระชาก *v* snatch
กระซิบ *v* whisper
กระดอน *v* bounce
กระด้าง *adj* callous, stiff, brusque, relentless
กระดาน *n* board
กระดานกระโดดน้ำ *n* springboard
กระดานชนวน *n* slate

กระดานดำ *n* blackboard, chalkboard
กระดาษ *n* paper
กระดาษแข็ง *n* cardboard
กระดาษจดบันทึก *n* memo
กระดาษเช็ดปาก *n* napkin
กระดาษทราย *n* sandpaper
กระดาษหนัง *n* parchment
กระดิก *v* wag, wiggle
กระดุม *n* button
กระดูก *n* bone, vertebra
กระดูกสะบ้า *n* kneecap
กระดูกสันหลัง *n* backbone
กระดูกไหปลาร้า *n* collarbone
กระเดือก *v* gulp
กระโดด *iv* spring, bound, buck, hop, jump, skip
กระโดดข้ามรั้ว *n* hurdle
กระโดดร่ม *v* bail out
กระต่าย *n* hare, rabbit
กระตือรือร้น *adj* ardent, active, dynamic, eager, zealous
กระตือรือร้น *v* enthuse
กระตุก *v* jerk, jolt
กระตุ้น *v* arouse, stimulate, activate, excite, galvanize, goad, incite, instigate, motivate, provoke, spur, urge
กระตุ้นเตือน *v* stir up
กระถาง *n* vessel
กระถางดอกไม้ *n* flowerpot
กระทรวง *n* ministry
กระท่อม *n* shed, cabin, cottage, hut, shack
กระทะ *n* pan, saucepan
กระทั่ง *pre* through
กระทำ *v* perform, carry out
กระทำผิด *v* offend, perpetrate
กระทิง *n* bull
กระทืบ *v* trample
กระทุ้ง *v* ram, prod
กระเทียม *n* garlic
กระแทก *v* crush
กระแทกแดกดัน *adj* ironic
กระบวนการ *n* procedure, process
กระบอกฉีดยา *n* syringe
กระบอง *n* bat, baton
กระปรี้กระเปร่า *adj* energetic
กระป๋อง *n* canister, tin, can
กระปิ *n* paste
กระปุก *n* bowl
กระเป๋า *n* pocket
กระเป๋าเงิน *n* wallet
กระเป๋าเดินทาง *n* baggage, luggage, suitcase
กระเป๋าถือ *n* bag, handbag
กระเป๋าถือสตรี *n* purse
กระเป๋าเป้ *n* backpack
กระเป๋าเอกสาร *n* briefcase
กระโปรง *n* skirt

กระโปรงสั้น *n* miniskirt
กระพริบตา *v* blink, wink
กระเพาะปัสสาวะ *n* bladder
กระรอก *n* squirrel
กระวนกระวาย *adj* nervous
กระวนกระวายใจ *adj* anxious
กระสัน *v* lust
กระสับกระส่าย *adj* edgy, restless
กระสุน *n* shot, bombshell
กระสุนปืน *n* cartridge
กระเสือกกระสน *v* toil
กระแส *n* flow, stream
กระแสไฟฟ้า *n* electricity
กระหาย *adj* hungry
กระหาย *v* thirst
กระหายน้ำ *adj* thirsty
กระหายอยาก *v* crave
กระหึ่ม *v* boom
กระเหม็ดกระแหม่ *v* cut back
กร้าน *adj* coarse
กราม *n* jaw
กริ่ง *n* bell, buzzer
กรีด *v* graze
กรีดร้อง *v* scream
กรุบ *adj* crunchy
กฤตภาค *n* clipping
กลไก *n* gimmick, mechanism
กลม *adj* circular, round
กลมกล่อม *adj* mellow

กลมเกลียวกัน *adj* amicable
กลยุทธ์ *n* strategy, tactics
กล้วย *n* banana
กลอง *n* drum
กล่อง *n* box, casket
กล้องจุลทรรศน์ *n* microscope
กล้องถ่ายรูป *n* camera
กล้องโทรทรรศน์ *n* telescope
กล้องยาสูบ *n* pipe
กล้องส่องทางไกล *n* binoculars
กล่องเสียง *n* larynx
กลอน *n* verse, latch, poem
กลอนสวด *n* hymn
กลอนสั้น *n* lay
กลัด *v* pin
กลั่น *v* distill
กลั่นแกล้ง *v* persecute
กลับ *v* get back
กลับกลอก *adj* unreliable
กลับคืน *v* return
กลับด้าน *adv* inside out
กลับด้านได้ *adj* reversible
กลับตัว *v* amend
กลับบ้าน *v* take out
กลับไป *v* go back
กลับมา *v* return, come back
กลับมาร่วมกันอีก *v* rejoin
กลับมาอีก *v* recur
กลับไม่ได้ *adj* irreversible

กลับสู่สภาพเดิม *v* revert
กลัว *v* chicken out
กลัว *adj* dreaded
กลั้วคอ *v* gargle
กลัวหัวหด *v* appall
กล้า *adj* audacious
กล้า *v* dare
กล้าขึ้น *v* hearten
กลางคืน *n* night
กลางแจ้ง *adv* outdoors
กลางฤดูร้อน *n* midsummer
กลางวัน *n* day
กลางอากาศ *n* midair
กล้ามเนื้อ *n* muscle
กลายเป็น *iv* become
กลายเป็นน้ำแข็ง *iv* freeze
กลายเป็นปกติ *v* normalize
กลายเป็นหิน *adj* petrified
กล่าว *v* remark
กล่าวกับ *v* address
กล่าวคือ *adv* namely
กล่าวโดยละเอียด *v* detail
กล่าวโต้ *v* counter
กล่าวโทษ *v* condemn
กล่าวพาดพิง *v* mention
กล่าวสรุป *v* sum up
กล่าวหา *v* allege, accuse
กล่าวอย่างกว้างๆ *v* generalize
กล้าหาญ *adj* bold, brave, courageous, gallant, heroic, intrepid, valiant
กลิ้ง *v* roll, bowl
กลิ่นเหม็น *n* stench, stink
กลีบดอกไม้ *n* petal
กลืน *v* gulp down, swallow
กลืนโดยไม่เคี้ยว *v* gobble
กลืนอย่างติดคอ *n* gulp
กลุ่ม *n* gang, swarm, cluster, community, constellation, flock, group
กลุ่มคน *n* brigade, company
กลุ่มดาวกาแล็กซี่ *n* galaxy
กวดขัน *v* screw
กวดวิชา *v* cram
กวนใจ *v* harass
กวนเมือง *v* trouble
กวักมือเรียก *v* beckon
กวัดแกว่ง *v* wield
กวาง *n* deer
กว้าง *adj* wide
กวางขนาดใหญ่ *n* reindeer
กว้างขวาง *adj* broad
กว้างขวาง *v* broaden
กว้างใหญ่ *adj* spacious, vast
กว้างใหญ่ไพศาล *adj* cosmic
กวี *n* poet
กษัตริย์ *n* czar
ก๊อกน้ำ *n* faucet

ก่อกบฏ v revolt
ก่อการกบฏ v rebel
ก่อการร้าย v terrorize
ก่อกำเนิด v initiate, originate
ก่อความอลหม่าน v riot
กอง n stack, pile
กอง v stack
กองคาราวาน n caravan
กองโจร n guerrilla
กองทหาร n division, legion, platoon
กองทหารม้า n cavalry
กองทหารรักษาการณ์ n garrison
กองทัพ n army, battalion, troop
กองทัพเรือ n navy
หาทุนให้ v fund
กองทุน n funds
กองพะเนิน v pile up
กองไฟ n bonfire, campfire
กองรวมกันไว้ v huddle
กองเรือรบ n fleet
กองหญ้า n haystack
กอด v embrace, hug
กอดด้วยความรักใคร่ v cuddle
ก่อตั้ง v constitute, locate
ก่อน adj former, prior
ก่อน adv before
ก้อน n lump, chunk, clot
ก่อนกำหนด adj premature

ก้อนขนมปัง n loaf
ก้อนน้ำแข็ง n ice cube
ก้อนนูน n lump
ก่อนประวัติศาสตร์ adj prehistoric
ก้อนโลหะ n ingot
ก่อนเวลาที่กำหนดไว้ adv early
ก่อนหน้านี้ adv formerly
ก่อนหน้านี้ adj previous
ก้อนหิน n rock, stone
ก่อไฟ v kindle, ignite
ก่อวินาศกรรม v sabotage, undermine
ก่อสร้าง v construct
ก่อให้เกิด v incur, invoke
ก่อให้เกิดมลพิษ v pollute
กะทะ n frying pan
กะทัดรัด adj concise
กะทันหัน adv impromptu
กะเทาะ v crack
กะโผลกกะเผลก v limp
กะรัต n carat
กะรุ่งกะริ่ง adj shabby
กะลาสี n sailor
กะหล่ำดอก n cauliflower
กะหล่ำปลี n cabbage
กะโหลกศีรษะ n skull
กักขัง v impound, lock up
กักขังไว้ v detain
กักตัว v intern

กังวลใจ v distress
กังหัน n turbine
กังหันลม n windmill
กัญชา n hashish
กัด iv sting, bite
กัดกร่อน v corrode
กัดกิน v eat away
กั้น v stem
กั้นคอก v stall
กันชน n bumper
กั้นด่าน v blockade
กันน้ำ adj waterproof
กันสนิม adj rust-proof
กั้นหลัก v stake
กับ pre with
กับข้าว n dish
กับดัก n snare, pitfall, trap
กับดักความตาย n death trap
กัมมันตภาพรังสี n radiation
กากบาท v cross
กาง adj protracted
กางเกง n pants
กางเกงขายาว n trousers
กางเกงขาสั้น n shorts
กางเกงชั้นในชาย n briefs
กางเกงทรงหลวม n slacks
กางเกงยีนส์ n jeans
กางออกไป v protract
ก้านดอก n stem

กาน้ำ n pot, kettle
กาน้ำชา n teapot
กาแฟ n coffee
กามา n sex
กายภาพ n physics
กายวิภาคศาสตร์ n anatomy
การกกไข่ n sitting
การกดขี่ n oppression
การกดประสาท n sedation
การกบฏ n treason
การกรน n snore
การกรรโชก n racketeering
การกรอก n filling
การกระจายไป n dispersal
การกระจายออกไป n flooding
การกระโจน n leap
การกระซิบ n whisper
การกระโดด n jump, plunge, skip
การกระตุก n backlash, jerk, jolt
การกระตุ้น n activation, incitement, urge
การกระทำ n act, performance
การกระทำผิด n offense
การกระทำผิดกฎหมาย n delinquency
การกรีดร้อง n scream
การกล่อม n lull
การกลับทรุด n relapse
การกลับมา n comeback, return
การกลับมารวมตัวกัน n reunion

การกลับมาอีก n recurrence
การกล่าวโทษ n condemnation
การกล่าวพาดพิง n mention
การกล่าวหา n allegation
การก่อกวน n harassment, mischief
การก่อการกบฏ n rebellion
การก่อตั้ง n constitution
การก่อรูป n formation
การก่อวินาศกรรม n sabotage
การก่อสร้าง n construction
การกักขังไว้ n detention
การกั้นด่าน n blockade
การกำ n grip
การกำหนด n determination, prescription
การกินหญ้า n graze
การกีฬาโอลิมปิก n Olympics
การกุศล n charity
การเกณฑ์ทหาร n conscript
การเก็บ n pick
การเก็บเกี่ยว n harvest
การเก็บไว้ n retention
การเก็บสะสม n collection
การเกษตร n agriculture
การเกา n scratch
การเกิด n birth
การเกิดใหม่ n rebirth, regeneration
การเกี่ยวพัน n implication
การแก้ไข n amendment, correction, retrieval

การแก้แค้น n reprisal, revenge, vengeance
การแก้ตัว n atonement
การแก้ปัญหา n solution
การแกว่ง n swing
การโกง n guile, fraud
การโกรธ n fury
การโกหก n lie
การขนย้าย n relocation
การขนส่ง n traffic, transit
การข่มขืน n rape
การข่มขื่น n outrage
การขยาย n enlargement, expansion
การขยายตัว n inflation
การขลิบ n circumcision
การข่วน n scratch
การขอความช่วยเหลือ n recourse
การขอแต่งงาน n proposal
การขอบใจ n thanks
การขัง n constraint
การขัดขวาง n blockage, disruption, interruption
การขัดขืน n defiance
การขัดขืนคำสั่ง n mutiny
การขัดแย้ง n collision, conflict
การขับ n drive
การขับไล่ n expulsion, repulse
การขาดเรียน n absence
การขาดอากาศหายใจ n asphyxiation

การขายส่ง *n* wholesale
การขายหมดแล้ว *n* sellout
การเขย่งปลายเท้า *n* tiptoe
การเข้า *n* entree
การเข้าใกล้ *n* approach
การเข้าขวาง *n* intercession
การเข้าใจ *n* hindsight
การเข้าแทรกแซง *n* interference
การเข้ามาใหม่ *n* reentry
การเข้ายึดก่อน *n* preoccupation
การเข้าร่วม *n* affiliation; attendance
การเขียน *n* writing
การแข่งขัน *n* competition, rivalry, tournament
การแข่งขันกีฬา *n* set
การค้นคว้า *n* research
การค้นพบ *n* discovery
การค้นหา *n* search
การค้นหานักโทษ *n* manhunt
การครอบครอง *n* acquisition, possession
การคลอด *n* delivery
การคลั่งศาสนา *n* bigotry
การคลาน *v* crawl
การคลุม *n* coverage
การควบคุม *n* oversight
การควบคุมดูแล *n* supervision
การคัดค้าน *n* objection, opposition
การค้าขาย *n* trade
การค้าขายสินค้า *n* commerce

การคาดการณ์ *n* speculation
การคาดคะเน *n* conjecture
การคาดหมาย *n* expectation
การคำนวณ *n* calculation, cast
การคืนเงินให้ *n* refund
การคืนชีพ *n* resurrection
การคุกคาม *n* threat
การคูณ *n* multiplication
การเคลื่อน *n* shift
การเคลื่อนช้าๆ *n* slow motion
การเคลื่อนที่ *n* removal
การเคลื่อนไหว *n* motion, move, movement
การเคลือบฟัน *n* tartar
การเคารพตนเอง *n* self-respect
การเคาะ *n* stroke, knock
การโคลน *n* cloning
การฆ่า *n* killing
การฆาตกรรม *n* manslaughter, murder
การฆาตรกรรม *n* carnage
การฆ่าตัวตาย *n* suicide
การฆ่าล้างเชื้อชาติ *n* genocide
การโฆษณา *n* advertising, propaganda, publication
การงัด *n* leverage
การงีบ *n* nap
การงีบหลับ *n* doze
การจดชวเลข *n* shorthand
การจราจล *n* insurgency, insurrection

การจัดการ *n* management
การจัดเก็บภาษี *n* imposition
การจัดจำหน่าย *n* sale
การจัดแถว *n* alignment
การจัดแบ่ง *n* allotment
การจัดประเภท *n* assortment
การจัดหา *n* provision
การจับ *n* grip, handle, touch
การจับกลุ่มกัน *n* congregation
การจับกุม *n* arrest, capture, seizure
การจับเป็นก้อน *n* coagulation
การจับมือทักทาย *n* handshake
การจากกัน *n* parting
การจ้างงาน *n* employment
การจ่ายเงิน *n* payment
การจารกรรม *n* espionage
การจารึก *n* engraving
การจำกัด *n* limitation, confinement
การจำนอง *n* mortgage
การจำหน่าย *n* disposal
การจิกของไก่ *n* peck
การจินตนาการ *n* fantasy, imagination
การจี้เครื่องบิน *n* hijack
การจี้ปล้น *n* robbery
การจุดไฟ *n* lighting
การจู่โจม *n* raid
การจูบ *n* kiss
การเจ็บไข้ได้ป่วย *n* illness

การเจรจา *n* negotiation
การเจริญเติบโต *n* growth
การเจาะ *n* puncture, perforation, piercing
การเจือปน *n* contamination
การแจกจ่าย *n* dispensation, distribution
การแจ้ง *n* rehearsal
การโจมตี *n* onset, mugging
การโจรกรรม *n* larceny, piracy
การโจรกรรมในร้านค้า *n* shoplifting
การฉวย *n* grasp
การฉ้อโกง *n* swindle
การฉาย *n* emission
การฉายแสง *n* X-ray
การฉีด *n* injection
การเฉลิมฉลอง *n* celebration
การเฉือน *n* slash
การชก *n* punch
การชดเชย *n* compensation
การชน *n* butt; bump
การชนะ *n* beat
การชมก่อน *n* preview
การชมเชย *n* admiration
การชลประทาน *n* irrigation
การช่วยชีวิต *n* rescue
การช่วยเหลือ *n* assistance
การชอบมากกว่า *n* preference
การชักกระตุก *n* convulsion
การชักชวน *n* persuasion

การชั่ง *n* poise
การชันสูตรศพ *n* autopsy
การชำระ *n* settlement
การชำระเงินคืน *n* reimbursement
การชำระบัญชี *n* liquidation
การชำระหนี้ *n* acquittal, repayment
การชำเลือง *n* glance
การชี้แจง *n* clarification
การชื่นชม *n* adoration, commendation
การชุมนุม *n* rally, throng
การเช่า *n* rent
การเชิญ *n* invitation
การเชื่อฟัง *n* obedience
การเชื่อม *n* link
การเชื่อมต่อ *n* connection, junction
การแช่ *n* immersion, infusion
การใช้ *n* usage, use
การใช้จ่าย *n* spending
การใช้ในทางที่ผิด *n* misuse
การซ้อม *n* rehearsal
การซ่อมแซม *n* reparation
การซ้อมรบ *n* maneuver
การซักเสื้อผ้า *n* laundry
การซื้อ *n* purchase
การซุบซิบนินทา *n* gossip
การด่าแช่ง *n* damnation
การด่าว่า *n* scolding
การดำน้ำ *n* diving

การดำเนินคดี *n* action
การดื่ม *n* drink
การดื่มจิบๆ *n* sip
การดื่มน้ำผึ้งพระจันทร์ *n* honeymoon
การดื้อดึง *n* disobedience
การดุด่า *n* trimmings
การดูดซึม *n* assimilation
การดูแลเอาใจใส่ *n* care
การดูถูก *n* contempt, cynicism, disdain, insult, snub
การดูหมิ่น *n* blasphemy, disrespect
การเด้ง *n* bounce
การเดา *n* guess
การเดิน *n* walk
การเดินกะโผลกกะเผลก *n* limp
การเดินขบวน *n* parade
การเดินทาง *n* journey, trip, voyage
การเดินทางผจญภัยที่ยาวนาน *n* odyssey
การเดินเรือ *n* navigation
การเดินเล่น *n* promenade
การได้ยิน *n* hearing
การตก *n* fall
การตกงาน *n* unemployment
การตกแต่ง *n* décor
การตกลง *n* drop
การตกลงใจ *adj* deciding
การตกเลือด *n* bleeding, hemorrhage
การตบ *n* slap
การตบเบาๆ *n* tap

การตรงกันข้าม *adj* contrary
การตรวจค้น *n* raid
การตรวจจับ *n* verification
การตรวจตรา *n* surveillance
การตรวจสอบ *n* censorship, examination, inspection
การตรึงกางเขน *n* crucifixion
การตวลกัน *n* duel
การตอนกิ่ง *n* graft
การต้อนรับ *n* reception, welcome
การต่อเนื่องกัน *n* continuation
การตอบ *n* reply
การตอบกลับ *n* feedback
การตอบโต้ *n* retaliation
การตอบรับ *n* acceptance
การต่อย *n* hit
การต่อรองราคา *n* bargain, bargaining
การต่อว่า *n* rebuke, reproach
การต่อสู้ *n* battle, contest, fight
การต่อสู้กัน *n* skirmish, strife
การตะโกน *n* shout
การตั้งขึ้น *n* raise
การตั้งครรภ์ *n* gestation
การตัด *n* cut
การตัดแขนขา *n* amputation
การตัดสิน *n* arbitration
การตัดสินใจ *n* decision, judgment
การต้านทาน *n* impediment
การตำหนิ *n* blame

การติดเชื้อ *n* infection
การติดต่อ *n* contact; deal
การติดต่อสื่อสาร *n* communication
การติดตั้ง *n* installation
การติดผู้หญิง *n* courtship
การติดยาเสพติด *n* addiction
การติดสินบน *n* bribery
การตี *n* smack, stroke, beating, beat, strike
การตีความ *n* interpretation
การตีระฆัง *n* toll
การตีเสียง *v* slam
การตื่นตกใจ *n* scare
การ์ตูน *n* cartoon
การเต้นของหัวใจ *n* heartbeat
การเต้นรำ *n* dance, dancing
การเต้นอย่างเร็ว *n* throb
การเตรียม *n* providence
การเตรียมการ *n* arrangement, preparation
การเตรียมพร้อม *n* expedition
การเตรียมเอกสาร *n* documentation
การแตก *n* break
การแตกกิ่งก้าน *n* ramification
การแตกแยก *n* disunity, schism
การแตกสลาย *n* disintegration
การแต่งงาน *n* marriage, matrimony
การแต่งตั้ง *n* appointment
การโต้ตอบ *n* reaction

การโต้เถียง *n* controversy
การโต้แย้ง *n* argument, debate, dispute
การไตร่ตรองไว้ก่อน *n* premeditation
การไต่ถาม *n* inquiry
การถล่ม *n* avalanche
การถอดแบบ *n* replica
การถอนตัว *n* retirement
การถอนหายใจ *n* sigh
การถ่อมตัว *n* modesty
การถอยกลับ *n* revulsion
การถอยหลัง *n* reversal
การถ่ายเท *n* transfusion
การถ่ายรูป *n* photography
การถูกจับกุม *n* captivity
การไถ่คืน *n* redemption
การทดลอง *n* experiment
การทดสอบ *n* test
การทบทวน *n* review
การทยานขึ้นฟ้า *n* lift-off
การทรยศ *n* betrayal, treachery
การทวนสาบาน *n* perjury
การท้อง *n* pregnancy
การท่องเที่ยว *n* tour, tourism
การท่องอาขยาน *n* recital
การทะเลาะกัน *n* brawl
การทะเลาะวิวาท *n* altercation, hassle, quarrel
การทักทาย *n* greetings
การท้า *n* dare
การท้าทาย *n* challenge
การทาสี *n* paint
การทำงาน *n* function
การทำงานผิดปกติ *n* malfunction
การทำงานร่วมกัน *n* cohesion
การทำซ้ำ *n* repetition
การทำโดยกะทันหัน *n* coup
การทำท่า *n* pretension
การทำแท้ง *n* abortion
การทำนาย *n* prophecy
การทำฟาร์ม *n* farming
การทำร้าย *n* assault
การทำร้ายร่างกาย *n* abuse
การทำลาย *n* demolition, destruction, ravage
การทำลายทรัพย์สิน *n* vandalism
การทำลายล้าง *n* annihilation, devastation, holocaust
การทำสำเนา *n* reproduction
การทำสำเร็จ *n* completion
การทำให้เขว *n* diversion
การทำให้เข้าใจผิด *n* enticement
การทำให้ ไขว้เขว *n* distraction
การทำให้น้อยลง *n* moderation
การทำให้บริสุทธิ์ *n* purification
การทำให้ผิดรูป *n* distortion
การทำให้รุนแรงขึ้น *n* aggravation
การทำให้หมดไป *n* clearance
การทำให้อุ่น *n* heating

การทำอาหาร *n* cooking
การทิ้ง *n* drop
การทิ้งระเบิด *n* bombing
การทุจริต *n* corruption
การทุจริตต่อหน้าที่ *n* malpractice
การทุเลา *n* respite
การเทศน์ *n* preaching, pulpit
การเทศนา *n* homily
การเทียมม้า *n* yoke
การเที่ยว *n* excursion
การแทง *n* stab
การแท้งบุตร *n* miscarriage
การแทนที่ *n* replacement
การแทรกซึม *n* infiltration
การแทรกแซง *n* intervention
การโทรหา *n* call
การนอนพิง *n* repose
การนอนหลับ *n* sleep
การน้อมคำนับ *n* bow
การนั่ง *n* session
การนั่งสมาธิ *n* meditation
การนัด *n* date
การนัดพบ *n* engagement
การนัดหมาย *n* appointment
การนัดหยุดงาน *n* walkout
การนับ *n* count
การนับถอยหลัง *n* countdown
การนับใหม่ *n* recount
การนำเข้า *n* intake
การนำทาง *n* lead
การเน้นย้ำ *n* emphasis
การเนรเทศ *n* banishment, deportation, exile
การเน่าเปื่อย *n* rot
การแนะนำ *n* counsel
การบดบัง *n* eclipse
การบ่น *n* complaint, gripe
การบ่นพึมพำ *n* murmur
การบรรจุ *n* stuffing
การบรรเทา *n* thaw
การบรรเทาโทษ *n* reprieve
การบริการ *n* service
การบริจาค *n* donation
การบริโภค *n* consumption
การบวก *n* addition
การบวช *n* ordination
การบังคับ *n* compulsion, control
การบังคับไม่อยู่ *n* incontinence
การบันทึกเสียง *n* recording
การบ้าน *n* homework
การบำบัดโรค *n* therapy
การบำรุงรักษา *n* maintenance
การบิด *n* twist
การบิน *n* flight
การบีบนวด *n* massage
การบีบบังคับ *n* coercion, extortion
การบุกรุก *n* intrusion, onslaught
การบูชารูปปั้น *n* idolatry

การบูรณะ *n* restoration
การเบี่ยงเบน *n* deviation
การเบียดเสียด *n* hustle
การแบ่ง *n* division, compartment, partition
การแบ่งแยก *n* discrimination, segregation, separation
การปกครอง *n* domination, lordship
การปกครองแบบเผด็จการ *n* tyranny
การปกครองระบบเจ้าขุนมูลนาย *n* bureaucracy
การปกป้อง *n* protection
การปกปิด *n* cover-up
การปฏิบัติ *n* acquittal
การปฏิบัติการ *n* operation
การปฏิบัติไม่ดี *n* mistreatment
การปฏิบัติใหม่ *n* reenactment
การปฏิเสธ *n* denial, rebuff, refusal, rejection
การปรบมือ *n* applause
การประกอบกัน *n* compound
การประกัน *n* insurance
การประกันตัว *n* bail
การประกาศ *n* report, announcement, declaration, notification, proclamation
การประจบ *n* flattery
การประชด *n* irony
การประชุม *n* assembly, conference, convention, meeting

การประดับเหรียญ *n* medallion
การประดิษฐ์ *n* invention
การประท้วง *n* protest
การประทะ *n* crossfire
การประทับตรา *n* stamp
การประนีประนอม *n* compromise
การประพฤติผิด *n* misconduct
การประมูล *n* auction
การประเมิน *n* estimation
การประเมินค่า *n* appraisal
การประเมินราคา *n* assessment
การประสานงาน *n* coordination, liaison
การปรับตัว *n* adaptation
การปรับปรุง *n* adjustment, innovation, renovation, revision
การปรับปรุงแก้ไข *n* improvement
การปรับสี *n* tone
การปรากฏ *n* apparition
การปรากฏตัว *n* presence
การปรากฏตัว *n* appearance
การปราบปราม *n* repression
การปราศรัย *n* lecture
การปรึกษาหารือ *n* consultation
การปลดปล่อย *n* discharge, liberation
การปลดอาวุธ *n* disarmament
การปล้น *n* heist
การปลอบใจ *n* consolation, solace, appeasement

การปลอมแปลง *n* disguise; forgery
การปล่อย *n* launch
การปลุก *n* awakening
การป่วยไข้ *n* affliction
การป้องกัน *n* indemnity, prevention
การป้องกันตัว *n* defense
การป้องกันไว้ก่อน *n* precaution
การป้องปราม *n* deterrence
การปองร้าย *n* malignancy
การปะทะ *n* slap, strike, hit, clash
การปะทุ *n* eruption
การปันส่วน *n* ration
การปิด *n* closure
การปีนเขา *n* hike
การปีนป่าย *n* climbing
การปุย *n* puff
การเป็นประธาน *n* presidency
การเป็นสมาชิก *n* membership
การเปรียบเทียบ *n* analogy, comparison
การเปลี่ยน *n* conversion
การเปลี่ยนแปลง *n* alteration, change, transition
การเปลี่ยนร่าง *n* transformation
การเปลี่ยนรูป *n* reform
การเปลือยกาย *n* nudity
การเปิด *n* opening
การเปิดตัว *n* debut
การเปิดปิด *n* switch
การเปิดเผย *n* candor, publicity, revelation

การแปรแถว *n* deployment
การไปซื้อของ *n* shopping
การผจญภัย *n* adventure
การผนวก *n* annexation
การผลิต *n* production
การผสม *n* concoction, blend, mixture
การผสมผสาน *n* combination
การผ่อนคลาย *n* relaxation
การผ่อนส่ง *n* installment
การผิดประเวณี *n* adultery
การผิดศีลธรรม *n* immorality
การผูกเชือก *n* hitch
การเผชิญหน้า *n* confrontation
การเผาไหม้ *n* combustion
การฝังกลบ *n* landfill
การฝ่าอุปสรรค *n* breakthrough
การฝึกซ้อม *n* drill
การฝึกฝน *n* practice
การฝึกสอน *n* coaching
การฝึกหัด *n* training
การเฝ้า *n* vigil
การพ้นโทษ *n* impunity
การพ้นผิด *n* acquittal
การพบกัน *n* encounter
การพยากรณ์ *n* prediction
การพัก *n* stay
การพักผ่อน *n* recess, rest
การพักฟื้น *n* restitution

การพักรบ *n* truce
การพักร้อน *n* vacation
การพังทลาย *n* collapse
การพัฒนา *n* development
การพาดพึงถึง *n* allusion
การพ่ายแพ้ *n* defeat
การพำนัก *n* lodging
การพิจารณา *n* consideration
การพินิจ *n* scrutiny
การพิมพ์ *n* printing
การพิมพ์ซ้ำ *n* reprint
การพิมพ์ผิด *n* misprint
การพิสูจน์ *n* trial
การพึ่งพาอาศัย *n* dependence
การพูด *n* speech
การพูดเป็นนัย *n* hint
การพูดสอดแทรก *n* insinuation
การพูดสิ่งไร้สาระ *n* nonsense
การเพาะปลูก *n* cultivation
การเพิกถอน *n* withdrawal
การเพิ่มขึ้น *n* increase
การแพ้ *n* beating
การแพทย์ *n* medication
การแพร่หลาย *n* rash
การฟอก *n* purge
การฟอกสี *n* bleach
การฟ้องร้อง *n* litigation
การฟัน *n* slash
การฟันดาบ *n* fencing
การฟาด *n* lash
การมอง *n* view, look
การมองดู *n* peer
การมองในแง่ดี *n* optimism
การมองโลกในแง่ร้าย *n* pessimism
การมองแวบเดียว *n* glimpse
การมอบหมาย *n* assignment
การมอบให้ *n* dedication
การมาถึง *n* arrival, coming, Advent
การมีคู่ครองหลายคน *n* polygamy
การมีคู่สมรสเพียงคนเดียว *n* monogamy
การมีประจำเดือน *n* menstruation
การมีสติอยู่ *n* consciousness
การมีส่วนร่วม *n* communion, participation
การมีสุขภาพจิตที่ดี *n* sanity
การมีอยู่ *n* existence
การเมือง *n* politics
การไม่กล้าตัดสิน *n* suspense
การไม่มีอะไร *n* nothing
การไม่ย่อย *n* indigestion
การไม่ระบุชื่อ *n* anonymity
การไม่อนุญาต *n* disapproval
การยกขึ้น *n* raise
การยกตัวอย่าง *n* illustration
การยกเลิก *n* annulment, cancellation, repeal
การยกเว้น *n* exemption
การยกให้สูงขึ้น *n* elevation

การยอ *n* adulation
การย่อ *n* condensation
การย้อม *n* dye
การยอมจำนน *n* surrender
การยอมทำตาม *n* compliance
การย่อยอาหาร *n* digestion
การยังไม่บรรลุนิติภาวะ *n* immaturity
การยับยั้ง *n* restraint
การยั่ว *n* defiance
การย้าย *n* transfer
การยิงปืน *n* gunfire
การยินยอม *n* concession, consent
การยิ้ม *n* smile
การยิ้มกว้าง *n* grin
การยึด *n* seizure
การยึดทรัพย์ *n* confiscation
การยืด *n* stretch
การยืดออก *n* extension
การยื่นกราน *n* insistence, persistence
การยืนยัน *n* assertion, confirmation
การยุบตัว *n* depression
การเย็บปักถักร้อย *n* embroidery, sewing
การเยาะเย้ย *n* mockery
การเยี่ยม *n* visit
การแยก *n* split
การแยกจากกัน *n* isolation
การแยกออก *n* rupture
การโยน *n* cast
การรณรงค์ *n* campaign
การรบกวน *n* disturbance, nuisance
การรวบรวม *n* gathering, integration
การรวม *n* conjunction
การรวมกัน *n* merger
การรอคอย *n* waiting
การร้องคร่ำครวญ *n* moan
การร้องตะโกน *n* shouting
การร้องทัก *n* hail
การร้องเสียงหลง *n* shriek
การร้องไห้ *n* cry
การรอดพ้นภัย *n* salvation
การระบาดของโรค *n* outbreak
การระบาย *n* drainage
การระบายอากาศ *n* ventilation
การระเบิด *n* blast, explosion
การระเบิดออก *n* outburst
การระลึก *n* recollection
การรักษา *n* treatment, remedy, cure, treat
การรับเข้า *n* admittance
การรับประกัน *n* assurance, guarantee
การรับรอง *n* endorsement
การรับสมัคร *n* recruitment
การรั่ว *n* puncture, leakage
การรั่วไหล *n* leak
การรายงาน *n* presentation
การรายงานข่าว *n* newscast
การร่ำไห้ *n* wail

การรื้อ *n* demolition
การรุกราน *n* invasion
การเรอ *n* belch, burp
การเริ่ม *n* onset, outset, inception
การเริ่มต้น *n* kickoff, start, threshold
การเริ่มต้นใหม่ *n* resumption
การเรียกร้อง *n* claim, calling
การเรียงเป็นแถว *n* lining
การเรียนรู้ *n* learning
การไร้ความสามารถ *n* inability, incompetence
การไร้ประโยชน์ *n* futility
การลงจอด *n* landing
การลงทะเบียน *n* enrollment, registration
การลงทุน *n* investment
การลงโทษ *n* penalty, chastisement, conviction, punishment
การลงโทษตัวเอง *n* masochism
การลงประชามติ *n* referendum
การลดค่า *n* devaluation
การลดชั้น *n* degradation
การลดลง *n* decrease
การลบล้าง *n* expiation
การลบหลู่ศาสนา *n* sacrilege
การลบออก *n* subtraction
การล้มละลาย *n* bankruptcy
การล้มล้าง *n* overthrow
การลวงตา *n* camouflage

การล่องเรือ *n* sail
การลอบฆ่า *n* assassination
การลอบวางเพลิง *n* arson
การล้อม *n* siege
การล้อมจับ *n* roundup
การล้อมรอบ *n* enclosure
การลอยตัว *n* suspension
การละทิ้ง *n* abandonment
การละเมิด *n* infraction
การละเล่น *n* game
การละเลย *n* neglect
การละเว้น *n* omission
การลักขโมย *n* burglary, theft
การลักพาตัว *n* abduction, kidnapping
การล่า *n* hunting
การลาก *n* traction
การลาจาก *n* farewell
การล่าถอย *n* retreat
การลาออก *n* resignation
การล่าอาณานิคม *n* colonization
การลำดับเหตุการณ์ *n* chronology
การลิ้มรส *n* foretaste
การลืม *n* oblivion
การลูบ *n* pat
การเล่น *n* play
การเล่นบิลเลียด *n* billiards
การเล่นสลับฉาก *n* interlude
การเล่นใหม่ *n* replay

การเลิกใช้ *n* disuse
การเลี้ยง *n* treatment
การเลี้ยงดู *n* upbringing
การเลี้ยงเป็นลูก *n* adoption
การเลียนแบบ *n* imitation
การเลือก *n* pick, selection
การเลือกตั้ง *n* election
การเลื่อน *n* slip
การเลื่อนขั้น *n* promotion
การเลื่อนลงมา *n* descent
การเลื่อนเวลา *n* postponement
การแลกเปลี่ยน *n* interchange, swap
การไล่ตาม *n* chase
การไล่ออก *n* sack, deprivation, dismissal
การวัด *n* measurement
การว่ากล่าว *n* admonition
การวางแผนร้าย *n* intrigue
การว่านอนสอนง่าย *n* docility
การว่ายน้ำ *n* swimming
การวิเคราะห์ *n* analysis
การวิ่งแข่ง *n* race
การวิจารณ์ *n* criticism
การวินิจฉัย *n* diagnosis
การส่งของ *n* consignment
การสงเคราะห์เงิน *n* subsidy
การส่งเงิน *n* remittance
การสงบศึก *n* armistice
การส่งผู้ร้ายข้ามแดน *n* extradition
การส่งสินค้า *n* shipment
การส่งเสริม *n* boost
การสนทนา *n* discussion
การสบประมาท *n* affront
การสมมุติ *n* supposition
การสมรู้ร่วมคิด *n* complicity, conspiracy
การสมัคร *n* candidacy
การสมัครงาน *n* application
การสมัครสมาชิก *n* subscription
การสรรเสริญ *n* praise
การสร้าง *n* foundation, creation
การสร้างใหม่ *n* recreation, renewal
การสรุปแบบสั้นๆ *n* briefing
การสละราชสมบัติ *n* abdication
การสลายตัว *n* dissolution
การสวดมนต์ *n* chant
การสวดมนตร์ *n* litany
การส่องแสง *n* shine
การสอด *n* insertion
การสอน *n* pedagogy
การสอนศาสนาแบบถามตอบ *n* catechism
การสอบสวนคดี *n* inquest
การสะกดคำ *n* spelling
การสะกดจิต *n* hypnosis
การสะท้อนกลับ *n* reflection
การสังเกต *n* observation
การสังเคราะห์ *n* synthesis
การสังสรรค์ *n* unification

การสั่งห้าม *n* ban
การสังหาร *n* slaughter
การสังหารหมู่ *n* massacre
การสันนิษฐาน *n* presumption
การสั่นสะเทือน *n* concussion, vibration
การสับ *n* chop
การสัมผัส *n* kiss
การสัมภาษณ์ *n* interview
การสารภาพ *n* admittance, confession
การสำนึกผิด *n* penance, repentance
การสำรวจ *n* survey
การสำรวจความคิดเห็น *n* poll
การสำรวจสำมะโนประชากร *n* census
การสำรอง *n* reservation
การสำเร็จการศึกษา *n* graduation
การสืบสวน *n* inquisition, investigation
การสืบหา *n* quest
การสูบ *n* drainage
การสู้รบ *n* combat
การสู้วัวกระทิง *n* bull fight
การเสนอ *n* offer
การเสริมกำลัง *n* buildup
การเสแสร้ง *n* bluff, deception, hypocrisy, sham
การเสี่ยงภัย *n* risk
การเสียดสี *n* innuendo, sarcasm
การเสียไป *n* bereavement
การเสียสละ *n* sacrifice
การเสื่อมคุณค่า *n* depreciation
การเสื่อมลง *n* deterioration
การแสดง *n* action, charade, display, spectacle
การแสดงกำลัง *n* showdown
การแสดงความยินดี *n* congratulations
การแสดงดนตรี *n* concert
การแสดงท่าทาง *n* gesture
การแสดงออก *n* expression
การแสวงบุญ *n* pilgrimage
การใส่ร้าย *n* slander
การหดตัว *n* contraction
การหนีบ *n* nip
การหมดอายุ *n* expiration, lapse
การหมัก *n* ferment
การหมิ่นประมาท *n* calumny, libel
การหมุนเวียน *n* circulation, rotation
การหยั่งรู้ *n* intuition
การหย่าร้าง *n* divorce
การหยิก *n* nip, pinch
การหยุด *n* stop
การหยุดชะงัก *n* derailment, holdup, deadlock
การหยุดนิ่ง *adj* standstill
การหยุดรบ *n* cease-fire
การหลบฃ *v* dodge
การหลบหนี *n* escapade

การหลอกลวง n falsehood, scam
การหลอม n fusion
การหล่อลื่น n lubrication
การหลั่งไหล n outpouring
การหลีกเลี่ยง n avoidance, evasion
การห่อหุ้ม n wrapping
การหักหลัง n blackmail
การหักออก n deduction
การหัวเราะ n laugh
การหัวเราะเยาะ n ridicule
การหากำไร n exploitation
การห้าม n stop, prohibition
การห้ามล้อรถ n brake
การหามาได้ n availability
การหายใจ n respiration
การหายใจเข้า n inspiration
การหายไป n disappearance
การหาว n yawn
การเห็น n sight
การเห็นคุณค่า n appreciation
การเห็นชอบ n approbation, approval
การเห็นด้วย n agreement
การเหน็บแนม n satire
การเหมาจ่าย n lump sum
การเห่าหอน n howl
การโห่ร้องยินดี n ovation
การให้การอบรม v nurture
การให้เช่า n lease

การให้พร n benediction, blessing
การให้ศีล n sacrament
การให้เหตุผล n reasoning
การให้อภัย n pardon
การให้อำนาจ n authorization
การไหลเข้า n influx
การอด n abstinence
การอธิบาย n description
การอนุญาต n allowance, grant, license, permission, sanction
การอนุมัติ n ratification
การอบรม n tuition
การอพยพ n exodus, immigration
การอภัย n forgiveness
การอภัยโทษ n remission
การอยู่คนเดียว n solitude
การออก n departure
การออกกฎหมาย n legislation
การออกนอกบ้าน n outing
การออกเสียง n articulation
การออกเสียงเลือกตั้ง n voting
การออกอากาศ n broadcast
การอ้อม n detour
การอักเสบ n inflammation
การอ้างอิง n reference
การอาเจียน n vomit
การอ่าน n reading
การอาบน้ำ n bath
การอาศัยโดยสาร v hitchhike

การอุทิศตน n consecration
การอุปมาอุปไมย n parable
การเอากลับคืน n recovery
การเอาใจออกห่าง n defection
การเอียง n inclination
การเอื้อม n reach
การโอ้โลม n caress
กาโลหะทรงโกศ n urn
กาว n glue
ก้าว v step
ก้าวก่าย v meddle
ก้าวเท้าเลี่ยง v sidestep
ก้าวร้าว adj offensive, aggressive
ก้าวหน้า v advance, progress
กาฬโรค n plague
กำ v grip
กำกวม adj ambiguous
กำกับดูแลโดยรัฐบาล v nationalize
กำจัด iv shear, eradicate, clear, kill, rid of
กำจัดให้หมด v exterminate
กำบัง n veil
กำปั้น n fist
กำพร้า adj bereaved
กำแพง n wall
กำมะถัน n sulfur
กำมะหยี่ n velvet
กำราบ v vanquish
กำไร n profit

กำลัง n energy, strength
กำลังคน n manpower
กำลังจะมา adj upcoming
กำลังจะเสียชีวิต adj dying
กำลังสนับสนุน n reinforcements
กำไล n bracelet
กำหนด v impose, prescribe, schedule, arrange, determine, fix, designate, define
กำหนดการ n agenda
กำหนดการเดินทาง n itinerary
กำหนดวันที่ v date
กำหนดอาณาเขต n district
กิ่ง n limb
กิ่งก้าน n bough
กิ่งไม้ n stick, branch
กิจกรรม n activity
กิจกรรมทางเพศ n sexuality
กิจการ n proceedings
กิจธุระ n affair, errand
กิจวัตรประจำวัน n routine
กิน iv bite, consume, ingest, eat
กินความ v touch on
กินเจ v vegetarian
กินหญ้า v graze, browse
กิริยาท่าทาง n mannerism
กิโลกรัม n kilogram
กิโลเมตร n kilometer
กิโลวัตต์ n kilowatt
กีดขวาง v deter

กีตาร์ *n* guitar
กีบเท้าสัตว์ *n* hoof
กีฬา *n* sport
กีฬาเทนนิส *n* tennis
กีฬาบาสเกตบอล *n* basketball
กีฬาเบสบอล *n* baseball
กีฬาฟุตบอล *n* football
กีฬามวยปล้ำ *n* wrestling
กีฬาวอลเลย์บอล *n* volleyball
กุ้ง *n* shrimp
กุ้งตัวใหญ่ *n* prawn
กุ้งทะเลขนาดใหญ่ *n* lobster
กุญแจ *n* key
กุญแจปากตาย *n* wrench
กุญแจมือ *n* cuff, shackle, handcuffs
กุญแจสายยู *n* padlock
กุด *v* amputate
กุม *v* wield
กุเรื่อง *v* make up, fabricate
กู้เงินใหม่ *v* refinance
กู้เรือ *v* salvage
เก่งกว่า *v* excel
เกณฑ์ในการวัด *n* module
เก็บ *iv* keep, put away
เก็บเกี่ยว *v* reap, harvest
เก็บตัว *adj* withdrawn
เก็บรักษา *v* store
เก็บลงหีบ *v* pack
เก็บไว้ *v* retain

เก็บสะสม *v* collect, hoard
เกรงกลัว *adj* afraid
เกรด *n* level, grade
เกร็ดพงศาวดาร *n* anecdote
เกราะ *n* armor, cyst
เกเร *adj* dissolute
เกล็ดหิมะ *n* snowflake
เกลี้ยกล่อม *v* coax
เกลียด *v* hate
เกลียดชัง *v* abhor, detest
เกลียว *iv* wind
เกลือ *n* salt
เกวียน *n* wagon
เกสรดอกไม้ *n* pollen
เก้อ *adv* vainly
เกา *v* scratch
เก่า *adj* stale
เก้า *adj* nine
เก่าแก่ *adj* ancient, antiquated
เกาลัด *n* chestnut
เก้าสิบ *adj* ninety
เก้าอี้ *n* chair
เก้าอี้เท้าแขน *n* armchair
เก้าอี้นวม *n* sofa
เก้าอี้นั่ง *n* bench, stool
เก้าอี้รถเข็น *n* wheelchair
เกาะ *v* hold on to
เกาะ *n* island
เกาะกรีนแลนด์ *n* Greenland

เกาะติด v adhere, cling
เกาะเล็ก n isle
เกาะอังกฤษ n Britain
เกิด v be born
เกิด adj born
เกิดขึ้น iv arise, come across, happen
เกิดขึ้นพร้อมกัน v coincide
เกิดขึ้นพร้อมๆ กัน v synchronize
เกิดขึ้นอีก v resurface
เกิดขึ้นอีกครั้ง v reappear
เกิดภาพหลอน v hallucinate
เกิดเสียงดังกริ๊ก v click
เกิดเสียงระเบิด v crash
เกิดอาการลังเล v hesitate
เกินกว่า v exceed
เกินกำหนด adj overdue
เกินควร adj undue
เกียจคร้าน adj sluggish, idle, lazy
เกียรติ n dignity, honor
เกียรติศักดิ์ n prestige
เกียร์รถ n gear
เกี่ยวกับ pre about, concerning, regarding
เกี่ยวกับ v concern
เกี่ยวกับกฎหมาย adj legal
เกี่ยวกับกระเพาะอาหาร adj gastric
เกี่ยวกับกลยุทธ์ adj tactical
เกี่ยวกับกลางคืน adj nocturnal
เกี่ยวกับการแข่งขัน adj competitive
เกี่ยวกับการค้า adj commercial
เกี่ยวกับการเงิน adj financial
เกี่ยวกับการเชื่อม adj hermetic
เกี่ยวกับการเดินเรือ adj marine
เกี่ยวกับการตกแต่ง adj decorative
เกี่ยวกับการแต่งงาน adj marital
เกี่ยวกับการทูต adj diplomatic
เกี่ยวกับการผ่าตัด adv surgical
เกี่ยวกับการย่อย adj digestive
เกี่ยวกับการศึกษา adj educational
เกี่ยวกับการสมรส adj conjugal
เกี่ยวกับเกษตรกรรม adj agricultural
เกี่ยวกับขั้วโลก adj polar
เกี่ยวกับความคิด adj cerebral
เกี่ยวกับงานศาสนา adj clerical
เกี่ยวกับจำพวก adj generic
เกี่ยวกับจิตใจ adj mental; psychic
เกี่ยวกับเจ้า adj royal
เกี่ยวกับเจ้าสาว adj bridal
เกี่ยวกับใจ adj cardiac
เกี่ยวกับชนชั้นกลาง adj bourgeois
เกี่ยวกับชาติสเปน adj Spanish
เกี่ยวกับชาวยิว adj Jewish
เกี่ยวกับชีวิตชนบท adj country
เกี่ยวกับญี่ปุ่น adj Japanese
เกี่ยวกับดวงอาทิตย์ adj solar
เกี่ยวกับดาราศาสตร์ adj astronomic
เกี่ยวกับตะวันออก adj eastern
เกี่ยวกับทวีปยุโรป adj continental

เกี่ยวกับทศนิยม *adj* decimal
เกี่ยวกับท้องฟ้า *adj* celestial
เกี่ยวกับนอร์เวย์ *adj* Norwegian
เกี่ยวกับน้ำ *adj* aquatic
เกี่ยวกับนิวเคลียร์ *adj* nuclear
เกี่ยวกับบรรยากาศ *adj* atmospheric
เกี่ยวกับเบลเยี่ยม *adj* Belgian
เกี่ยวกับเบาหวาน *adj* diabetic
เกี่ยวกับประชาธิปไตย *adj* democratic
เกี่ยวกับประเทศตุรกี *adj* Turk
เกี่ยวกับประเทศฟินแลนด์ *adj* Finnish
เกี่ยวกับประเทศรัสเซีย *adj* Russian
เกี่ยวกับประเทศสวีเดน *adj* Swedish
เกี่ยวกับประเพณี *adj* customary
เกี่ยวกับโปรตุเกส *adj* Portuguese
เกี่ยวกับโปแลนด์ *adj* Polish
เกี่ยวกับผู้เผยแพร่ศาสนา *adj* apostolic
เกี่ยวกับเผด็จการ *adj* dictatorial
เกี่ยวกับพระ *adj* pastoral
เกี่ยวกับพระคัมภีร์ไบเบิล *adj* biblical
เกี่ยวกับพระเจ้า *adj* divine
เกี่ยวกับพลเมือง *adj* civil
เกี่ยวกับพวกหัวรุนแรง *adj* extremist
เกี่ยวกับเพศชาย *adj* masculine
เกี่ยวกับเพศหญิง *adj* feminine
เกี่ยวกับฟัน *adj* dental
เกี่ยวกับไฟฟ้า *adj* electric

เกี่ยวกับภูมิคุ้มกัน *adj* immune
เกี่ยวกับมนุษย์ *adj* human
เกี่ยวกับเม็กซิกัน *adj* Mexican
เกี่ยวกับเมือง *adj* civic
เกี่ยวกับยาระบาย *adj* laxative
เกี่ยวกับยีน *adj* genetic
เกี่ยวกับระบอบคอมมิวนิสต์ *adj* soviet
เกี่ยวกับระเบิด *adj* explosive
เกี่ยวกับร่างกาย *adj* bodily, corporal
เกี่ยวกับรูปภาพ *adj* graphic
เกี่ยวกับโรคประสาท *adj* neurotic
เกี่ยวกับโรคโลหิตจาง *adj* anemic
เกี่ยวกับละคร *adj* scenic
เกี่ยวกับลัทธิคอมมิวนิสต์ *adj* communist
เกี่ยวกับลัทธิมาร์กซ์ *adj* Marxist
เกี่ยวกับโลก *adj* terrestrial
เกี่ยวกับโลหะ *adj* metallic
เกี่ยวกับวงจรอิเล็กทรอนิกส์ *adj* electronic
เกี่ยวกับวัฒนธรรม *adj* cultural
เกี่ยวกับวัด *adj* monastic
เกี่ยวกับศาสนา *adj* religious
เกี่ยวกับศิลปะ *adj* artistic
เกี่ยวกับสเปน *adj* Hispanic
เกี่ยวกับสวิตเซอร์แลนด์ *adj* Swiss
เกี่ยวกับสายตา *adj* optical
เกี่ยวกับเสียง *adj* acoustic
เกี่ยวกับอเมริกา *adj* American

เกี่ยวกับอังกฤษ *adj* British
เกี่ยวกับอากาศ *adj* climatic
เกี่ยวกับอาชญากรรม *adj* criminal
เกี่ยวกับอาณานิคม *adj* colonial
เกี่ยวกับอารมณ์ *adj* emotional
เกี่ยวกับอาระเบีย *adj* Arabic
เกี่ยวกับอิตาลี *adj* Italian
เกี่ยวกับไอร์แลนด์ *adj* Irish
เกี่ยวข้อง *v* affiliate, implicate
เกี่ยวข้องกัน *adj* relative
เกี่ยวดองกัน *adj* akin
เกี่ยวเนื่อง *v* link
เกี่ยวพัน *v* involve
เกี้ยวพาน *v* court
เกือบ *adv* almost, closely
เกือบจะ *pre* near
เกือบจะไม่ *adv* hardly
แก้ *v* unravel
แก่กว่า *n* elder
แก่เกินอายุ *adj* precocious
แก้ไข *v* amend, correct, edit, mend, modify, patch, retrieve, undo
แก้ไขได้ *v* extricate
แก้ไขไม่ได้ *adj* incorrigible, insoluble
แก้ไขให้ง่ายขึ้น *v* simplify
แก้แค้น *v* revenge, vindicate
แก้ตัว *v* atone, plead
แก้ต่าง *v* defend

แกนกลาง *n* core
แก่นแท้ *n* essence
แกนม้วนสาย *n* spool
แกนโลก *n* axis
แก่นสาร *n* texture
แก้ปัญหา *v* solve
แก่ไฟ *adj* overdone
แก้ม *n* cheek
แก้มัด *v* untie
แกล้ง *v* counterfeit
แกล้งทำ *v* deceive
แกลลอน *n* gallon
แก้ว *n* glass
แกว่ง *v* shift, sway, dangle, stir, wobble
แกว่งไกว *iv* swing
แก้สายรั้ง *v* unleash
แกะ *v* unfasten, unwrap
แกะ *n* sheep
แกะกระดุม *v* unbutton
แกะตัวผู้ *n* ram
แกะสลัก *v* carve, engrave
โก้เก๋ *adj* smart
โก้งโค้ง *v* bend down
โกน *v* shave
โกรธ *adj* mad, red-hot, angry, livid, ragged
โกรธ *v* enrage
โกรธจัด *adj* uptight, blow up
โกรธเป็นไฟ *adj* irate

โกหก *iv* lie
โกหก *adj* liar
ใกล้ *adj* short, close
ใกล้ชิด *pre* alongside
ใกล้ชิด *adj* nearby
ไก่ *n* chicken
ไก่ตัวผู้ *n* cock, rooster
ไกปืน *n* trigger
ไก่ฟ้า *n* pheasant
ไกล *adv* afar, far

ข

ขจัด *v* eliminate
ขจัดการแบ่งแยกเผ่าพันธุ์ *v* desegregate
ขจัดภัย *v* defuse
ขณะนี้ *adv* now
ขน *v* take away
ขนแกะ *n* fleece
ขนของ *v* cart
ขนดก *adj* hairy
ขนตา *n* eyelash
ขนนก *n* feather
ขนบธรรมเนียม *n* custom
ขนมคัสตาร์ด *n* custard
ขนมคุกกี้ *n* cookie
ขนมเค็ก *n* cake
ขนมทาร์ต *n* tart
ขนมปัง *n* biscuit, bread
ขนมปังแซนวิช *n* sandwich
ขนมปังนิ่ม *n* dough
ขนมปังปิ้ง *n* toast
ขนมปังแผ่นบาง *n* wafer
ขนมปังฝรั่งเศส *n* baguette
ขนมปิ้ง *n* pastry
ขนมพาย *n* pie
ขนมพุดดิ้ง *n* pudding
ขนย้าย *v* relocate
ขนส่ง *v* convey, transport
ขนสัตว์ *n* fur, wool
ขนาด *n* format, portion, size
ขนาดจุ *n* burden
ขนาดยา *n* dosage
ขนาดลำกล้องปืน *n* caliber
ขนาดใหญ่ *n* bulk
ขนานกัน *adj* collateral
ขบถ *n* uprising
ขบวน *n* array, march, procession
ขบวนการ *n* drive
ขบวนเรือสินค้า *n* convoy
ขม *adj* bitter
ข่ม *adj* bully
ขมขื่น *adj* bitter
ข่มขืน *v* violate, rape

ข่มใจ *v* smother
ขมวดคิ้ว *v* knit
ขโมย *v* snitch; pilfer, steal
ขโมย *n* burglar
ขยะ *n* garbage, litter, refuse, rubbish, trash
ขยัน *adj* diligent, industrious
ขยับเขยื้อน *v* budge
ขยาย *v* escalate, expand
ขยายพันธุ์ *iv* breed
ขยายเสียง *v* amplify
ขยายออก *adj* outstretched
ขรุขระ *adj* rough
ขลาด *adj* timid
ขลิบ *v* circumcise
ขลุ่ย *n* flute
ขวด *n* bottle
ข่วน *v* scratch
ขวัญหนี *adj* startled
ขวา *adj* right
ขวาง *adj* diagonal
ขว้าง *v* pitch, hurl
ขว้างก้อนหิน *v* stone
ขวางทาง *v* block
ขว้างหิน *v* peck
ขวาน *n* ax
ขวานเหล็ก *n* hatchet
ขวิด *v* ram
ขอ *v* beg

ข้อกล่าวหา *n* accusation
ข้อขบขัน *n* humor
ข้อแขน *n* wrist
ข้อความ *n* note, message, proposition
ขอความช่วยเหลือ *v* enlist, recourse
ข้อความที่จารึก *n* inscription
ข้อความภายใน *n* contents
ของ *pre* of
ของกษัตริย์ *adj* regal
ของกิน *n* foodstuff
ของขโมย *n* loot
ของขวัญ *n* present, gift
ของของเราเอง *pro* ours
ของเขาผู้ชาย *adj* his
ของเขาผู้ชาย *pro* his
ของคนอังกฤษ *adj* English
ของคุณ *adj* your
ของคุณ *pro* yours
ของโจร *n* booty
ของฉัน *pro* mine
ของฉัน *adj* my
ของชาวอังกฤษ *adj* Anglican
ของชำ *n* groceries
ของตกค้าง *n* remainder
ของแตก *n* crack
ของเถื่อน *n* contraband
ของที่ได้มา *n* gain
ของที่ระลึก *n* memento, relic, souvenir

ของที่ริบได้ n spoils
ของแท้ n authenticity
ของเธอผู้หญิง adj her
ของเธอผู้หญิง pro hers
ของบรรทุก n load
ของบริจาคทาน n alms
ของพวกเรา adj our
ของมีคม n cutter
ของเล่น n toy
ของเสีย n raffle, waste, fluid, liquid
ของหนีภาษี n contraband
ของหวาน n dessert
ของใหม่ n novelty
ของอิสลาม adj Islamic
ข้อจำกัด n limitation
ข้อตกลง n agreement, accord
ข้อต่อ n joint
ขอแต่งงาน v propose
ขอทาน n beggar
ข้อเท้า n ankle
ขอโทษ v apologize, excuse
ข้อแนะนำ n tip
ขอบ n rim, brim, brink, curb, edge, hem, margin
ข้อบกพร่อง n defect, drawback, flaw, shortcoming
ขอบขนมปัง n crust
ขอบข่าย n limit
ขอบเขต n extent, scope

ขอบคุณ v thank
ขอบฟ้า n horizon
ข้อผิดพลาด n error, mistake
ข้อผูกพัน n commitment
ข้อมือ n cuff
ข้อมูล n data, information
ข้อมูลที่ส่งออกมา n output
ข้อมูลสถิติ n statistic
ข้อยกเว้น n exception
ข้อยุติ n settlement
ขอร้อง v ask, appeal, implore, intercede, request
ข้อลำบาก n pinch
ขอสมัคร v apply for
ข้อสรุป n ultimatum, conclusion
ข้อสังเกต n remark
ข้อสันนิษฐาน n presupposition
ข้อเสนอ n offer
ข้อเสีย n disadvantage
ข้อหา n claim
ข้ออักเสบ n arthritis
ข้ออ้าง n pretense
ข้ออ้างอิง n base
ขัง v constrain
ขังไว้ v pound
ขัด v scrub
ขัดขวาง v stall, counteract, hinder, intercept, interrupt, obstruct, thwart
ขัดเงา v polish

ขัดด้วยทราย *v* scour
ขัดแย้ง *v* clash, contradict, dissent, jar
ขัดแย้งกัน *v* collide, conflict
ขัดแย้งกัน *adj* incompatible
ขัดสน *adj* needy
ขัดสี *v* scrape
ขัน *v* crow
ขั้นบันได *n* staircase
ขั้นบันไดหลายขั้น *n* stairs
ขั้นพื้นฐาน *adj* basic
ขั้นแรก *n* initial
ขั้นสุด *adj* maximum
ขั้นสูงสุด *adj* ultimate
ขับขี่ *iv* drive, ride
ขับไปด้วยความเร็ว *v* drive at
ขับไล่ *v* deport, evict, expel, oust, repulse, eject
ขับออก *v* rebuff
ขั้วโลก *n* pole
ขา *n* leg
ข้าง *n* side
ข้างใต้ *pre* below, beneath, underneath
ข้างนอก *adj* outer
ข้างนอก *adv* outside
ข้างใน *adj* inner
ข้างใน *pre* inside
ข้างบน *adv* upwards
ข้างบ้าน *adj* next door
ข้างล่าง *adv* below, down
ข้างหน้า *adj* front
ข้างหน้า *pre* before
ข้างหลัง *pre* behind
ข้างหลัง *adj* rear
ข้างๆ *pre* beside
ขาด *iv* tear
ขาดแคลน *adj* deficient, destitute, meager
ขาดแคลน *v* lack
ขาดตกบกพร่อง *adj* defective
ขาดเรียน *adj* absent
ขาตั้ง *n* tripod
ข้าม *v* cross
ข้าม *adj* cross
ข้าม *pre* across
ข้ามคืน *adv* overnight
ขาย *v* market, sell
ขายชาติ *adj* treacherous
ขายสินค้า *v* pitch
ขายหมดเกลี้ยง *adj* sold-out
ข้าว *n* rice
ข้าวของ *n* belongings
ข่าวแถลง *n* handout
ข้าวบาเลย์ *n* barley
ข้าวโพด *n* corn
ข้าวโพดคั่ว *n* popcorn
ข้าวไร *n* rye
ข่าวลือ *n* hearsay, rumor

ข่าวสาร *n* news
ข้าวโอ๊ต *n* oatmeal
ขาเสีย *adj* lame
ขาหยั่ง *n* tripod
ขิง *n* ginger
ขี้โกง *adj* sly
ขี่จักรยาน *v* cycle
ขีดฆ่า *v* cross out
ขีดเส้นใต้ *v* underline
ขี้เถ้า *n* ash
ขีปนาวุธ *n* missile
ขี้ผึ้ง *n* grease, wax
ขี้ระแวง *adj* skeptic
ขี้หู *n* earwax
ขี้เหนียว *adj* stingy
ขี้อาย *adj* timid
ขึงตึง *v* strain
ขึงพืด *v* crucify
ขึ้น *v* go up
ขึ้นทางลาด *adv* uphill
ขึ้นไป *v* ascend
ขึ้นฝั่ง *adv* ashore
ขึ้นยานพาหนะ *adv* aboard
ขึ้นราคา *v* appreciate
ขึ้นสนิม *v* rust
ขึ้นอยู่กับ *v* depend
ขุด *v* mine, dig, unearth
ขุดค้น *n* probing
ขุดค้น *v* excavate

ขุดโค่น *v* bring down
ขุดเป็นร่อง *v* channel
ขุนนาง *n* lord, aristocrat, bureaucrat, nobleman
ขุนให้อ้วน *v* fatten
ขู่ *v* bulldoze; threaten, bluff
ขู่ขวัญ *v* daunt
ขูด *v* scrape
เขต *n* zone
เขตการปกครองของบาทหลวง *n* diocese
เขตทุ่นระเบิด *n* minefield
เขตร้อน *n* tropic
เขตสงฆ์ *n* parish
เข็น *v* shove
เข้มข้น *adj* intensive
เข็มขัด *n* belt
เข้มแข็ง *adj* forceful, strenuous
เข้มงวด *adj* stern, strict
เข็มฉีดยา *n* needle
เข็มทิศ *n* compass
เขม่น *v* dislike
เข็มหมุด *n* pin
เขย่า *iv* shake
เขยิบ *v* edge; move up
เข้ากันได้ *v* get along
เข้าใกล้ *v* approach
เข้าข้างใน *adj* inward
เข้าค่าย *v* camp

เข้าใจ *iv* get, apprehend; comprehend, perceive, see, understand
เข้าใจง่าย *adj* apprehensive, luminous
เข้าใจแจ่มแจ้ง *v* manifest
เข้าใจผิด *v* misconstrue, mistake, misunderstand
เข้าใจผิด *adj* erroneous
เข้าฉาก *v* perform
เข้าที่ *v* settle
เข้าไป *v* get in
เขาผู้ชาย *pro* he, him
เขาผู้หญิง *pro* she
เข้ามา *v* come in
เข้ายึดก่อน *v* preoccupy
เข้าร่วม *v* attend
เข้ารักษาในโรงพยาบาล *v* hospitalize
เข้ารูป *v* fit
เข้าเรื่อง *adj* pertinent
เขาวงกต *n* labyrinth, maze
เข้าสังคม *v* socialize
เข้าสู่ *v* enter
เข้าสู่ระบบ *v* log in
เขินอาย *adj* shy
เขียน *iv* write
เขียนจดหมาย *v* mail
เขียนแบบ *v* sketch, draft
เขียนโปรแกรม *v* program
เขียนภาพ *v* paint, portray

เขียนหวัด *v* scribble
เขี้ยว *n* fang
เขี้ยวยาว *n* tusk
เขื่อน *n* barrage, dam, dike
แขก *n* guest
แข็ง *adj* callous, hard, solid
แข็งแกร่ง *adj* rigid
แข็งข้อ *adj* obstinate
แข็งขัน *adj* staunch
แข่งขัน *v* match, compete
แข็งแรง *adj* athletic, burly, healthy, hearty, husky, robust, strong
แข็งเหมือนหิน *adj* rocky
แขน *n* arm
แขนกุด *adj* sleeveless
แขนง *n* sect
แขนเสื้อ *n* sleeve
แขวน *v* suspend, hang
โขดหิน *n* reef
ไข่ *n* egg
ไข้ *n* fever
ไขกระดูก *n* bone marrow, marrow
ไขกุญแจ *v* unlock
ไข่ขาว *n* egg white
ไขควง *n* screwdriver
ไข่เจียว *n* omelet
ไข่แดง *n* yolk
ไข้ทรพิษ *n* smallpox
ไขมัน *n* grease, fat

ไขมันสัตว์ *n* lard
ไข้มาลาเรีย *n* malaria
ไข่มุข *n* pearl
ไขว้ *adj* cross
ไขว้ *v* crisscross
ไขว้คว้า *v* grip
ไข้หวัดใหญ่ *n* flu, influenza

ค

คง *adv* may-be
คงที่ *adj* stable
คงอยู่ *v* remain
คณบดี *n* dean
คณะ *n* gang, party, team
คณะกรรมการ *n* board, commission, committee
คณะเดินทาง *n* expedition
คณะทูต *n* embassy
คณะผู้ทำงาน *n* staff
คณะผู้แทน *n* mission, delegation
คณะมนตรี *n* council
คณะลูกขุน *n* jury
คณะสงฆ์ *n* ministry, brotherhood
คณิตศาสตร์ *n* arithmetic
คดโกง *v* defraud

คดเคี้ยว *adj* winding
คดงอ *adj* crooked
คดี *n* case
คดีความ *n* lawsuit
คติพจน์ *n* slogan, maxim
คน *v* stir
คน *n* human being
คนกลาง *n* middleman
คนกลุ่มน้อย *n* minority
คนเกียจคร้าน *n* bum
คนโกง *n* swindler
คนขนของ *n* porter
คนข่มขืน *n* rapist
คนขับ *n* driver
คนขับเครื่องบิน *n* pilot
คนขับรถ *n* chauffeur
คนขับรถบรรทุก *n* trucker
คนขายเนื้อ *n* butcher
คนขายเพชร *n* jeweler
คนขายหนังสือ *n* bookseller
คนขี้ขลาดตาขาว *n* coward
คนไข้นอก *n* outpatient
ค้นคว้า *v* research
คนคัดสำเนา *n* copier
คนค้ำประกัน *n* guarantor
คนคุก *n* prisoner
คนแคระ *n* dwarf
คนงาน *n* worker
คนงานเหมืองแร่ *n* miner

คนโง่ *n* dummy, goof
คนโง่เง่า *n* idiot
คนจรจัด *n* vagrant
คนจี้เครื่องบิน *n* hijacker
คนแจ้งข่าว *n* informer
คนซาดิสท์ *n* sadist
คนดื่มอวยพร *n* toaster
คนดูแล *n* attendant, caretaker
คนดูแลวัด *n* deacon
คนเดินข่าว *n* mercury
คนเดินถนน *n* pedestrian
คนเดินหนังสือ *n* courier
คนโดยสาร *n* passenger
คนต้นคิด *n* generator
คนตระหนี่ *n* miser
คนตะกละ *n* glutton
คนตัวเล็กมาก *n* midget
คนต่างด้าว *n* alien
คนตามท้องถนน *n* passer-by
คนติดยาเสพติด *v* junk
คนทรยศ *n* traitor
คนทำขนมปัง *n* baker
คนทำความสะอาด *n* cleaner
คนที่ผิดปกติ *adj* eccentric
คนที่เรืออับปาง *n* castaway
คนนวด *n* rubber
คนนอก *n* outsider
คนนั้น *n* guy
คนบ้า *n* madman, psychopath
คนปัญญาอ่อน *adj* moron
คนป่า *n* barbarian
คนป่าเถื่อน *adj* pagan
คนแปลก *n* oddity
คนแปลกหน้า *n* stranger
คนพเนจร *n* drifter, wanderer
ค้นพบ *v* discover, uncover
คนพาล *n* vandal
คนไม่มีศาสนา *n* heathen
คนไม่สูบบุหรี่ *n* nonsmoker
คนยิงปืน *n* shot
คนรัก *n* lover
คนรักชาติ *n* patriot
คนรับใช้ *n* servant
คนเร่ร่อน *n* drifter
คนลอบวางเพลิง *n* arsonist
คนลักพาตัว *n* kidnapper
คนเล่นหีบเพลง *n* organist
คนสวน *n* gardener
คนสารเลว *n* bastard
คนสีไวโอลิน *n* fiddle
คนสูบบุหรี่ *n* smoker
คนหนีทัพ *n* deserter
คนหลอกลวง *n* cheater, hawk
คนหลังค่อม *n* hunchback
ค้นหา *v* ransack, look for, search
คนหาม *n* bearer
คนอ่อนหัด *n* colt
คนอันธพาล *n* hooligan

คนอารักขา *n* guard
คบไฟ *n* torch
คบหา *v* associate
ครก *n* mortar
ครวญเพลง *v* hum
ครองราชย์ *v* reign
ครอบ *v* cover
ครอบครอง *v* possess
ครอบครัว *n* family
ครอบคลุม *v* engulf
ครอบคลุม *adj* comprehensive
ครอบงำ *v* subject, obsess, overwhelm
ครั้ง *n* times
ครั้งที่สอง *n* second
ครั้งหนึ่ง *adv* once
ครัวเรือน *n* household
คราด *n* pitchfork, rake
คราบ *n* blemish, spot, stain
คร่ำครวญ *v* groan, lament
คริสต์มาส *n* Christmas
คริสต์ศาสนา *n* Christianity
ครีบปลา *n* fin
ครีม *n* cream
ครีมกันแดด *n* sun block
ครีมนวดผม *n* conditioner
ครีมบำรุงผิว *n* lotion
ครึ่ง *adj* half
ครึ่งต่อครึ่ง *adv* fifty-fifty
ครึ่งหนึ่ง *n* half
ครู *n* teacher
ครูผู้สอน *n* master
ครูฝึก *n* coach, trainer
ครูสอนพิเศษ *n* tutor
คฤหาสน์ *n* mansion
คลอง *n* canal, ditch
คล่อง *adv* easily
คล้อง *v* lasso
คล่องแคล่ว *adj* agile, proficient, versatile
คลอด *v* deliver
คลอนแคลน *adj* unsteady
คล้อยตาม *v* conform
คลั่งศาสนา *adj* bigot
คลังสรรพาวุธ *n* arsenal
คลังสินค้า *n* stock, stockpile, warehouse
คลัตช์รถยนต์ *n* clutch
คลางแคลงใจ *v* distrust
คลานสี่เท้า *v* creep
คลาย *v* unwind
คล้ายกัน *adj* alike
คล้ายคลึง *adj* comparable, similar
คล้ายคลึง *v* resemble
คล้ายดาว *n* asteroid
คล้ายถุง *adj* baggy
คล้ายผลไม้ *adj* fruity
คล้ายพ่อ *adj* fatherly
คล้ายว่า *v* seem

คล้ำ *adj* tanned
คลิป *n* clip
คลิปหนีบกระดาษ *n* paperclip
คลี่ *v* unfold
คลี่คลาย *v* disentangle
คลื่น *n* wave
คลื่นความร้อน *n* heat wave
คลื่นไมโครเวฟ *n* microwave
คลื่นยักษ์ *n* tidal wave
คลื่นแรง *n* surge
คลื่นไส้ *adj* squeamish
คลุ้มคลั่ง *adj* frenzied
คลุมเครือ *adj* imprecise, obscure
คลุมด้วยผ้าขนสัตว์ *v* felt
ควง *iv* spin
ควบกล้ำ *n* diphthong
ควบคุม *v* subject, control, oversee, rule
ควบคุมดูแล *v* supervise
ควบคุมไม่ได้ *v* boil over
ควบคุมอาหาร *v* diet
ควบแน่น *v* condense
ควบม้า *v* gallop
ควบม้าข้าม *v* override
ควรจะ *iv* ought to
ควรได้รับ *v* merit
ควัน *n* fumes
คว้านออก *v* enumerate
ความกด *n* press, compression

ความกดดัน *n* pressure
ความกดอากาศต่ำ *n* depression
ความกตัญญู *n* gratitude
ความกระตือรือร้น *n* ardor, eagerness, enthusiasm, zeal
ความกรุณา *n* favor
ความกลมกลืนกัน *n* harmony
ความกลัว *n* awe, fear
ความกล้า *n* guts
ความกล้าบ้าบิ่น *n* audacity
ความกล้าหาญ *n* boldness, bravery, courage
ความกว้าง *n* breadth, width
ความกะทัดรัด *n* brevity
ความกังวล *n* worry
ความกังวลใจ *n* distress
ความก้าวร้าว *n* aggression
ความก้าวหน้า *n* advance
ความเกรี้ยวกราด *n* furor
ความเกลียดชัง *n* animosity, antipathy, aversion, hatred
ความเกียจคร้าน *n* laziness
ความเกี่ยวข้อง *n* involvement
ความเกี่ยวดอง *n* kinship
ความโกรธ *n* anger, rage, wrath
ความโกลาหล *n* commotion, mayhem, turmoil
ความใกล้ชิด *n* proximity
ความขม *n* bitterness
ความขยัน *n* diligence

ความขอบคุณ *n* appreciation
ความขาดแคลน *n* deficiency, lack, shortage
ความขายหน้า *v* discredit
ความขี้ขลาด *n* cowardice
ความขี้อาย *n* timidity
ความเข้มข้น *n* intensity
ความเขลา *n* folly
ความเข้าใจ *n* perception, understanding
ความเขินอาย *n* shyness
ความแข็ง *n* stiffness
ความแข็งขัน *n* spine
ความคงตัว *n* constancy
ความคงที่ *n* stability
ความครอบงำจิตใจ *n* obsession
ความคล่อง *n* spontaneity
ความคล่องแคล่ว *n* proficiency
ความคลาดเคลื่อน *n* discrepancy
ความคล้ายกัน *n* assimilation
ความคล้ายคลึง *n* resemblance, semblance, similarity
ความคาดหมาย *n* anticipation, expectancy
ความคิด *n* mind, concept, idea, notion, thought
ความคิดริเริ่ม *n* initiative
ความคิดวิตถาร *n* fad
ความคิดสร้างสรรค์ *n* creativity
ความคิดเห็น *n* view, opinion
ความคึกคะนอง *n* prank
ความคืบหน้า *n* headway
ความคุ้นเคย *n* acquaintance, intimacy
ความเคร่งครัด *n* austerity
ความเครียด *n* strain
ความเคารพนับถือ *n* regards, respect, reverence
ความโค้ง *n* arc, curve
ความงดงาม *n* elegance
ความงาม *n* fairness
ความเงา *n* polish
ความเงียบ *n* hush, calm, quietness
ความโง่ *n* stupidity
ความจงรักภักดี *n* allegiance, fidelity, homage
ความจดจ่อ *n* concentration
ความจริง *n* axiom, fact, truth
ความจริงใจ *n* sincerity
ความจำ *n* memory
ความจำเสื่อม *n* amnesia
ความจุ *n* capacity
ความเจ็บปวด *n* ache, agony, anguish, ordeal, pain, pang, sting, torment
ความเจ็บป่วย *n* ailment
ความเจริญ *n* boom
ความแจ่มแจ้ง *n* clarity, clearness
ความใจกว้าง *n* openness, tolerance

ค

ความใจแคบ *n* meanness
ความใจดี *n* kindness
ความใจเย็น *n* composure
ความฉลาด *n* ingenuity
ความเฉยเมย *n* apathy
ความเฉลียวใจ *n* inkling
ความเฉื่อยชา *n* stagnation
ความช่วยเหลือ *n* aid, backing, help
ความชอบ *n* fondness, liking
ความชอบพอ *n* affection
ความชอบมาก *n* passion
ความชั่วร้าย *n* vice
ความชา *n* anesthesia
ความชำนาญ *n* skill
ความชื้น *n* humidity, moisture
ความเชื่อ *n* belief, faith
ความเชื่อใจ *n* trust
ความเชื่อถือ *n* credit
ความเชื่อในทางไสยศาสตร์ *n* superstition
ความเชื่อมั่น *n* reliance
ความโชคร้าย *n* misfortune
ความซับซ้อน *n* complexity, complication
ความซ้ำซาก *n* monotony
ความซีด *n* paleness
ความซื่อสัตย์ *n* honesty, loyalty
ความซุ่มซ่าม *n* clumsiness
ความดัง *n* clamp
ความดัน *n* press

ความดี *n* grace
ความดีงาม *n* morality
ความดีพร้อม *n* perfection
ความดึงดูดใจ *n* attraction
ความดุร้าย *n* ferocity
ความโดดเดี่ยว *n* loneliness
ความได้เปรียบ *n* expediency, odds
ความตกใจ *n* dismay
ความตกตะลึง *n* consternation
ความตกต่ำ *n* downturn, slump
ความตรง *n* stiffness
ความตรงกันข้าม *n* reverse
ความตรงข้าม *n* contrast
ความตรงไปตรงมา *n* frankness
ความตระหนัก *n* awareness
ความตลกขบขัน *n* comedy
ความต้องการ *n* demand, desire, need, requirement
ความต่อเนื่องกัน *n* continuity
ความตั้งใจ *n* ear; intention
ความต่าง *n* disparity
ความต้านทาน *n* resistance
ความตาย *n* death, mortality
ความต่ำช้า *n* vulgarity
ความตึงเครียด *n* tension
ความตื่นตกใจ *n* panic
ความตื่นตัว *n* alert
ความตื่นเต้น *n* excitement
ความเต็มใจ *n* readiness

ความแตกต่าง *n* contradiction, difference, distinction
ความแตกต่างกันนิดหน่อย *n* nuance
ความแตกตื่น *n* stampede
ความแตกแยก *n* severance
ความถนัด *n* aptitude
ความถี่ *n* frequency
ความถูกต้องตามกฎหมาย *n* legality
ความเถรตรง *n* bluntness
ความทรงจำ *n* remembrance
ความทรนง *n* vanity
ความทรมาน *n* torture
ความท้อใจ *n* discouragement
ความท้อแท้ *n* disillusion
ความทะนง *n* egoism
ความทะเยอทะยาน *n* ambition
ความทะลึ่ง *n* impertinence
ความทื่อ *n* bluntness
ความทุกข์ *n* suffering, unhappiness
ความทุกข์ทรมาน *n* martyrdom
ความทุกข์ยาก *n* adversity, misery
ความทุลักทุเล *n* tangle
ความเท่าเทียมกัน *n* equality, parity
ความธรรมดา *n* mediocrity
ความนอบน้อม *n* meekness
ความนับถือ *n* piety
ความนับถือตนเอง *n* self-esteem

ความน่าเกลียด *n* ugliness
ความน่าจะเป็น *n* probability
ความน่าเชื่อถือ *n* credibility
ความน่าเบื่อ *n* banality, tedium
ความน่าหวาดกลัว *n* horror
ความนิ่งเงียบ *n* silence
ความนุ่ม *n* softness
ความเนรคุณ *n* ingratitude
ความเน่าเปื่อย *n* gangrene
ความแน่ใจ *n* certainty
ความแน่นอน *n* precision
ความแน่วแน่ *n* resolution
ความใน *n* secrecy
ความบริสุทธ์ *n* innocence
ความบริสุทธิ์ *n* chastity, purity, virginity
ความบังเอิญ *n* coincidence, contingency
ความบันเทิง *n* entertainment
ความบ้า *n* craziness
ความบ้าคลั่ง *n* frenzy, madness
ความบาดหมางกัน *n* discord
ความเบิกบาน *n* blow
ความเบื่อ *n* boredom
ความแบบบาง *n* delicacy
ความปรองดอง *n* rapport
ความประพฤติ *n* behavior, conduct, demeanor
ความประมาท *n* carelessness
ความประหยัด *n* frugality

ความประหลาดใจ *n* amazement, surprise
ความปรารถนา *n* craving, longing, wish
ความปลอดภัย *n* safe, safety, security
ความป่าเถื่อน *n* barbarism, savagery
ความปีติยินดี *n* ecstasy, joy
ความเป็นกรด *n* acidity
ความเป็นกังวล *n* concern
ความเป็นกันเอง *n* informality
ความเป็นจริง *n* reality
ความเป็นเจ้าของ *n* ownership
ความเป็นชาย *n* virility
ความเป็นทาส *n* slavery
ความเป็นนักบวช *n* priesthood
ความเป็นไปได้ *n* impossibility, liability, likelihood, possibility
ความเป็นผู้นำ *n* leadership
ความเป็นผู้ใหญ่ *n* maturity
ความเป็นพระเจ้า *n* divinity
ความเป็นพ่อ *n* fatherhood, paternity
ความเป็นพี่น้อง *n* fraternity
ความเป็นพี่น้องกัน *n* brotherhood
ความเป็นเพื่อน *n* companionship, friendship
ความเป็นมารดา *n* maternity
ความเป็นแม่ *n* motherhood
ความเป็นลูกผู้ชาย *n* manliness
ความเป็นวีรบุรุษ *n* heroism

ความเป็นศัตรู *n* hostility
ความเป็นส่วนตัว *n* privacy
ความเป็นโสด *n* celibacy
ความเป็นอมตะ *n* immortality
ความเป็นอยู่ *n* being
ความเป็นอันหนึ่งอันเดียว *n* uniformity
ความเป็นเอกฉันท์ *n* unanimity
ความเปล่าเปลี่ยว *n* desolation
ความผอมบาง *adj* tenuous
ความผิด *n* culpability, guilt
ความผิดปรกติ *n* aberration, abnormality
ความผิดพลาด *n* blunder, fault
ความผิดหวัง *n* disappointment
ความผุพัง *n* decay
ความผูกพัน *n* bondage
ความฝัน *n* dream
ความฝืด *n* friction
ความใฝ่ฝัน *n* aspiration
ความพยายาม *n* attempt, effort, endeavor, exertion, rancor, struggle
ความพอใจ *n* pleasure, satisfaction
ความพอเหมาะ *n* fit
ความพ่ายแพ้ *n* setback
ความพิการ *n* deformity, disability
ความเพลิดเพลิน *n* enjoyment
ความเพ้อฝัน *n* whim
ความฟุ่มเฟือย *n* extravagance

ความภาคภูมิใจ *n* pride
ความมั่งคั่ง *n* opulence, wealth
ความมัธยัสถ์ *n* economy
ความมั่นคง *n* firmness
ความมีชัย *n* conquest
ความมีชีวิต *n* animation
ความมีชีวิตชีวา *n* livelihood
ความมีชื่อเสียง *n* fame, glory
ความมีเสน่ห์ *n* vitality
ความมีเหตุผล *n* validity
ความมืด *n* blackness, darkness
ความมืดมน *n* blackout, gloom
ความมุ่งร้าย *n* malice
ความเมตตา *n* mercy
ความเมา *n* drunkenness
ความแม่นยำ *n* accuracy
ความไม่จริงใจ *n* insincerity
ความไม่ชอบ *n* dislike, hang-up
ความไม่เชื่อ *n* disbelief
ความไม่ซื่อสัตย์ *n* dishonesty, disloyalty, infidelity
ความไม่แน่นอน *n* instability
ความไม่ปลอดภัย *n* insecurity
ความไม่เป็นที่รู้จัก *n* obscurity
ความไม่พอใจ *n* displeasure, grievance, grudge, resentment
ความไม่รอบคอบ *n* indiscretion
ความไม่รู้ *n* ignorance
ความไม่ไว้วางใจ *n* mistrust
ความไม่สนใจ *n* indifference

ความไม่สบาย *n* discomfort
ความไม่สบายใจ *n* qualm, uneasiness
ความไม่สมบูรณ์ *n* imperfection, invalid
ความไม่เสมอภาค *n* inequality
ความไม่เห็นด้วย *n* disagreement
ความไม่อดทน *n* impatience, intolerance
ความไม่เอาใจใส่ *n* negligence
ความยโส *n* arrogance
ความย่อ *n* summary
ความยอดเยี่ยม *n* excellence, splendor
ความยาก *n* hardness
ความยากจน *n* poor, poverty
ความยากลำบาก *n* difficulty, hardship
ความยาว *n* length
ความยุ่งเหยิง *n* chaos
ความยุติธรรม *n* justice
ความเยือกเย็น *n* coolness
ความร่วมมือ *n* collaboration, cooperation
ความร้อน *n* heat
ความรอบคอบ *n* prudence
ความระมัดระวัง *n* caution, discretion
ความรัก *n* love
ความรังเกียจ *n* disgust, distaste, loathing

ความรั้น n obstinacy
ความรับผิดชอบ n charge, responsibility
ความร้ายกาจ n felony
ความร่ำรวย n affluence
ความรีบเร่ง n hustle
ความรุ่งเรือง n prosperity
ความรุนแรง n rigor, severity, violence
ความรู้ n knowledge
ความรู้สึก n feeling, sensation, sentiment
ความรู้สึกขยะแขยง n revulsion
ความรู้สึกจักจี้ n tickle
ความรู้สึกตื่นเต้น n thrill
ความรู้สึกบรรเทา n ease
ความรู้สึกสบาย n euphoria
ความเร่งด่วน n urgency
ความเร่งรีบ n haste
ความเร็ว n velocity
ความเร้าใจ n provocation
ความเรียง n composition
ความเรียบ n smoothness
ความเรียบง่าย n simplicity
ความแรกเริ่ม n primacy
ความล้มเหลว n failure
ความล่อใจ n temptation
ความละโมบ n greed
ความลังเล n hesitation, indecision
ความลังเลใจ n quandary

ความลับ n secret
ความล่าช้า n delay
ความลามก n obscenity
ความลำบาก n tribulation
ความลำเอียง n bias
ความลึก n depth
ความลึกลับ n mystery
ความเล็กน้อย n little bit, pettiness
ความเลวทราม n depravity
ความโล่งอก n relief
ความโลภ n avarice
ความว่างเปล่า n emptiness
ความวิกลจริต n insanity, lunacy
ความวิตกกังวล n anxiety
ความวุ่นวาย n tempest
ความแวววาว n gloss
ความไว้วางใจ n confidence
ความศักดิ์สิทธิ์ n holiness, sanctity
ความศิวิไลซ์ n civilization
ความเศร้า n melancholy
ความเศร้าโศก n grief, lament
ความสกปรก n filth, slob
ความสงบ n tranquility
ความสงบเงียบ n serenity
ความสงบสุข n peace
ความสงสัย n doubt, misgiving, suspicion
ความสงสาร n pity
ความสง่าผ่าเผย n majesty

ความสด *n* freshness
ความสดชื่น *n* refreshment
ความสนใจ *n* interest
ความสนุก *n* zest
ความสนุกสนาน *n* amusement, fun, gust
ความสภาพ *n* decency
ความสมดุล *n* balance, equation
ความสมบูรณ์ *n* integrity
ความสมมาตร *n* symmetry
ความสมหวัง *n* fulfillment
ความสมัครใจ *n* predilection, willingness
ความสมัครสมาน *n* solidarity
ความสมานฉันท์ *n* conformity
ความสวยงาม *n* beauty
ความสว่าง *n* brightness
ความสอดคล้อง *n* consistency
ความสอดคล้องกัน *n* compatibility
ความสะดวก *n* convenience
ความสะดุ้งตกใจ *n* shock
ความสะอาด *n* cleanliness
ความสันโดษ *n* seclusion
ความสับสน *n* confusion, mix-up
ความสัมพันธ์ *n* affinity, relationship
ความสามารถ *n* caliber, faculty, ability, capability, competence, exploit, feat
ความสามารถทางจิต *n* mentality

ความสำคัญ *n* greatness, importance, seriousness, significance
ความสำนึก *n* recognition
ความสำนึกผิด *n* remorse
ความสำเร็จ *n* accomplishment, achievement, success, attainment
ความสิ้นหวัง *n* despair, frustration
ความสุข *n* happiness
ความสุขใจ *n* delight
ความสุขสำราญ *n* bliss
ความสุภาพ *n* politeness
ความสูง *n* height
ความสูงส่ง *n* nobility
ความสูงสง่า *n* Highness
ความสูญเสีย *n* loss
ความเสมอกัน *n* tie
ความเสมอภาค *n* equilibrium
ความเสียใจ *n* chagrin, condolences, contrition, regret, sadness, sorrow, woes
ความเสียเปรียบ *n* handicap
ความเสียหาย *n* casualty, damage, detriment, injury
ความเสื่อม *n* declension
ความเสื่อมโทรม *n* decadence, degeneration
ความหนัก *n* heaviness
ความหนา *n* thickness
ความหนาแน่น *n* density, mass

ค

ความหนาวเย็น *n* coldness
ความหมดเกียรติ *n* dishonor
ความหมาย *n* meaning, portent
ความหยาบ *n* harshness
ความหยาบคาย *n* discourtesy, indecency, rudeness
ความหรูหรา *n* pomposity
ความหรูหราโอ่อ่า *n* luxury
ความหลงละเมอ *n* delusion
ความหลอกลวง *n* deceit
ความหลากหลาย *n* diversity, variety
ความหวัง *n* hope
ความหวาดกลัว *n* fright, phobia, terror
ความหวาดระแวง *n* distrust
ความหวาน *n* sweetness
ความหายนะ *n* calamity, cataclysm, disaster, downfall, havoc
ความหายาก *n* scarcity
ความหิว *n* hunger
ความหึงหวง *n* jealousy
ความเห็น *n* standpoint, assumption
ความเห็นแก่ตัว *n* self-interest, selfishness
ความเห็นใจ *n* sympathy
ความเหน็ดเหนื่อย *n* tiredness
ความเห็นนอกรีต *n* heresy
ความเห็นอกเห็นใจ *n* compassion
ความเหนือกว่า *n* superiority
ความเหนื่อย *n* exhaustion
ความเหนื่อยล้า *n* fatigue
ความเหมาะ *n* fitness
ความเหมาะสม *n* property
ความเหมือนกัน *n* likeness
ความโหดร้าย *n* atrocity, brutality, cruelty
ความใหญ่โต *n* immensity, magnitude
ความอดทน *n* fortitude, patience
ความอดอยาก *n* starvation
ความอบอุ่น *n* warmth
ความอยากรู้ *n* curiosity
ความอยากอาหาร *n* appetite
ความอยุติธรรม *n* injustice, unfairness
ความอยู่รอด *n* survival
ความอลเวง *n* tumult, turbulence
ความอลหม่าน *n* riot
ความอ่อนโยน *n* courtesy, gentleness, tenderness
ความอ่อนแอ *n* frailty, weakness
ความอันตราย *n* peril
ความอับ *n* stalemate
ความอับอาย *n* mortification, shame
ความอัปยศอดสู *n* disgrace
ความอัศจรรย์ *n* miracle, wonder
ความอาฆาต *n* feud
ความอาลัยอาวรณ์ *n* nostalgia
ความอิจฉา *n* envy

ความอุดมสมบูรณ์ *n* abundance
ความอุตสาหะ *n* industry
ความอุ่นใจ *n* comfort
ความอุปการะ *n* patronage
ความเอนเอียง *n* leaning
ความเอร็ดอร่อย *n* gusto
ความเอะอะ *n* fuss
ความเอาใจใส่ *n* attention
ความเอื้อเฟื้อเผื่อแผ่ *n* hospitality
ความเอื้ออาทร *n* generosity
ความแออัด *n* jam, congestion
ความโอนอ่อน *n* leniency
ความโอบอ้อมอารี *n* bounty
ควาย *n* buffalo
คว่ำ *v* capsize
คว่ำบาตร *v* boycott
คอก *n* stall
ค๊อกเทล *n* cocktail
คอกสัตว์ *n* stable
คอขวด *n* bottleneck
ค้อน *n* hammer
คอนกรีต *n* concrete
ค่อนข้างจะ *adv* quite, rather
ค่อนข้างเทา *adj* grayish
ค่อนข้างอุ่น *adj* lukewarm
ค้อมตัว *iv* bend
คอมพิวเตอร์ *n* computer
ค่อยๆซึมเข้าไป *v* instill
ค่อยๆน้อยลง *v* dissipate
คอเรสเตอรอล *n* cholesterol
คอลัมน์ *n* column
คะนอง *adj* wild
คะแนน *n* mark, score
คะแนนเสียง *n* vote
คัดค้าน *v* object
คัดค้าน *adj* repugnant
คัดเลือก *v* elect
คัดออก *v* weed
คัน *v* itch
คันเร่ง *n* accelerator
คับคั่ง *adj* congested
คัมภีร์ไบเบิล *n* bible
คัมภีร์ศาสนาคริสต์ *n* apocalypse
คั่ว *v* roast
ค้าขาย *v* traffic, trade
คาง *n* chin
คางคก *n* toad
ค้างคาว *n* bat
ค้างคืน *v* stop over
ค่าเฉลี่ย *n* mean
ค่าชดเชย *n* recompense
ค่าใช้จ่าย *n* expense
คาดการณ์ *v* speculate
คาดการณ์ล่วงหน้า *iv* foresee, foretell
คาดเข็มขัด *v* buckle up
คาดคั้น *v* screw
คาดหมาย *v* anticipate

ค

ค

คาดหวัง *v* expect
ค่าโดยสาร *n* tariff, fare
ค่าไถ่ *n* ransom
ค่าธรรมเนียม *n* fee
คาบลูกคาบดอก *adj* borderline
คาบสมุทร *n* peninsula
ค่าบำรุง *n* dues
ค่าบำรุงรักษา *n* upkeep
ค่าปรับ *n* penalty, fine
ค่าไปรษณีย์ *n* postage
ค่าผ่านประตู *n* admission
ค่าย *n* camp
ค่ายทหาร *n* barracks
คาร์บูเรเตอร์ *n* carburetor
คารม *n* eloquence
ค้าระวาง *n* freight
ค่าแรง *n* pay, wage
ค่าสัมประสิทธิ์ *n* coefficient
คำ *n* word
คำกริยา *n* participle, verb
คำกลอน *n* rhyme
คำกล่าว *n* remark, statement
คำแก้ฟ้อง *n* plea
คำขวัญ *n* slogan
คำขอโทษ *n* apology
คำขอร้อง *n* plea, request
คำขาด *n* ultimatum
คำขู่ *n* threat
คำคุณศัพท์ *n* adjective
คำจารึก *n* epitaph
คำจำกัดความ *n* definition
ค้ำจุน *v* uphold, bolster
คำเชิญ *n* invitation
คำต่อคำ *adv* verbatim
คำตอบ *n* reply, answer, response
คำตัดสิน *n* verdict
คำเตือน *n* warning
คำถาม *n* question
คำแถลง *n* statement
คำนวณ *v* reckon, calculate, compute, cast
คำนวณผิดพลาด *v* miscalculate
คำนาม *n* noun
คำนำ *n* premise, foreword, preamble
คำนำหน้า *n* prefix
คำนิยาม *n* definition
คำนึง *v* take in
คำนึงถึง *v* regard
คำแนะนำ *n* direction, advice, guidance, suggestion
คำบรรยาย *n* speech
คำบุพบท *n* preposition
คำปฏิเสธ *n* negative
คำพยากรณ์ *n* oracle
คำพ้อง *n* synonym
คำพิพากษา *n* sentence
คำพูด *n* saying
คำพูดติดปาก *n* catchword

คำย่อ *n* abbreviation
คำเยินยอ *n* compliment
คำร้อง *n* suit; petition
คำร้องต่อศาล *n* motion
คำร้องทุกข์ *n* appeal
คำราม *v* growl, roar
คำวิจารณ์ *n* comment, critique
คำวิเศษณ์ *n* adverb
คำศัพท์ *n* vocabulary
คำศัพท์เฉพาะทาง *n* terminology
คำสรรพนาม *n* pronoun
คำสอน *n* tuition
คำสอนของพระเยซู *n* gospel
คำสั่ง *n* order, commandment, mandate
คำสั่งสอน *n* precept, sermon
คำสัญญา *n* promise
คำสาบาน *n* oath
คำสาป *v* cuss
คำอธิฐาน *n* prayer
คำอุทิศ *n* devotion
คำอุปมา *n* metaphor
คิด *v* concoct, contemplate
คิดเกินราคา *v* rip off
คิดได้ *v* unravel
คิดถึงบ้าน *adj* homesick
คิดทบทวน *v* revolve
คิดในใจ *v* conceive, conjure up
คิดแพงเกินไป *v* overcharge
คิดราคา *v* charge
คิดเรื่อยเปื่อย *n* muddle
คิดออก *v* come up, figure out
คิว *n* queue
คิ้ว *n* brow, eyebrow
คีม *n* tongs
คีย์บอร์ด *n* keyboard
คึกคัก *adj* vivacious
คืนกลับ *adj* resilient
คืนเงินให้ *v* refund
คืนทุน *v* pay back
คืนนี้ *adv* tonight
คือ *iv* be
คุก *n* jail, prison
คุกเข่า *iv* kneel
คุกใต้ดิน *n* dungeon
คุณ *n* sir
คุณ *pro* you
คุณความดี *n* merit
คุณค่า *n* value
คุณงามความดี *n* goodness
คุณธรรม *n* virtue
คุณนาย *n* madam
คุณประโยชน์ *n* usefulness
คุณสมบัติ *n* quality
คุ้นเคย *adj* intimate, familiar, used to
คุ้นเคย *v* acquaint
คุ้มกัน *v* guard
คุ้มค่า *adj* worth

คุ้มค่าเหนื่อย *adj* worthwhile
คุยโม้ *v* crow, boast
คุยโว *v* brag, overstate
คู่ *n* couple, pair
คู่ขา *n* partner
คู่แข่ง *n* opponent
คู่แข่งขัน *n* rival
คู่ควรกัน *v* match
คูณ *v* multiply
คู่ต่อสู้ *n* rival, adversary, contender
คูน้ำ *n* gutter
คูปอง *n* coupon
คู่มือ *n* handbook, manual
คูระบาย *n* trench
คู่สมรส *n* mate, spouse
คู่สามีภรรยา *n* couple
คู่หมั้น *n* fiancé
คู่หู *n* confidant
เคเบิล *n* cable
เค็ม *adj* salty
เคมี *n* chemistry
เคย *adv* ever
เคยชิน *v* accustom
เคร่งขรึม *adj* grim, solemn
เคร่งครัด *adj* stringent, severe, austere
เครา *n* whiskers
เคราะห์กรรม *n* doom
เครียด *adj* uptight, serious

เครือข่าย *n* network
เครื่องกรอง *n* filter, strainer
เครื่องกระตุ้น *n* stimulant
เครื่องกวาดหิมะ *n* ploy
เครื่องกำเนิดไฟฟ้า *n* generator
เครื่องกีดขวาง *n* hindrance
เครื่องแก้ว *n* glassware
เครื่องโกนหนวด *n* razor
เครื่องขยายเสียง *n* amplifier
เครื่องเขียน *n* stationery
เครื่องไขรถยนต์ *n* crank
เครื่องควบคุมความร้อน *n* thermostat
เครื่องคิดเลข *n* calculator
เครื่องเงิน *n* silverware
เครื่องใช้ *n* utensil
เครื่องดื่ม *n* beverage
เครื่องดื่มโกโก้ *n* cocoa
เครื่องดูด *n* sucker
เครื่องตกแต่งบ้าน *n* furniture
เครื่องตรวจจับ *n* detector
เครื่องตัด *n* cutter, cutlery
เครื่องตัดกระดาษ *n* guillotine
เครื่องแต่งกาย *n* costume, outfit
เครื่องถ้วยชาม *n* crockery, porcelain
เครื่องทอผ้า *n* loom
เครื่องทำความร้อน *n* heater
เครื่องทำน้ำอุ่น *n* water heater
เครื่องเทศ *n* spice

เครื่องนำความร้อน *n* radiator
เครื่องใน *n* bowels
เครื่องบัง *n* shield
เครื่องบันทึกเสียง *n* recorder, tape recorder
เครื่องบิน *n* plane, aircraft, airplane
เครื่องบินโดยสาร *n* airliner
เครื่องแบบ *n* uniform
เครื่องประกอบ *adj* fitting
เครื่องประดับ *n* garnish, ornament
เครื่องประหารชีวิต *n* guillotine
เครื่องปรับ *n* adapter
เครื่องปรุงรส *n* seasoning
เครื่องปรุงอาหาร *n* condiment
เครื่องปั่น *n* blender
เครื่องเป่าแห้ง *n* dryer
เครื่องผสม *n* mixer
เครื่องพันธนาการ *n* ligament
เครื่องมือ *n* gear, tool, equipment, gadget
เครื่องมือ *v* pawn
เครื่องมือวัดระยะทางที่ผ่าน *n* odometer
เครื่องไม้เครื่องมือ *n* appliance
เครื่องยก *n* hoist
เครื่องยนต์ *n* engine, machine, motor
เครื่องยืด *n* stretcher
เครื่องเย็บกระดาษ *n* stapler

เครื่องรอง *n* padding
เครื่องเรือน *n* furnishings
เครื่องลาก *n* tractor
เครื่องล้างจาน *n* dishwasher
เครื่องโลหะ *n* hardware
เครื่องวัด *n* gauze
เครื่องสวมใส่ *n* wear
เครื่องสำหรับตอกรู *n* punch
เครื่องสำอาง *n* cosmetic
เครื่องสำอางค์ *n* makeup
เครื่องสูบน้ำ *n* pump
เครื่องหมาย *n* marker, sign, token
เครื่องหมายดอกจัน *n* asterisk
เครื่องหมายถูก *n* check
เครื่องหมายทวิภาค *n* colon
เครื่องหมายวรรคตอน *n* apostrophe
เครื่องอะไหล่ *n* spare part
เครื่องอำนวยความสะดวก *n* amenities
เครื่องอุด *n* plug
เครือญาติ *n* ancestry
เคล็ดลับ *n* trick
เคลื่อนที่อย่างรวดเร็ว *v* fleet
เคลื่อนย้าย *v* remove
เคลื่อนไหว *v* move
เคว้งคว้าง *adv* randomly
เค้าโครง *n* outline
เค้าโครงเรื่อง *n* plot
เค้าเงื่อน *n* vestige

เคาน์เตอร์ *n* counter, desk
เคารพ *v* respect
เคารพกฎหมาย *adj* law-abiding
เคารพนับถือ *v* esteem
เคาะ *v* knock
เคียงข้าง *adv* abreast
เคียว *n* hook, sickle
เคี้ยว *v* chew
เคี้ยวเสียงดัง *v* munch
แคนตาลูป *n* cantaloupe
แคบ *adj* cramped, narrow
แครอท *n* carrot
แคลอรี่ *n* calorie
โค้ง *n* curl, hunch
โค้ง *adj* curly
โค้ง *v* curve
โค้งให้อย่างสุภาพ *v* bow out
โคจร *v* revolve
โคน *n* bottom
โคนขา *n* thigh
โค่นตัดต้นไม้ *v* log
โคบาล *n* cowboy
โคม *n* basin
โคมไฟ *n* lamp, lantern
โคมระย้า *n* chandelier
โคมลอย *adj* unfounded, unjustified
โครง *n* carcass
โครงกระดูก *n* skeleton
โครงการ *n* design, program, project
โครงร่าง *n* line; framework, contour
โครงสร้าง *n* setup, structure
โครงสาน *n* splint
โคลน *n* bog, mud
โคลน *v* clone
ใคร *adj* any
ใคร *pro* who
ใครก็ตาม *pro* anyone, whoever
ใคร่ครวญ *v* deliberate
ใครต่อใคร *pro* anybody

ฆ

ฆ่า *v* kill, assassinate; account for
ฆ่าเชื้อด้วยความร้อนสูง *v* pasteurize
ฆ่าเชื้อโรค *v* disinfect
ฆาตกร *n* murderer
ฆาตกรรม *n* homicide
เฆี่ยน *v* switch
โฆษณา *v* advertise, propagate

ง

งงงัน *adj* dazed
งดงาม *adj* fancy, elegant, exquisite, gorgeous, graceful, magnificent, picturesque
งดเว้น *v* abstain
งดอาหาร *v* fast
งบประมาณ *n* budget, expenditure
งวงช้าง *n* trunk
งอ *v* curl, flex
งอ *n* crook
งอกขึ้น *v* trail
งาช้าง *n* ivory
งาน *n* job, task, work
งานค้าง *n* backlog
งานเต้นรำ *n* ball
งานแต่งงาน *n* wedding
งานบ้าน *n* housework
งานประติมากรรม *n* sculpture, statue
งานฝีมือ *n* craft
งานเลี้ยง *n* blowout, banquet, feast
งานศพ *n* funeral
งานแสดงสินค้า *n* fair
งานหนังสือ *n* paperwork
งานอดิเรก *n* hobby, pastime
งาม *adj* fine, aesthetic

ง่าย *adj* simple
ง่ายดาย *adj* easy
ง่ายๆ *adj* plain
งีบ *v* nap
งีบหลับ *v* drop off, doze, snooze
งุ่มง่าม *adj* awkward
งู *n* snake
งูพิษ *n* serpent, viper
งูเหลือม *n* python
เงิน *n* dough, money
เงินกู้ *n* loan
เงินค่าจ้าง *n* earnings
เงินค่าเช่า *n* rent
เงินดอลลาร์ *n* dollar
เงินเดิมพัน *n* stake
เงินเดือน *n* salary
เงินตรา *n* currency
เงินทิป *n* gratuity
เงินทุน *n* capital, fund
เงินบรรณาธิการ *n* tribute
เงินบริจาค *n* contribution
เงินปอร์น *n* pound
เงินปันผล *n* dividend
เงินมัดจำ *n* down payment
เงินรายได้ *n* proceeds
เงินวางมัดจำ *n* deposit
เงินสด *n* cash
เงินสินบน *n* kickback
เงินเหรียญเพนนี *n* penny

เงินออม n savings
เงียบ adj still, quiet, silent
เงียบสงบ adj composed, placid
เงื่อน n knot
แง้ม adj ajar
โง่ adj silly, dull, stupid, dumb, dense, dummy, idiotic, unwise
โงนเงน v stagger

จ

จด v write down, mark down
จดทะเบียนสมรสซ้อน n bigamy
จดสิทธิบัตร v patent
จดหมาย n letter, mail
จดหมายข่าว n newsletter
จดหมายทางอากาศ n airmail
จน adj downtrodden
จนกระทั่ง pre until
จนกระทั่งบัดนี้ adv hitherto
จนถึง pre to
จบ v conclude
จบสิ้น v end
จม iv sink
จม adj sunken
จมดิ่ง v submerge
จมน้ำ v drown
จมูก n nose
จรรสรร v allocate
จรวด n rocket
จระเข้ n alligator, crocodile
จริงจัง adj serious
จริงใจ adj heartfelt, sincere
จริยธรรม n ethics
จ้วง v plunge
จวน adv nearly
จวบจน adj untimely
จองจำ v incarcerate
จ้องมอง v stare
จอดรถ v park
จอดเรือ v dock, moor
จอนหู n sideburns
จอภาพยนตร์ n screen
จอมปลอม adj unreal
จอมพล n marshal
จะงอยปาก n beak
จักจี้ v tickle
จักรพรรดิ n czar, emperor
จักรวาล n universe
จังหวะก้าว n step
จังหวะดนตรี n rhythm
จังหวะวอลทซ์ n waltz
จัดกลุ่ม v classify, cluster
จัดการ v handle, manage, manipulate

จัดการได้ *adj* disposable, manageable
จัดการผิด *v* mismanage
จัดเก็บ *v* levy
จัดงานเลี้ยง *v* party
จัดตั้ง *v* establish, institute
จัดตั้งขึ้น *v* set up
จัดตำแหน่ง *v* rank
จัดแถว *v* rank
จัดมาตรฐาน *v* standardize
จัดระเบียบ *v* organize
จัดรายการ *v* list
จัดลำดับ *v* order, rate
จัดแสดง *v* exhibit
จัดหา *v* cater to, procure, provide, supply
จัดหาคณะทำงาน *v* staff
จัดหาที่พักให้ *v* accommodate
จัดให้เป็นระบบ *v* codify
จัดให้เป็นระเบียบ *v* straighten out
จันทรุปราคา *n* eclipse
จับ *v* tackle, hold, take, seize, catch
จับกลุ่ม *v* crowd
จับกุม *v* apprehend, arrest, capture
จับความ *v* grasp
จับปลา *v* fish
จับเป็นกลุ่ม *v* swarm
จับเป็นก้อน *v* coagulate
จับเวลา *v* time
จาก *pre* from

จากกัน *v* part
จากนั้น *c* whereupon
จ้างงาน *v* employ, hire
จางลง *v* fade
จางๆ *adj* faded
จาน *n* plate
จานชาม *n* dish
จานรอง *n* saucer
จานเสียง *n* disk
จาม *v* sneeze
จ่าย *v* disburse
จ่ายค่าสมาชิก *v* subscribe
จ่ายแจก *v* allot
จารชน *n* spy
จารึก *v* engrave
จำกัด *v* displace, confide, confine, limit, localize, restrict
จำคุก *v* imprison, jail
จำได้ *v* spot, recognize, remember
จำนวน *n* amount, quantity
จำนวนทั้งสิ้น *n* totality
จำนวนที่ขาด *n* deficit
จำนวนที่เพิ่มขึ้น *n* increment
จำนวนที่มากเกินไป *n* glut
จำนวนน้อยที่สุด *n* minimum
จำนวนประชากร *n* population
จำนวนมากเกินไป *n* excess
จำนวนมากมาย *n* multitude
จำนำ *v* pledge

จำแนก v digest, decompose, take apart
จำเป็น adj necessary
จำเป็นต้อง v have to
จำพวก n species
จำลองแบบ iv model
จำเลย n captive, defendant
จำหน่าย v dispose
จิงโจ้ n kangaroo
จิ้งหรีด n cricket
จิตใจ n mind, spirit
จิตวิทยา n psychology
จิตเวชศาสตร์ n psychiatry
จินตนาการ v imagine, picture
จิบ v sip
จี้ v rob
จี้ n pendant
จี้เครื่องบิน v hijack
จืด adj mild
จืดชืด adj tepid
จุกจิก adj fussy
จุกไม้ก๊อก n plug, cork
จุด n spot, dot
จุดด่าง n speck
จุดต่อ n joint
จุดบกพร่อง n vice
จุดประกาย v trigger
จุดประสงค์ n purpose
จุดไฟ iv light

จุดมุ่งหมาย n destination
จุดรวม n focus
จุดเริ่ม n outset
จุลภาค n comma
จุดศูนย์กลาง n hub
จุดสำคัญ n climax
จุดสูงสุด n peak, summit
จุลินทรีย์ n microbe
จู้จี้จุกจิก adj choosy
จู่โจม v burst into
จูบ v kiss
เจ๋ง adj cool
เจ็ด adj seven
เจ็ดสิบ adj seventy
เจตคติ n attitude
เจตนาร้าย n spite
เจ็บ adj sore
เจ็บ iv hurt
เจ็บปวด v agonize
เจ็บปวด adj painful
เจ็บป่วย adj squeamish
เจรจา v negotiate
เจริญ adj prosperous
เจริญเกินกว่า v outgrow
เจริญเติบโต v grow up, thrive
เจริญพันธุ์ adj fertile
เจริญรุ่งเรือง v flourish
เจ้ากี้เจ้าการ adj bossy
เจ้าของ n owner

เจ้าของที่ *n* landlord
เจ้าของที่ดินหญิง *n* landlady
เจ้าชาย *n* prince
เจ้าทุกข์ *n* plaintiff
เจ้านาย *n* boss
เจ้าบ้าน *n* host
เจ้าบ้านหญิง *n* hostess
เจ้าบ่าว *n* bridegroom, groom
เจ้าภาพ *n* host
เจ้าระเบียบ *adj* scrupulous
เจ้าเล่ห์ *adj* foxy
เจ้าศักดินา *n* lord
เจ้าสาว *n* bride
เจ้าหญิง *n* princess
เจ้าหน้าที่ *n* officer
เจ้าหน้าที่การเงิน *n* cashier
เจ้าหน้าที่ตำรวจ *n* policeman
เจ้าหน้าที่ยึดทรัพย์ *n* bailiff
เจ้าหนี้ *n* creditor
เจ้าอารมณ์ *adj* moody
เจ้าอาวาส *n* abbot
เจาะ *v* penetrate, drill, tap into, pierce
เจียด *v* dole out
เจียมตัว *adv* humbly
เจือปน *v* adulterate
แจก *v* give out, hand out
แจกจ่าย *v* issue, dispense, distribute
แจกัน *n* vase
แจ้ง *v* state; point
แจ้งข่าว *v* herald
แจ้งรายการ *v* rehearse
แจ้งหนี้ *v* bill
แจ้งให้ทราบ *v* channel; notice
แจ้งให้รู้ *v* inform
แจ่มแจ้ง *adj* apparent, understandable
โจ๊ก *n* laughing stock
โจ๋งเจ๋ง *adj* watery
โจทก์ในคดีอาญา *n* prosecutor
โจมตี *v* mug, raid, batter
โจร *n* robber, thief
โจรผู้ร้าย *n* bandit
โจรสลัด *n* pirate
ใจกล้า *adj* daring
ใจกว้าง *adj* broadminded, charitable, open-minded
ใจแข็ง *adj* adamant
ใจแคบ *adj* stingy, mean
ใจจดใจจ่อ *v* concentrate
ใจชอบ *n* penchant
ใจดี *adj* kind
ใจบุญ *adj* devout, pious
ใจเย็น *adj* composed
ใจเย็น *v* sedate
ใจร้อน *v* rash
ใจร้าย *adj* vicious
ใจอ่อน *v* yield

ฉ

ฉกฉวย *v* snatch
ฉบับ *n* issue, edition, version
ฉมวก *n* harpoon
ฉลอง *v* celebrate, commemorate
ฉลาก *n* label
ฉลากติด *n* sticker
ฉลาด *adj* sharp, smart, acute, subtle, astute, brilliant, clever
ฉลาดปราดเปรื่อง *adj* intelligent
ฉวย *v* grasp, seize, snap, grab
ฉวัดเฉวียน *v* buzz
ฉ้อโกง *v* swindle
ฉันพี่น้อง *adj* fraternal
ฉับพลัน *adj* acute
ฉาก *n* scene, screen
ฉาบ *v* varnish
ฉายไฟ *v* illuminate
ฉายแสง *v* zap
ฉ่ำ *adj* juicy, lush
ฉีก *v* shred, rip
ฉีกออกจากกัน *v* rip apart
ฉีด *v* inject
ฉีดยา *v* vaccinate
ฉุดลาก *v* haul
ฉุน *v* flare-up
ฉุนเฉียว *v* heat

ฉูดฉาด *adj* vivid
เฉพาะกาล *adj* provisional
เฉพาะเจาะจง *adj* specific
เฉลียวฉลาด *adj* shrewd
เฉาะ *v* break open
เฉียง *adj* oblique
เฉือน *v* slash
เฉื่อย *adj* sluggish
เฉื่อยชา *adj* tepid, sullen, stagnant
โฉนด *n* deed
โฉม *n* profile

ช

ชกต่อย *iv* strike
ชง *v* brew
ชดเชย *v* compensate, recompense
ชดใช้ *v* redress, account for
ชดเลย *v* commute
ชน *v* crush, smash, hit
ชนชั้นสูง *n* aristocracy
ชนบท *n* country, countryside
ชนะ *iv* beat, transcend, conquer, win
ชนะน็อค *v* deck
ชนิด *n* type, sort

ชมเชย *v* admire
ชราภาพ *adj* decrepit
ชโลม *v* anoint
ช่วง *n* phase
ช่วงกลางโบสถ์ *n* nave
ช่วงกว้างของมือ *n* span
ช่วงมีรอบเดือน *n* period
ช่วงเวลา *n* duration
ช่วยชีวิต *v* save, rescue
ช่วยไม่ได้ *adj* helpless
ช่วยเหลือ *v* aid, assist, help
ช่อ *n* bunch
ช็อกโกแลต *n* chocolate
ชอกช้ำใจ *v* traumatize
ช่อง *n* groove
ช่องเขา *n* gorge
ช่องแคบ *n* strait
ช่องทาง *n* channel
ช่องทางเดินรถ *n* lane
ช่องทางสื่อสาร *n* channel
ช่องน้ำแข็งในตู้เย็น *n* icebox
ช่องระบายอากาศ *n* vent
ช่องรู *n* slot
ช่องลม *n* outlet
ช่องว่าง *n* space, gap
ช่องแสงบนหลังคา *n* skylight
ช่องใส่สตางค์ *n* slot
ช่องโหว่ *n* breach
ช้อน *n* spoon
ช้อนชา *n* teaspoon
ชอนไช *v* thread
ช้อนโต๊ะ *n* tablespoon
ชอบ *v* love, like
ชอบคุยฟุ้ง *adj* pedantic
ชอบจับผิดเล็กๆ น้อยๆ *adj* nitpicking
ชอบทะเลาะวิวาท *adj* contentious, quarrelsome
ชอบทำลาย *adj* destructive
ชอบมากกว่า *v* prefer
ชอบสมาคม *adj* sociable
ชอบสังคม *adj* gregarious
ชอล์ก *n* chalk
ชะงัก *v* bog down
ชะโงกผา *n* shelf
ชะแรง *n* lever
ชะลอ *v* slow down
ชะล่าใจ *adj* reckless
ชะแลง *n* crowbar
ชัก *v* deduct
ชักเงา *n* varnish
ชักชวน *v* persuade
ชักนำ *v* induce
ชักลาก *v* tow
ชั่ง *v* scale
ชั่งน้ำหนัก *v* weigh
ชัดเจน *adj* clear, bold, unmistakable, express, clear-cut, obvious, palpable, unequivocal

ช

ชัดแจ้ง *adj* explicit
ชั้น *n* rank, grade, rate, layer, shelves
ชั้นใต้ดิน *n* basement
ชั้นนำ *adj* leading
ชั้นบน *adv* upstairs
ชั้นเรียน *n* class
ชั้นล่าง *adv* downstairs
ชั้นล่าง *n* ground floor
ชั้นวรรณะ *n* caste
ชั้นสูง *adj* noble
ชัยชนะ *n* triumph, victory
ชั่ว *adj* corrupt
ชั่วขณะ *n* moment
ชั่วคราว *adj* tentative, temporary, transient
ชั่วชีวิต *adj* lifetime
ชั่วนิรันดร *n* eternity
ชั่วโมง *n* hour
ชั่วร้าย *adj* evil, sinful, wicked
ชั่วแล่น *adj* fleeting
ชา *adj* numb
ชา *n* tea
ช้า *adj* slow
ช้าง *n* elephant
ช่างก่อสร้าง *n* mason
ช่างเขียนแบบ *n* draftsman
ช่างคิด *adj* thoughtful
ช่างเครื่อง *n* mechanic
ช่างเงิน *n* silversmith

ช่างตัดผม *n* barber
ช่างตัดเสื้อ *n* tailor
ช่างตีเหล็ก *n* blacksmith
ช่างถ่ายภาพ *n* photographer
ช่างท่อประปา *n* plumber
ช่างทาสี *n* painter
ช่างทำกุญแจ *n* locksmith
ช่างทำเพชร *n* jeweler
ช่างเทคนิค *n* technician
ช่างนาฬิกา *n* watchmaker
ช้างน้ำ *n* walrus
ช่างปูน *n* bricklayer
ช่างผม *n* hairdresser
ช่างผีมือ *n* craftsman
ช่างฝีมือ *n* artisan
ช่างพิมพ์ *n* printer
ช่างพูด *adj* garrulous, talkative
ช่างไฟ *n* electrician; fireman
ช้างแมมมอธ *n* mammoth
ช่างไม้ *n* carpenter
ช่างเย็บผ้า *n* sewer, seamstress
ช่างโลหะ *n* smith
ช่างแว่นตา *n* optician
ชาญฉลาด *adj* wise
ชาดก *n* allegory
ชานชาลา *n* platform
ชานบ้าน *n* patio
ชานเมือง *n* suburb
ช้าไป *v* delay

ชาม *n* bowl
ชายขอบ *n* fringe
ชายแดน *n* border, boundary, frontier
ชายทะเล *n* shore
ชายฝั่งทะเล *n* seashore
ชายโสด *n* bachelor
ชายหาด *n* beach
ชาวชนบท *n* peasant
ชาวดัตช์ *adj* Dutch
ชาวตะวันตก *adj* westerner
ชาวตะวันออก *n* easterner
ชาวต่างชาติ *n* foreigner
ชาวนา *n* farmer
ชาวบ้าน *n* villager
ชาวเบลเยียม *n* Belgium
ชาวประมง *n* fisherman
ชาวปักษ์ใต้ *n* southerner
ชาวเมือง *n* burger
ชาวยิปซี *n* gypsy
ชาวยิว *n* Jew
ชาวสเปน *n* Spaniard
ชาวเหนือ *n* northerner
ช้ำ *v* bruise
ชำนาญ *adj* deft, expert, skillful
ชำระเงินคืน *v* reimburse
ชำระบัญชี *v* liquidate
ชำระล้าง *v* irrigate
ชำระหนี้ *v* disburse; repay; acquit

ชำเลือง *v* glance
ชิงช้า *n* swing
ชิ้น *n* item, splinter, shred, slice, piece
ชิ้นเล็กชิ้นน้อย *n* shiver
ชิ้นส่วน *n* fragment, bit
ชี้ *v* point
ชี้ขาด *v* arbitrate
ชี้แจง *v* clarify
ชี้แจงเหตุผล *v* reason
ชี้นำ *v* direct, guide
ชี้บอก *v* indicate
ชีเปลือย *n* nudist
ชีพจร *n* pulse
ชีวประวัติ *n* biography
ชีววิทยา *n* biology
ชีวิต *n* life
ชื้น *adj* damp, humid
ชื่นชม *v* adore, commend
ชื่อ *n* name
ชื่อย่อ *n* initials
ชื่อแรก *n* initial
ชื่อเล่น *n* nickname
ชื่อสกุล *n* last name
ชื่อเสียง *n* standing, reputation
ชื่อเสื้อผ้าชนิดหนึ่ง *n* jersey
ชุกชุม *v* abound
ชุด *n* batch, dress
ชุดชั้นใน *n* underwear

ชุดชั้นในสตรี *n* lingerie
ชุดชาตรี *n* nightgown
ชุดนอน *n* pajamas
ชุดสำเนา *n* counterpart
ชุดสูท *n* suit
ชุนผ้า *v* darn
ชุบเงิน *adj* silver plated
ชุมนุมกัน *v* congregate, convene
เช็ค *n* draft
เช็คเงินเดือน *n* paycheck
เช็ด *v* wipe
เช่น *c* as
เช่นกัน *adj* such
เช่นกัน *adv* also
เช่นเดียวกัน *adv* likewise
เช่นนั้น *adj* such
เชย *adj* outdated
เช่า *v* charter, rent
เชิงเทียน *n* candlestick
เชิงลบ *adj* negative
เชิงอรรถ *n* footnote
เชิญ *v* invite
เชื่อ *v* believe
เชือก *n* lasso, string, cord, line, thread, rope
เชือกจูงสุนัข *n* leash
เชือกผูกรองเท้า *n* lace, shoelace
เชื่อง *adj* docile
เชื่องช้า *adv* tardy
เชื้อชาติ *n* race
เชือด *v* carve
เชื่อถือได้ *v* trust
เชื่อถือได้ *adj* dependable
เชื้อเพลิง *n* fuel
เชื่อฟัง *v* succumb, comply, obey
เชื่อฟัง *adj* obedient
เชื่อม *v* link
เชื่อมต่อ *v* connect
เชื้อโรค *n* bacteria, germ
เชื้อไวรัส *n* virus
เชื้อสาย *n* line
แช่ *v* soak, immerse
แช่น้ำแข็ง *adj* freezing
แช่เย็น *v* refrigerate
โชคชะตา *n* destiny, fate, fortune, luck
โชคดี *adj* fortunate, lucky
โชคร้าย *adj* unlucky
โชควาสนา *n* chance
ใช่ *adv* yes
ใช้ *v* use
ใช้กาวติด *v* glue
ใช้กำลังบังคับ *v* enforce
ใช้เครื่องจักร *v* mechanize
ใช้เครื่องหมาย *v* note
ใช้จ่าย *iv* spend, defray
ใช้จ่ายฟุ่มเฟือย *v* lavish
ใช้จ่ายสุรุ่ยสุร่าย *v* squander

ช

ใช้ชีวิต *iv* spend
ใช้ได้ *adv* okay
ใช้ได้ *adj* valid
ใช้ในทางที่ผิด *v* pervert
ใช้ประโยชน์ได้ *adj* applicable
ใช้เหตุผลตัดสิน *v* rationalize

ซ

ซน *adj* mischievous, naughty
ซบ *adv* head-on
ซองจดหมาย *n* envelope
ซ่องโสเภณี *n* brothel
ซ่อน *iv* hide
ซ้อนกัน *v* overlap
ซ้อม *v* rehearse
ซ่อมแซม *v* restore, repair
ซ่อมบำรุง *v* fix
ซอย *n* alley
ซอย *v* slice
ซักล้าง *v* rinse
ซักแห้ง *v* dry-clean
ซังข้าวโพด *n* cob
ซับซ้อน *adj* intricate
ซาก *n* wreckage
ซากดึกดำบรรพ์ *n* fossil
ซากปรักหักพัง *n* debris, ruin
ซากศพ *n* carcass
ซาบซึ้ง *adj* sentimental
ซ้ำซาก *adj* redundant
ซ้ำเติม *v* aggravate, worsen
ซินนามอน *n* cinnamon
ซิบ *v* trickle
ซิป *n* zipper
ซีกโลก *n* hemisphere
ซี่โครง *n* rib
ซึ่งรับรอง *adj* affirmative
ซีด *adj* fair, pale
ซีดเซียว *adj* lurid
ซึ่งกระตุ้นอารมณ์ทางเพศ *adj* aphrodisiac
ซึ่งกันและกัน *adj* each other
ซึ่งกำลังจะมาถึง *adj* forthcoming
ซึ่งกินได้ *adj* edible
ซึ่งเกิดจากการเรียนรู้ *adj* learned
ซึ่งเกี่ยวพันกัน *adj* bound
ซึ่งโกรธจัด *adj* furious
ซึ่งใกล้เข้ามา *adj* incoming
ซึ่งใกล้จะเกิดขึ้น *adj* imminent
ซึ่งขาดความสามารถ *adj* inept
ซึ่งขาดไม่ได้ *adj* indispensable
ซึ่งเข้าไม่ถึง *adj* inaccessible
ซึ่งคงอยู่ *adj* remaining
ซึ่งครอบงำจิต *adj* predisposed
ซึ่งเคลื่อนที่ได้ง่าย *adj* mobile

ซึ่งเคารพนับถือ *adj* respectful
ซึ่งจู้จี้ *adj* nagging
ซึ่งช่วยเหลือ *adj* helpful
ซึ่งชอบโต้แย้ง *adj* controversial
ซึ่งใช้การไม่ได้ *adj* ineffective
ซึ่งใช้กำลังน้ำ *adj* hydraulic
ซึ่งดุด่า *adj* nagging
ซึ่งดูถูก *adj* scornful
ซึ่งได้เกี่ยวพันกัน *adj* related
ซึ่งติดเชื้อ *adj* infectious
ซึ่งติดต่อกัน *adj* constant, continuous
ซึ่งแตกออกมา *adj* derivative
ซึ่งถอดออกได้ *adj* detachable
ซึ่งถูกบังคับ *adj* obliged
ซึ่งถูกยกเว้น *adj* exempt
ซึ่งทำงานร่วมกัน *adj* cooperative
ซึ่งทำที่บ้าน *adj* homemade
ซึ่งทำลายล้าง *adj* devastating
ซึ่งทำให้เจ็บใจ *adj* outrageous
ซึ่งทำให้บาดเจ็บ *adj* hurtful
ซึ่งทำให้ป่นปี้ *adj* shattering
ซึ่งทำให้ไม่พอใจ *adj* displeasing
ซึ่งทำให้หูหนวก *adj* deafening
ซึ่งน่าจดจำ *adj* memorable
ซึ่งนำทางผิด *adj* misguided
ซึ่งนำมา *adj* conducive
ซึ่งบรรเทาปวด *adj* balmy
ซึ่งบอบช้ำทางจิตใจ *adj* traumatic

ซึ่งบำรุงสุขภาพ *adj* nutritious
ซึ่งบีบบังคับ *adj* compulsive
ซึ่งแบ่งแยกได้อีก *adj* divisible
ซึ่งปกครอง *adj* domineering
ซึ่งปกคลุมด้วยรา *adj* moldy
ซึ่งปฏิบัติ *adj* practicing
ซึ่งปรากฏชัด *adj* self-evident
ซึ่งปิดตา *v* blindfold
ซึ่งเป็นกลาง *adj* indifferent, neutral
ซึ่งเป็นที่นิยม *adj* trendy
ซึ่งเป็นน้ำแข็ง *adj* frozen
ซึ่งเป็นประโยชน์ *adj* wholesome
ซึ่งเป็นระเบียบ *adj* methodical
ซึ่งเป็นลายลักษณ์อักษร *adj* written
ซึ่งเป็นศัตรู *adj* hostile
ซึ่งเป็นอมตะ *adj* immortal
ซึ่งเป็นอันตราย *adj* injurious, noxious
ซึ่งเปิดเผย *adj* revealing
ซึ่งผิดกฎหมาย *adj* illegitimate
ซึ่งผูกไมตรีกัน *adj* conciliatory
ซึ่งพรั่งพรูออกมา *adj* effusive
ซึ่งพักผ่อน *adj* restful
ซึ่งมีข้อผิดพลาด *adj* faulty
ซึ่งมีความสุขมาก *adj* elated
ซึ่งมีคุณสมบัติเป็นยา *adj* medicinal
ซึ่งมีชื่อเสียงโดดเด่น *adj* notable
ซึ่งมีสายตาสั้น *adj* shortsighted
ซึ่งมืดมัว *adj* murky

ซึ่งไม่เข้มงวด *adj* lax
ซึ่งไม่เคลื่อนไหว *adj* immobile
ซึ่งไม่ตระหนักถึง *adj* oblivious
ซึ่งไม่เต็มใจ *adj* indisposed
ซึ่งไม่บริสุทธิ์ *adj* impure
ซึ่งไม่พอใจ *adj* dissatisfied
ซึ่งไม่มีข้อผิดพลาด *adj* infallible
ซึ่งไม่มีพระเจ้า *adj* godless
ซึ่งไม่มีเหตุผล *adj* mindless
ซึ่งไม่ยอมรับ *adj* inadmissible
ซึ่งไม่ยืดหยุ่น *adj* inflexible
ซึ่งไม่รอบคอบ *adj* indiscreet
ซึ่งไม่สบายใจ *adj* uneasy
ซึ่งไม่สามารถพอ *adj* incapable
ซึ่งไม่เหมือนกัน *adj* dissimilar
ซึ่งไม่อุดมสมบูรณ์ *adj* infertile
ซึ่งยกโทษให้ไม่ได้ *adj* inexcusable
ซึ่งยกย่อง *adj* complimentary
ซึ่งยังไม่ตกลงกัน *adj* debatable
ซึ่งยากที่จะจัดการ *adj* formidable
ซึ่งยืนกราน *adj* persistent
ซึ่งรังเกียจ *adj* scornful
ซึ่งรับผิดชอบ *adj* accountable
ซึ่งรุกราน *adj* offensive
ซึ่งรู้สึกผิด *n* penitent
ซึ่งไร้ประสบการณ์ *adj* inexperienced
ซึ่งไร้ประสิทธิภาพ *adj* inefficient
ซึ่งละลายได้ *adj* solvent
ซึ่งลังเล *adj* indecisive

ซึ่งลุกเป็นไฟ *adj* fiery
ซึ่งวัดเป็นเมตร *adj* metric
ซึ่งเศร้าเสียใจ *n* mourning
ซึ่งสอดคล้อง *adj* coherent
ซึ่งสายตาสั้น *adj* nearsighted
ซึ่งใส่นม *adj* milky
ซึ่งหนาวจัด *adj* frosty
ซึ่งหลอกง่าย *adj* gullible
ซึ่งหล่อเลี้ยงหัวใจ *adj* coronary
ซึ่งหลีกเลี่ยง *adj* evasive
ซึ่งหลีกเลี่ยงไม่ได้ *adj* inevitable
ซึ่งห้ามสัมผัส *adj* untouchable
ซึ่งเห็นด้วย *adj* agreeable
ซึ่งให้ความสนใจ *adj* mindful
ซึ่งให้รางวัล *adj* rewarding
ซึ่งอธิบายไม่ได้ *adj* inexplicable
ซึ่งอยู่นิ่ง *adj* motionless
ซึ่งอยู่ในเขตสงฆ์ *adj* parochial
ซึ่งอยู่ในความคิด *adj* ideal
ซึ่งอ่านไม่ออก *adj* illegible
ซึมซาบ *v* permeate
ซึมเซา *adj* dull
ซึมเศร้า *adj* down
ซึมเศร้า *v* depress
ซื้อ *iv* buy, purchase
ซื้อของ *v* shop
ซื่อตรง *adj* straight
ซื่อสัตย์ *adj* faithful, honest, loyal, upright

ซุบซิบนินทา *v* gossip
ซุ่มซ่อน *v* lurk
ซุ่มซ่าม *adj* clumsy
ซูบซีด *adj* lean
ซูเปอร์มาร์เก็ต *n* supermarket
เซ *v* stagger, sway
เซ็น *v* sign
เซ็นติเมตร *n* centimeter
เซรามิค *n* ceramic
เซรุ่ม *n* serum
เซ่อ *adj* silly
เซ่อ *n* fool
แซง *v* pull ahead
แซะ *v* shovel
โซ่ *n* chain
ไซเรน *n* siren

ฌ

ฌาปนกิจศพ *v* cremate
ฌาปนสถาน *n* crematorium

ญ

ญัตติ *n* motion
ญาติ *n* relative
ญาติโดยการสมรส *n* in-laws
ญาติโยม *n* folks

ฐ

ฐาน *n* bed, foot, base
ฐานข้อมูล *n* database
ฐานะ *n* standing

ด

ดนตรี *n* music
ดมกลิ่น *iv* smell
ดวงดาว *n* star
ด่วนพิเศษ *adj* express
ด้วย *adv* either
ด้วยกัน *pre* with
ด้วยกัน *adv* together

ด้วยความจริงใจ *adj* cordial
ด้วยความรักชาติ *adj* patriotic
ด้วยตนเอง *adj* own
ด้วยตัวของเธอเอง *pro* herself
ด้วยตัวคุณเอง *pro* yourself
ด้วยประการฉะนี้ *adv* hereby
ด้วยปาก *adv* orally
ดอกกุหลาบ *n* rose
ดอกคาเนชั่น *n* carnation
ดอกเดซี่ *n* daisy
ดอกทิวลิป *n* tulip
ดอกเบี้ย *n* interest
ดอกผล *n* yield
ดอกมะลิ *n* jasmine
ดอกไม้ *n* flower
ดอกไม้ไฟ *n* fireworks
ดอง *v* soak in
ดองศพ *v* embalm
ด้อยกว่า *adj* inferior
ดักฟัง *v* eavesdrop
ดัง *adj* loud
ดังก้อง *v* rumble
ดั้งเดิม *adj* original, orthodox
ดังที่เรียกกัน *adj* so-called
ดังนั้น *adv* therefore, thus
ดังลั่น *adv* noisily
ดัดได้ *adj* flexible
ดัดแปลง *v* alter
ดัน *v* back up

ดันทุรัง *adj* perverse
ดันให้ห่างออกไป *v* fend off
ดับ *v* quench, stifle, put out
ด่างพร้อย *v* blemish
ด่างพร้อย *adj* tainted
ด่าแช่ง *v* darn, damn
ดาดฟ้า *n* terrace, deck
ด้าน *n* side; wing
ด้านข้าง *adj* lateral
ด้านซ้าย *n* left
ด้านนอก *adj* external
ด้านบน *n* top
ด้านมุมมอง *n* facet
ด้านหน้า *adj* front
ด้านหน้าของอาคาร *n* frontage
ด้านหลัง *n* rear
ดาบ *n* sword
ดาบปลายปืน *n* bayonet
ดาบสั้น *n* dagger
ด้ามจับ *n* handle, stock
ด้ามมีด *n* hilt
ด้าย *n* string, thread, yarn
ดาราศาสตร์ *n* astronomy
ดาวเคราะห์ *n* planet
ดาวตก *n* meteor
ดาวเทียม *n* satellite
ดาวฤกษ์ *n* sphere
ดาวหาง *n* comet
ดาวอังคาร *n* Mars

ด่าว่า *v* scold
ดำน้ำ *v* dive
ดำเนินการ *v* process
ดำเนินการต่อไป *v* go ahead
ดำเนินงาน *v* execute
ดำเนินต่อไป *v* continue
ดำเนินเรื่อง *v* proceed
ดำรง *v* uphold
ดำรงชีวิต *v* subsist
ดิฉัน *pro* I
ดิน *n* clay, dirt, soil
ดิ้น *v* writhe
ดินแดน *n* region, land
ดินปืน *n* gunpowder
ดินสอ *n* pencil
ดิบ *adj* raw
ดี *adj* good, nice
ดี *adv* alright
ดีกว่า *v* surpass, outshine
ดีกว่า *adj* better
ดีงาม *adj* angelic
ดีใจ *v* rejoice, exult
ดีใจ *adj* glad
ดีเด่น *adj* outstanding
ดีที่สุด *adj* best
ดีบุก *n* tin
ดีพร้อม *adj* perfect
ดีเยี่ยม *adj* great, terrific
ดีเลิศ *adj* singular, superb
ดึก *adv* late
ดึง *iv* tear, draw, drag, pull
ดึงดูด *v* gravitate
ดึงดูด *adj* magnetic
ดึงดูดใจ *adj* alluring
ดึงดูดใจ *v* attract
ดึงบังเหียน *v* rein
ดึงออก *v* pull out
ดื่ม *iv* drink
ดื่มอวยพร *v* toast
ดื้อ *adj* disobedient, stubborn
ดื้อดึง *adj* opinionated
ดื้อรั้น *adj* dogmatic
ดุด่า *v* nag
ดุร้าย *adj* stern, fierce
ดู *iv* behold
ดูด *v* suck
ดูดซับ *v* absorb
ดูดซึม *v* assimilate
ดูถูก *v* scorn, insult, look down, snub
ดูถูก *adj* cynic
ดูโทรทัศน์ *v* view
ดูแล *v* look after
ดูหมิ่น *v* blaspheme, desecrate
ดูหมิ่น *adj* profane
ดูอย่างเผินๆ *v* skim
เด็ก *n* kid
เด็ก (พหูพจน์) *n* children

ด

เด็ก (เอกพจน์) *n* child
เด็กกำพร้า *n* orphan
เด็กชาย *n* boy
เด็กฝึกงาน *n* apprentice
เด็กเริ่มหัดเดิน *n* toddler
เด็กแรกเกิด *n* newborn
เด็กหญิง *n* girl
เด็กหนุ่ม *n* colt
เด็กเหลือขอ *n* brat
เด็กอ่อน *n* baby
เด้งกลับ *v* rebound
เด็ด *v* pick
เด็ดขาด *adj* decisive, definitive
เด็ดเดี่ยว *adj* staunch, single-minded
เด่น *adj* distinctive
เดา *v* guess
เดิน *v* walk
เดินกางขา *iv* stride
เดินขบวน *v* march
เดินเตร่ *v* roam, loiter
เดินทอดน่อง *v* loaf, stroll
เดินทาง *v* travel
เดินทางโดยรถเมล์ *v* bus
เดิมพัน *iv* bet
เดี่ยว *adj* single, unilateral
เดือดกรุ่นๆ *v* simmer
เดือน *n* month
เดือนกรกฎคม *n* July
เดือนกันยายน *n* September
เดือนกุมภาพันธ์ *n* February
เดือนตุลาคม *n* October
เดือนธันวาคม *n* December
เดือนพฤศจิกายน *n* November
เดือนพฤษภาคม *n* May
เดือนมกราคม *n* January
เดือนมิถุนายน *n* June
เดือนมีนาคม *n* March
เดือนเมษายน *n* April
เดือนสิงหาคม *n* August
เดือยรองเท้า *n* spur
แดน *n* vicinity
โดดเด่น *adj* conspicuous, striking
โดดเด่น *v* stand out
โดดเดี่ยว *adj* solitary, alone, desolate
โดดน้ำ *v* splash
โดยการบังคับ *adv* forcibly
โดยกำเนิด *adj* innate
โดยเข้าด้านใน *adv* inwards
โดยเงื่อนไข *adj* conditional
โดยเจตนา *adj* deliberate
โดยเจตนา *adv* purposely
โดยแจ่มแจ้ง *adv* expressly
โดยเฉพาะ *adj* particular, respective
โดยเฉพาะอย่างยิ่ง *adv* especially
โดยตรงกันข้าม *adv* conversely
โดยถูกต้อง *adv* right

โดยแท้จริง *adv* really
โดยแท้จริงแล้ว *adv* indeed
โดยธรรมชาติ *adj* natural
โดยบังเอิญ *adj* accidental
โดยบังเอิญ *adv* incidentally
โดยเผลอไป *adj* negligent
โดยพลการ *adj* arbitrary
โดยมีเจตนา *adv* willfully
โดยไม่จำกัด *adj* unlimited
โดยย่อ *adj* brief
โดยรักใคร่ *adv* dearly
โดยลำพัง *adj* aloof
โดยสมบูรณ์ *adv* completely
โดยส่วนใหญ่ *adv* mainly
โดยสารทางน้ำ *v* ship
โดยอ้อม *adj* indirect
ใด *adj* any
ได้คืน *v* regain, win back
ไดโนเสาร์ *n* dinosaur
ได้ประโยชน์ *adj* profitable
ได้ผล *v* reap, avail
ได้ผลประโยชน์ *v* capitalize
ได้มา *iv* get
ได้ยิน *iv* hear
ได้รับ *v* sustain, acquire, gain, obtain, receive
ได้รับพร *adj* blessed
ได้รับมา *v* derive
ได้รับรายได้ *v* earn
ได้รับอันตรายจากความเย็นจัด *adj* frostbitten

ต

ตก *iv* sink, drop, fall; set
ตกค่ำ *n* sundown
ตกใจกลัว *adj* aghast
ตกดิ่งลงไป *v* plummet
ตกต่ำ *adv* downhill
ตกต่ำ *v* slump
ตกแต่ง *v* deck, decorate, furnish
ตกปลา *v* angle
ตกลง *v* consent
ตกลงใจ *v* determine
ตกลงปลงใจ *v* settle for
ตกหล่น *v* omit, leave out
ต้น *adj* upper
ต้นขั้ว *n* stub
ต้นฉบับ *n* text, manuscript, script
ต้นไซเปรซ *n* cypress
ต้นตอ *n* source
ต้นปาล์ม *n* palm
ต้นไผ่ *n* bamboo
ต้นพอพพี่ *n* poppy
ต้นไม้ *n* plant, tree
ต้นไม้ชนิดหนึ่ง *n* elm
ต้นสน *n* pine
ต้นหลิว *n* willow

ต้นเหตุ *n* cause
ต้นองุ่น *n* grapevine
ตนเอง *pre* oneself
ต้นแอ๊ช *n* ash
ต้นโอ๊ก *n* oak
ตบ *v* box; slap, smack, spank
ต้ม *v* boil
ต้มด้วยถ่าน *adj* charbroil
ตรง *adj* straight, direct
ตรงกลาง *adj* central, middle
ตรงข้าม *adj* adverse, opposite
ตรงข้าม *v* contrast
ตรงนั้น *adv* there
ตรงไปตรงมา *adj* candid, forthright, frank, outright
ตรงเวลา *adj* punctual
ตรรกวิทยา *n* logic
ตรวจ *v* go over
ตรวจค้น *v* raid
ตรวจจับ *v* verify
ตรวจตราอีกครั้ง *v* double-check
ตรวจพบ *v* detect
ตรวจร่างกาย *n* check up
ตรวจสอบ *v* examine, inspect
ตรวจสอบบัญชี *v* audit
ตรอก *n* alley
ตระกูล *n* clan
ตระบอง *v* bludgeon
ตระหนัก *v* realize

ตราบเท่า *adv* till
ตราประทับ *n* seal
ตราประทับบนไปรษณียภัณฑ์ *n* postmark
ตราสินค้า *n* trademark
ตรึง *v* staple, immobilize, rivet
ตลก *adj* funny
ตลกขบขัน *adj* comical
ตลอดกาล *adj* perennial
ตลอดทั้งหมด *adv* entirely
ตลอดไป *adj* everlasting
ตลอดไป *adv* forever
ตลาด *n* market
ตลิ่ง *n* bank
ต่อ *pre* to, per, versus
ต่อ *v* board
ตอก *v* hammer
ตอกตะปู *v* nail
ต้อกระจก *n* cataract
ตอกหน้า *v* hit back, strike back
ตอกหัวหมุด *v* punch
ต่อกัน *v* articulate
ต้อง *iv* must
ต้องการ *v* desire, need, require, want
ต่อจากนี้ *adv* hereafter
ต่อต้าน *adj* defiant
ต่อต้าน *pre* against
ต่อต้าน *v* oppose
ต่อต้านไม่ได้ *adj* irresistible

ตอน *n* episode, part, chapter
ตอนกิ่ง *v* graft
ตอนจบ *n* end, ending
ตอนเช้า *n* morning
ตอนบ่าย *n* afternoon
ต้อนรับ *v* welcome
ตอนหนึ่ง *n* sequence
ต่อเนื่อง *adj* incessant, ongoing
ต่อเนื่อง *adv* nonstop
ตอบ *v* respond, answer, reply
ตอบโต้ *v* retaliate
ตอบรับ *v* acknowledge
ต่อไป *adj* next
ต่อม *n* swelling
ต่อมทอนซิล *n* tonsil
ต่อมในร่างกาย *n* gland
ต่อมลูกหมาก *n* prostate
ต่อมา *adj* later
ตอไม้ *n* stub
ต่อย *v* box, punch, hit; sting; smash
ต่อยกัน *v* scrap
ตอแย *v* torment
ต่อรองราคาของ *v* bargain
ต่อราคา *v* haggle
ต่อว่า *v* rebuke, reproach
ต่อสู้ *v* tackle, battle, contend, fight
ต่อสู้เพื่อป้องกัน *v* champion
ตะกร้า *n* basket
ตะกละ *adj* greedy

ตะกั่ว *n* lead
ตะกุย *v* claw
ตะเกียกตะกาย *v* scramble
ตะแกรง *n* grill
ตะโกน *v* yell, shout
ตะโกนเรียก *v* call out
ตะขอ *n* hook
ตะเข็บ *n* stitch
ตะเข็บผ้า *n* seam
ตะคริว *n* cramp
ตะคอก *v* yell
ตะแคง *v* tilt
ตะไบ *n* file
ตะไบ *v* file
ตะปุ่มตะป่ำ *adj* bumpy
ตะปู *n* nail, tack
ตะเพิด *v* chase away
ตะโพก *n* stern
ตะลุมบอน *n* scuffle
ตะวันออก *n* orient
ตะวันออกเฉียงเหนือ *n* northeast
ตัก *n* lap
ตัก *v* shovel
ตักเตือน แนะนำ *v* exhort
ตั๊กแตนหนวดสั้น *n* locust
ตั้ง *v* put up, designate, tune
ตั้ง *n* stack
ตั้งข้อหา *v* allege, charge
ตั้งขึ้น *v* raise

ตั้งคำถาม v pose, quiz
ตั้งใจ iv mean, intend
ตั้งชัน adj erect
ตั้งชื่อ v name
ตั้งฐาน v base
ตั้งตาคอย v await
ตั้งแต่ pre since
ตั้งแต่นั้นมา adv since then
ตั้งถิ่นฐาน v populate
ตั้งเป้า iv strive
ตั้งระดับเสียง v pitch
ตั้งหน้าตั้งตา v look forward
ตั้งหลักแหล่ง v settle down
ตั้งอยู่ iv stand
ตั้งอยู่ adj situated
ตั้งอาณานิคม v colonize
ตัด v slice, hack, cut, intersect
ตัดขาด v sever, disconnect
ตัดแขนขา v amputate
ตัดทอน v curtail
ตัดผ่าน v bypass
ตัดสิทธิ์ v disqualify
ตัดสิน v arbitrate, judge, size up
ตัดสินใจ v clinch, decide, resolve
ตัดหญ้า v mow
ตัดหัว v behead, decapitate
ตัดออก v cut out
ตัน v clog
ตัน n ton

ตับ n liver
ตับอ่อน n pancreas
ตั๋ว n bill
ตัวกระตุ้น n spur
ตัวกลาง n intermediary
ตัวโกง n scoundrel
ตั๋วเครื่องบิน n airfare
ตัวฉันเอง pro myself
ตัวเชื่อม n welder
ตัวตลก n clown, comedian, joker
ตัวต่อ n wasp; jigsaw
ตัวตั้ง n dividend
ตัวตุ่น n mole
ตัวแทน n delegate, agent, envoy, proxy
ตัวบท n text, topic
ตัวบุ้ง n caterpillar
ตัวประกัน n hostage
ตั๋วไปทางเดียว n single
ตัวพิมพ์ n type
ตัวพิมพ์ใหญ่ n capital letter
ตัวเมือง n downtown
ตัวรถ n buck
ตัวเรือ n hull
ตัวแรคคูน n raccoon
ตัวล็อค n lock
ตัวละคร n player, character
ตัวเลข n figure, digit, number
ตัวเลือก n selection

ตัวสั่น v shudder
ตัวหาร n denominator
ตัวอย่าง n example, sample, specimen
ตัวอย่างมหัศจรรย์ n prodigy
ตัวอสุจิ n sperm
ตัวอ่อน n embryo
ตัวอักษร n letter
ตา n granddad; eye; turn
ตาข่าย n mesh, net
ต่างก็ไม่ adv neither
ต่างแดน adj exotic
ต่างประเทศ adv abroad, overseas
ต่างประเทศ adj foreign
ต่างหาก adv apart
ต่างหู n earring
ตาชั่ง n scale
ตาต้นไม้ n bud
ต้านทาน v counter, repel, resist
ตาบอด adj blind
ตาบอดสี n blindness
ตาพร่า adj blurred
ตาม pre along
ตามกฎหมาย adj lawful
ตามข้อกล่าวหา adv allegedly
ตามข่าว adv reportedly
ตามความเป็นจริง adj actual
ตามใจ adj indulgent
ตามใจ v pamper

ตามทัน v catch up
ตามธรรมดา adv ordinarily
ตามธรรมเนียม adj conventional
ตามระบบ adj systematic
ตามฤดูกาล adj seasonal
ตามเวลาที่คาดไว้ adv duly
ตามสถานการณ์ adj circumstantial
ตามหลักจริยธรรม adj ethical
ตาราง n schedule
ตารางเวลา n timetable
ต่ำ adj low
ต่ำกว่า pre below
ต่ำกว่า adj lower
ต่ำกว่ามาตรฐาน adj substandard
ต่ำช้า adj squalid
ตำนาน n legend
ตำรวจ n cop, police
ตำรับยา n recipe
ตำราคู่มือ n textbook
ต่ำลงมา v descend
ตำหนิ n blot
ตำหนิ v blame
ตำแหน่ง n rank, position
ตำแหน่งผู้นำ n helm
ตำแหน่งพิทเชอร์ n pitcher
ตำแหน่งสันตะปาปา n papacy
ติ่ง n lump
ติด v jam; blemish; adjoin
ติด pre close to

ติดกัน *adj* adjacent, built-in
ติดกับ *v* border on
ติดขอบ *v* edge
ติดโคมไฟ *v* illuminate
ติดเชื้อ *v* infect
ติดด้วยคลิป *v* clip
ติดดิน *adj* down-to-earth
ติดต่อ *adj* catching
ติดต่อ *v* contact
ติดต่อกัน *v* affix
ติดต่อกันได้ *adj* contagious
ติดต่อด้วย *iv* deal
ติดต่อสื่อสาร *v* communicate
ติดต่ออยู่เสมอ *v* keep up
ติดตั้ง *v* equip, install
ติดตาม *v* pursue, trace, follow
ติดธุระ *adj* engaged
ติดแน่น *adj* sticky, adhesive
ติดสินบน *v* bribe, grease
ติดอกติดใจ *adj* fond
ติดอาวุธ *v* arm
ติดอาวุธ *adj* armed
ตี *v* knock, hit, beat, smack, stamp, strike
ตึก *n* building
ตีก้น *v* spank
ตีกลับ *v* overrule
ตีความ *v* crack
ตีความผิด *v* misinterpret

ตีค่า *v* estimate
ตีนกา *n* wrinkle
ตีโบย *v* flog
ตีแผ่ *v* unveil
ตีพิมพ์ *v* issue
ตีระฆัง *v* toll
ตีราคา *v* evaluate
ตีสนิท *v* befriend
ตีเหล็ก *v* forge
ตึกศาล *n* courthouse
ตึกสูง *n* skyscraper
ตึกใหญ่ *n* block
ตึง *adj* stiff
ตึงเครียด *adj* sober, tense
ตื่น *iv* wake up, get up
ตื้น *adj* shallow
ตื้นตัน *adj* mind-boggling
ตื่นตัว *v* alert
ตื่นตัว *adj* awake
ตื่นเต้น *adj* mind-boggling
ตื่นเต้นมาก *adj* frantic
ตุ๊กตา *n* doll, puppet
ตุ่ม *n* bump, blister, sore
ตุลาการ *n* arbiter
ตู้ *n* closet, cupboard
ตู้เก็บอาหาร *n* pantry
ตู้จดหมาย *n* mailbox
ตู้ที่มีลิ้นชัก *n* dresser
ตู้น้ำแข็ง *n* freezer

ตู้ปลา *n* aquarium
ตู้เสื้อผ้า *n* wardrobe
ตู้ใส่ของ *n* cabinet
ตู้หนังสือ *n* bookcase
เต้น *iv* beat, dance
เต็นท์ *n* camp
เต๊นท์ *n* tent
เต้นเร็ว *v* throb
เต็ม *adj* full, loaded
เต็มใจ *adj* willing
เต็มช้อน *n* spoonful
เต็มที่ *adj* thorough
เต็มไปด้วยโคลน *adj* muddy
เต็มไปด้วยน้ำแข็ง *adj* icy
เต็มไปด้วยเนิน *adj* hilly
เต็มไปด้วยภูเขา *adj* mountainous
เต็มไปด้วยรา *adj* moldy
เต็มไปด้วยราคะ *adj* prurient
เต็มไปด้วยหนาม *adj* thorny
เต็มไปด้วยหมอก *adj* foggy
เต็มมือ *n* handful
เตรียมการ *v* arrange, prepare
เตรียมพร้อม *v* brace for
เตะ *v* kick
เตะตา *adj* eye-catching
เตา *n* stove
เต่า *n* tortoise, turtle
เตาผิง *n* fireplace
เตารีด *n* iron
เตาหลอม *n* furnace
เตาอบ *n* oven
เติบโต *iv* grow
เติมเชื้อเพลิง *v* fuel, refuel
เติมอีกครั้ง *v* refill
เตี้ย *adj* short
เตียง *n* bed
เตียงสองชั้น *n* bunk bed
เตือน *v* warn
เตือนใจ *v* remind
เตือนล่วงหน้า *v* forewarn
แตก *iv* break
แตก *adj* broken
แตกแขนง *v* branch out
แตกฉาน *adj* versed
แตกต่าง *v* differ
แตกต่าง *adj* unlike
แตกต่างกัน *adj* different
แตกต่างชัดเจน *adj* distinct
แตกใบ *v* sprout
แตกแยก *v* disintegrate, split up
แต่กระนั้น *c* yet
แตกละเอียด *v* shatter
แตกหน่อ *v* germinate
แต่ก่อน *adv* previously
แตกออก *v* erupt
แตง *n* melon
แต่ง *v* compose
แตงกวา *n* cucumber

แต่งงาน *v* marry, wed
แต่งตั้ง *v* appoint
แต่งตั้งเป็นนักบุญ *v* canonize
แต่งตัว *v* clothe, dress
แต่งตัวใหม่ *v* redress
แตงโม *n* watermelon
แต่งหน้า *v* make up
แต่เดิม *adv* originally
แตน *n* wasp
แตร *n* trumpet
แตรทองเหลือง *n* cornet
แตรรถยนต์ *n* horn
แต่ละ *adj* each, either
แต่ละ *adv* apiece
แต่ว่า *c* but
แต่อย่างไรก็ตาม *adv* nevertheless
แตะต้อง *v* touch
โต้ตอบ *v* respond, react
โต้ตอบจดหมาย *v* correspond
โต้แย้ง *v* debate, argue, dispute, rebut
โต้วาที *v* debate
โต๊ะ *n* table
โต๊ะทำงาน *n* bureau
โต๊ะบูชา *n* altar
ใต้ *pre* under
ใต้ดิน *adj* underground
ไต *n* kidney
ไต่ถาม *v* probe
ไตร่ตรอง *v* ponder
ไตร่ตรองล่วงหน้า *v* premeditate
ไต่ถาม *v* inquire
ไตรมาส *n* quarters; trimester

ถ

ถกเถียง *v* argue
ถนน *n* avenue, road, street
ถนนส่วนบุคคล *n* driveway
ถนนใหญ่ *n* boulevard
ถ่มน้ำลาย *iv* spit
ถลกหนัง *v* skin
ถลน *v* stick out
ถ่วงความเจริญ *v* block
ถ่วงด้วยตะกั่ว *adj* leaded
ถ้วย *n* chalice, cup
ถ้วยรางวัล *n* trophy
ถอด *v* take off
ถอดปลั๊ก *v* unplug
ถอดรหัส *v* decipher
ถอดออก *v* take out, dismantle
ถอน *v* withdraw, pluck
ถอนกลับ *v* retract
ถอนตัว *v* withdraw, retire
ถอนรากถอนโคน *v* uproot

ถอนหายใจ v sigh
ถ่อมตัว adj modest, unassuming
ถ้อยคำ n wording
ถอยหลัง v fall behind
ถอยหลัง adv back
ถอยห่าง v recede
ถัก v knit
ถัง n barrel, bucket, keg
ถังขยะ n bin, trash can, waste basket
ถังแตก adj broke
ถังน้ำ n cistern, pail
ถังวิดน้ำ n bail
ถัดไป adv beyond
ถัดมา adv then
ถัดมา adj latter
ถั่ว n bean, pea
ถั่วเขียว n green bean
ถั่วลิสง n peanut
ถั่วเฮเซลนัท n hazelnut
ถาก v whittle
ถากถาง v peck, nag
ถาด n tray
ถ่าน n battery, charcoal, cinder
ถ่านไฟ n embers
ถ่านหิน n coal
ถาม v ask, question
ถ่ายทอด v relay
ถ่ายทอดโทรทัศน์ v televise

ถ่ายเท v unload, ventilate
ถ่ายปัสสาวะ v urinate
ถ่ายภาพ iv shoot, photograph
ถ่ายภาพยนตร์ v film
ถาวร adj permanent
ถ้าหาก c if
ถ้าหากว่า c providing that
ถ้ำ n canister; cave, cavern, grotto
ถ้ำของสัตว์ n den
ถิ่นฐานบ้านเกิด n hometown
ถิ่นที่อยู่ n residence
ถี่ adj frequent
ถีบกลับ v kick
ถึงกำหนด adj due
ถึงเคราะห์กรรม adj doomed
ถึงตาย adj mortal
ถึงแม้ว่า c although
ถึงอย่างไรก็ตาม pro anyhow
ถึงอย่างไรก็ตาม c nonetheless
ถือ v carry
ถือลัทธิเหยียดผิว adj racist
ถือวิสาสะ v venture
ถือสา v care about
ถือเอา v seize, assume
ถุง n bag, sack
ถุงเท้า n sock
ถุงเท้ายาว n stocking
ถุงน้ำดี n gall bladder
ถุงมือ n glove

ถุงใยบัว *n* pantyhose
ถู *v* scrub, scrape, rub
ถูก *adj* cheap, correct
ถูกกระตุ้น *adj* impulsive
ถูกกาลเทศะ *adj* timely
ถูกจีบ *adj* pleated
ถูกใจ *adj* congenial
ถูกต้อง *adj* just, right, okay, exact
ถูกต้องตามกฎหมาย *adj* legitimate
ถูกทอดทิ้ง *adj* derelict
ถูกล้อม *adj* pent-up
ถูกไล่ออก *adj* outcast
ถูพื้น *v* mop
เถรตรง *adj* blunt
เถรสมาคม *n* synod
เถา *n* vine
เถียงไม่ได้ *adj* indisputable
เถื่อน *adj* wild, unlawful
แถบชนบท *adj* rural
แถบยศ *n* stripe
แถลง *v* state
แถลงการณ์ *n* bulletin
แถว *n* range, rank; line, row
แถวหน้า *n* front, forefront
ไถ *v* turn over, plow
ไถ *n* ploy
ไถ่ *v* redeem
ไถ่คืน *v* atone
ไถ่ตัว *v* ransom

ไถล *iv* slide
ไถลลง *adv* nosedive

ท

ทดแทน *v* substitute
ทน *v* put up with
ท้น *v* stick out
ทนได้ *adj* bearable
ทนทาน *adj* tough, durable, hardy
ทนทาน *v* endure
ทนทุกข์ *adj* miserable
ทนทุกข์ทรมาน *v* suffer
ทนอยู่ได้ *adv* last
ทนาย *n* counsel, lawyer
ทนายความ *n* attorney
ทบทวน *v* brush up, review
ทยานขึ้นฟ้า *n* lift off
ทแยง *adj* diagonal
ทรงเกียรติ *adj* virtuous
ทรงผม *n* haircut
ทรงพลัง *adj* mighty
ทรยศ *adj* unfaithful
ทรราช *n* despot
ทรัพย์สมบัติ *n* asset, legacy, treasure

ทรัพย์สิน *n* estate
ทราบ *iv* know
ทรมาน *v* torture
ทราย *n* sand
ทรุดโทรม *adj* dilapidated
ทฤษฎี *n* doctrine, theory
ท่วม *v* engulf, flood, inundate
ทวีป *n* continent
ทวีปยุโรป *n* Europe
ทศวรรษ *n* decade
ทหาร *n* soldier
ทหารผ่านศึก *n* veteran
ทหารพราน *n* scout
ทหารยาม *n* sentry
ทหารร่มชูชีพ *n* paratrooper
ทหารราบ *n* infantry
ทอ *v* fabricate, weave
ท่อ *n* gutter, duct
ทอง *n* gold
ท้อง *n* abdomen, stomach, tummy
ท้อง *adj* pregnant
ทองคำขาว *n* platinum
ท่องจำ *v* memorize, recite
ทองแดง *n* copper
ท้องถิ่น *adj* inland, local
ท้องผูก *adj* constipated
ท้องฟ้า *n* sky
ทองสัมฤทธิ์ *n* bronze
ทอด *adj* fried
ทอด *v* fry
ทอดทิ้ง *v* discard, forsake
ท่อนไม้ *n* log, rod, timber, block
ท่อน้ำทิ้ง *n* sewer
ท่อระบายน้ำ *n* aqueduct
ท่อลำเลียงน้ำมัน *n* pipeline
ทะนง *n* egoist
ทะนงตัว *adj* lofty
ทะนุถนอม *v* cherish
ทะเยอทะยาน *adj* ambitious
ทะลึ่ง *adj* impertinent
ทะลุเข้าไป *v* penetrate
ทะเล *n* sea
ทะเลทราย *n* desert
ทะเล้น *adj* cheeky
ทะเลสาบ *n* lake
ทะเลาะ *v* haggle
ทะเลาะวิวาท *v* hassle, quarrel
ทักทาย *v* hail, greet
ทั้งคู่ *adj* both
ทั่งตีเหล็ก *n* anvil
ทั้งปวง *adj* entire
ทั้งหมด *adj* every, all, altogether, stark, total, whole
ทั้งหลาย *adj* various
ทัดเทียม *adj* tantamount to
ทันทีทันใด *adv* instantly
ทันทีทันใด *adj* sudden
ทันสมัย *adj* fashionable, up-to-date

ทับ *v* run over
ทับทิม *n* ruby
ทั่วแคว้น *adj* regional
ทั่วไป *adj* universal
ทั่วโลก *adj* worldwide
ทัศนคติ *n* standpoint, viewpoint
ทัศนวิสัย *n* visibility
ทัศนะ *n* outlook
ทัศนาจร *v* sightseeing
ทัศนียภาพ *n* outlook, panorama, scenery
ทา *v* anoint, smear
ทาง *n* trail
ทางข้างล่าง *n* underpass
ทางเข้า *n* access, entrance, entry, way in
ทางเข้าออก *n* doorway
ทางเคมี *adj* chemical
ทางจิตใจ *adv* mentally
ทางใจ *adj* spiritual
ทางชีววิทยา *adj* biological
ทางซ้าย *adj* left
ทางด่วน *n* freeway
ทางเดิน *n* track, aisle, corridor, passage, path
ทางเดินในบ้าน *n* hallway
ทางตรรกวิทยา *adj* logical
ทางตอนใต้ *adj* southern
ทางตะวันออก *adj* oriental
ทางตัน *n* stalemate, dead end
ทางทิศตะวันตก *adj* western
ทางเทคนิค *adj* technical
ทางเท้า *n* pavement, sidewalk
ทางผ่าน *n* bypass
ทางม้าลาย *n* crosswalk
ทางแม่ *adj* maternal
ทางยกระดับ *n* viaduct
ทางแยก *n* crossroads
ทางรถไฟ *n* line, rail, railroad
ทางร่างกาย *adv* physically
ทางราชการ *adj* official
ทางลัด *n* shortcut
ทางลาด *n* chute, ramp
ทางเลือก *n* alternative, choice, option
ทางโลก *adj* worldly
ทางวิ่งเครื่องบิน *n* airstrip
ทางวิชาการ *adj* academic
ทางวิทยาศาสตร์ *adj* scientific
ทางศาสนาคริสต์ *adj* Christian
ทางศีลธรรม *adj* moral
ทางหลวง *n* highway
ทางเหนือ *adj* northern
ทางออก *n* outlet, exit, way out
ทางอ้อม *n* detour
ท่าทาง *n* poise, pose
ท่าทาง *v* motion
ท้าทาย *v* challenge
ท้าทายอำนาจ *v* defy

ท่าน *n* sir, mister
ท่านดยุค *n* duke
ท่ามกลาง *pre* amid, among
ท้ายเรือ *n* stern
ทายาท *n* descendant, heir
ทายาทหญิง *n* heiress
ทารก *n* infant
ทารกในครรภ์ *n* fetus
ท่าเรือ *n* haven, port, dock, harbor, pier, wharf
ทาส *n* slave
ทาสี *v* paint
ทำ *v* work, make, do
ทำกรอบ *v* frame
ทำความสะอาด *v* clean
ทำคะแนน *v* score
ทำเครื่องหมาย *v* mark
ทำเครื่องหมายถูก *v* check
ทำงาน *v* work
ทำงานผิดปกติ *v* malfunction
ทำจากขนสัตว์ *adj* woolen
ทำซ้ำ *v* repeat
ทำด้วยมือ *adj* handmade
ทำด้วยไม้ *adj* wooden
ทำดีกว่า *v* outperform
ทำตัวเป็นเด็ก *adj* childish
ทำเตรียมไว้ก่อน *v* prefabricate
ทำทดแทน *v* make up for
ทำแท้ง *v* abort
ทำแทน *v* represent
ทำนองเดียวกัน *adj* reciprocal
ทำนองเพลง *n* melody, tune
ทำน้ำแข็งให้ละลาย *v* defrost
ทำนุบำรุง *v* minister
ทำปลอม *v* fake
ทำเป็นละคร *v* dramatize
ทำผิดพลาด *v* err
ทำแผน *v* formalize
ทำพิธี *v* formalize
ทำพิธีล้างบาป *v* christen
ทำพิธีศีลจุ่ม *v* baptize
ทำเพิกเฉย *v* ignore
ทำมากเกินไป *v* overdo
ทำมุม *v* angle
ทำไม *adv* why
ทำร้าย *v* attack, assault, assail, injure
ทำรายงาน *v* report
ทำร้ายร่างกาย *v* abuse
ทำลับๆล่อๆ *v* sneak
ทำลาย *v* eradicate, end, ravage, demolish, destroy, foil, raze, ruin
ทำลายจนสิ้นซาก *v* obliterate
ทำลายทรัพย์สิน *v* vandalize
ทำลายไม่ได้ *adj* invincible
ทำลายยับเยิน *v* decimate
ทำลายล้าง *v* annihilate, devastate
ทำสัญญา *v* contract

ทำสำเนา v copy, duplicate, reproduce, replicate, transcribe; exemplify
ทำสำเนา n photocopy
ทำสำเร็จ v accomplish
ทำสิ่งที่โหดร้าย v brutalize
ทำเสร็จ v finish
ทำเสียงดังป๊อบ v pop
ทำเสียงดังปัง v bang
ทำเสียงฟู่ v hiss
ทำหก iv spill
ทำหน้าบึ้ง v frown
ทำเหรียญ v mint
ทำให้กระชับ v compact
ทำให้กระปรี้กระเปร่า v rejuvenate
ทำให้กลับเป็นดี v rehabilitate
ทำให้กลัว v horrify, intimidate, scare
ทำให้กลัวหัวหด v terrify
ทำให้กว้างขึ้น v widen
ทำให้เกรียม v parch
ทำให้เกิดขึ้น v evoke
ทำให้แกร่ง v toughen
ทำให้โกรธ v anger, infuriate
ทำให้ข้นแข็ง v curdle
ทำให้ขมขื่น v embitter
ทำให้ขวยเขิน v embarrass
ทำให้ขายหน้า v humiliate
ทำให้ขาว v whiten
ทำให้เขว v divert

ทำให้เข้าใจผิด v misjudge
ทำให้แข็ง v harden, stiffen
ทำให้แข็งแกร่ง v beef up
ทำให้แข็งแรงขึ้น v strengthen
ทำให้ไขว้เขว v distract
ทำให้คม v edge
ทำให้คลาดเคลื่อน v dislocate
ทำให้คลื่น v sicken
ทำให้คว่ำ v topple
ทำให้คืนดี v reclaim
ทำให้เครียด v strain
ทำให้เคลิบเคลิ้ม v bewitch
ทำให้เคือง v irritate
ทำให้งง v pose, baffle, bewilder, confound, mystify
ทำให้งง adj puzzling
ทำให้งงงวย v stun
ทำให้งงงัน v daze
ทำให้จำเป็น v necessitate
ทำให้เจ็บ adj hurt
ทำให้เจ็บป่วย v afflict
ทำให้เจริญ v civilize
ทำให้เจือจาง v water down
ทำให้ฉุนเฉียว v exasperate
ทำให้ชักกระตุก v convulse
ทำให้ชื้น v dampen
ทำให้เชื่อ v convince
ทำให้เชื่อง v domesticate
ทำให้ใช้การไม่ได้ v mutilate

ทำให้ใช้ได้ v validate
ทำให้ซับซ้อน v complicate
ทำให้ด่างพร้อย v defile
ทำให้ดีขึ้น v enhance, spruce up
ทำให้ได้ระดับ v level
ทำให้ตก v dismount
ทำให้ตกใจ v astound
ทำให้ตกใจกลัว v scare away
ทำให้ตกตะกอน v precipitate
ทำให้ตกตะลึง v dismay, mesmerize
ทำให้ตกราง v derail
ทำให้ตกอกตกใจ v perturb
ทำให้ต้องเงียบ v silence
ทำให้ตะลึงงัน v fascinate
ทำให้ติดกันแน่น v clench
ทำให้ติดกับ v join
ทำให้แตกเป็นชิ้น v splinter
ทำให้ถูกกฎหมาย v legalize
ทำให้ถูกต้อง v rectify
ทำให้ท้อ v discourage
ทำให้ท้องผูก v constipate
ทำให้ทันสมัย v modernize, update
ทำให้ทื่อ v dull
ทำให้เท่ากัน v equate
ทำให้น้อยลง v lessen, reduce
ทำให้นุ่ม v soften
ทำให้แน่น v fasten, tighten
ทำให้บริสุทธิ์ v purify, refine
ทำให้บาดเจ็บสาหัส v maim

ทำให้เบาบางลง v dilute
ทำให้เบื่อ v bore
ทำให้แบน v deflate
ทำให้ปรองดองกัน v conciliate
ทำให้ประทับใจ v impress
ทำให้ประหลาดใจ v amaze, astonish, surprise
ทำให้ปราศจากเชื้อ v sterilize
ทำให้ปลอดภัย v secure
ทำให้เป็นกลาง v neutralize
ทำให้เป็นจุด v spot
ทำให้เป็นบ้า v madden
ทำให้เป็นรูปร่าง v shape
ทำให้เป็นศัตรู v antagonize
ทำให้เป็นสีแดง v redden
ทำให้เป็นอันตราย v jeopardize
ทำให้เป็นอัมพาต v paralyze
ทำให้เปียก v soak, moisten
ทำให้เปื้อน v stain
ทำให้แปลกๆกัน v diversify
ทำให้ผิดรูป v distort
ทำให้ผิดหวัง v disappoint
ทำให้พอง v inflate
ทำให้พอใจ v gratify, please, satisfy, thrill
ทำให้พอดี v fit
ทำให้พันกัน v intertwine
ทำให้พิการ v cripple
ทำให้พึงพอใจ v content
ทำให้เพิ่มมากขึ้น v magnify

ทำให้แพร่หลาย v popularize
ทำให้ฟื้นคืน v recuperate
ทำใหม่ v remake, renew
ทำให้มองไม่เห็น v blind
ทำให้มั่นใจ v ensure
ทำให้มั่นใจขึ้นอีก v reassure
ทำให้มัวหมอง v tarnish
ทำให้มีชีวิต v animate
ทำให้มึน v deaden
ทำให้มืด v darken
ทำให้มืดลง v dim
ทำให้ไม่พอใจ v displease
ทำให้ไม่มีค่า v invalidate, nullify
ทำให้ไม่สามารถ v incapacitate
ทำให้ย่น v crease
ทำให้ยาว v lengthen
ทำให้ยาวขึ้น v prolong
ทำให้ยุ่ง v mess up
ทำให้ยุ่งเหยิง v disrupt; entangle; goof
ทำให้ยุ่งเหยิง n disorder
ทำให้เย็น v refrigerate
ทำให้เย็นลง v cool down
ทำให้รอดจาก v immunize
ทำให้ร้อนจัด v scald
ทำให้รำคาญ v annoy
ทำให้รุนแรงขึ้น v intensify
ทำให้เร็ว v quicken
ทำให้เรียบ v smooth

ทำให้ลดน้อยลง v diminish, mitigate
ทำให้ละลาย v thaw
ทำให้ลึก v deepen
ทำให้ลื่น v lubricate
ทำให้ลุ่มหลง v captivate, charm
ทำให้เล็กลงที่สุด v minimize
ทำให้เลวลง v aggravate, degrade, corrupt, demean
ทำให้ว่างเปล่า v empty
ทำให้ศักดิ์สิทธิ์ v sanctify
ทำให้สกปรก v soil
ทำให้สงบ v quell
ทำให้สงบลง v pacify
ทำให้สง่างาม v dignify
ทำให้สด v freshen
ทำให้สดชื่น v refresh
ทำให้สนุกสนาน v amuse
ทำให้สมเกียรติ v live up
ทำให้สมดุล v balance
ทำให้สมบูรณ์ v complete
ทำให้สลด v dampen
ทำให้สวยงาม v beautify
ทำให้สว่าง v brighten
ทำให้สะดุ้ง v shock
ทำให้สะอาด v purge, cleanse
ทำให้สั้นลง v shorten
ทำให้สับสน v confuse
ทำให้สำเร็จ v achieve
ทำให้สิ้นหวัง v frustrate

ทำให้สุกงอม v ripen
ทำให้สุขใจ v delight
ทำให้สุขุม v mellow
ทำให้สูงขึ้น v run up
ทำให้เสร็จสมบูรณ์ v finalize
ทำให้เสีย v spoil, impair
ทำให้เสียโฉม v deface, disfigure, mangle
ทำให้เสื่อม v debase
ทำให้เสื่อมทราม adj deprave
ทำให้เสื่อมศีลธรรม v demoralize
ทำให้แสบ iv bite
ทำให้หนา v thicken
ทำให้หน้าแดง v flush
ทำให้หนาว v chill
ทำให้หมด v quench
ทำให้หมดกำลังใจ v dishearten
ทำให้หมดสิ้นลง v deplete
ทำให้หยด v drip
ทำให้หย่อนลง v sap
ทำให้หยุดนิ่ง v stagnate
ทำให้หลงเข้าใจผิด v entice
ทำให้หลงใหล v enchant, enthrall
ทำให้หลวม v loosen
ทำให้หวาดกลัว v frighten
ทำให้หวาน v sweeten
ทำให้หัวเสีย v upset
ทำให้หูหนวก v deafen
ทำให้เหนื่อย v tire

ทำให้เหมือนกัน v assimilate
ทำให้แห้ง v dry
ทำให้ใหญ่ขึ้น v enlarge
ทำให้ใหม่ v refurbish
ทำให้อ่อนเพลีย v exhaust
ทำให้อ่อนลง v subdue
ทำให้อ่อนแอ v weaken
ทำให้อับอาย v disgrace, mortify, shame
ทำให้อิ่มตัว v saturate
ทำให้อื้อฉาว v scandalize
ทำให้อุดม v fertilize
ทำอาหาร v cook
ทิ้ง v drop, scrap, let down, leave, dump
ทิ้งไว้ v drop off
ทิ่ม iv stick
ทิวทัศน์ n perspective
ทิศตะวันตก n west
ทิศตะวันตกเฉียงใต้ n southwest
ทิศตะวันออก n east
ทิศตะวันออกเฉียงใต้ n southeast
ทิศใต้ n south
ทิศทาง n direction, setting
ที่ pre at
ที่กัด adj stinging
ที่กำบัง n haven, cover
ที่กำลังมาถึง adj coming
ที่เก็บของ n storage
ที่เก็บข้อมูล n bank

ที่เกยฝั่งแล้ว *adj* stranded
ที่เก้า *adj* ninth
ที่เกี่ยวกับโครงสร้าง *adj* constructive
ที่เกี่ยวกับละคร *adj* dramatic
ที่เกี่ยวกับหอบหืด *adj* asthmatic
ที่เกี่ยวข้อง *v* involved
ที่แก้ไขไม่ได้ *adj* irreparable
ที่ใกล้ชายฝั่ง *adj* coastal
ที่ใกล้ชิด *adj* impending
ที่ขาดหายไป *adj* missing
ที่ข้าม *n* crossing
ที่ขึงตึงแล้ว *adj* strained
ที่เข้าถึงได้ *adj* approachable
ที่เขี่ยบุหรี่ *n* ashtray
ที่แขวนคอนักโทษ *n* gallows
ที่ครองหมดแล้ว *adj* engrossed
ที่คล้อยตาม *adj* conformist
ที่ค่อยๆฟื้นตัว *adj* convalescent
ที่คุมขัง *n* pound
ที่จอดรถ *n* parking
ที่จอดเรือ *n* berth
ที่จำเป็นต้องทำ *adj* compulsory
ที่เจ็ด *adj* seventh
ที่ชอบพอ *adj* affectionate
ที่ชอบออกคำสั่ง *adj* demanding
ที่ใช้การได้ *adj* workable
ที่ซ่อนไว้ *adj* hidden
ที่ซับซ้อนมาก *adj* convoluted
ที่เซ *adj* staggering

ที่ดับ *adj* stifling
ที่ดูดซับ *adj* absorbent
ที่ตบ *adj* spanking
ที่ต้องชำระ *adj* payable
ที่ต้องใช้กำลัง *adj* manual
ที่ต่อเนื่อง *adj* consecutive
ที่ต่อย *adj* stinging
ที่ตะเกียกตะตาย *adj* scrambled
ที่ตั้งเมือง *n* site
ที่ตั้งอยู่ *adj* located
ที่ต่ำ *adj* lowly
ที่ติดเป็นนิสัย *adj* addicted
ที่ติดไฟได้ง่าย *adj* combustible
ที่ตีก้น *adj* spanking
ที่แต่งงาน *adj* married
ที่ถีบ *n* pedal
ที่ถูกทำให้อ่อนลง *adj* subdued
ที่ทอ *adj* woven
ที่ทะเลาะกัน *adj* belligerent
ที่ท้าทาย *adj* defiant
ที่ทำการ *n* bureau
ที่ทำการไปรษณีย์ *n* post office
ที่ทำงานร่วมกันได้ *adj* compatible
ที่ทำไม่ได้ *adj* impractical
ที่ทำให้เคือง *adj* irritating
ที่ทำให้ตายได้ *adj* lethal
ที่ทำให้เบิกบาน *adj* exhilarating
ที่ทำให้พอใจ *adj* gratifying
ที่ทำให้เมา *adj* intoxicated

ที่ทำให้สลบ *adj* stunning
ที่ทำให้เสื่อม *adj* impoverished
ที่ทำให้หลงใหล *adj* enthralling
ที่ทำให้เหนื่อย *adj* grueling
ที่ทำให้เหม็น *adj* stinking
ที่ทำให้เหินห่าง *adj* estranged
ที่นอน *n* mattress
ที่นอนคนตาย *n* deathbed
ที่นอนหมอนมุ้ง *n* bedding
ที่นั่ง *n* seat
ที่นั่น *adv* there
ที่น่าขัน *adj* laughable
ที่น่าดึงดูดใจ *adj* attractive
ที่น่าพอใจ *adj* satisfactory
ที่น่าอ่อนเพลีย *adj* exhausting
ที่นำออกแสดง *adj* exposed
ที่นี่ *adv* here
ที่แนบมาด้วย *adj* attached
ที่บรรเทา *adj* extenuating
ที่บาดใจ *adj* harrowing
ที่เบาบางลง *adj* attenuating
ที่ปฏิบัตินิยม *adj* pragmatist
ที่ปรับได้ *adj* adjustable
ที่ปรึกษา *n* counselor
ที่ปัดน้ำฝน *n* windshield
ที่เป็นจำนวนสิบสอง *adj* twelve
ที่เป็นนิสัย *adj* habitual
ที่เป็นบุญธรรม *adj* adoptive
ที่เป็นปัญหา *adj* problematic
ที่เป็นไปไม่ได้ *adj* impossible
ที่เป็นผู้ใหญ่ *adj* mature
ที่เป็นโรคภูมิแพ้ *adj* allergic
ที่เป็นส่วนตัว *adj* private
ที่เป็นสุภาพสตรี *adj* ladylike
ที่เป็นอันตราย *adj* harmful
ที่เป็นเอกราช *adj* independent
ที่เปรียบเทียบกัน *adj* comparative
ที่เปิดกระป๋อง *n* can opener
ที่แปด *adj* eighth
ที่โปรดปราน *adj* favorite
ที่ไปทาง *adj* oriented
ที่ผ่อนคลาย *adj* relaxing
ที่ฝังแน่น *adj* ingrained
ที่ใฝ่ฝัน *adj* would-be
ที่พกพาได้ *adj* portable
ที่พัก *n* quarters
ที่เพาะต้นไม้ *n* nursery
ที่เพิ่ม *adj* plus
ที่เพิ่มขึ้น *adj* additional, increasing
ที่เพิ่มเติม *adv* extra
ที่แพร่เชื้อ *n* epidemic
ที่มองโลกในแง่ร้าย *adj* pessimistic
ที่มั่น *n* post
ที่มีกำไรงาม *adj* lucrative
ที่มีความยาวมาก *adj* lengthy
ที่มีความสามารถ *adj* competent
ที่มีคุณภาพสูง *adj* classic
ที่มี โทษ *adj* punishable

ที่มีพิษ *adj* poisonous
ที่มีศูนย์กลาง *adj* concentric
ที่มีเสน่ห์ *adj* charismatic
ที่มีแสงวาบ *adj* flashy
ที่มีหนวดเครา *adj* bearded
ที่ไม่กลมกลืนกัน *adj* dissonant
ที่ไม่เคารพ *adj* disrespectful
ที่ไม่ ได้ป้องกัน *adj* unprotected
ที่ไม่ โต้แย้ง *adj* undisputed
ที่ไม่มีเมฆ *adj* cloudless
ที่ไม่มีอิสระ *adj* dependent
ที่ไม่สิ้นสุด *adj* infinite
ที่ไม่เหมาะ *adj* misfit
ที่ยอมทำตาม *adj* compliant
ที่ยอมรับ *adj* admissible
ที่ยังหนุ่มยังสาว *adj* youthful
ที่ยับยั้ง *adj* stifling
ที่ย่าง *n* broiler
ที่ยี่สิบ *adj* twentieth
ที่ยึดที่มั่น *adj* entrenched
ที่รบกวน *adj* infested
ที่รัก *n* honey
ที่รับผิดชอบ *adj* responsible
ที่ราบสูง *n* plateau
ที่รู้สึกเจ็บปวด *adj* agonizing
ที่รู้สึกเห็นใจ *adj* compassionate
ที่ล้มละลาย *adj* bankrupt
ที่ลวงตา *adj* unrealistic
ที่ล่อลวง *adj* enticing
ทีละขั้น *adv* step-by-step
ทีละชิ้น *adv* piecemeal
ทีละน้อย *adj* gradual
ทีละน้อย *adv* little by little
ที่ลี้ภัย *n* retreat, shelter
ที่เลวลง *adj* demeaning
ที่ว่าง *n* room, vacancy
ที่สอง *adj* secondary, second
ที่สอดคล้องกัน *adj* consistent
ที่สะดวก *adj* convenient
ที่สาม *adj* third
ที่สามารถจ่ายได้ *adj* affordable
ที่สามารถดื่มได้ *adj* drinkable
ที่สิบสอง *adj* twelfth
ที่สิบเอ็ด *adj* eleventh
ที่สี่ *adj* fourth
ที่สุด *adj* utmost
ที่หก *adj* sixth
ที่หนึ่ง *adj* first
ที่หนึ่งร้อย *adj* hundredth
ที่หมุนเวียนไป *adj* alternate
ที่หลบภัย *n* asylum, shadow, hideaway, refuge
ที่หลอกลวง *adj* deceptive
ที่หลีกเลี่ยงได้ *adj* avoidable
ที่หักออกได้ *adj* deductible
ที่ห้า *adj* fifth
ที่หาได้ *adj* available
ที่เห็นได้ *adj* visual

ท

ที่เหยียบ *n* pedal
ที่เหลา *n* sharpener
ที่ไหน *adv* where
ที่ไหนๆ *c* wherever
ที่อยู่ *n* address
ที่อยู่ข้างใต้ *adj* underlying
ที่อ้อยอิ่ง *adj* lingering
ที่อื่น *adv* elsewhere
ทึบแสง *adj* opaque
ทึ่ม *adj* stupid
ทื่อ *adj* blunt
ทุกข์ทรมานจาก *v* suffer from
ทุกคน *pro* everybody, everyone
ทุกวัน *adv* daily
ทุกวัน *adj* everyday
ทุกวันนี้ *adv* nowadays
ทุกสัปดาห์ *adv* weekly
ทุกสามเดือน *adj* quarterly
ทุกอย่าง *pro* everything
ทุกๆ *adj* every
ทุกๆชั่วโมง *adv* hourly
ทุ่งนา *n* field
ทุ่งเลี้ยงสัตว์ *n* pasture, ranch
ทุ่งหญ้า *n* meadow, prairie
ทุจริต *adj* corrupt
ทุนการศึกษา *n* scholarship
ทุนทรัพย์ *n* venture
ทุ่นลอย *n* buoy
ทุบ *v* smash, knock
ทุบตี *v* maul
ทุพภิกขภัย *n* famine
ทู่ *adj* pointless
ทูต *n* minister
เท *v* tap into, pour
เทกระจาด *n* upturn
เทคนิค *n* technique
เท็จ *adj* untrue
เทใจ *n* cheers
เทปูน *v* plaster
เทพธิดา *n* goddess
เทวทูต *n* angel
เทวดา *n* deity
เทววิทยา *n* theology
เทวสถาน *n* shrine
เทศกาลมหาพรต *n* Lent
เทศกาลอีสเตอร์ *n* Easter
เทศน์ *v* preach
เทอม *n* semester
เทอร์โมมิเตอร์ *n* thermometer
เท้า *n* foot, feet
เท่าเทียมกัน *adj* equal
เท่านั้น *adv* only
เท้าเปล่า *adj* barefoot
เที่ยงคืน *n* midnight
เที่ยงวัน *n* midday, noon
เทียน *n* candle
เทียบเคียง *v* correlate
เทียมม้า *v* hitch up

ท

เที่ยวเดินเตร็ดเตร่ *v* prowl
เที่ยวบิน *n* flight
เที่ยวไป *v* roam, stray
เทือกเขา *n* range
แทง *iv* stick, perforate, stab
แท้งบุตร *v* miscarry
แท้จริง *adj* authentic, genuine, literal, real
แท้จริง *adv* actually
แทน *v* supersede
แทนค่า *v* stand for
แทนที่ *adv* instead
แทนที่ *v* replace
แท่นอ่านพระคัมภีร์ในโบสถ์ *n* lectern
แทบจะ *adv* virtually
แทบจะไม่ *adv* barely
แทรกซอน *v* squeeze in
แทรกซึม *v* infiltrate
แทรกแซง *v* interfere, intervene
แทะ *v* gnaw
โทรจิต *n* telepathy
โทรทัศน์ *n* television
โทรม *adj* worn-out
โทรเลข *n* wire, telegram
โทรศัพท์ *n* phone, telephone
โทรศัพท์ *v* phone
โทรศัพท์มือถือ *n* cell phone
โทรหา *v* call
โทษ *v* chide
โทษจำ *n* custody
ไทรอยด์ *n* thyroid

ธ

ธง *n* banner, flag
ธนบัตร *n* note, bill
ธนาคาร *n* bank
ธนาณัติ *n* money order
ธรณีประตู *n* doorstep
ธรณีวิทยา *n* geology
ธรรดาสามัญ *adj* common
ธรรมชาติ *n* nature
ธรรมดา *adj* mediocre, ordinary
ธรรมะ *n* scruples
ธัญญพืช *n* wheat
ธัญญาหาร *n* cereal
ธาตุแก๊ส *n* hydrogen
ธาตุเงิน *n* silver
ธาตุพลูโตเนียม *n* plutonium
ธาตุเหล็ก *n* iron
ธาตุอ็อคซิเจน *n* oxygen
ธารน้ำแข็ง *n* glacier
ธุรกิจ *n* business, dealings, transaction
ธูปหอม *n* incense

น

นก *n* bird
นกกระจอก *n* sparrow
นกกระจอกเทศ *n* ostrich
นกกระทา *n* partridge, quail
นกกระทุง *n* pelican
นกกระสา *n* stork
นกกาเหว่า *n* raven
นกแก้ว *n* parakeet, parrot
นกขมิ้น *n* canary
นกนางนวล *n* gull, seagull
นกไนติงเกล *n* nightingale
นกพิราบ *n* dove; pigeon
นกเพนกวิน *n* penguin
นกยูง *n* peacock
นกแร้ง *n* vulture
นกหวีด *n* whistle
นกอินทรี *n* eagle
นกฮูก *n* owl
นม *n* milk
นโยบาย *n* policy
นรก *n* abyss, pit, hell, purgatory
นรีเวชวิทยา *n* gynecology
นวด *v* rub, mold
นวดข้าว *v* thresh
นวนิยาย *n* fiction, novel
นอกจาก *pre* barring
นอกจาก *c* unless

นอกจากนี้ *adv* furthermore
นอกบ้าน *adv* outdoor
นอกประเด็น *adj* extraneous
นอกเมือง *n* outskirts
นอกศาสนา *adj* heretic
นอกเหนือจาก *pre* besides
นอกเหนือไปจาก *adv* aside from
นอกเหนือไปจากนี้ *adv* moreover
น่อง *n* calf
น้องเลี้ยง *n* stepbrother; stepsister
น้องสะใภ้ *n* sister-in-law
น้องสาว *n* sister
น้องสาว *adj* sissy
นอน *iv* lay
นอนคว่ำ *adj* prostrate
นอนพิง *v* repose
นอนลง *iv* lie
นอนหลับ *adj* asleep
นอบน้อม *adj* meek
น้อมคำนับ *v* bow
น้อย *adj* minor, spare, few
น้อยกว่า *adj* lesser, fewer
น้อยที่สุด *adj* least
น้อยลง *adj* less
นักการทูต *n* diplomat
นักการเมือง *n* politician
นักกีฬา *n* athlete, sportsman
นักเขียน *n* writer
นักเขียนโปรแกรม *n* programmer

นักเคมี *n* chemist
นักฆ่า *n* assassin, killer
นักจิตวิทยา *n* psychiatrist
นักดนตรี *n* musician
นักดาราศาสตร์ *n* astronomer
นักดื่ม *n* drinker
นักเดินทาง *n* traveler, voyager
นักต้มตุ๋น *n* con man
นักต่อสู้ *n* gladiator
นักท่องเที่ยว *n* tourist
นักเทววิทยา *n* theologian
นักเทศน์ *n* preacher
นักโทษ *n* captive
นักธุรกิจ *n* businessman
นักบวช *n* monk, clergy, hermit, priest
นักบิน *n* flier, aviator
นักบินอวกาศ *n* astronaut
นักบุญ *n* saint
นักประพันธ์ *n* author
นักประวัติศาสตร์ *n* historian
นักปรัชญา *n* philosopher
นักปั่นจักรยาน *n* cyclist
นักแปล *n* translator
นักเผด็จการ *n* despot
นักมวย *n* boxer
นักมวยปล้ำ *n* wrestler
นักมายากล *n* magician
นักแม่นปืน *n* marksman

นักรบ *n* knight, combatant, warrior
นักร้อง *n* singer
นักเรียน *n* student, pupil; scholar
นักลงทุน *n* investor
นักล้วงกระเป๋า *n* pickpocket
นักล่า *n* hunter
นักเล่นกล *n* juggler
นักเล่นเปียโน *n* pianist
นักว่ายน้ำ *n* swimmer
นักวิ่ง *n* runner
นักวิทยาศาสตร์ *n* scientist
นักไวโอลิน *n* violinist
นักศึกษา *n* student
นักสะสม *n* collector
นักสังคมนิยม *adj* socialist
นักสำรวจ *n* explorer
นักสืบ *n* spy, detective
นักสู้วัวกระทิง *n* bull fighter
นักสู้ *n* fighter
นักแสดงกายกรรม *n* acrobat
นักแสดงชาย *n* actor
นักแสดงหญิง *n* actress
นักหนังสือพิมพ์ *n* journalist
นั่ง *iv* sit
นั่งร้าน *n* scaffolding
นั่งสมาธิ *v* meditate
นั่งอยู่ *adj* seated
นัดพบ *v* get together

นัดหมาย v appoint
นั่น adj that
นับ v count
นับถือ v venerate
นับไม่ถ้วน adj countless, innumerable
น้า n aunt
นาก n swordfish
นากน้ำ n otter
น่ากลัว adj sinister, appalling, awesome, daunting, dire, dreadful, eerie, horrendous, jumpy, scary, terrifying, fearful, gruesome
น่ากังวลใจ adj distressing
น่าเกรงขาม adj tremendous
น่าเกลียด adj unpleasant, ugly
น่าเกลียดชัง adj detestable
น่าขนลุก adj creepy
น่าขยะแขยง adj hideous, revolting
น่าขัน adj humorous, ridiculous
น่าคลื่นไส้ adj nasty
นาง n mistress
นางเงือก n mermaid
นางแบบ n model
นางพญา n empress
นางพยาบาลผดุงครรภ์ n midwife
นางฟ้า n fairy
นางสาว n miss
นางเอก n heroin

น่าจะเป็นไปได้ adj probable
น่าจักจี้ adj ticklish
น่าใจหาย adj breathtaking
น่าชมเชย adj admirable
น่าชัง adj unpleasant
น้าชาย n uncle
น่าชื่นชม adj adorable
น่าชื่นชอบ adj lovable
น่าเชื่อ adj believable, compelling, convincing
น่าเชื่อถือ adj credible, plausible
น่าดึงดูดใจ adj appealing
น่าตกใจ adj alarming, astounding, shocking
น่าตึงเครียด adj stressful
น่าตื่นเต้น adj exciting
น่าท้อใจ adj discouraging
น่าท้าทาย adj challenging
นาที n minute
น่านฟ้า n airspace
น่าเบื่อ adj arid, tiresome, boring, tedious
น่าเบื่อหน่าย adj monotonous
น่าประทับใจ adj impressive
น่าประหลาดใจ adj amazing, astonishing
น่าผิดหวัง adj disappointing
น่าพอใจ adv alright
น่าพอใจ adj pleasing
น่าพึงพอใจ adj pleasant

น่าเพลิดเพลิน *adj* enjoyable
นามธรรม *adj* abstract
นามบัตร *n* card
นามแฝง *n* pseudonym
นามสกุล *n* surname
นาย *n* mister
นายกเทศมนตรี *n* mayor
น่ายกย่อง *adj* exemplary
นายกรัฐมนตรี *n* chancellor
นายจ้าง *n* employer
นายตำรวจ *n* officer
นายผู้หญิง *n* mistress
นายพล *n* general
นายร้อย *n* lieutenant
นายสิบ *n* sergeant
นายสิบโท *n* corporal
นายอำเภอ *n* marshal
น่าเย้ยหยัน *adj* ludicrous
น่ารบกวน *adj* disturbing
น่ารัก *adj* cute, likable, lovely, pretty
น่ารักเกียจ *adj* despicable
น่ารังเกียจ *adj* lousy, disgusting, hateful, obnoxious, odious, repulsive
น่ารำคาญ *adj* tiresome, annoying, bothersome, troublesome
น่าล่อใจ *adj* tempting
น่าวิตก *adj* worrisome
น่าเวทนา *adj* deplorable
น่าเวียนหัว *adj* sickening
น่าสงสัย *adl* doubtful, dubious, questionable
น่าสดชื่น *adj* refreshing
น่าสนใจ *adj* interesting
น่าสนุกสนาน *adj* amusing
น่าสบาย *adj* cozy
น่าสมเพช *adj* pathetic
น่าสยดสยอง *adj* grisly
น่าสรรเสริญ *adj* praiseworthy
น่าสะเทือนใจ *adj* touching
น่าสังเกต *adj* noteworthy, noticeable, remarkable
น่าสับสน *adj* confusing
น่าสุขใจ *adj* delightful
น่าเสียใจ *adj* regrettable, sad
น่าเสียดาย *adj* unfavorable
น่าหลงใหล *adj* charming, enchanting, intriguing
น่าหวาดกลัว *adj* frightening
น่าเห็นใจ *adj* pitiful
นาฬิกา *n* clock, watch
นาฬิกาปลุก *n* alarm clock
น่าอับอาย *adj* infamous, shameful
น่าอัศจรรย์ *adj* fantastic, magical, miraculous, wonderful
น่าอาย *adj* degrading, disgraceful
น้ำ *n* water
นำกลับมา *v* bring back
นำกลับมาใช้อีก *v* recycle
นำกลับมาใหม่ *v* resuscitate

น้ำเกรวี่ *n* gravy
น้ำแกง *n* broth, soup
น้ำแกงข้น *n* puree
นำเข้า *v* import
นำเข้าไปสู่ *v* let in
น้ำแข็ง *n* ice
น้ำค้าง *n* dew
น้ำค้างแข็ง *n* frost
น้ำเงิน *adj* navy blue
น้ำจิ้ม *n* sauce
น้ำเชื่อม *n* syrup
น้ำซอส *n* sauce
น้ำดี *n* bile
น้ำตก *n* fall, chute, cataract, cascade, waterfall
น้ำตา *n* tear
น้ำตาล *n* glucose, sugar
น้ำท่วม *n* flood, deluge
น้ำทะเลลด *v* ebb
นำทาง *adj* leading
นำทาง *iv* lead
นำทางผิด *v* mislead
น้ำเน่า *n* sewage
น้ำประสานทอง *n* cyanide
นำไปสู่ *iv* lead
น้ำผลไม้ *n* juice
น้ำผึ้ง *n* honey
น้ำพันซ์ *n* punch
นำพา *v* heed
น้ำพุ *n* fountain
น้ำพุร้อน *n* geyser
น้ำพุแร่ *n* spa
น้ำมะนาว *n* lemonade
น้ำมัน *n* wax, oil
น้ำมันดิน *n* tar
น้ำมันรถ *n* gas, gasoline
นำมา *iv* bring
นำมาใช้ *v* utilize
น้ำมูก *n* mucus
น้ำยาขัดรองเท้า *n* shoe polish
น้ำยาทำความสะอาด *n* cleanser
น้ำลาย *n* saliva
น้ำเลี้ยงต้นไม้ *n* sap
น้ำส้มสายชู *n* vinegar
น้ำสลัด *n* dressing
น้ำหนัก *n* weight
น้ำหนักเบา *n* lightweight
น้ำหนักเป็นกรัม *n* gram
น้ำหนักเป็นไปนต์ *n* pint
น้ำหมึก *n* ink
น้ำหอม *n* scent, cologne, fragrance, perfume
นำออกแสดง *v* expose
น้ำอัดลม *n* soda
น้ำแอปเปิ้ล *n* cider
นิกเคิล *n* nickel
นิกาย *n* sect
นิ่ง *adj* still

นิ่งอึ้ง *adj* dumb
นิดหน่อย *adj* petty
นิตยสาร *n* magazine
นิทรรศการ *n* exhibition
นิทาน *n* story, fable, tale
นิทานปรัมปรา *n* myth
นิรโทษกรรม *n* absolution, amnesty
นิลสีคราม *n* sapphire
นิ้ว *n* inch
นิ้วชี้ *n* index
นิ้วเท้า *n* toe
นิ้วมือ *n* finger
นิ้วหัวแม่มือ *n* thumb
นิเวศวิทยา *n* ecology
นิสัย *n* habit
นิสัยชอบ *n* propensity
นี่ *adj* this
นึกคิด *iv* think
นึกถึง *v* reckon on
นึกภาพ *v* visualize
นึกไว้ *v* reckon
นึกเอา *v* suppose
นุ่ม *adj* tender, soft
นุ่มอย่างขนสัตว์ *adj* furry
เน็กไท *n* necktie
เน้นย้ำ *v* emphasize
เนย *n* butter
เนยแข็ง *n* cheese
เนรเทศ *v* deport, banish, exile, relegate
เน่า *adj* foul
เน่าเปื่อย *adj* stale, putrid, rotten
เน่าเปื่อย *v* rot
เน่าเปื่อยง่าย *adj* perishable
เนิน *n* slope
เนินเขา *n* hill
เนื้อกวาง *n* venison
เนื่องจาก *adv* owing to
เนื่องด้วย *c* since
เนื้องอก *n* tumor
เนื้อตะโพก *n* loin
เนื้อแท้ *adj* native, intrinsic
เนื้อย่าง *n* barbecue, roast, steak
เนื้อเยื่อ *n* tissue
เนื้อลูกวัว *n* veal
เนื้อวัว *n* beef
เนื้อสด *n* meat
เนื้อสันนอก *n* sirloin
เนื้อสับ *n* mincemeat
เนื้อหนังมังสา *n* flesh
เนื้อหมู *n* pork
เนื้อหา *n* overview
แน่ใจ *adj* certain, sure
แน่แท้ *adj* unmistakable
แน่น *adj* solid, thick, tight
แน่นเกินไป *adj* overcrowded
แน่นหนา *adj* secure

แน่นอน *adj* absolute, definite, implicit, precise
แนบ *v* attach
แนบ *adj* adjoining
แนว *n* row
แนวทาง *n* way
แนวโน้ม *n* aptitude, tendency, tenor
แนวรบ *n* front
แนวราบ *n* level
แนวราบ *adj* horizontal
แนะนำ *v* advise, counsel, recommend, suggest; introduce
โน้ตเพลง *n* note
โน่น *adj* those
ในขณะที่ *c* whereas, while
ในขณะนี้ *adv* still
ในตอนท้าย *adv* eventually
ในทางกามรมณ์ *adj* carnal
ในทางตะวันออก *adv* eastward
ในที่ร่ม *adj* shady
ในนาม *adv* behalf (on)
ในปัจจุบัน *adv* currently
ในภายหลัง *adv* later
ในเมือง *adj* urban
ในไม่ช้า *adv* soon, shortly
ในร่ม *adv* indoor
ในระหว่างนั้น *adv* meantime
ในเรื่อง *pre* towards
ในเวลาเดียวกัน *adv* meanwhile
ในเส้นเลือดดำ *adj* intravenous

บ

บกพร่อง *v* lack
บงการ *v* boss around
บด *v* pound, grind
บดขยี้ *v* pulverize
บท *n* episode
บทกวี *n* poetry
บทกวีอิสระ *n* lyrics
บทความ *n* article
บทแทรก *n* corollary
บทนำ *n* preface
บทพูดคนเดียว *n* monologue
บทเพลง *n* lay
บทเพลงสรรเสริญ *n* carol
บทเพลงเสียดสี *n* revue
บทภาพยนตร์ *n* scenario
บทเรียน *n* lesson
บทละคร *n* play
บทสนทนา *n* conservation, dialogue
บทสรุป *n* compendium
บน *pre* on
บ่น *v* complain, grumble

น

บนบาน *v* vow
บ่นพึมพำ *v* murmur
บรรจุ *v* fill, stuff, contain
บรรจุกระป๋อง *iv* can
บรรจุกระป๋อง *adj* canned
บรรณานุกรม *n* bibliography
บรรณารักษ์ *n* librarian
บรรทัดฐาน *n* criterion
บรรทุก *v* cart, burden
บรรทุกของ *v* load
บรรเทา *v* relieve, alleviate, ease, relent
บรรพบุรุษ *n* ancestor, antecedents, predecessor
บรรยากาศ *n* atmosphere
บรรยาย *v* narrate
บรรลุเป้าหมาย *v* fulfill
บริกรชาย *n* waiter
บริกรหญิง *n* hostess
บริกรหญิงบนเครื่องบิน *n* stewardess
บริการหญิง *n* waitress
บริจาค *v* donate
บริโภค *v* consume
บริเวณ *n* region, setting
บริเวณทรายดูด *n* quicksand
บริษัท *n* association, corporation, enterprise, firm
บริสุทธิ์ *adj* chaste, pure
บริหาร *v* administer

บวก *adj* positive
บวก *v* add
บ่วง *n* noose
บ่วงบาศ *n* lasso
บวช *v* ordain
บวม *v* bloat, swell
บวม *adj* bloated, swollen
บอก *iv* tell
บอกปัด *v* disown
บ๊อง *adj* nutty
บ่อน *n* casino
บ่อน้ำ *n* pool, tank, well
บอบช้ำ *v* wound
บอบบาง *adj* flimsy, fragile, slim
บ่อยๆ *adv* often
บั้ง *v* cut off
บังคับ *iv* drive, control, compel, force, oblige
บังคับใจ *v* constrain
บังคับเอา *v* expropriate
บังโคลนรถยนต์ *n* fender
บังเหียน *n* bridle
บังเอิญ *adj* coincidental, contingent
บัญชี *n* account, chart
บัญชีเงินเดือน *n* payroll
บัญชีแยกประเภท *n* ledger
บัญชีรายชื่อ *n* catalog
บัณฑิต *n* bachelor
บัดซบ *adj* crass

บัตกรี v weld
บัตร n card
บัตรผ่าน n pass
บัตรเลือกตั้ง n ballot
บันดาลใจ v inspire
บันได n ladder, stair
บันไดพาด n stepladder
บันไดเลื่อน n escalator
บันทึก n record, journal
บันทึก v record
บันทึกความทรงจำ n memoirs
บันทึกในบัญชีรายชื่อ v catalog
บันทึกประจำวัน n diary
บันทึกหมายเหตุ v annotate
บ้า adj crazy, maniac
บ้าคลั่ง adj mad, deranged, fanatic, frenetic
บ้าคลั่ง v enrage
บาง adj thin
บ้าง adj any, some
บางคน pro somebody, someone
บางครั้ง adv sometimes
บางที adv perhaps
บางเบา adv thinly
บางวัน adv someday
บางวิธี adv someway
บางส่วน adj partial
บางส่วน adv somewhat
บางอย่าง pro something

บางโอกาส adv occasionally
บาด n cut
บาดใจ v offend
บาดแผล n wound
บาดหมางกัน adj discordant
บาทหลวง n pastor, clergyman
บ้าน n dwelling, home, house
บ้านใกล้เรือนเคียง n neighborhood
บ้านนอก adj rustic
บานพับ n hinge
บ้านสุนัข n kennel
บ้าบิ่น adj audacious
บาป n sin
บ่ายเบี่ยง v shirk
บ่ายหน้า v set about
บาร์ n bar
บาร์เทนเดอร์ n barman, bartender
บาร์บีคิว n barbecue
บ้าระห่ำ adv berserk
บาโรมิเตอร์ n barometer
บ่าว n slave
บ้าๆบอๆ adj cranky
บิด v writhe, wring, sprain, twist
บิดเบี้ยว adj twisted
บิต n bit
บิน iv fly
บินร่อน v hover
บีบ v squash, squeeze, wring
บีบแตร v honk

บีบนวด v massage
บีบบังคับ v coerce, extort
บึง n lagoon, quagmire
บุ v pad
บุกเข้าไป v trespass
บุกรุก v intrude
บุคคล n person
บุคคลที่ผิดธรรมดา n paradox
บุคลิกภาพ n personality
บุญ n virtue
บุตร n offspring
บุตรชาย n son
บุบสลาย n chip
บุ๋ม v dent, sink in
บุรุษไปรษณีย์ n mailman, postman
บุหรี่ n tobacco, cigarette
บุหรี่ซิการ์ n cigar
บูชา v venerate
บูรณะ v restore
เบนลง v decline
เบราว์เซอร์ n browser
เบาบาง adj sparse
เบาบางลง v attenuate
เบ้าหล่อ n mold
เบาะแส n clue
เบิกบาน iv blow
เบียด v squeeze up
เบียดเบียน v encroach
เบียดเสียด adj bustling
เบี้ยบำนาญ n pension
เบียร์ n beer
เบื่อ adj weary, bored
เบื้องซ้าย adv left
เบื้องต้น adj elementary, preliminary
เบื่อหน่าย adj sick
แบก v carry
แบกหาม iv bear
แบ่งครึ่ง v halve
แบ่งแยก v separate
แบ่งแยกไม่ได้ adj indivisible
แบ่งระดับ v grade
แบ่งส่วน v divide
แบน v flatten
แบนราบ adj flat
แบบ n form, design, make, shape
แบบจำลอง n model
แบบบาง adj frail
แบบผม n hairdo
แบบแผน n scheme, lay-out, pattern
แบบฝึกหัด n exercise
แบบพิธี n protocol
แบบลูกผู้ชาย adj manly
แบบสมัยนิยม n trend
แบบสอบถาม n questionnaire
โบ n ribbon
โบกมือ v wave
โบราณ adj old, archaic, primitive

โบราณคดี *n* archaeology
โบสถ์ *n* abbey, synagogue, cathedral, chapel, church
ใบ *n* blade
ใบ้ *adj* dumb
ใบจ่ายเงินเดือน *n* pay slip
ใบแจ้งราคาสินค้า *n* invoice
ใบประกาศ *n* notice, placard
ใบปลิว *n* flier, brochure, leaflet
ใบปิดประกาศ *n* poster
ใบมินท์ *n* mint
ใบมีด *n* blade
ใบไม้ *n* leaf, leaves
ใบเรือ *n* canvas
ใบสั่งจ่าย *n* voucher
ใบเสร็จ *n* sale slip
ใบเสร็จรับเงิน *n* receipt
ใบหน้า *n* face
ใบอนุญาต *n* charter

ป

ปกครอง *v* dominate, govern, master
ปกคลุม *v* cover, canvas
ปกติ *adj* straight, normal, usual
ปกป้อง *v* protect
ปกปิด *v* smother, screen, mask, conceal
ปกเสื้อ *n* collar
ปฏิทิน *n* calendar
ปฏิทินบันทึกเหตุการณ์ *n* almanac
ปฏิทินโหราศาสตร์ *n* almanac
ปฏิบัติการ *v* operate
ปฏิบัติจริง *adj* practical
ปฏิบัติตาม *v* abide by
ปฏิบัติไม่ดี *v* manhandle, mistreat
ปฏิบัติหน้าที่ *v* officiate
ปฏิภาณ *n* wit
ปฏิรูป *v* reorganize
ปฏิเสธ *v* decline, rebuff, deny, disclaim, refuse, reject, repudiate
ปฏิเสธไม่ได้ *adj* undeniable
ปฐมนิเทศ *n* orientation
ปนเปื้อน *v* contaminate
ปรนนิบัติ *v* minister
ปรบมือ *v* applaud, clap
ปรอท *n* mercury
ปรอย *v* drizzle
ประกบตัว *v* tail
ประกวดราคา *iv* bid
ประกอบ *v* compound
ประกอบขึ้น *v* concoct
ประกอบด้วย *v* compose, comprise, consist, include

ประกัน *v* insure
ประกัน *n* warrant
ประกันตัว *v* bail out
ประกายไฟ *n* spark
ประกาศ *v* sound, announce, declare, notify, post, proclaim
ประกาศนียบัตร *n* certificate, diploma
ประโคม *v* strike up
ประจบ *v* court, flatter
ประจบสอพลอ *v* ingratiate
ประจวบกัน *v* concur
ประจักษ์พยาน *n* eyewitness
ประจำที่ *adj* stationary
ประจำปี *adj* annual
ประจำปี *adv* yearly
ประจำวัน *adj* current
ประชากร *n* countryman
ประชาชน *n* citizen
ประชาทัณฑ์ *v* lynch
ประชาธิปไตย *n* democracy
ประชิด *v* come up
ประชุม *v* assemble
ประชุมกัน *iv* sit
ประดับ *v* adorn, embellish, garnish
ประดับตกแต่ง *v* enrich
ประดับใหม่ *v* redo
ประดาน้ำ *n* diver
ประดิษฐ์ *iv* make, devise, feign, invent

ประติมากร *n* sculptor
ประตู *n* door, gate
ประตูโค้ง *n* arch
ประตูระบายน้ำ *n* floodgate
ประตูใหญ่ *n* port
ประท้วง *v* protest
ประทัด *n* firecracker
ประทับ *v* stamp
ประทับตรา *v* brand, seal
ประทุน *n* wagon
ประทุษร้าย *v* sin
ประเทศ *n* country, nation
ประเทศกรีก *n* Greece
ประเทศญี่ปุ่น *n* Japan
ประเทศเดนมาร์ก *n* Denmark
ประเทศตุรกี *n* Turkey
ประเทศนอร์เวย์ *n* Norway
ประเทศเนเธอร์แลนด์ *n* Netherlands
ประเทศโปรตุเกส *n* Portugal
ประเทศโปแลนด์ *n* Poland
ประเทศฝรั่งเศส *n* France
ประเทศฟินแลนด์ *n* Finland
ประเทศเยอรมัน *n* Germany
ประเทศรัสเซีย *n* Russia
ประเทศราช *n* dominion
ประเทศสเปน *n* Spain
ประเทศสวิสเซอร์แลนด์ *n* Switzerland
ประเทศสวีเดน *n* Sweden

ประเทศอังกฤษ *n* England
ประเทศอีตาลี *n* Italy
ประเทศไอร์แลนด์ *n* Ireland
ประเทศฮอลแลนด์ *n* Holland
ประธาน *n* chairman
ประธานาธิบดี *n* president
ประนีประนอม *v* compromise, reconcile
ประปา *n* plumbing
ประพฤติ *v* commit, behave, conduct
ประพฤติตัว *v* acquit
ประพฤติผิด *v* misbehave
ประเพณี *n* heritage, tradition
ประภาคาร *n* beacon, lighthouse
ประเภท *n* sort, category; gender
ประมาณ *adv* about
ประมาณ *adj* approximate
ประมาณ *pre* around
ประมาณมากไป *v* overrate
ประมาท *v* neglect
ประมาท *adj* careless, rash
ประมูล *v* auction
ประมูลราคา *n* bid
ประเมิน *v* estimate
ประเมินค่า *v* appraise, value
ประเมินค่าต่ำกว่า *v* trivialize
ประเมินมากเกินไป *v* overestimate
ประเมินราคา *v* assess
ประโยค *n* sentence
ประวัติศาสตร์ *n* history
ประสบการณ์ *n* experience
ประสบความสำเร็จ *v* succeed
ประสบผลสำเร็จ *adj* successful
ประสาท *n* sense
ประสาน *v* solder
ประสานงาน *v* coordinate
ประสิทธิภาพ *n* effectiveness
ประเสริฐ *adj* sublime
ประหยัด *adj* economical, frugal, thrifty
ประหยัด *v* economize
ประหารชีวิตด้วยเก้าอี้ไฟฟ้า *v* electrocute
ปรักปรำ *v* denounce
ปรัชญา *n* philosophy
ปรับ *v* adjust, fine
ปรับคลื่น *v* tune
ปรับเครื่องยนต์ *v* tune up
ปรับตัว *v* assimilate, acclimatize, adapt
ปรับตัวได้ *adj* flexible, adaptable
ปรับปรุง *v* remodel, renovate, revise
ปรับปรุงแก้ไข *v* improve
ปรากฏ *v* emerge, occur, turn up
ปรากฏ *adj* visible
ปรากฏการณ์ *n* occurrence, phenomenon
ปรากฏรางๆ *v* loom

ปรากฏ *v* appear
ปราบ *v* quell, wipe out, quash
ปราบปราม *v* repress, suppress
ปราย *iv* sow
ปรารถนา *v* long for, yearn
ปราศจาก *pre* without
ปราศจาก *adj* deprived
ปราศจากกังวล *adj* carefree
ปราสาท *n* castle
ปริญญา *n* degree
ปริญญาบัตร *n* parchment
ปริมณฑล *n* perimeter
ปริมาณน้ำฝน *n* rainfall
ปริมาณมาก *n* avalanche
ปริมาณหิมะ *n* snowfall
ปริมาตร *n* volume
ปริศนา *n* puzzle, riddle
ปริศนาคำไขว้ *n* crossword
ปรึกษา *v* confer, consult
ปรือ *adj* drowsy
ปรุงแต่ง *v* touch up
ปรุงรส *v* season
ปลด *v* detach
ปลดเกษียณ *v* retire
ปลดชนวนระเบิด *v* defuse
ปลดปล่อย *v* discharge, emancipate, liberate
ปลดอาวุธ *v* disarm
ปล้น *v* ransack, rob

ปล้นจี้ *v* loot, plunder
ปล้นสะดม *v* pillage
ปลวก *n* termite
ปลอกหมอน *n* pillowcase
ปล่องไฟ *n* chimney
ปล่องภูเขาไฟ *n* crater
ปลอดภัย *adj* secure, safe, unharmed
ปลอบใจ *v* appease, console
ปลอบโยน *v* cheer up, placate, soothe
ปลอม *adj* artificial, counterfeit, fake, phony
ปลอมตัว *v* disguise
ปลอมตัว *adj* undercover
ปลอมแปลง *v* falsify
ปลอมแปลงตัว *v* masquerade
ปล่อย *v* launch, release, let
ปล่อยกระแสไฟฟ้า *v* electrify
ปล่อยเป็นอิสระ *v* free
ปล่อยไป *v* dismiss, let go
ปล่อยให้หลวม *v* loose
ปล่อยออกมา *v* emit
ปล่อยโฮ *v* cry out
ปลา *n* fish
ปลากระเบน *n* ray
ปลากะตัก *n* anchovy
ปลากะพง *n* bass
ปลาคอด *n* cod
ปลาฉลาม *n* shark
ปลาซาร์ดีน *n* sardine

ปลาแซลมอน *n* salmon
ปลาทูนา *n* tuna
ปลาเทราท์ *n* trout
ปลาย *n* tip
ปลายนิ้ว *n* fingertip
ปลายแหลม *n* point
ปลาโลมา *n* dolphin
ปลาวาฬ *n* whale
ปลาหมึก *n* squid
ปลาหมึกยักษ์ *n* octopus
ปล้ำ *v* wrestle
ปลิง *n* leech
ปลิ้นปล้อน *v* trick
ปลีกตัว *v* detach
ปลื้มปีติ *adj* grateful
ปลุก *iv* wake up, awake, rouse
ปลุกใจ *v* stimulate
ปลูก *v* implant, grow, plant
ปลูกฝังความเชื่อ *v* indoctrinate
ปลูกสร้าง *v* erect
ปวด *adj* sore
ป่วน *v* mess around
ป้วนเปี้ยน *v* hang around
ป่วย *adj* sick
ปศุสัตว์ *n* cattle, livestock
ปอกเปลือก *v* peel
ปอกลอก *v* pluck
ป้องกัน *v* screen, indemnify, prevent, shield
ป้องกันตัว *v* defend
ปอด *n* lung
ป้อมปราการ *n* bulwark, fort, fortress
ป้อมปืน *n* turret
ปะทะ *v* slap, strike, impact
ปะทะกัน *adj* conflicting
ปะทุ *v* erupt, break out
ปะทุง่าย *adj* volatile
ปะยางรถ *v* recap
ปัก *iv* stick
ปังตอ *n* chopper
ปัจจัย *n* factor
ปัจจุบัน *n* current
ปัจจุบัน *adj* present
ปัจจุบันนี้ *n* present
ปัจจุบันนี้ *adv* today
ปัญญา *n* wisdom
ปัญญาอ่อน *adj* retarded
ปัญหา *n* issue, problem
ปัดกวาด *v* brush aside
ปัดฝุ่น *iv* sweep
ปัดเป่า *v* dispel
ปั้น *v* mold
ปั้นจั่น *n* crane
ปันส่วน *v* ration
ปั๊ม *v* pump
ปัสสาวะ *n* urine
ป่า *n* wood; forest, jungle

ป

ป้า *n* aunt
ปาก *n* mouth
ปากกระบอกปืน *n* muzzle
ปากกา *n* pen
ปากคีบ *n* pincers, pliers
ปากเสีย *adj* abusive
ป่าดงดิบ *n* wilderness
ป่าเถื่อน *adj* barbaric, savage
ปานกลาง *adj* medium, moderate
ป้าย *n* label, tag
ป้าย *v* smear
ปิ้ง *v* toast, roast, broil
ปิด *v* close, seal off, shut, shut off, switch off, turn off
ปิด *adj* closed
ปิดความ *v* hush up
ปิดป้อง *v* cover up
ปิดปาก *v* gag
ปิดล้อม *v* cordon off, enclose
ปิติยินดี *adj* ecstatic, joyful, jubilant
ปิโตรเลียม *n* petroleum
ปี *n* year
ปี่ *n* clarinet
ปีก *n* wing
ปีน *v* climb
ปีนเขา *v* hike
ปีรามิด *n* pyramid
ปีศาจร้าย *n* devil
ปีอธิกสุรทิน *n* leap year
ปืน *n* gun
ปืนกล *n* machine gun
ปืนพก *n* handgun, revolver
ปืนไฟ *n* firearm
ปืนยา *n* rifle
ปืนลูกซอง *n* shotgun
ปืนสั้น *n* pistol
ปืนใหญ่ *n* artillery, cannon
ปุกปุย *adj* puffy
ปุ่ม *n* hump
ปุ๋ย *n* compost
ปุ๋ยธรรมชาติ *n* manure
ปู *n* crab
ปู่ *n* grandfather
ปูนฉาบ *n* coat
ปูนซีเมนต์ *n* cement
ปูนปลาสเตอร์ *n* plaster
ปู่ย่าตายาย *n* grandparents
เป๋ *adj* slanted
เป๊กติดกระดาษ *n* thumbtack
เป็ด *n* duck
เป็น *iv* be
เป็นการขัดขวาง *adj* preventive
เป็นการแนะ *adj* suggestive
เป็นการบรรยาย *adj* descriptive
เป็นการสาธิต *adj* demonstrative
เป็นของ *v* pertain, belong
เป็นข้อสรุป *adj* conclusive
เป็นไข้ *adj* feverish

ป

เป็นความจริง *adj* factual
เป็นคำตอบ *adj* responsive
เป็นคู่ *adj* even; dual
เป็นเงาวาว *adj* glossy
เป็นเจ้าของ *v* own
เป็นต่อ *v* prevail
เป็นทนาย *v* advocate
เป็นทางการ *adj* formal
เป็นที่ชื่นชอบ *adj* favorable
เป็นที่น่ารังเกียจ *adj* distasteful
เป็นที่พึงปรารถนา *adj* desirable
เป็นที่พึงพอใจ *adj* content
เป็นที่แพร่หลาย *adj* prevalent
เป็นที่ยอมรับ *adj* acceptable
เป็นที่รัก *adj* beloved, darling, dear
เป็นที่รู้จัก *adj* well-known
เป็นที่เสียหาย *adj* damaging
เป็นทุกข์ *adj* unhappy
เป็นธรรม *adj* just
เป็นแนวตรง *v* align
เป็นบ้า *adj* demented
เป็นบางส่วน *adv* partly
เป็นแบบอย่าง *adj* typical
เป็นปกติวิสัย *adj* spontaneous
เป็นประธาน *v* chair
เป็นประโยชน์ *adj* productive
เป็นประโยชน์ *v* benefit
เป็นแป้ง *adj* starchy
เป็นไปได้ *adj* feasible, possible
เป็นไปได้ *adv* likely
เป็นผลดี *adj* beneficial
เป็นผลลัพธ์ *adj* consequent
เป็นผู้ไกล่เกลี่ย *v* mediate
เป็นผู้นำ *v* spearhead
เป็นพยาน *v* testify
เป็นพักๆ *adj* sporadic
เป็นพันธมิตร *v* ally
เป็นพันธมิตรกัน *adj* allied
เป็นพันธะ *adj* obligatory
เป็นพิเศษ *adj* exceptional
เป็นพิษ *adj* toxic
เป็นพี่เป็นน้อง *adj* brotherly
เป็นพื้นฐาน *adj* rudimentary
เป็นโพรง *adj* hollow
เป็นภัย *adj* detrimental
เป็นมะเร็ง *adj* cancerous
เป็นมัน *adj* greasy
เป็นมันวาว *adj* shiny
เป็นมูลฐาน *adj* fundamental
เป็นยอด *n* crowning
เป็นรายเดือน *adv* monthly
เป็นรูปธรรม *adj* concrete
เป็นรูพรุน *adj* porous
เป็นเรื่องสำคัญ *v* matter
เป็นโรคประสาท *adj* hysterical
เป็นลม *v* faint
เป็นลอน *v* wave
เป็นลาง *v* foreshadow

ป

เป็นลางสังหรณ์ *adj* ominous
เป็นลูกบาศก์ *adj* cubic
เป็นเวรเป็นกรรม *adj* fateful
เป็นสนิม *adj* rusty
เป็นส่วนใหญ่ *adj* principal
เป็นสัญลักษณ์ *adj* symbolic
เป็นสีดอกกุหลาบ *adj* rosy
เป็นหนี้ *v* owe
เป็นหมัน *adj* barren
เป็นห่วง *adj* caring
เป็นเหตุ *v* cause
เป็นเหตุให้เกิด *v* boil down to
เป็นอันตราย *adj* malevolent, malignant
เป็นอันตรายต่อ *v* harm
เป็นอันตรายถึงชีวิต *adj* fatal
เป็นอิสระ *v* break free
เปราะ *adj* crisp
เปราะบาง *adj* breakable, brittle, delicate, vulnerable
เปรียบเทียบ *v* compare
เปรี้ยว *adj* sour
เปล *n* cradle, crib
เปล่ง *v* utter
เปล่งเสียง *v* exclaim
เปลญวน *n* hammock
เปลวไฟ *n* flame
เปล่าประโยชน์ *adj* futile, unprofitable
เปล่าเปลี่ยว *adj* bleak, secluded

เปลี่ยน *v* shift, change, convert
เปลี่ยนแปลง *v* mutate, vary
เปลี่ยนร่าง *v* transform
เปลี่ยนรูป *v* reform
เปลี่ยว *adj* solitary
เปลี่ยว *v* desert
เปลือก *n* nut-shell, peel
เปลือกตา *n* eyelid
เปลื้อง *v* strip
เปลื้องผ้า *v* undress
เปลือย *adj* bare, naked, nude
เปลือยเปล่า *v* strip
เป้า *n* target, spot
เป้าหมาย *n* butt; goal, objective
เปิด *v* open; switch on, turn on
เปิดป้าย *v* unveil
เปิดเผย *adj* open, open up; disclose, reveal, unmask; give away
เปิดเผยความลับ *v* divulge
เปิดไฟ *iv* light
เปิดอยู่ *adj* open
เปียก *adj* soggy, wet
เปียโน *n* piano
เปี่ยมด้วยความเมตตา *adj* merciful
เปื้อน *v* blot
เปื้อนเลือด *adj* bloody, gory
เปื่อยเน่า *v* spoil, fester
แป้ง *n* flour, powder, starch
แป้งข้าวหมาก *n* yeast

แปด *adj* eight
แปดสิบ *adj* eighty
แป้นเกลียว *n* nut
แป้นอักษร *n* key
แปรง *n* brush
แปรงสำหรับทาสี *n* paintbrush
แปรแถว *v* deploy
แปรปรวน *adj* fickle
แปรพักตร์ *v* defect
แปลก *adj* odd, weird
แปลกประหลาด *adj* bizarre, peculiar, queer, strange
แปลกหู *adj* unheard-of
แปลความ *v* translate
แปลความหมาย *v* interpret
แปลง *v* counterfeit; translate
แปลงร่าง *v* embody
แปลสภาพ *v* turn in
แปะ *v* paste
โป่ง *adj* baggy
โปร่งใส *adj* transparent
โปรตีน *n* protein
โปรย *v* sprinkle
โป๊ะ *n* barge
ไป *iv* go
ไปด้านข้าง *adv* sideways
ไปด้านหนึ่ง *adv* aside
ไปทาง *pre* towards, facing
ไปทางตะวันตก *adv* westbound
ไปทางใต้ *adv* southbound
ไปเป็นเพื่อน *v* accompany
ไปมาหาสู่บ่อยๆ *v* frequent
ไปรษณียบัตร *n* postcard
ไปรับ *v* pick up
ไปหา *v* visit

ผ

ผกผัน *v* turn over
ผงกศีรษะ *v* beckon, nod
ผม *pro* I
ผม *n* hair
ผมปลอม *n* wig
ผมเปีย *n* braid
ผมม้า *n* bangs
ผมหยิก *n* curl
ผล *n* effect
ผลกระทบ *n* impact
ผลงานชิ้นเอก *n* masterpiece
ผลงานทางศิลปะ *n* artwork
ผลต้นโอ๊ก *n* acorn
ผลตอบแทน *n* bonus
ผลที่เกิดขึ้น *n* product
ผลที่ตามมา *n* sequel
ผลบวก *n* sum

ผลแบล็กเบอร์รี *n* blackberry
ผลประโยชน์ *n* advantage, benefit
ผลพลอยได้ *n* by-product
ผลไม้ *n* fruit
ผลไม้กวน *n* jam, conserve
ผลไม้ทับทิม *n* pomegranate
ผลร้ายที่ตามมา *n* fallout
ผลลัพธ์ *n* consequence, outcome, result
ผลสุดท้าย *n* eventuality
ผลหาร *n* quotient
ผลแอพพริค็อท *n* apricot
ผลัก *v* shove, bulldoze, push
ผลักออก *v* eject
ผลัดเปลี่ยน *v* alternate
ผลิ *v* sprout
ผลิต *v* produce, turn out
ผลิตด้วยเครื่องจักร *v* manufacture
ผลิตภัณฑ์ *n* product
ผลิบาน *v* bloom, blossom
ผลึกแก้ว *n* crystal
ผสม *v* blend, mingle, mix
ผสมกัน *v* combine, mixed-up
ผสมผสาน *v* integrate
ผ่อนคลาย *v* relieve, relax; lubricate
ผอม *adj* lean, thin, skinny
ผอมลง *v* attenuate
ผอมแห้ง *adj* emaciated
ผักกาดหอม *n* lettuce
ผักคึ่นช่าย *n* celery
ผักชีฝรั่ง *n* parsley
ผังงาน *n* chart
ผันคำ *v* conjugate
ผันแปร *v* fluctuate
ผันผาย *v* set out
ผ้า *n* cloth
ผ้ากันเปื้อน *n* apron
ผ้าขนสัตว์ *n* felt
ผ้าขนหนู *n* towel
ผ้าขี้ริ้ว *n* rag
ผ้าแขวน *n* drape
ผ้าคลุมเตียง *n* bedspread
ผ้าคลุมไหล่ *n* cape
ผ้าเช็ดหน้า *n* handkerchief
ผ่าตัด *v* operate
ผ้าแถบแดง *n* red tape
ผ่าน *pre* across
ผ่านไป *pre* by
ผ่านไป *v* elapse
ผ่านพ้นไป *v* lapse
ผ้าใบ *n* canvas
ผ้าปูโต๊ะ *n* tablecloth
ผ้าปูที่นอน *n* sheet
ผ้าพันคอ *n* scarf
ผ้าพันแผล *n* bandage
ผ้าม่าน *n* curtain
ผ้าริ้ว *n* stripe
ผ้าลินิน *n* linen

ผ้าสักหลาด *n* felt
ผาสุข *adj* blissful
ผ้าห่ม *n* blanket, comforter, quilt
ผ้าหรือสิ่งทอ *n* fabric
ผ้าห่อศพ *n* shroud
ผ้าไหม *n* silk
ผ้าอ้อม *n* diaper
ผิด *adj* wrong
ผิดกฎหมาย *adj* illegal, illicit
ผิดกฎหมาย *v* outlaw
ผิดกฎหมาย *n* backdoor
ผิดปกติ *adj* grotesque, irregular, unusual
ผิดปรกติ *adj* abnormal
ผิดรูปร่าง *v* deform
ผิดศีลธรรม *adj* immoral
ผิว *n* skin
ผิวปาก *v* whistle
ผิวไหม้จากแดด *n* sunburn
ผี *n* apparition
ผีดูดเลือด *n* vampire
ผีเสื้อ *n* butterfly
ผีเสื้อราตรี *n* moth
ผึ้ง *n* bee
ผื่น *n* rash
ผุพัง *v* decay
ผูก *v* fast
ผูกขาด *v* monopolize
ผูกติด *v* fasten
ผูกพัน *v* attach
ผูกพัน *adj* binding
ผูกมัด *v* obligate
ผู้กระทำผิด *n* culprit, misdemeanor
ผู้ก่อกวน *n* agitator
ผู้ก่อการ *n* founder
ผู้ก่อการกบฎ *n* rebel
ผู้ก่อการจราจล *n* agitator
ผู้ก่อการร้าย *n* terrorist, thug
ผู้ก่อสร้าง *n* builder
ผู้ขว้าง *n* pitcher
ผู้เข้าแข่งขัน *n* competitor, contestant
ผู้เข้ารับการอบรม *n* trainee
ผู้คลั่งไคล้ *n* fan
ผู้ควบคุม *n* ruler
ผู้คอยช่วยชีวิต *n* lifeguard
ผู้คัดค้าน *n* opponent
ผู้คัดค้าน *adj* dissident
ผู้คุม *n* jailer
ผู้คุ้มกัน *n* guardian
ผู้จัดการ *n* manager
ผู้จัดการทรัพย์สิน *n* trust
ผู้จำหน่าย *n* dealer
ผู้ โจมตี *n* raider
ผู้ชนะ *n* champ, champion, conqueror, victor, winner
ผู้ชม *n* audience, onlooker, spectator

ผู้ชมเชย n admirer
ผู้ช่วยชีวิต n savior
ผู้ช่วยเหลือ n helper
ผู้ชาย n man, male
ผู้ชี้นำ n guide
ผู้เช่า n lessee
ผู้เชื่อ n believer
ผู้ใช้ n user
ผู้ใช้แรงงาน n laborer
ผู้ซึ่ง pro whom
ผู้ซื้อ n buyer
ผู้ดูด n sucker
ผู้ดูแล n custodian
ผู้ดูแลที่ดิน n bailiff
ผู้ได้รับมอบอำนาจ adj mandatory
ผู้ตรวจสอบ n inspector
ผู้ต้องสงสัย n suspect
ผู้ตั้งชื่อ n denominator
ผู้ติดตาม n henchman
ผู้ติดเหล้า adj alcoholic
ผู้แต่ง n composer
ผู้แต่งนวนิยาย n novelist
ผู้ถือหุ้น n shareholder
ผู้ถืออเทวนิยม n atheist
ผู้ถูกกักกัน n inmate
ผู้ทรงเกียรติ n dignitary
ผู้ทำการรักษา n curator
ผู้ทำร้าย n assailant, attacker
ผู้ทำลาย n destroyer

ผู้ทำสงครามศาสนา n crusader
ผู้ที่ไปเป็นเพื่อน n escort
ผู้ที่มีเค้าว่าจะแพ้ n underdog
ผู้ที่หย่าร้าง n divorcee
ผู้ที่หลบหนี n fugitive
ผู้ที่อยู่ตรงกันข้าม n opposite
ผู้ทุกข์ทรมาน n martyr
ผู้แทน n delegate
ผู้นำ n ruler, leader, precursor, ringleader
ผู้นิยมอนาธิปไตย n anarchist
ผู้บงการ n dictator
ผู้บริจาค n contributor, donor
ผู้บริโภค n consumer
ผู้บริหารงาน n executive
ผู้บอก n informant, teller
ผู้บังคับการ n commander
ผู้บัญญัติกฎหมาย n lawmaker
ผู้บุกเบิก n pioneer
ผู้บุกรุก n aggressor, intruder
ผู้ปกครอง n parents, patrol
ผู้ประกอบการ n entrepreneur, tycoon
ผู้ประกาศ n announcer
ผู้ประกาศข่าว n broadcaster
ผู้ประพฤติชั่ว n sinner
ผู้ประมูล n auctioneer
ผู้ประสานงาน n coordinator
ผู้ป้องกันตัว n defender
ผู้เป็นโรคเรื้อน n leper

ผู้เป็นสื่อกลาง *n* mediator
ผู้เปลี่ยนศาสนา *n* convert
ผู้ผลิต *n* maker
ผู้เผยแพร่ศาสนา *n* apostle, missionary
ผู้พำนักอาศัย *n* occupant
ผู้พิพากษา *n* judge, magistrate
ผู้พิมพ์จำหน่าย *n* publisher
ผู้พูด *n* speaker
ผู้แพ้ *n* loser
ผู้ฟัง *n* audience, listener
ผู้มาถึง *n* arrival
ผู้มาเยือน *n* visitor
ผู้มาใหม่ *n* newcomer
ผู้มีชื่อเสียง *n* celebrity
ผู้มีบุญคุณ *n* benefactor
ผู้ไม่ถือศาสนา *n* agnostic
ผู้ย้ายถิ่น *n* emigrant
ผู้ร่วมงาน *n* collaborator
ผู้รักษา *n* healer
ผู้รักษาประตู *n* goalkeeper
ผู้รับเคราะห์ *n* scapegoat
ผู้รับเงิน *n* payee
ผู้รับจดหมาย *n* addressee
ผู้รับจำนำ *n* pawnbroker
ผู้รับประทานอาหาร *n* diner
ผู้รับประโยชน์ *n* beneficiary
ผู้รายงาน *n* reporter
ผู้ริเริ่มโครงการ *n* mastermind

ผู้รุกราน *n* invader
ผู้เริ่มหัด *n* novice
ผู้เรียนรู้ *n* learner
ผู้ลอบยิง *n* sniper
ผู้ลักลอบ *n* smuggler
ผู้ลับ *n* sharpener
ผู้ลี้ภัย *n* refugee
ผู้เล่น *n* player
ผู้ว่า *n* governor
ผู้วิเศษ *n* sorcerer
ผู้ศรัทธา *n* believer
ผู้ส่ง *n* sender
ผู้ส่งข่าว *n* runner
ผู้สงสัย *n* skeptic
ผู้ส่งสาส์น *n* messenger
ผู้สนับสนุน *n* sponsor, supporter
ผู้สมรู้ร่วมคิด *n* accomplice, conspirator
ผู้สมัคร *n* applicant, candidate
ผู้สร้าง *n* creator
ผู้สอน *n* instructor
ผู้สารภาพผิด *n* confessor
ผู้สืบมรดก *n* successor
ผู้สื่อข่าว *n* reporter, correspondent, herald
ผู้เสแสร้ง *adj* hypocrite
ผู้แสดง *n* act
ผู้แสวงบุญ *n* pilgrim
ผู้หญิง *n* female
ผู้หญิง (พหูพจน์) *n* women

ผู้หญิง (เอกพจน์) *n* woman
ผู้เห็นเหตุการณ์ *n* bystander
ผู้ให้ *n* supplier
ผู้ให้เช่า *n* lessor
ผู้ใหญ่ *n* adult, grown-up
ผู้อพยพ *n* migrant
ผู้อพยะ *n* immigrant
ผู้อยู่รอด *n* survivor
ผู้อยู่สันโดษ *n* loner
ผู้อยู่อาศัย *n* tenant
ผู้อ่าน *n* reader
ผู้อารักขา *n* safeguard
ผู้อำนวยการ *n* director
ผู้อุปการะ *n* patron
เผชิญหน้า *v* confront, encounter, face; envisage
เผชิญหน้ากับ *v* face up to
เผด็จการ *adj* authoritarian, despotic
เผด็จการ *n* tyrant
เผ็ดร้อน *adj* spicy
เผ่น *v* dash
เผ่นพรวด *iv* spring
เผ่นหนี *v* run away
เผยแพร่ *v* plug; disseminate
เผา *v* fire; broil, burn, char
เผ่า *n* tribe
เผาไหม้จนเกรียม *v* scorch
เผื่อว่า *c* supposing
แผ่กิ่งก้านสาขา *v* sprawl
แผง *n* stand
แผงขายหนังสือพิมพ์ *n* newsstand
แผงลอย *n* stall, booth
แผงเอกสาร *n* dossier
แผน *n* form, plot
แผนก *n* division, sector, section, department
แผ่นกระเบื้อง *n* tile
แผนการ *n* plan
แผ่นจารึก *n* tablet
แผ่นดินใหญ่ *n* mainland
แผ่นดินไหว *n* earthquake
แผนที่ *n* map
แผนผัง *n* diagram
แผ่นเสียง *n* record
แผ่นหิน *n* slab
แผลตัดลึก *n* gash
แผลถลอก *n* bruise
แผลเป็น *n* scar
แผลมีหนอง *n* ulcer
โผงผาง *adj* outspoken
โผบิน *v* flutter, soar

ฝ

ฝน *n* rain
ฝนตก *v* rain
ฝนตกหนัก *n* torrent
ฝนปรอย *n* drizzle
ฝนปรอยๆ *n* shower
ฝนฟ้าคะนอง *n* thunderstorm
ฝนห่าใหญ่ *n* downpour
ฝอย *n* fringe
ฝักบัว *n* shower
ฝัง *v* implant, bury
ฝั่งทะเล *n* coast, coastline
ฝัน *iv* dream
ฝันกลางวัน *v* daydream
ฝันร้าย *n* nightmare
ฝ่า *v* go through
ฝ่าเท้า *n* sole
ฝาปิด *n* cover, lid
ฝาแฝด *n* twin
ฝ่าฟัน *v* undergo
ฝ่ามือ *n* palm
ฝ่าย *n* side
ฝ้าย *n* cotton
ฝ่ายขวา *n* right
ฝิ่น *n* opium
ฝี *n* ulcer
ฝีดาษ *n* smallpox
ฝีเท้า *n* footstep, pace
ฝึกซ้อม *v* coach
ฝึกฝน *v* practice
ฝึกอบรบ *v* drill
ฝืนทน *v* withstand
ฝุ่นจับ *adj* dusty
ฝุ่นละออง *n* dust
ฝูง *n* swarm, pack
ฝูงชน *n* crowd, mob, people
เฝ้าดู *v* watch
ใฝ่ฝัน *v* aspire
ไฝ *n* mole

พ

พจนานุกรม *n* dictionary
พ่นน้ำ *v* spray
พ้นผิด *v* acquit
พนักงาน *n* personnel
พนักงานขาย *n* salesman, seller
พนักงานจดทะเบียน *n* notary
พนักงานดับเพลิง *n* firefighter
พนักงานต้อนรับ *n* receptionist
พนักงานนวดชาย *n* masseur
พนักงานนวดหญิง *n* masseuse
พนักงานบัญชี *n* accountant, bookkeeper

พนักงานเฝ้าประตู *n* usher
พนัน *v* wage, gamble
พนัน *n* bet
พบ *iv* meet
พบโดยบังเอิญ *v* bump into
พยัญชนะ *n* alphabet; consonant
พยากรณ์ *iv* forecast, predict
พยางค์ *n* syllable
พยาธิ *n* parasite
พยาน *n* evidence, witness
พยานหลักฐาน *n* testimony
พยาบาท *adj* vindictive
พยาบาล *n* nurse
พยายาม *v* try, attempt, endeavor, struggle
พยายามค้นหา *v* fathom out
พรม *n* mat, carpet, rug
พรม *v* spray
พรรค *n* party
พรรคพวก *n* follower, partisan
พรรณา *v* depict
พรวดพราด *v* plunge
พรสวรรค์ *n* charisma, talent
พรหมจาริณี *n* virgin
พรหมลิขิต *n* providence
พร้อม *adj* ready
พร้อมกัน *adj* concurrent, simultaneous
พร้อมกัน *adv* together
พร้อมที่จะต่อสู้ *adj* militant
พระ *n* monk, pastor
พระคริสต์ *n* clergyman, friar; Messiah
พระจันทร์ *n* moon
พระเจ้า *n* God
พระมหากษัตริย์ *n* monarch
พระราชกฤษฎีกา *n* decree
พระราชบัญญัติ *n* act
พระราชวงศ์ *n* royalty
พระราชวัง *n* palace
พระราชา *n* king
พระราชินี *n* queen
พระสอนศาสนา *n* shepherd
พระสังฆราช *n* patriarch
พระสันตะปาปา *n* pontiff, Pope
พระอาทิตย์ *n* sun
พระอาทิตย์ขึ้น *n* sunrise
พระอาทิตย์ตก *n* sunset
พราก *v* sever
พร่ามัว *adj* misty
พรายแสง *v* glitter, glow
พร่ำบ่น *v* grouch, whine
พริกไทย *n* pepper
พริกหยวก *n* bell pepper
พริ้ว *v* waver
พรุ่งนี้ *adv* tomorrow, yesterday
พฤกษศาสตร์ *n* botany
พลบค่ำ *n* dusk, evening, twilight
พลเมือง *n* inhabitant

พลเรือเอก n admiral
พลอย n pebble
พลเอก n general
พลัง n might
พลังงาน n steam, energy, power
พลัดตก v tumble
พลัดหลง v astray
พลั่ว n shovel
พลาด v miss
พลาสติก n plastic
พลิก v turn over, flip
พลิกกลับ adv upside-down
พลิกคว่ำ v overturn
พลุ n rocket
พลุ้ย v stick out
พวก n team, batch
พวกกามวิตถาร n pervert
พวกเขา pro they
พวกเขาเหล่านั้น pro themselves
พวกนี้ adj these
พวกเรา pro us, we
พวกเราเอง pro ourselves
พวกอันธพาล n gangster
พ่วง v tow
พวงกุญแจ n key ring
พวงมาลา n garland
พวงหรีด n wreath
พหูพจน์ n plural
พ่อ n dad, father

พ่อครัว n chef, cook
พ่อค้า n merchant
พอได้ยิน adj audible
พ่อตา n father-in-law
พอประมาณ adj tolerable
พอเพียง adj sufficient
พ่อมด n wizard
พอมีอันจะกิน adj well-to-do
พ่อเลี้ยง n stepfather
พ่อหนุ่ม n lad
พ่อหม้าย n widower
พออาศัยได้ adj habitable
พักผ่อน v rest
พังทลาย v collapse
พังพินาศ v break down
พัฒนา v develop
พัด iv blow
พัดลม n fan
พันตรี n major
พันธบัตร n bond
พันธมิตร n alliance, ally, coalition
พันธุ์ n gene
พันแผล v bandage
พันล้าน n billion
พันเอก n colonel
พับ v fold
พัศดี n warden
พัสดุ n parcel, supplies
พัสดุไปรษณีย์ n parcel post

พากเพียร *v* persevere
พาดพิงถึง *v* refer to
พายเรือ *v* paddle
พายุ *n* storm
พายุหมุน *n* cyclone, twister
พายุหิมะ *n* blizzard
พายุเฮอริเคน *n* hurricane
พาล *adj* bully
พาหนะ *n* vehicle
พำนัก *v* put up
พิการ *adj* cripple, disabled
พิง *iv* lean
พิงหมอน *v* cushion
พิจารณา *v* view, consider, scan
พิจารณาทบทวน *v* reconsider
พิณใหญ่ *n* harp
พิถีพิถันมาก *adj* meticulous
พิธี *n* ceremony
พิธีกรรม *n* worship
พิธีชำระล้าง *n* christening
พิธีทางศาสนา *n* rite
พิธีบรมราชาภิเษก *n* coronation
พิธีเปิด *n* inauguration
พิธีฝังศพ *n* burial
พิธีรีตอง *n* formality
พิธีศีลจุ่ม *n* baptism
พิธีสวด *n* liturgy
พินัยกรรม *n* testament, will
พินาศ *v* wreck

พินิจ *v* look over
พิพากษา *v* hand down, decree
พิพากษาลงโทษ *v* sentence
พิพิธภัณฑ์ *n* museum
พิพิธภัณฑ์สัตว์น้ำ *n* aquarium
พิมพ์ *v* mold, print, type
พิมพ์เขียว *n* blueprint
พิมพ์ซ้ำ *v* reprint
พิมพ์ออกจำหน่าย *v* publish
พิเศษ *adj* special
พิษ *n* poisoning, toxin, venom
พิสูจน์ *v* testify, attest, prove
พิสูจน์หักล้าง *v* debunk, disprove
พี่เขยหรือน้องเขย *n* brother-in-law
พีชคณิต *n* algebra
พี่ชายหรือน้องชาย *n* brother
พี่น้อง *n* brethren
พี่เลี้ยงเด็ก *n* babysitter, nanny
พี่สาว *n* sister
พึ่งพา *v* rely on
พึ่งพาอาศัย *v* lean on
พึงสังเกต *v* remark
พืช *n* vegetation
พืชจำพวกกก *n* reed
พืชตะไคร่น้ำ *n* moss
พืชผล *n* crop, produce
พื้น *n* floor
พื้นดิน *n* ground
พื้นเตา *n* hearth

พื้นที่ n area
พื้นที่ราบ n plain
พื้นผิว n surface
พื้นเมือง adj native
พื้นรองเท้า n sole
พื้นราบ n plane
พุง n belly
พุ่งกลับไปกลับมา v shuttle
พุ่งพรวด v dart
พุ่มไม้ n bush
พูด iv say, speak, talk
พูดคุย v chat
พูดดูถูก v belittle
พูดได้สองภาษา adj bilingual
พูดตลก v joke
พูดตะกุกตะกัก v falter
พูดติดอ่าง v stammer, stutter
พูดแทรก v heckle
พูดนอกเรื่อง v digress
พูดเป็นนัย v hint, imply, insinuate
พูดพึมพำ v mumble
พูดเพ้อเจ้อ v rave
พูดไม่ค่อยชัด v slur
พูดไม่ออก adj speechless
พูดย่อ v brief
พูดไร้สาระ v babble
พูดเล่น v kid
พูดเลยเถิด v exaggerate
เพ่ง v gaze

เพชร n diamond
เพดาน n ceiling
เพดานปาก n palate
เพนิซิลิน n penicillin
เพราะฉะนั้น adv hence
เพราะฉะนั้น c inasmuch as
เพราะว่า c because
เพรียว adj wily
เพลง n song
เพลงเกี้ยวสาว n serenade
เพลงชาติ n anthem
เพลงสดุดี n anthem
เพลงสวด n anthem
เพลา n axle
เพลิดเพลิน v enjoy, relish
เพลี่ยงพล้ำ v botch
เพศ n sex, gender
เพาะ v implant
เพาะปลูก v cultivate, crop, farm, till; tame
เพิกถอนสิทธิ v disinherit
เพิง n shed
เพิ่งแต่งงาน adj newlywed
เพิ่ม v step up
เพิ่มขึ้น v mount, increase, sharpen
เพิ่มความสูง v heighten
เพิ่มเติม v affix
เพิ่มทวีคูณ v redouble
เพิ่มมากขึ้น v augment

เพิ่มสีสัน *v* season
เพียงเท่านั้น *adv* merely
เพียงบางส่วน *adv* partially
เพียงผู้เดียว *adj* sole
เพียงพอ *adj* adequate
เพียงพอ *adv* enough
เพียงลำพัง *adv* solely
เพียบพร้อม *adj* replete
เพื่อ *pre* for
เพื่อน *n* mate, companion, friend
เพื่อนเกลอ *n* crony
เพื่อนคู่หู *n* buddy, pal
เพื่อนเจ้าบ่าว *n* best man
เพื่อนเจ้าสาว *n* bridesmaid
เพื่อนบ้าน *n* neighbor
เพื่อนฝูง *n* fellow
เพื่อนร่วมงาน *n* colleague
เพื่อนร่วมชั้น *n* classmate
เพื่อนร่วมชาติ *n* compatriot
เพื่อนสนิท *n* comrade
แพ *n* raft
แพ้ *iv* lose
แพ้ *adj* beaten
แพง *adj* costly, expensive, pricey
แพทย์ *n* physician
แพ้ไม่ได้ *adj* unbeatable
แพร่เชื้อ *v* transmit
แพร่พันธุ์ *v* generate
แพร่สะพัด *iv* spread
แพร่หลาย *v* prevail
แพร่หลาย *adj* widespread
แพลม *v* let out
แพะ *n* goat
แพะตัวผู้ *n* buck
โพรง *n* burrow
ไพเราะ *adj* melodic

ฟ

ฟอก *v* purge
ฟอกสี *v* bleach
ฟอง *n* foam, lather
ฟองน้ำ *n* sponge
ฟ้องร้อง *v* indict, litigate, prosecute, sue
ฟองสบู่ *n* bubble
ฟอสฟอรัส *n* phosphorus
ฟักทอง *n* pumpkin
ฟัง *v* listen
ฟังไม่ขึ้น *adj* unreasonable
ฟัด *v* wrestle
ฟัน *n* dentures, teeth, tooth
ฟัน *v* hack
ฟันกราม *n* molar
ฟันช้าง *n* tusk

ฟ

ฟันผุ n cavity
ฟาด v whip, lash
ฟาดข้าว v thresh
ฟาร์ม n farm
ฟาร์มโคนม n dairy farm
ฟ้าร้อง n thunder
ฟ้าแลบ n lightning
ฟิล์มถ่ายรูป n film
ฟืน n firewood
ฟื้นความจำ v recollect
ฟื้นฟู v revive
ฟุ้งออกมา v emanate
ฟุต n foot
ฟุ่มเฟือย adj redundant, extravagant, lavish, superfluous, wasteful
แฟชั่น n fashion
แฟนสาว n girlfriend
แฟนหนุ่ม n boyfriend
แฟบ v flatten
แฟ้ม n file
แฟ้มเอกสาร n folder
ไฟ n fire
ไฟฉาย n flashlight
ไฟฉายสว่างจ้า n spotlight
ไฟแช็ค n lighter
ไฟตามถนน n streetlight
ไฟฟ้า n currency

ภ

ภรรยา n housewife, wife, wives
ภรรยาท่านดยุค n duchess
ภรรยายศขุนนาง n countess
ภราดรภาพ n brotherhood
ภัยพิบัติ n catastrophe
ภัยแล้ง n drought
ภัยอันตราย n menace
ภาค n sector, quarter
ภาคผนวก n annex
ภาคภูมิใจ adj proud
ภาคเรียน n term
ภาชนะ n container
ภาพ n draw
ภาพเขียน n drawing, painting
ภาพเงา n silhouette
ภาพถ่ายเร็ว n snapshot
ภาพทิวทัศน์ n view
ภาพมายา n illusion
ภาพยนตร์ n movie
ภาพร่าง n sketch
ภาพลวงตา n mirage
ภาพล้อ n caricature
ภายนอก adj outer, exterior, outward
ภายใน pre in, within
ภายใน adj inside, interior
ภายในประเทศ adj domestic

ภายในประเทศ *adv* inland
ภายหลัง *adj* subsequent
ภารโรง *n* janitor
ภาระกิจ *n* duty
ภาระที่เพิ่มขึ้น *n* surcharge
ภาระหน้าที่ *n* mission
ภาวะขาดสารอาหาร *n* malnutrition
ภาวะเจริญพันธุ์ *n* fertility
ภาวะตกต่ำ *n* decline
ภาวะถดถ่อย *n* recession
ภาวะวิกฤติ *n* dilemma
ภาวะสิ่งแวดล้อม *n* environment
ภาษา *n* language
ภาษากรีก *adj* Greek
ภาษาท้องถิ่น *n* dialect
ภาษาฝรั่งเศส *adj* French
ภาษาเยอรมัน *adj* German
ภาษิต *n* saw, motto
ภาษี *n* tariff, tax
ภาษีอากร *n* revenue
ภิกษุณี *n* priestess
ภูเขา *n* mount, mountain
ภูเขาน้ำแข็ง *n* iceberg
ภูเขาไฟ *n* volcano
ภูตผีปีศาจ *n* demon
ภูติผีปีศาจ *n* evil, ghost, phantom
ภูมิคุ้มกัน *n* immunity
ภูมิประเทศ *n* landscape, terrain
ภูมิภาค *n* province

ภูมิลำเนา *n* homeland
ภูมิศาสตร์ *n* geography
ภูมิหลัง *n* background
ภูมิอากาศ *n* climate
เภสัชกร *n* pharmacist
โภชนาการ *n* nutrition

ม

มงกุฎ *n* crown
มณฑล *n* county
มด *n* ant
มดลูก *n* uterus, womb
มติมหาชน *n* consensus
มนุษย์ *n* men
มนุษย์กินคน *n* cannibal
มนุษยชาติ *n* mankind
มนุษยศาสตร์ *n* humanities
มร. *n* mister
มรกต *n* emerald
มรณกรรม *n* demise
มรดก *n* inheritance, patrimony
มลทิน *n* blemish
มลพิษ *n* pollution
ม้วน *v* roll, spin
ม้วนกระดาษ *n* scroll

ม้วนเอกสาร *n* roll
มวย *n* boxing
มวยคาราเต้ *n* karate
มวยผม *n* bun
มวลมนุษย์ *n* humankind
มหกรรม *n* festivity
มหัศจรรย์ *adj* prodigious
มหาดเล็ก *n* page
มหานคร *n* metropolis
มหาภัย *adj* perilous
มหาวิทยาลัย *n* university
มหาสมุทร *n* ocean
มหึมา *adj* colossal, enormous, immense
มองข้าม *v* overlook
มองเข้าไป *v* look into
มองดู *v* look, look at
มองไม่เห็น *adj* invisible
มองลอด *v* peep
มองโลกในแง่ดี *adj* optimistic
มองเห็น *iv* see, discern, distinguish
มอด *v* die out
มอบความไว้วางใจ *v* entrust
มอบรางวัล *v* award
มอบหน้าที่ *v* delegate
มอบหมาย *v* commit
มอบหมายงาน *v* assign, earmark
มอบให้ *v* confer, dedicate
มะกอก *n* olive
มะเขือเทศ *n* tomato

มะเดื่อ *n* fig
มะนาว *n* lemon, lime
มะพร้าว *n* coconut
มะเร็ง *n* cancer
มะฮอกกานี *n* mahogany
มังกร *n* dragon
มัด *n* bundle, bunch
มัดรวมกัน *v* bundle
มัธยัตถ์ *v* economize
มั่นใจ *adj* positive, confident, stable, steady, firm, resolute, sturdy
มันเทศ *n* yam
มันบด *v* mash
มันฝรั่ง *n* potato
มันฝรั่งทอด *n* fries
มันเยิ้ม *adj* fatty
มัมมี่ *n* mummy
มัสตาร์ด *n* mustard
มา *iv* come
ม้า *n* mount; horse
มาก *adv* lot, much, very
มากกว่า *v* surpass
มากเกินไป *adj* intolerable
มากขึ้น *adj* more
มากที่สุด *adj* maximum, most
มากเป็นพิเศษ *adj* plus
มากเป็นสองเท่า *v* double
มากมาย *adj* several, stupendous, incalculable, lots, many, numerous, plentiful

มากมาย *n* plenty
มาก่อน *adj* foremost
มาจาก *v* come from
มาจากบรรพบุรุษ *adj* hereditary
มาตรฐาน *n* standard, norm
มาตรา *n* statute, code
มาถึง *v* arrive
ม่านบังแดด *n* awning
ม้านั่งในโบสถ์ *n* pew
ม้านั่งยาว *n* couch
มายา *n* fallacy
มาเยือน *v* come over
มารยา *n* guile
มารยาท *n* decorum, etiquette, manner
มารยาทสังคม *n* manners
ม้าล่อ *n* mule
มาลัย *n* wreath
ม้าลาย *n* zebra
ม้าหรือลาตัวเมีย *n* mare
มาหา *v* drop in
มิตรภาพ *n* fellowship
มิติ *n* dimension
มิลลิกรัม *n* milligram
มิลลิเมตร *n* millimeter
มี *iv* have
มีกระ *adj* freckled
มีกลิ่น *iv* smell
มีกลิ่นหอม *adj* aromatic

มีการศึกษา *adj* literate
มีกำไร *v* profit
มีกำลังเหนือ *v* overpower
มีคนมาก *adj* crowded
มีความคิดเห็น *v* view
มีความสุข *adj* happy
มีความหมาย *adj* meaningful
มีความหมายว่า *v* signify
มีความหวัง *adj* hopeful
มีค่า *adj* precious, valuable, worthy
มีค่าเกิน *v* outweigh
มีคุณสมบัติ *v* qualify
มีจำนวนมากกว่า *v* outnumber
มีเจตนาร้าย *adj* spiteful
มีใจโอนเอียง *adj* prone
มีชัย *adj* triumphant, victorious
มีชัยต่อ *v* defeat
มีชีวิต *adj* alive
มีชีวิตชีวา *adj* live, lively
มีชีวิตอีก *v* relive
มีชื่อเสียง *adj* famous, illustrious, popular, renowned
มีด *n* cutlery, knife
มีแดดมาก *adj* sunny
มีตัณหา *adj* lewd
มีตัณหาราคะ *adj* lustful
มีตัวตน *adj* substantial
มีถิ่นที่อยู่ *v* lodge
มีท้อง *v* conceive

มีโทสะ *v* rampage
มีธุระ *v* engage
มีประโยชน์ *adj* useful
มีประสิทธิภาพ *adj* effective
มีเปลือก *adj* crusty
มีผล *adj* productive
มีผลดก *adj* fruitful
มีผลต่อ *v* affect; color
มีผลย้อนหลับ *adj* retroactive
มีฝนชุก *adj* rainy
มีพรสวรรค์ *adj* gifted
มีพันธะ *adj* committed
มีพายุจัด *adj* stormy
มีภาระหนัก *adj* laden
มีมิตรไมตรีจิต *adj* genial
มีเมฆมาก *adj* cloudy
มีเมตตา *adj* benevolent
มีเมล็ดมาก *adj* seedy
มีรสเผ็ด *adj* hot
มีราคา *iv* cost
มีราคา *adj* exorbitant
มีรูปร่าง *adj* tangible
มีลมแรง *adj* gusty, windy
มีลักษณะเฉพาะ *adj* unique
มีวัฒนธรรม *adj* civil
มีสติ *adj* conscious, sane
มีสมรรถภาพ *adj* efficient
มีส่วน *v* share
มีส่วนร่วม *v* hand in, participate
มีสีขาว *adj* white
มีสีทอง *adj* golden
มีสีสัน *adj* colorful, flamboyant
มีเสน่ห์ *adj* glamorous
มีเสียงแหลม *v* rattle
มีหมอกคลุม *adj* misty
มีหมัด *adj* lousy
มีเหตุผล *adj* rational
มีไหวพริบ *adj* sensible, tactful, witty
มีอยู่ *v* exist
มีอัธยาศัยดี *adj* amiable
มีอันตราย *adj* dangerous, risky
มีอันเป็นไป *v* go down
มีอาการหน้าแดง *v* blush
มีอำนาจ *adj* potent, powerful
มีอำนาจ *v* ascend
มีอำนาจมาก *adj* almighty
มีอิทธิพล *adj* influential
มืด *adj* dark
มืดครึ้ม *adj* overcast
มืดมัว *adj* sullen, gloomy
มืดมาก *adj* pitch-black
มืดลง *v* darken
มือ *n* hand
มือปืน *n* gunman
มือสมัครเล่น *adj* amateur
มือใหม่ *n* beginner
มืออ่อนตีนอ่อน *v* wear out

มื้ออาหาร *n* meal
มุขตลก *n* gag
มุ่ง *v* direct
มุ่งเน้น *v* focus on
มุ่งไปยัง *v* pursue
มุ่งมั่น *iv* strive
มุ่งหน้า *adj* bound for
มุ่งหน้า *v* head for
มุ่งหน้าทางตะวันออก *adj* eastbound
มุ่งหน้าไป *adv* onwards
มุด *v* duck
มุม *n* angle, corner
มุมมอง *n* angle, aspect
มุสลิม *adj* Muslim
มูนดิน *n* heap
มูลฐาน *n* basis
มูลนิธิ *n* foundation
มูลสัตว์ *n* dung
เมฆ *n* cloud
เม็ดถั่ว *n* lentil
เม็ดเล็ก *n* globule
เม็ดโลหิต *n* corpuscle
เมตตากรุณา *n* benevolence
เมตตากรุณา *adj* gracious
เมตร *n* meter
เม่น *n* porcupine
เมล็ดข้าว *n* grain
เมล็ดพืช *n* seed
เมล็ดรูปไต *n* kidney bean

เมล็ดอัลมอนด์ *n* almond
เมา *adj* drunk
เมาเรือ *adj* seasick
เมีย *n* housewife
เมีย (พหูพจน์) *n* wives
เมีย (เอกพจน์) *n* wife
เมียน้อย *adj* polygamist
เมื่อ *c* once
เมื่อคืนนี้ *adv* last night
เมือง *n* borough, city, town
เมืองหลวง *n* capital
เมื่อเร็วๆนี้ *adv* lately
เมื่อเร็วๆนี้ *adj* recent
เมื่อไหร่ *adv* when
เมื่อไหร่ก็ตาม *adv* whenever
แม่ *n* mom, mother
แม้กระทั่ง *c* though
แม่ไก่ *n* hen
แมงมุม *n* spider
แมงมุมพิษ *n* tarantula
แม้จะมี *c* despite
แม่ชี *n* nun
แม่นยำ *adj* accurate
แม่น้ำ *n* river
แม่บ้าน *n* housewife; maid, housekeeper
แม่พิมพ์ *n* block
แม่มด *n* witch
แม่ยาย *n* mother-in-law

แมลง *n* bug, insect
แมลงเต่าทอง *n* beetle
แมลงปรสิตเล็กๆ *n* lice, louse
แมลงป่อง *n* scorpion
แมลงวัน *n* fly
แมลงสาป *n* cockroach
แม่เลี้ยง *n* stepmother
แมว *n* cat
แมวน้ำ *n* seal
แมวป่าชนิดหนึ่ง *n* lynx
แม้ว่า *c* even if
แม่หม้าย *n* widow
แม่เหล็ก *n* magnet
โมฆะ *adj* void
โมเลกุล *n* molecule
ไม่ *c* nor
ไม่ *adv* not
ไม้ *n* wood
ไม้กระบอง *n* bar
ไม้กวาด *n* broom
ไม้กางเขน *n* cross, crucifix
ไม่เกี่ยวข้อง *adj* unrelated
ไม่ขาดระยะ *adj* unbroken
ไม่เข้มแข็ง *adj* spineless
ไม่แข็ง *adj* sleazy
ไม้แขวน *n* hanger
ไม่คงทน *adj* precarious
ไม่ค่อยจะ *adv* seldom
ไม่คาดคิด *adj* unexpected

ไม่คาดฝัน *adj* unforeseen, unpredictable
ไม้คาน *n* lever
ไม่คำนึงถึง *adj* irrespective
ไม่คุ้น *adj* unfamiliar
ไม่คุ้มค่า *adj* worthless
ไม่เคย *adv* never
ไม่เคยขาด *adj* unfailing
ไมโครโฟน *n* microphone
ไม่จบสิ้น *adj* unending
ไม่จริง *adj* fictitious
ไม่จริงใจ *adj* insincere
ไม่จำเป็น *adj* needless, unnecessary
ไม้จิ้มฟัน *n* toothpick
ไม่เจ็บปวด *adj* painless
ไม่ชอบอีกต่อไป *adj* disenchanted
ไม่เชื่อฟัง *v* disobey
ไม่ใช่ทั้งสองอย่าง *adj* neither
ไม่ซื่อสัตย์ *adj* dishonest, disloyal
ไม่ดี *adj* bad
ไม่ได้รับบาดเจ็บ *adj* unhurt
ไม่ตรง *adj* devious
ไม่ตรงประเด็น *adj* irrelevant
ไมตรีจิต *n* goodwill
ไม่ต้องการ *adj* undesirable
ไม่ต้องสงสัย *adv* undoubtedly
ไม่ต่อเนื่องกัน *adj* incoherent
ไม่เต็มใจ *adj* reluctant
ไม่เต็มใจ *adv* unwillingly

ไม่ถูกใจ *adj* averse
ไม่ถูกต้อง *adj* improper, incorrect
ไม้เท้า *n* stick, cane
ไม้เท้าพยุง *n* crutch
ไม่ธรรมดา *adj* uncommon
ไม่น่าจะเป็นไปได้ *adj* improbable
ไม่น่าเชื่อ *adj* unbelievable
ไม่น่าสนใจ *adj* insipid
ไม่น่าเอาจริงเอาจัง *adj* frivolous
ไม้เนื้อแข็ง *n* hardwood
ไม่แน่ใจ *adj* uncertain
ไม่แน่นอน *adj* inaccurate, inconsistent, indefinite
ไม่บ่อย *adj* infrequent
ไม่บ่อย *adv* rarely
ไม่บุบสลาย *adj* intact
ไม่เป็นทางการ *adj* casual, informal, off-the-record
ไม่เป็นที่รู้จัก *adj* unknown
ไม่เป็นมิตร *adj* unfriendly
ไม่เป็นสาระ *adj* trivial
ไม่เปลี่ยนรูป *adj* immutable
ไม่ผูกติด *adj* unattached
ไม่พอใจ *adj* discontent, disgruntled
ไม่พอใจ *v* resent
ไม้พาย *n* oar, paddle
ไม้พุ่ม *n* shrub
ไม่เพียงพอ *adj* inadequate, insufficient
ไม่แพง *adj* inexpensive

ไม่มั่นคง *adj* unstable, variable
ไม่มีการศึกษา *adj* illiterate
ไม่มีความหมาย *adj* insignificant, meaningless
ไม่มีค่า *adj* null
ไม่มีคาเฟอีน *adj* decaf
ไม่มีเครื่องเรือน *adj* unfurnished
ไม่มีใคร *pro* no one, nobody
ไม่มีงานทำ *adj* jobless
ไม่มีจุดหมาย *adv* adrift, afloat
ไม่มีชีวิต *adj* lifeless
ไม่มีชื่อเสียง *adj* unpopular
ไม่มีตัวตน *adj* impersonal
ไม่มีทางออกสู่ทะเล *adj* landlocked
ไม่มีที่ใด *adv* nowhere
ไม่มีที่ติ *adj* blameless
ไม่มีที่พึ่ง *adj* defenseless
ไม่มีบ้าน *adj* homeless
ไม่มีบุตร *adj* childless
ไม่มีมลทิน *adj* impeccable
ไม่มีมูล *adj* groundless
ไม่มีมูลความจริง *adj* baseless
ไม่มีเมล็ด *adj* seedless
ไม่มียางอาย *adj* insolent
ไม่มีรูปร่าง *adj* amorphous
ไม่มีเลย *pre* none
ไม่มีเวลา *adj* timeless
ไม่มีเหตุผล *adj* irrational
ไม่มีอันตราย *adj* foolproof, harmless

ไม่ยุติธรรม adj unfair
ไม่รอบคอบ adj shortsighted
ไม่ระบุชื่อ adj anonymous
ไม่ระมัดระวัง adv regardless
ไม่รู้จบ adv ceaselessly
ไม่รู้จบ adj endless
ไม่รู้จักพอ adj insatiable
ไม่รู้จักเหนื่อย adj tireless
ไม่รู้ตัว adj unaware
ไม่รู้สึก adj insensitive
ไม้แร็กเก็ต n racket
ไมล์ n mile
ไม่ลงรอยกัน adj disagreeable
ไม้เลื้อย n vine; trailer
ไม่ไว้วางใจ adj distrustful
ไม่ไว้วางใจ v mistrust
ไม่สงสัย adj unsuspecting
ไม่สนใจ adj disinterested
ไม่สนใจ v disregard
ไม่สบาย adj ill, ailing
ไม่สบาย adv poorly
ไม่สมควรจะได้ adj undeserved
ไม่สมบูรณ์ adj incomplete
ไม่สมศักดิ์ศรี adj unsuitable
ไม่สม่ำเสมอ adj uneven
ไม่สะดวก adj inconvenient
ไม่สำคัญ adj marginal, paltry
ไม่สุก adj raw
ไม่สุภาพ adj impolite

ไม่แสดงกิริยาใดๆ adj passive
ไม่เห็นแก่ตัว adj unselfish
ไม่เห็นด้วย v disagree
ไม่เหมาะสม adj inappropriate, unfit
ไม่อดทน adj impatient
ไม่อนุญาต v disapprove, forbid
ไม่อนุมัติ v veto
ไม่อยู่ adv away
ไม่ออกเสียง adj mute
ไม่โอนอ่อน adj implacable

ย

ยก v hoist, lift
ยกขึ้น v raise, elevate, hold up
ยกเครื่องใหม่ v overhaul
ยกตัวอย่าง v illustrate
ยกโทษให้ v excuse
ยกมรดกให้ v bequeath
ยกย่อง v appreciate, glorify
ยกระดับ v exalt, upgrade
ยกเลิก v quash, abrogate, annul, call off, cancel, extinguish, recant, relinquish, repeal, revoke, strike out
ยกเลิกไม่ได้ adj irrevocable

ยกเว้น *pre* barring, expect
ยกเว้น *v* waive
ยกให้ *v* entail
ยกให้เป็นบุคคล *v* personify
ย่น *v* wrinkle
ยศขุนนาง *n* count
ยโส *adj* arrogant
ย่อ *v* condense, compress, summarize
ย่อความ *v* abbreviate
ย่องเบา *v* break in
ยองใย *n* cord
ยอด *n* peak, sum, cap, crest
ยอดเขา *n* hilltop
ยอดผู้เสียชีวิตจากอุบัติภัย *n* death toll
ยอดเยี่ยม *adj* prime, classy, excellent, marvelous, splendid
ยอดแหลม *n* apex
ย้อนกลับ *adj* backward
ย้อนกลับ *adv* backwards
ย้อนหลัง *adj* belated
ยอม *v* succumb, deign, give in
ย่อม *iv* may
ย้อม *v* dye
ยอมจำนน *v* surrender
ยอมตาม *v* back down
ยอมตามใจ *v* indulge
ยอมแพ้ *v* give up
ยอมรับ *v* hail, admit, accept, condescend, grant

ยอมรับ *adj* avowed
ยอมรับฟัง *adj* amenable
ยอมรับว่าถูก *v* concede
ย้อมสี *v* color
ยอมให้ *v* yield, tolerate
ย่อยยับ *adj* crushing
ย่อยอาหาร *v* digest
ย่อหน้า *n* paragraph
ยักษ์ *n* giant
ยักไหล่ *v* shrug
ยั้ง *iv* withhold
ยังคงอยู่ *v* stick around
ยังค้างอยู่ *adj* pending
ยั้งใจ *v* curb, hold back
ยังไม่บรรลุนิติภาวะ *adj* immature
ยังไม่สุก *adj* crude
ยั่งยืน *adj* lasting
ยัดเยียด *v* cram
ยัดไส้ *n* stuff
ยัติภังค์ *n* hyphen
ยับยั้ง *v* veto, stifle, stop, inhibit, restrain
ยั่วยวน *n* allure
ยั่วยุ *v* aggravate
ยา *n* remedy, drug, medicine
ย่า *n* grandmother
ยาก *adj* hard, complex, difficult, unlikely
ยากจน *adj* indigent
ยากที่จะหา *adj* elusive

ยาเกินขนาด n overdose
ยาแก้ปวด n aspirin, painkiller
ยาแก้พิษ n antidote
ยาขัด n polish
ยาขี้ผึ้ง n ointment
ยาแคปซูล n capsule
ยาฆ่าแมลง n pesticide
ยาง n rubber
ย่าง v broil, grill
ย่างก้าว v pace
ย่างด้วยถ่าน adj charbroiled
ยางแตก n blowout
ยางแตก iv blow out
ยางมะตอย n asphalt
ยางไม้ n gum
ยางรถยนต์ n tire
ยางลบ n eraser
ยาชูกำลัง n tonic
ยาดับกลิ่น n deodorant
ยาบรรเทาปวด n balm
ยาบำรุงกำลัง n dope
ยาปฏิชีวนะ n antibiotic
ยาพอก n paste
ยาพิษ n poison
ยาม n guard
ยาเม็ด n tablet, pill
ยาเม็ดเล็กๆ n pellet
ยาย n granny
ย้ายกลับ v move back
ย้ายถิ่น v emigrate
ย้ายที่ v displace
ย้ายออก v move out
ยาระบาย n purge
ยาว adj long
ยาวนาน adj long-standing
ยาสูบ n tobacco
ยาเสพติด n narcotic
ยาเสพติดโคเคน n cocaine
ยาเสพติดมอร์ฟีน n morphine
ย่ำ iv tread
ย้ำ v reiterate
ยิง v fire, zap, gun down
ยิ่งขึ้น c even more
ยิงทิ้ง v shoot down
ยิงประตู iv shoot
ยิ่งใหญ่ adj substantial, grand, imperial, monumental, paramount
ยินดี v rejoice
ยินยอม v consent, capitulate
ยิ้ม v smile
ยิ้มยิงฟัน v grin
ยีราฟ n giraffe
ยี่สิบ adj twenty
ยี่ห้อ n brand
ยึดครอง iv hold, occupy
ยึดทรัพย์ v confiscate
ยึดหลัก v stick to
ยึดเอาเสียก่อน v preempt

ยืด *v* stretch
ยืดเยื้อ *adj* protracted
ยืดเยื้อ *v* protract
ยืดเวลา *v* defer
ยืดหยุ่น *adj* elastic
ยืดหยุ่นได้ *adj* pliable
ยืดออก *v* extend
ยืน *iv* stand
ยืนกราน *v* insist, persist
ยืนขึ้น *iv* rise
ยืนยัน *v* assert, assure, confirm, corroborate
ยื่นเสนอ *v* submit
ยื่นออกมา *v* protrude
ยืม *v* borrow
ยุคสมัย *n* epoch, era, generation
ยุง *n* mosquito
ยุ่ง *adv* busily
ยุ่ง *adj* busy
ยุ้งข้าว *n* barn
ยุ่งยาก *adj* cumbersome
ยุ่งเหยิง *adj* disorganized, messy
ยุติ *v* wind up
ยุติธรรม *adj* unbiased
ยุบตัว *v* cave in
เย็น *adj* cool, cooling
เย็นลง *v* cool
เย็นเหมือนน้ำแข็ง *adj* ice-cold
เย็บ *v* sew
เย็บปัก *v* embroider, stitch
เย้ยหยัน *v* scoff
เยลลี่ *n* marmalade
เย้ายวนใจ *v* seduce
เยาวชน *n* minor, juvenile
เยาะเย้ย *v* mock
เยี่ยงสัตว์เดรัจฉาน *adj* brute
เยี่ยม *v* visit
เยี่ยม *adj* posh
เยือกเย็น *adj* frigid
เยื่อกระดาษ *n* tissue
เยื่อแก้วหู *n* eardrum
เยื่อบุผิว *n* membrane
เยื่อใย *n* bond
เยื่อหุ้มสมองอักเสบ *n* meningitis
แย่ *adj* terrible
แยก *iv* slit
แยกกัน *v* drift apart
แยกกัน *adj* separate
แยกจากกัน *v* break away, isolate
แยกตัวออก *v* segregate
แยกต่างหาก *v* insulate
แยกทาง *v* break up, split
แยกประเภท *v* sort out
แยกไป *adv* off
แยกย้าย *v* disband
แยกย้ายกันไป *v* scatter
แยกแยะ *v* discriminate
แย่กว่า *adj* worse

แยกออก v come apart, extract, rupture, secede
แยกออกไป v exclude
แยกออกไม่ได้ adj inseparable
แย่งชิง v usurp
แย่ที่สุด adj worst
แยม n marmalade
โยก iv shake, rock
โยกย้าย v row, transfer, transplant
โยง v tie, embroil, throw, toss
โยนทิ้ง iv cast, throw away
โยนลูกเต๋า v dice
ใย n web
ใยแมงมุม n cobweb, spider web

ร

รณรงค์ v campaign
รดน้ำ v water
รถกระบะ n pickup
รถเข็น n cart
รถเข็นล้อเดียว n wheelbarrow
รถจักรยาน n cycle, bicycle, bike
รถจักรยานยนต์ n motorcycle
รถโดยสารประจำทาง n bus
รถตู้ n van
รถถัง n tank
รถบรรทุก n truck
รถบรรทุกศพ n hearse
รถบัส n bus
รถพยาบาล n ambulance
รถไฟ n train
รถไฟใต้ดิน n subway
รถม้า n carriage
รถม้าโดยสาร n stage
รถเมล์ n bus
รถยนต์ n auto, automobile, car
รถรับจ้าง n cab
รถราง n streetcar, tram, trolley
รถลาก n tow truck
รถสกูเตอร์ n scooter
รถสายตรวจ n prowler
รบกวน v bother, bug, disturb, molest, pester, startle
ร่ม n umbrella
รมควัน adj smoked
ร่มเงา n shadow
ร่มชูชีพ n parachute
รวดเร็ว adj rapid, speedy, swift
ร่วน v crumble
รวบรวม v assemble, aggregate, agglomerate, compile, consolidate, gather, muster
รวบรัด adj terse
ร่วม v join
รวมกลุ่ม v pack, club

รวมกัน v converge, unify
ร่วมกัน adv jointly, mutually
รวมกันเป็น v amount to
รวมกำไรกัน v pool
รวมเข้าด้วยกัน v incorporate, merge
ร่วมชีวิต v cohabit
รวมทั้งหมด adv overall
รวมประเภท v lump together
รวมเป็นกอง v heap
รวมเป็นก้อน v amass
ร่วมมือ v collaborate, cooperate
รวมไว้เป็นกอง v pile
ร่วมสมัย adj contemporary
ร่วมหุ้น v share
รวมอยู่ด้วย adv inclusive
รวมอำนาจ v centralize
รวย adj rich
รส n smack
รสชาด n taste
รสชาติ v savor
รสชาติ n flavor
รสดี adj tasty
รสนิยม n taste, flavor
รสอร่อย adj tasteful
รหัส n code
รหัสไปรษณีย์ n zip code
รหัสผ่าน n password
รอ v hang on, wait

รอก n pulley
รอง adj secondary
ร่อง n groove
ร้องขอ v entreat
ร้องคร่ำครวญ v moan
ร่องทางเดิน n furrow
รองเท้า n boot, shoe
รองเท้าแตะ n sandal, slipper
รองเท้าสเก็ต n skate
รองเบาะ v pad
ร้องเพลง iv sing
ร้องเสียงหลง v shriek
ร้องไห้ v cry
ร้องไห้ adj tearful
ร้องไห้สะอึกสะอื้น v sob
ร้อน adj hot
ร้อนจัด adj red-hot
ร้อนชื้น adj tropical
ร้อนอบอ้าว adj torrid
รอบคอบ adj prudent
รอย n print
ร้อยกรอง n verse
รอยกัด n bite
ร้อยแก้ว n prose
รอยขาด n tear
รอยจีบ n crease, pleat
ร้อยด้าย v thread
รอยแตก n crack, fracture, rift
รอยเท้า n trail, track, footprint

ร้อยโท n lieutenant
รอยปะ n patch
รอยเปื้อน n stain, blot
ร้อยเปื้อน n smear
รอยโป่ง n bulge
รอยผ่า n incision
รอยพอง n blister
รอยฟัน n dent
รอยย่น n crease
รอยแยก n cleft, crevice
ร้อยละ n percentage
รอยเว้า n dent
รอยไหม้ n burn
ระฆัง n bell
ระงับ v break off
ระดมกำลัง v mobilize
ระดับ n plane, class, grade, degree, standard
ระดับความสูง n altitude
ระดับแนวหน้า n vanguard
ระดับสามัญชน adj grassroots
ระดับเสียง n volume
ระดับอาวุโส n seniority
ระบบ n system
ระบบการปกครอง n regime
ระบบการปกครองแบบเผด็จการ adj totalitarian
ระบบทุนนิยม n capitalism
ระบบผูกขาด n monopoly
ระบอบกษัตริย์ n monarchy

ระบาย v express, drain
ระบายสินค้า n dump
ระบุ v define
ระบุชื่อ v identify
ระเบิด iv blow up, bomb, burst, detonate
ระเบิด n dynamite, explode
ระเบิดจากใต้ดิน v mine
ระเบิดมือ n grenade
ระเบียง n terrace, balcony, cloister, lobby, porch
ระเบียบ n regularity
ระเบียบวาระ n agenda
ระเบียบวินัย n discipline
ระมัดระวัง adj careful, cautious, discreet
ระมัดระวัง adv gingerly
ระยะ n phase
ระยะทาง n distance
ระยะทางเป็นไมล์ n mileage
ระยะยาว adj long-term
ระยะเวลา n stage, period
ระลอกคลื่น n ripple
ระลึกได้ v recall
ระวัง v mind, beware, look out, watch out
ระวังตัว adj self-conscious, watchful
ระวิง n spool
ระแวง adj suspicious

ระส่ำระสาย *n* unrest
ระหว่าง *pre* between, during
ระเหยเป็นไอ *v* evaporate
ระเหิด *v* vaporize
รัก *v* adore, love
รัก *adj* fond
รักชอบ *v* affect
รักแร้ *n* armpit
รักษา *iv* keep, retain, maintain, preserve; remedy, treat, cure, heal
รักษาได้ *adj* curable
รักษาพยาบาล *v* care for, nurse
รักษาไม่หาย *adj* incurable
รัง *n* hive
รังเกียจ *v* scorn, despise, loathe, shun
รังไข่ *n* ovary
รังแค *n* dandruff
รังดุม *n* buttonhole
รังนก *n* nest
รังผึ้ง *n* beehive
รังสี *n* ray
รัฐบาล *n* regiment, government
รัฐมนตรี *n* minister, chancellor
รัฐสภา *n* parliament, senate
รัด *iv* bind
รัดกุม *adj* watertight
รัดคอ *v* strangle
รับแขก *v* entertain
รับช่วง *v* inherit, take over
รับใช้ *v* serve, indemnify
รับได้ *adj* receptive
รับประกัน *v* assure, guarantee, underwrite, warrant
รับประทาน *v* ingest, snack
รับประทานอาหาร *v* dine
รับเป็นลูก *v* adopt
รับผิดชอบ *v* preside
รับมือ *v* withstand
รับมือได้ *v* cope
รับรอง *v* affirm, authenticate, certify, vouch for
รับลูก *v* field
รับสมัคร *n* recruit
รับสารภาพ *v* squeak
รับหน้าที่ *v* undertake
รัว *v* pulsate
รั่ว *v* leak
รั้ว *n* bulwark, fence
รัศมี *n* radius
รา *n* fungus, mold
ราก *n* root
รากฐาน *n* groundwork
รากเดิม *n* prototype
ราคะ *n* lust
ราคะจัด *adj* sensual
ราคา *n* cost, price
ราง *n* groove
ร่าง *v* sketch, draft

ร่างกาย *n* body
ร่างกายคน *n* torso
รางน้ำ *n* gutter
ร่างภาพคร่าวๆ *v* outline
รางรถ *n* rail
รางวัล *n* award, reward, prize
รางวัลใหญ่ *n* jackpot
รางหญ้า *n* manger
ราชบัลลังก์ *n* throne
ราชวงศ์ *n* dynasty
ราชอาณาจักร *n* empire
ราชาธิปไตย *n* monarchy
ร้านขายขนมปัง *n* bakery
ร้านขายของ *n* bazaar, shop
ร้านขายเนื้อ *n* butchery
ร้านขายเพชร *n* jeweler; jewelry store
ร้านขายยา *n* drugstore, pharmacy
ร้านขายรองเท้า *n* shoe store
ร้านขายหนังสือ *n* bookstore
ร้านค้า *n* store
ร้านเล็ก *n* kiosk
ร้านอาหาร *n* restaurant
ราบรื่น *adj* smooth
ร้ายกาจ *adj* heinous, satanic
รายการ *n* schedule, list
รายการสินค้า *n* inventory
รายการอาหาร *n* menu
รายงาน *n* report
รายงาน *v* present
รายชื่อนักแสดง *n* cast
รายได้ *n* revenue, income
ร้ายแรง *adj* crucial, deadly, momentous, pernicious, virulent
รายละเอียด *n* detail
ร่าเริง *adj* jovial, cheerful, jolly
ราวกับ *adv* as
ราวบันได *n* handrail
ร่ำรวย *adj* affluent, wealthy
ร่ำไห้ *v* wail, weep
ริบ *v* forfeit
ริบหรี่ *v* flicker
ริม *n* rim, border, verge
ริมฝีปาก *n* lip
ริมหาด *adj* seaside
รี่เข้าใส่ *v* go in
รีดไถ *v* squeeze
รีดผ้า *v* iron
รีบ *v* hurry
รีบร้อน *adj* hasty
รีบเร่ง *v* rush
รีรอ *v* procrastinate
รื่นรมย์ *adj* entertaining
รื่นเริง *adj* festive, merry
รื้อ *v* unpack, demolish, pull down
รุกคืบ *v* move forward
รุกราน *adj* aggressive
รุกราน *v* invade

รุ้งกินน้ำ *n* rainbow
รุ่งเรือง *adj* auspicious, glorious
รุ่งเรือง *v* prosper
รุ่งอรุณ *n* dawn
รุนแรง *adj* ardent, stormy, fervent, grave, radical, violent
รุนแรงมาก *adj* drastic
รุ่มร้อน *adj* passionate
รู้ *iv* know
รู้ *adj* aware
รูกำแพง *n* loophole
รูขุมขน *n* pore
รู้คิดรู้อ่าน *n* know-how
รูจมูก *n* nostril
รูป *n* format, portrait
รูปกระบอก *n* cylinder
รูปข้าวหลามตัด *n* diamond
รูปจำลอง *n* effigy
รูปทรงปริซึม *n* prism
รูปบูชา *n* icon, idol
รูปแบบ *n* style, image, feature
รูปภาพ *n* image, photo, picture
รูปร่าง *n* outline, figure, shape
รูปลักษณ์ *n* aspect
รูปวงไข่ *adj* oval
รูปวาด *n* sketch
รูปสระ *n* vowel
รูปสี่เหลี่ยมผืนผ้า *adj* oblong
รูปสี่เหลี่ยมมุมฉาก *n* rectangle

รูปห้าเหลี่ยม *n* pentagon
รู้สึก *v* sense, feel
รู้สึกขอบใจ *adj* thankful
รู้สึกผิด *adj* guilty
เรขาคณิต *n* geometry
เร่งความเร็ว *v* accelerate
เร่งด่วน *adj* pressing, urgent
เร่งรีบ *v* hasten, hurry up, speed
เร่งรีบไป *iv* tear
เร่งเร้า *adj* pushy
เรดาร์ *n* radar
เร่ร่อน *v* stray, wander
เร็ว *adj* fast, quick
เร็ว *adv* soon
เรอ *v* belch, burp
เรา *pro* I
เร้าใจ *adj* rousing
เร้าอารมณ์ *v* arouse, kindle
เริ่ม *v* spark off
เริ่มเดินทาง *v* set off
เริ่มต้น *v* commence, start, begin
เริ่มต้น *n* beginning
เริ่มต้นใหม่ *v* resume
เริ่มเป็นทางการ *v* inaugurate
เริ่มแรก *adj* premier
เรียก *v* call
เรียกตัว *v* summon
เรียกร้อง *v* solicit, claim, demand
เรียง *iv* set

เรียงความ *n* essay
เรียงแถวตรง *v* line up
เรียน *v* mug
เรียนทางด้าน *v* major in
เรียนรู้ *iv* learn, study
เรียบ *adj* plain, smooth
เรียบง่าย *adj* low-key
เรียบร้อย *adj* neat
เรียบร้อยแล้ว *adv* already
เรียบๆ *adj* homely
เรือ *n* barge, vessel, ark, boat, ship
เรือข้ามฟาก *n* ferry
เรือค้าขาย *n* trader
เรื่อง *n* item, matter
เรื่องตลก *n* joke
เรื่องรักๆใคร่ *n* affair
เรื่องรักๆใคร่ๆ *n* romance
เรื่องราว *n* story, account, happening
เรื่องราวแต่ก่อน *n* precedent
เรื่องอื้อฉาว *n* scandal
เรือแจว *n* canoe
เรือนกระจก *n* greenhouse
เรือนร่าง *n* body
เรือใบ *n* sailboat, yacht
เรื่อยไป *adv* ever
เรื่อยๆ *adj* uneventful
เรือรบ *n* battleship, warship
เรือรบขนาดกลาง *n* frigate
เรื้อรัง *adj* chronic

เรือล่ม *n* shipwreck
เรือเล็ก *n* shell
เรือสำเภา *n* bark
เรือเหาะ *n* balloon
แร่ *n* mineral
แรก *adj* prime
แรกเริ่ม *adj* initial
แรงกระตุ้น *n* impulse
แรงกระเพื่อม *n* upheaval
แรงงาน *n* labor
แรงจูงใจ *n* motive
แรงใจ *n* tenacity
แรงดันไฟฟ้า *n* voltage
แรงดึงดูด *v* savor, gravity
แรงเทียน *n* watt
แรด *n* rhinoceros
โรค *n* disease
โรคเกาต์ *n* gout
โรคไขข้อ *n* rheumatism
โรคความเย็นกัด *n* frostbite
โรคคางทูม *n* mumps
โรคซิฟิลิส *n* syphilis
โรคท้องร่วง *n* diarrhea
โรคนิ่ว *n* gravel
โรคเบาหวาน *n* diabetes
โรคปอดอักเสบ *n* pneumonia
โรคพิษสุนัขบ้า *n* rabies
โรคพิษสุราเรื้อรัง *n* alcoholism
โรคภูมิแพ้ *n* allergy

โรคไมเกรน *n* migraine
โรคราน้ำค้าง *n* mildew
โรคเรื้อน *n* leprosy
โรคลมบ้าหมู *n* epilepsy
โรคโลหิตจาง *n* anemia
โรคหัด *n* measles
โรคอัมพาต *n* paralysis
โรคอีสุกอีใส *n* chicken pox
โรคฮิสทีเรีย *n* hysteria
โรงกลั่น *n* refinery
โรงกลั่นเหล้าองุ่น *n* winery
โรงเก็บพัสดุ *n* depot
โรงฆ่าสัตว์ *n* shambles
โรงงาน *n* factory, workshop
โรงงานผลิตสินค้า *n* mill
โรงนา *n* shed
โรงเบียร์ *n* brewery
โรงพยาบาล *n* hospital, infirmary
โรงพยาบาลบ้า *n* asylum
โรงภาพยนตร์ *n* theater
โรงม้า *n* stable
โรงยิม *n* gymnasium
โรงรถ *n* garage
โรงเรียน *n* school
โรงเรียนสอนศาสนา *n* seminary
โรงแรม *n* hotel, inn, tavern
โรงแรมเล็กๆ *n* motel
โรงหนัง *n* cinema
โรงหล่อ *n* foundry
โรงอาหาร *n* cafeteria; canteen
โรมันคาทอลิก *adj* catholic
โรย *v* wane
ไร้ *pre* without
ไร้การศึกษา *adj* ignorant, uneducated
ไร้ความเมตตา *adj* merciless
ไร้ความสามารถ *adj* incompetent
ไร้จุดหมาย *adj* aimless
ไร้เดียงสา *adj* innocent, naïve
ไร้ตะเข็บ *adj* seamless
ไร้ที่ติ *adj* flawless
ไร้ประโยชน์ *adj* useless
ไร้ผล *adj* unsuccessful, vain
ไร้พรมแดน *adj* boundless
ไร้ยางอาย *adj* shameless
ไร้รสชาด *adj* tasteless
ไร้ศีลธรรม *adj* amoral
ไร้สามารถ *adj* unable
ไร้สาย *adj* cordless, wireless
ไร้สารตะกั่ว *adj* unleaded
ไร้สาระ *adj* absurd, puerile
ไร้เหตุผล *adj* illogical
ไร่องุ่น *n* vineyard
ไร้อาวุธ *adj* unarmed
ไร้อำนาจ *adj* powerless

ฤ

ฤดูกาล *n* season
ฤดูใบไม้ผลิ *n* spring
ฤดูใบไม้ร่วง *n* autumn
ฤดูร้อน *n* summer
ฤดูหนาว *n* winter
ฤษี *n* recluse

ล

ลง *v* descend, get down
ลงเขา *adv* downhill
ลงความเห็น *v* deem
ลงเงิน *v* finance
ลงจอด *v* land
ลงชื่อแรก *v* initial
ลงทะเบียน *v* enroll, register
ลงทะเบียนเข้าพัก *v* check in
ลงทุน *v* invest
ลงโทษ *v* sanction, chastise, convict, penalize, punish
ลงนาม *v* sign
ลงมา *v* come down
ลงมาสู่ *v* get down to
ลงรายการ *v* write down, itemize
ลงเรือ *v* embark
ลงเวลาทำงาน *v* check in
ลงแส้ *v* whip
ลงเอย *v* end up
ลด *v* let down, pull down, cut down
ลดขนาดบริษัท *v* downsize
ลดขั้น *v* demote
ลดค่า *iv* shrink, devalue
ลดชั้น *v* degrade
ลดน้อยลง *v* decrease
ลดราคา *v* discount
ลดลง *v* ebb, step down
ล้น *v* overflow
ล้นมือ *adj* swamped
ลบ *v* delete, erase
ลบ *adj* minus
ลบล้าง *v* overrule, wipe out, expiate
ลบออก *v* subtract
ลม *n* wind
ล้มคว่ำ *v* tumble
ล่มจม *v* go under
ลมโชย *n* breeze
ลมแดด *n* heatstroke
ลมพัด *iv* wind
ล้มพับ *v* fall down
ลมแรง *n* gale
ล้มละลาย *v* bankrupt
ล้มล้าง *v* overthrow
ล้มเลิก *v* abolish
ลมหายใจ *n* breath, breathing

ล้มเหลว *v* fail, fall through
ลวงตา *v* camouflage, delude
ลวงเป็นเหยื่อ *v* victimize
ล่วงมาแล้ว *adj* past
ล่วงลับไป *v* pass
ล่วงเวลา *adv* overtime
ล่วงหน้า *adv* beforehand, forward
ล่วงหน้า *pre* ahead
ลวด *n* wire
ลวดลายที่ทำด้วยกระจกสี *n* mosaic
ลวนลาม *v* assault
ล่อ *v* gulp, guzzle
ล้อ *n* ring, wheel
ลอกเปลือกออก *v* shell
ล็อค *v* lock
ล็อคประตู *v* bolt
ลอง *v* try, test
ล่องเรือ *v* sail
ล่อใจ *adj* persuasive
ล่อใจ *v* tempt
ลอน *n* wave
ลอบทำร้าย *v* ambush
ล้อมรอบ *v* encircle, envelop, surround
ล้อมรั้ว *v* fence
ลอย *v* drift, float
ลอยตัว *v* suspend
ลอยแพ *v* lay off
ล่อลวง *v* beguile, lure
ละครตลก *n* farce
ละครสัตว์ *n* circus
ละครโอเปรา *n* opera
ละทิ้ง *v* desert, abandon, vacate
ละมั่ง *n* antelope
ละเมิด *v* violate
ละโมบ *adj* greedy
ละลาย *v* dissolve, melt
ละลาย *n* fuse
ละลายน้ำได้ *adj* soluble
ละเลย *v* neglect
ละเว้น *v* omit, refrain
ละแวก *n* vicinity
ละแวกบ้าน *n* neighborhood
ละอายใจ *adj* ashamed
ลักขโมย *v* burglarize
ลักพาตัว *v* abduct, kidnap
ลักษณะ *n* style, character, feature
ลักษณะเฉพาะ *adj* characteristic
ลักษณะเฉพาะ *n* specialty
ลักษณะทั่วไป *n* looks
ลักษณะทางเทคนิค *n* technicality
ลักษณะผิว *n* complexion
ลักษณะสัตว์ป่า *n* bestiality
ลังเล *adj* tentative, ambivalent, hesitant
ลังเลใจ *adj* undecided
ลังเลใจ *v* vacillate
ลัทธิ *n* creed

ลัทธิก่อการร้าย *n* terrorism
ลัทธิความเชื่อ *n* ideology
ลัทธิคอมมิวนิสต์ *n* communism
ลัทธิเปลือยกาย *n* nudism
ลัทธิล่าอาณานิคม *n* imperialism
ลัทธิเหยียดผิว *n* racism
ลั่นดังเอี๊ยด *v* creak
ลับเฉพาะ *adj* confidential
ลับๆล่อๆ *adj* clandestine
ลา *n* donkey
ลากจูง *v* propel
ลากเส้น *v* trace
ลากหาง *v* trail
ลาก่อน *e* bye
ลาง *n* premonition
ล้าง *v* wash
ล้างแค้น *v* avenge
ล้างได้ *adj* washable
ลางบอกเหตุ *n* omen
ล้างผลาญ *v* ravage
ล้างไพ่ *v* shuffle
ล้างสมอง *v* brainwash
ลาดเขา *n* hillside
ลาดเอียง *v* incline
ล่าถอย *v* retreat
ลาน *n* court
ลานกว้าง *n* field, square
ลานติดกับโรงนา *n* farmyard
ลานวิ่ง *n* runway

ล่าม *v* tie
ล่าม *n* interpreter
ลามก *adj* obscene
ล่ามโซ่ *v* chain
ลาย *adj* striped
ลายเซ็น *n* autograph, signature
ลายนิ้วมือ *n* fingerprint
ลายมือ *n* handwriting
ล้าสมัย *adj* medieval, obsolete, old-fashioned, outmoded
ล่าสัตว์ *v* hunt
ล่าสุด *adj* latest
ล้าหลัง *v* fall behind
ลาออก *v* resign
ลำคอ *n* neck, throat
ล้ำค่า *adj* invaluable
ลำดับ *n* order, sequence, series
ลำดับชั้น *n* hierarchy
ลำดับชั้นของสี *n* shade
ลำต้น *n* trunk, stalk
ลำบาก *adj* burdensome
ลำบากตรากตรำ *adj* arduous
ลำโพง *n* speaker, loudspeaker
ล้ำเลิศ *adj* heavenly
ล้ำเส้น *v* overstep
ลำแสง *n* beam
ลำไส้ *n* intestine
ล้ำหน้า *v* pull ahead
ลำเอียง *adj* partial

ลิขสิทธิ์ *n* copyright
ลิง *n* monkey
ลิงกอริลลา *n* gorilla
ลิงชนิดหนึ่ง *n* ape
ลิงชิมแปนซี *n* chimpanzee
ลิงอุรังอุตัง *n* orangutan
ลิตร *n* liter
ลิ้น *n* tongue, valve
ลิ้นชัก *n* drawer
ลิฟท์ *n* elevator
ลิ่ม *n* wedge
ลิ้มรส *v* taste
ลิ่มเลือดอุดตัน *n* thrombosis
ลีบ *v* atrophy
ลี้ภัย *v* shelter
ลึก *adj* deep
ลึกซึ้ง *adj* intimate, profound
ลึกมาก *adj* bottomless
ลึกลับ *adj* mysterious, mystic
ลึกลับซับซ้อน *adj* occult
ลื่น *v* slip
ลื่น *adj* slippery
ลืม *v* forget
ลืมไม่ลง *adj* unforgettable
ลุกขึ้น *iv* arise, rise
ลุกเป็นไฟได้ *adj* flammable
ลุกยืน *v* stand up
ลุง *n* uncle
ลุ่มน้ำ *n* basin
ลุย *v* go through
ลุยเดี่ยว *adj* singlehanded
ลูกกรง *n* grill
ลูกกระสุน *n* bullet
ลูกกระสุนปืน *n* gunshot, projectile
ลูกกลม *n* globe
ลูกกวาด *n* sweets
ลูกเกด *n* raisin
ลูกแกะ *n* lamb
ลูกไก่ *n* chick
ลูกข่าง *n* top
ลูกเขย *n* son-in-law
ลูกค้า *n* client, customer
ลูกค้าทั้งหมด *n* clientele
ลูกคู่ *n* choir, chorus
ลูกจ้าง *n* employee
ลูกชิ้น *n* meatball
ลูกเชอร์รี่ *n* cherry
ลูกดอก *n* dart
ลูกตาดำ *n* pupil
ลูกตุ้ม *n* pendulum
ลูกเต๋า *n* dice
ลูกท้อ *n* peach
ลูกทุ่ง *adj* folksy
ลูกธนู *n* arrow
ลูกบอล *n* ball
ลูกบิด *n* knob
ลูกปืน *n* pellet
ลูกโป่ง *n* balloon

ล

ลูกพรุน *n* prune
ลูกพลับ *n* plum
ลูกพี่ลูกน้อง *n* cousin
ลูกแพะ *n* kid
ลูกม้าตัวผู้ *n* colt
ลูกแมว *n* kitten
ลูกระเบิด *n* detonator
ลูกราสเบอรี่ *n* raspberry
ลูกเรือ *n* crew
ลูกเล่น *n* tact
ลูกเลี้ยง *n* stepdaughter, stepson
ลูกโลก *n* sphere, globe
ลูกวอลนัท *n* walnut
ลูกวัด *n* parishioner
ลูกวัว *n* calf
ลูกสตรอเบอรี่ *n* strawberry
ลูกสะใภ้ *n* daughter-in-law
ลูกสัตว์ *n* cub
ลูกสาลี่ *n* pear
ลูกสาว *n* daughter
ลูกหนี้ *n* debtor
ลูกหมา *n* puppy
ลูกหลาน *n* posterity
ลูกหิน *n* pellet
ลูกเห็บ *n* hail
ลูกแหง่ *n* calf
ลูกอม *n* candy
ลูกแอปเปิ้ล *n* apple
ลูคีเมีย *n* leukemia

ลูบไล้ด้วยความรัก *v* fondle
ลูบอย่างเอ็นดู *v* pet
เล็ก *adj* marginal, petite, small
เล็กกว่า *adj* minor
เล็กน้อย *adv* lightly, little, atomic, tiny
เลขาคณิต *n* math
เลขานุการ *n* secretary
เล็งเป้าหมาย *v* aim
เล็ด *v* trickle
เล่น *v* play
เล่นกระดานโต้คลื่น *v* surf
เล่นละครใบ้ *v* mime
เล่นสเก็ต *v* skate
เล่นสเกตน้ำแข็ง *v* ice skate
เล็บ *n* nail
เล็บเท้า *n* toenail
เล็บมือ *n* fingernail
เล็ม *iv* shear, nibble, trim
เล็มต้นไม้ *v* prune
เลว *adj* bad, ill
เลวร้าย *adj* abysmal
เล่ห์เหลี่ยม *n* hoax, ruse
เลอะเทอะ *adj* sloppy, soiled
เลาะ *v* prune
เลิก *iv* quit, desist
เลิกจ้าง *v* lay off
เลิศหรู *adj* sumptuous
เลีย *v* lick

เลี้ยง *v* rear
เลี้ยงดู *iv* breed, treat, bring up, nourish
เลี่ยงไม่ได้ *adj* unavoidable
เลียนแบบ *v* imitate
เลี่ยม *adj* inlaid
เลี้ยว *v* veer
เลือก *v* pick, choose, opt for, select
เลือกผู้แสดง *iv* cast
เลือกเฟ้น *v* sift
เลือกวิชารอง *v* minor
เลือกใหม่ *v* reelect
เลือด *n* blood
เลือดไหล *iv* bleed
เลือน *adj* fuzzy
เลื่อน *v* slip, slide
เลื่อน *n* sleigh
เลื่อนกำหนด *v* postpone
เลื่อนขั้น *v* promote
เลื่อนไป *v* put off
เลือนลาง *adj* vague
เลื่อนเวลา *v* adjourn
เลื่อย *n* saw, chainsaw
เลื่อย *iv* saw
แล่ *v* slice
แลกเปลี่ยน *v* commute, barter, exchange, swap
แลกเปลี่ยนกัน *v* interchange
แล่นเรือ *v* cruise
แล่นเลียบฝั่ง *v* coast
และ *c* and
โล่ *n* shield
โลก *n* earth, world
โล่ง *adj* clear
โล่งเตียน *adj* bald
โลงศพ *n* coffin
โลดโผน *adj* riveting
โลภ *adj* avaricious, avid
โลภมาก *v* covet
โลเล *v* waver
โล่ห์กลม *n* target
โลหะ *n* metal
ไล่ตะเพิด *v* drive away
ไล่ตาม *v* chase
ไล่ทัน *v* overtake
ไล่ออก *v* fire; sack; deprive

ว

วงกลม *n* cycle, circle
วงโคจร *n* orbit
วงจร *n* circle
วงจรไฟฟ้า *n* circuit
วงจำกัด *n* parameters
วงซิมโฟนี *n* symphony
วงดนตรี *n* band

วงมโหรี *n* orchestra
วงล้อม *n* cordon
วงเล็บ *n* bracket, parenthesis
วน *v* circle
วรรณคดี *n* literature
วลี *n* phrase
วัคซีน *n* vaccine
วังวน *n* whirlpool
วัชพืช *n* weed
วัฒนธรรม *n* culture
วัณโรค *n* tuberculosis
วัด *v* scale, measure
วัด *n* abbey, monastery, temple
วัดขนาด *v* calibrate
วัดดู *v* gauge
วัดเป็นคืบ *v* span
วัตถุดิบ *n* staple
วัตถุที่ใช้แทน *n* substitute
วัตถุนิยม *n* materialism
วัน *n* day
วันเกิด *n* birthday
วันครบรอบ *n* anniversary
วันคริสต์มาส *n* X-mas
วันจันทร์ *n* Monday
วันทำงาน *adj* weekday
วันที่ *n* date
วันพฤหัสบดี *n* Thursday
วันพุธ *n* Wednesday
วันศุกร์ *n* Friday
วันเสาร์ *n* Saturday
วันหยุด *n* holiday
วันอังคาร *n* Tuesday
วันอาทิตย์ *n* Sunday
วัยเด็ก *n* boyhood, childhood
วัยทอง *n* menopause
วัยทารก *n* infancy
วัยรุ่น *n* teenager
วัยแรกรุ่น *n* adolescence, puberty
วัยสูงอายุ *n* old age
วัยหนุ่มสาว *n* youth
วัว *n* cow
วัวกระทิง *n* bison
วัวตัวผู้ *n* ox
วัวตัวผู้ (พหูพจน์) *n* oxen
วัสดุ *n* substance
ว่ากลอนสด *v* improvise
ว่ากล่าว *v* admonish
วาง *iv* set, place, put
ว่าง *adj* void, unoccupied, vacant
วางกับดัก *v* snare, trap
วางข้างๆ *v* put aside
วางโครง *v* frame
ว่างงาน *adj* unemployed
วางเงื่อนไข *v* stipulate
วางใจ *v* trust
วางใจได้ *adj* reliable
วางเฉย *adj* stoic
วางเดิมพัน *v* stake

ว่างเปล่า *adj* hollow, blank, devoid, empty
วางแผน *v* plan, project
วางแผนอย่างชำนาญ *v* mastermind
วางยาพิษ *v* poison
วางระเบิด *v* bomb
วางระเบียบ *v* regulate
วางลง *v* land, lay
วางไว้ข้างใต้ *v* underlie
วางหูโทรศัพท์ *v* hang up
ว่าจ้าง *v* wage
วาด *iv* draw
วาดแผนที่ *v* map
ว่ายน้ำ *iv* swim
วายร้าย *n* villain
ว่าว *n* kite
ว้าวุ่นใจ *adj* distraught
วิก *n* hairpiece
วิกฤตกาล *n* crisis
วิกฤติ *adj* critical
วิกฤติกาล *n* tide
วิกลจริต *adj* insane, lunatic
วิเคราะห์ *v* analyze
วิ่ง *iv* run
วิ่งไกลกว่า *v* outrun
วิ่งเข้าหา *v* run into
วิ่งแข่ง *v* race
วิ่งด้วยสกี *v* ski
วิ่งเต้น *v* lobby

วิ่งพล่าน *adj* rampant
วิงวอน *v* solicit
วิ่งห้อ *v* gallop
วิจารณ์ *v* comment, criticize
วิชาการทำบัญชี *n* bookkeeping
วิชาการบิน *n* aviation
วิชาช่างไม้ *n* carpentry
วิชาชีพ *n* vocation
วิชารอง *n* minor
วิญญาณ *n* spirit, soul
วิดน้ำ *v* bail out
วิตกกังวล *v* worry
วิตามิน *n* vitamin
วิถีการดำเนินชีวิต *n* lifestyle
วิทยาการผลิต *n* technology
วิทยานิพนธ์ *n* thesis
วิทยาลัย *n* college
วิทยาศาสตร์ *n* science
วิทยุ *n* radio
วิธีการ *n* mean; method, mode
วิธีการควบคุม *n* rein
วิธีการที่รุนแรง *n* extremities
วินิจฉัยโรค *v* diagnose
วิพากษ์วิจารณ์ *v* censure
วิวัฒน์ *v* evolve
วิวัฒนาการ *n* evolution
วิเวกวังเวง *adj* deserted
วิศวะ *n* engineer
วิเศษ *adj* fine

วิสัย *n* limit
วิสัยทัศน์ *n* vision
วีชาชีพ *n* profession
วีรบุรุษ *n* hero
วุฒิสมาชิก *n* senator
วุ่นวาย *adj* fussy, hectic
วุ่นวาย *v* rampage
วูบวาบ *adj* dazzling
เวทนา *v* deplore
เวทมนตร์ *n* sorcery, spell, witchcraft
เวทมนตร์คาถา *n* magic
เวที *n* scene, stage
เว้นระยะ *v* space out
เว็บไซต์ *n* web site
เวลา *n* time, times
เวลาค่ำ *n* nightfall
เวลานั้น *adv* then
เวลาพัก *n* break
เวลาเย็น *n* eve
เวลาว่าง *n* interval, leisure
เวียนศีรษะ *adj* dizzy
แว่น *n* lens
แว่นตา *n* glasses
แว่นตากันแดด *n* sunglasses
แว่นตากันลม *n* goggles
แว่นสายตา *n* eyeglasses
แวบ *n* wink
แวะ *v* stop by
แวะเยี่ยม *v* call on
ไว้ชีวิต *v* spare
ไวยกรณ์ *n* grammar
ไวโอลิน *n* violin

ศ

ศตวรรษ *n* century
ศพ *n* corpse
ศร *n* bow
ศอก *n* elbow
ศักดิ์สิทธิ์ *adj* holy, sacred
ศัตรู *n* enemy, foe
ศัพท์ *n* term; terms
ศัพท์หมวด *n* glossary
ศาล *n* court, tribunal
ศาลเจ้า *n* shrine
ศาลากลาง *n* city hall
ศาลากลางจังหวัด *n* town hall
ศาสนา *n* cult, religion
ศาสนาของยิว *n* Judaism
ศาสนาคริสต์นิกายโรมันคาทอลิก *n* Catholicism
ศิลปะ *n* art
ศิลปะการทูต *n* diplomacy
ศิลปะละคร *n* stage

ศิลปิน *n* artist
ศิลาจารึกหลุมฝังศพ *n* tombstone
ศิลาฤกษ์ *n* cornerstone
ศีรษะ *n* head
ศีลธรรม *n* moral
ศึกษา *v* cultivate
ศึกษาเป็นพิเศษ *v* specialize
ศึกสงคราม *n* warfare
ศุลกากร *n* barrier, customs
ศูนย์ *n* zero
ศูนย์กลาง *n* center
เศรษฐกิจ *n* economy
เศรษฐี *n* millionaire
เศรษฐีพันล้าน *n* billionaire
เศร้าใจ *adj* gloomy, blue, dejected, despondent, downcast
เศร้าซึม *adj* fed up
เศร้าโศก *v* grieve, mourn
เศร้าโศกเสียใจ *adj* sorrowful
เศร้าหมอง *adj* somber
เศษ *n* splinter, fragment, shred, crumb, remnant
เศษกระสุน *n* shrapnel
เศษไม้ *n* lumber
เศษส่วน *n* fraction
เศษสิบ *n* tenth
เศษหินหรืออิฐ *n* rubble
โศกนาฏกรรม *n* tragedy
โศกเศร้า *adj* tragic

ส

สกปรก *adj* foul, squalid, dirty, filthy
สกัดกั้น *v* bar
ส่ง *iv* send
ส่งกลับ *v* repatriate
ส่งกลิ่น *adj* smelly
ส่งข่าว *v* report
สงคราม *n* war
สงครามครูเสด *n* crusade
ส่งคืน *v* check in; repatriate; give back
สงเคราะห์ *adj* subsidiary
สงเคราะห์เงิน *v* subsidize
ส่งเงิน *v* remit
ส่งต่อ *v* pass around
สงบเงียบ *adj* calm, serene
สงบลง *v* settle, chill out
สงบสุข *adj* peaceful
สงบอารมณ์ *v* calm down
ส่งไป *v* dispatch
ส่งผลตรงข้าม *v* backfire
ส่งผ่าน *v* transmit
ส่งผู้ร้ายข้ามแดน *v* extradite
สงวน *v* save, conserve
ส่งสัญญาณ *v* signal
สงสัย *v* doubt, suspect, wonder
สงสัย *adj* suspicious
ส่งสินค้า *v* deliver

ส

ส่งเสริม *v* boost
ส่งเสีย *v* rear
ส่งเสียงดังเอี๊ยด *adj* squeaky
ส่งเสียงแหลม *v* snap, screech
ส่งแสงจ้า *v* dazzle
ส่งออก *v* export
สง่างาม *adj* imposing
สดชื่น *adj* crisp
สดใส *adj* vivacious, vivid, fresh
สดๆ *adj* live
สดๆร้อนๆ *adv* newly
สติ *n* sense
สติกเกอร์ *n* sticker
สติรู้สึกผิดชอบ *n* conscience
สถาน *n* site
สถานกงสุล *n* consulate
สถานการณ์ *n* predicament, situation
สถานที่ *n* lieu, place, premises, whereabouts
สถานที่ตั้ง *n* location
สถานที่นั่งเล่น *n* lounge
สถานที่เลี้ยงเด็กกำพร้า *n* orphanage
สถานที่ศักดิ์สิทธิ์ *n* sanctuary
สถานบันเทิง *n* club
สถานพยาบาล *n* clinic
สถานภาพ *n* status
สถานศึกษา *n* academy
สถานี *n* station
สถาบัน *n* institution
สถาปนิก *n* architect
สถาปัตยกรรม *n* architecture
สนใจ *v* center
สนใจ *adj* interested
สนใจแต่เรื่องตนเอง *adj* introvert
สนทนา *v* converse, discuss
ส้นเท้า *n* heel
สนธิสัญญา *n* covenant, pact, treaty
สนับสนุน *v* advocate, sustain, back, contribute, encourage, pander, support
สนับสนุน *n* backup
สนาม *n* court, yard, courtyard
สนามกีฬา *n* arena
สนามชนไก่ *n* cockpit
สนามเด็กเล่น *n* playground
สนามบิน *n* airfield, airport
สนามเบสบอล *n* diamond
สนามรบ *n* cockpit
สนามหญ้า *n* lawn, turf
สนิม *n* rust
สนุกสนาน *adj* jovial, hilarious, playful
สบถ *iv* swear
สบประมาท *v* affront, denigrate
สปริง *n* spring
สภา *n* council
สภานิติบัญญัติ *n* congress, legislature

ส

สภาพ *n* status, condition, prerequisite
สภาพการณ์ *n* state
สภาพชำรุดทรุดโทรม *n* disrepair
สภาพที่ไม่มีดุลภาพ *n* imbalance
สภาพรกรุงรัง *n* mess
สมคบคิด *v* connive
สมควร *adj* advisable
สมควรที่จะได้ *v* deserve
ส้มจีน *n* tangerine
สมบูรณ์ *adj* thorough, complete
สมมติฐาน *n* hypothesis
สมมุติ *v* assume, suppose
สมมุติ *c* supposing
สมมุติล่วงหน้า *v* presuppose
สมรรถภาพ *n* efficiency
สมรสใหม่ *v* remarry
สมรู้ร่วมคิด *v* conspire
สมส่วน *adj* slender
สมเหตุสมผล *adj* reasonable
สมอง *n* brain
สมอเรือ *n* anchor
ส้มโอ *n* grapefruit
สมัครเข้าเป็นนักศึกษา *v* matriculate
สมัครงาน *v* apply
สมัย *n* period, terms
สมัยนิยม *n* fashion, vogue
สมัยโบราณ *n* antiquity
สมัยประชุม *n* session
สมัยรุ่งเรือง *n* heyday
สมัยใหม่ *adj* modern
สมาคม *n* association, union
สมาคมอาชีพ *n* guild
สมาชิก *n* member
สมาชิกใหม่ *v* recruit
สม่ำเสมอ *adv* always, regularly
สม่ำเสมอ *adj* steady
สมุด *n* workbook
สมุดบันทึก *n* notebook
สมุดใบสั่งใจ *n* checkbook
สมุดรายนาม *n* directory
สมุนไพร *n* herb
สโมสร *n* club
สยดสยอง *adj* terrible, awful, excruciating, horrible
สรรเสริญ *v* praise
สรรหา *v* look through
สร้อยคอ *n* necklace
สระน้ำ *n* pool, pond
สร้าง *iv* build, create, procreate
สร้างความเจ็บปวด *v* inflict
สร้างป้อมปราการ *v* fortify
สร้างสรรค์ *adj* creative
สร้างใหม่ *v* rebuild, reconstruct, recreate
สรุป *v* aggregate, conclude, abridge, epitomize
สลด *v* wither
สลดใจ *adj* dismal

ส

สละ *v* renounce
สละราชสมบัติ *v* abdicate
สละให้ *v* bestow
สลัก *n* linchpin
สลักเกลียว *n* screw
สลักประตู *n* bolt
สลักลายนูน *v* emboss
สลัด *iv* shed
สลัด *n* salad
สลัว *adj* shady, somber, dim, hazy
สลัว *v* blur
สลากกินแบ่ง *n* lottery
สวน *n* garden
ส่วน *n* section, part, proportion, segment
ส่วนเกิน *n* surplus
ส่วนข้าง *n* flank
ส่วนที่เป็นเนื้อ *n* pulp
ส่วนที่สำคัญที่สุด *n* basics
ส่วนที่เหลือ *n* residue
ส่วนบุคคล *adj* personal
ส่วนแบ่ง *n* slice, share
ส่วนประกอบ *n* component, element, ingredient
สวนผลไม้ *n* orchard
ส่วนมาก *adv* chiefly, mostly, primarily
ส่วนมาก *n* average
ส่วนลด *n* discount, rebate
สวนสัตว์ *n* zoo

สวนสาธารณะ *n* park
ส่วนสำคัญ *n* heart
ส่วนหน้า *n* foreground
สวนหลังบ้าน *n* backyard
ส่วนใหญ่ *adj* major
ส่วนใหญ่ *n* majority
สวมตะกร้อปาก *v* muzzle
สวมมงกุฎ *v* crown
สวมใส่ *iv* wear
สวมหน้ากาก *v* mask
สวมหมวก *v* cap
สวย *adj* fair
ส่วย *n* tribute
สวยงาม *adj* beautiful
สวรรค์ *n* heaven, paradise
สวรรคต *n* demise
สวัสดิการ *n* welfare
สวัสดี *e* hello
สว่าง *adj* bright, light, lucid
สว่าง *adv* alight
สว่างโชกโชน *v* blaze
สว่างสดใส *adj* ardent
สว่าน *n* drill
สวาปาม *v* devour
สสาร *n* matter
สหพันธ์ *n* union, league
สหพันธรัฐ *adj* federal
สหัสวรรษ *n* millennium
สอง *n* couple

สอง *adj* two
สองครั้ง *adv* twice
สองเดือนต่อครั้ง *adj* bimonthly
สองเท่า *adj* double
ส่องแสง *iv* shed, gleam, shine
ส่องแสงระยิบระยับ *v* twinkle
ส่องแสงริบหรี่ *n* glimmer
ส่องแสงแวบวาบ *v* sparkle
สอด *v* insert
สอดแนม *v* spy
สอดรู้สอดเห็น *adj* nosy
สอดไส้ *v* stuff
สอน *v* educate, enlighten, teach
สอบตก *v* flunk
สอบถาม *v* interrogate
สอบสวน *v* debrief
ส้อม *n* fork
สะกด *iv* spell
สะกดจิต *v* hypnotize
สะกดรอย *v* track
สะเก็ด *n* scale
สะเก็ต *n* splinter
สะดวก *adj* expedient, handy
สะดวกสบาย *adj* comfortable
สะดึง *n* frame
สะดือ *n* belly button, navel
สะดุด *v* stumble, trip
สะท้อนกลับ *adj* reflexive, resounding
สะท้อนกลับ *v* reflect
สะเทินน้ำสะเทินบก *adj* amphibious
สะพาน *n* bridge
สะเพร่า *adj* sloppy, slack
สะโพก *n* hip
สะสม *v* accumulate
สะอาด *adj* clean
สะอาดสะอ้าน *adj* spotless, tidy
สั่ง *v* order, command, dictate
สังกะสี *n* zinc
สังเกต *v* observe
สังเกตุการณ์ *v* monitor
สังคม *n* society
สังคมนิยม *n* socialism
สั่งงาน *v* allocate
สั่งตัด *adj* custom-made
สังเวียน *n* arena
สังเวียนชนไก่ *n* pit
สั่งสอน *v* instruct
สั่งเสีย *v* admonish
สังหรณ์ *v* sense
สังหาร *v* slaughter, slay
สัจนิยม *n* realism
สัญชาตญาณ *n* instinct
สัญชาติ *n* citizenship, nationality
สัญญา *n* contract
สัญญาณ *n* indication, signal
สัญญาณเตือนภัย *n* alarm
สัญญาผูกมัด *n* obligation

ส

สัญลักษณ์ *n* note, icon, emblem, symbol
สัดส่วน *n* ratio
สัตว์ *n* animal
สัตว์ชนิดหนึ่ง *n* beaver
สัตว์เดรัจฉาน *n* beast
สัตว์ที่ใช้ฟันแทะ *n* rodent
สัตว์ที่รบกวน *n* pest
สัตว์ประหลาด *n* monster
สัตว์ป่า *n* wildlife
สัตว์ปีก *n* poultry
สัตวแพทย์ *n* veterinarian
สัตว์เลี้ยง *n* pet
สัตว์เลี้ยงลูกด้วยนม *n* mammal
สัตว์เลื้อยคลาน *n* lizard, reptile
สัตว์โลก *n* creature
สัตววิทยา *n* zoology
สั่น *adj* shaken; vibrant
สั่น *v* quiver, tremble
สั้น *adj* short
สันเขา *n* ridge
สันดาน *n* trait
สันโดษ *adj* ascetic, lonesome
สันติสุข *n* hush
สันนิษฐาน *v* presume
สันปันน้ำ *n* watershed
สั่นสะเทือน *v* quake, vibrate
สั่นสะเทือน *adj* shaky
สับ *v* hack, chop, mince
สับปะรด *n* pineapple
สับเปลี่ยน *v* shuffle
สับสน *adj* disoriented
สับสนวุ่นวาย *adj* tumultuous
สับสนอลหม่าน *adj* chaotic
สัปดาห์ *n* week
สัปหงก *v* nod
สัมผัสได้ *adj* tangible
สัมพันธ์กัน *adj* relevant
สาก *adj* coarse
สาขา *n* branch
สาขา *v* offset
สาดน้ำ *v* splash
สาธารณรัฐ *n* republic
สาธารณะ *adj* public
สาธิต *v* demonstrate
สาน *v* fabricate
สานต่อ *v* carry on, keep on
สาบาน *v* attest, swear
สาปแช่ง *v* curse
สาม *adj* three
สามเท่า *adj* triple
สามสิบ *adj* thirty
สามเหลี่ยม *n* triangle
สามัคคี *v* unite
สามัคคีกัน *v* harmonize
สามัญชน *n* layman
สามารถ *adj* able, capable
สามารถ *iv* can

ส

สามารถเข้าได้ *adj* accessible
สามารถจ่ายได้ *v* afford
สามารถเป็นได้ *adj* potential
สามี *n* husband
สาย *n* cord
สาย *adv* late
สายการบิน *n* airline
สายคาด *n* band
สายชนวน *n* fuse
สายตา *n* eyesight
สายตาไกล *n* foresight
สายตาสั้น *adj* myopic
สายเทป *n* tape
สายธาร *n* flow
สายน้ำ *n* stream
สายพันธุ์ *n* species, breed
สายฟ้า *n* thunderbolt
สายยาง *n* hose
สายยาว *n* strip
สายยู *n* shackle
สายโยงกางเกง *n* suspenders
สายรัดถุงเท้า *n* garter
สายริบบิ้น *n* ribbon
สายลูกประคำ *n* rosary
สายวัด *n* tape
สายหนัง *n* strap
สาร *n* epistle
สารคดี *n* documentary
สารคาเฟอีน *n* caffeine

สารใช้ฆ่าเชื้อโรค *n* disinfectant
สารซักฟอก *n* detergent
สารตรา *n* deed
สารนิโคติน *n* nicotine
สารไนโตรเจน *n* nitrogen
สารบัญ *n* index
สารพัด *adj* assorted
สารภาพ *v* confess
สารภาพผิด *v* admit
สารหนู *n* arsenic
สารแอมโมเนีย *n* ammonia
สารไอโอดีน *n* iodine
สาระ *n* substance
สาระสำคัญ *n* theme
สารานุกรม *n* encyclopedia
สาวก *n* disciple
สาวใช้ *n* maid
สาวโสด *n* maiden
สาหัส *adj* acute, severe, poignant
สำคัญ *adj* major, considerable, essential, main, prominent, significant, vital
สำคัญกว่า *v* overshadow
สำคัญยิ่ง *adj* sovereign
สำนวน *n* phrase, idiom
สำนักงาน *n* station, office
สำนักงานสาขา *n* branch office
สำนักงานใหญ่ *n* headquarters
สำนึกผิด *adj* remorseful
สำนึกผิด *v* repent

สำเนา n copy, duplication
สำเนียง n accent
สำรวจ n probing
สำรวจ v explore
สำรอง adj spare, auxiliary
สำรองที่ v reserve
สำราญ v revel
สำเร็จ v attain
สำเร็จการศึกษา v graduate
สำเร็จได้ adj attainable
สำลัก v choke, suffocate
สำลี n cotton
สำหรับประดับ adj ornamental
สิ่งกระตุ้น n stimulus
สิ่งกีดขวาง n block, barricade, obstruction
สิ่งของ n material, object, thing
สิ่งของที่เก่าแก่ n junk
สิ่งจำเป็น n necessity
สิ่งเจือปน n alloy
สิ่งชดเชย v offset
สิ่งชั่วร้าย n wickedness
สิ่งเชื่อมต่อ n link
สิงโต n lion
สิงโตตัวเมีย n lioness
สิ่งทอ n material, tapestry
สิ่งที่คัดตอนมา n excerpt
สิ่งที่คิดขึ้น n conception
สิ่งที่คู่ควรกัน n match
สิ่งที่ใช้ปิดตา n blindfold

สิ่งที่ใช้สวมเท้า n footwear
สิ่งที่ตกค้างอยู่ n remains
สิ่งที่เตือนใจ n reminder
สิ่งที่ถูกปิดล้อม n enclave
สิ่งที่น่าพิศวง n marvel
สิ่งที่แนบมาด้วย n attachment
สิ่งที่มาก่อน n antecedent
สิ่งที่มีขนาดจิ๋ว n miniature
สิ่งที่สร้างขึ้น n make
สิ่งที่เสนอให้ n offering
สิ่งที่ใส่เข้าไป n input
สิ่งที่หก n spill
สิ่งที่เห็น n sight
สิ่งที่เหลืออยู่ n leftovers
สิ่งที่ใหญ่โต n giant
สิ่งมีชีวิต n organism
สิ่งยั่วยวน n incentive
สิ่งเย้ายวน n seduction
สิ่งรอบข้าง n surroundings
สิ่งเล็กน้อย n scrap
สิ่งสกปรก n grime
สิ่งเสพติด n drug
สิ่งโสโครก n sewage
สิ่งห่อหุ้ม n muffler
สิ่งอ้างอิง n quotation
สิทธิบัตร n patent
สิทธิไปก่อน n priority
สิทธิพิเศษ n charter, franchise, prerogative, privilege
สินค้า n cargo, goods, merchandise

สินค้าเข้า *n* importation
สินค้าหลัก *n* staple
สินทรัพย์ *n* assets
สินบน *n* bribe
สินบน *v* buy off
สิ้นเปลือง *v* waste
สินแร่ *n* ore
สินสอดทองหมั้น *n* dowry
สิ้นสุดลง *v* terminate
สิบ *adj* ten
สิบเก้า *adj* nineteen
สิบเจ็ด *adj* seventeen
สิบแปด *adj* eighteen
สิบสาม *adj* thirteen
สิบสี่ *adj* fourteen
สิบหก *adj* sixteen
สิบห้า *adj* fifteen
สิบเอก *n* sergeant
สิบเอ็ด *adj* eleven
สิว *n* pimple
สี *n* color
สี่ *adj* four
สีเขียว *adj* green
สีชมพู *adj* pink
สีดำ *adj* black
สีแดง *adj* red
สีทา *n* smear
สีเทา *adj* gray
สีเทียน *n* crayon
สีน้ำตาล *adj* brown, brunette
สีฟ้า *adj* blue
สีม่วง *adj* purple
สีม่วง *n* violet
สีย้อม *n* paint
สี่แยก *n* conjunction, square
สีส้ม *n* orange
สี่สิบ *adj* forty
สีหน้า *n* countenance
สี่เหลี่ยม *adj* square
สี่เหลี่ยมมุมฉาก *adj* rectangular
สี่เหลี่ยมลูกบาศก์ *n* cube
สีเหลือง *adj* yellow
สีเหลืองอ่อนๆ *adj* blond
สืบเนื่องจาก *pre* according to
สืบรู้ *v* find out
สืบสวน *v* investigate
สืบสาน *v* go on
สืบหา *v* ascertain
สื่อ *n* intermediary
สื่อกระแสไฟฟ้า *n* conductor
สื่อสาร *v* articulate
สืบหา *v* detect
สุก *adj* mellow
สุกงอม *adj* ripe
สุขภาพไม่ดี *adj* unhealthy
สุขภาพร่างกาย *n* health
สุขวิทยา *n* hygiene
สุขุม *adj* judicious, wary

สุจริต *adj* truthful
สุญญากาศ *adj* airtight
สุดขีด *adj* extreme
สุดใจ *adj* wholehearted
สุดท้าย *adj* final, last
สุดท้าย *adv* lastly
สุดยอด *v* culminate
สุดสัปดาห์ *n* weekend
สุนัข *n* dog
สุนัขจิ้งจอก *n* jackal
สุนัขพันธุ์หนึ่ง *n* greyhound
สุนัขล่าเนื้อ *n* hound
สุภาพ *adj* decent, bland, polite
สุภาพบุรุษ *n* gentleman
สุภาพสตรี *n* lady
สุภาพอ่อนโยน *adj* courteous, genteel
สุภาษิต *n* proverb
สุม *v* stack
สุ่มสี่สุ่มห้า *adv* blindly
สุรา *n* booze
สุราที่มีรสหวาน *n* liqueur
สุราเมรัย *n* liquor
สุริยุปราคา *n* eclipse
สุสาน *n* cemetery, graveyard
สุสานใต้ดิน *n* catacomb
สุเหร่า *n* mosque
สุเหร่ายิว *n* synagogue
สู่ *pre* to

สูง *adj* high, tall
สูงชัน *adj* steep
สูงตระหง่าน *adj* towering
สูงลิ่ว *adj* steep
สูงวัย *adj* elderly
สูงส่ง *adj* majestic
สูงสุด *adj* sublime, supreme
สูญ *adj* void
สูญพันธุ์ *adj* extinct
สูญสิ้น *v* perish
สูญเสีย *iv* lose
สูญหาย *v* vanish
สูดดม *v* sniff
สูตร *n* formula
สูบ *v* drain
สูบน้ำ *v* pump
สูบบุหรี่ *v* smoke
สู้รบ *v* combat
เส้น *n* line
เส้นขนาน *n* parallel
เส้นโคจร *n* trajectory
เส้นตาย *n* deadline
เส้นทาง *n* route
เส้นประสาท *n* nerve
เส้นผ่าศูนย์กลาง *n* diameter
เส้นใย *n* fiber; floss
เส้นรุ้ง *n* latitude
เส้นลองจิจูด *n* longitude
เส้นละติจูด *n* latitude

เส้นเลือด *n* vein
เส้นเลือดแดง *n* artery
เส้นศูนย์สูตร *n* equator
เส้นสัมผัส *n* tangent
เสน่ห์ *n* charisma, charm
เสนอ *v* propose, offer
เสนอชื่อ *v* nominate
เสนาธิการ *n* staff, aide
เสพติด *adj* addictive
เสเพล *adj* rowdy
เสมอกัน *adj* even, like
เสมอภาค *adj* equivalent, impartial
เสมียน *n* clerk
เสริมกำลัง *v* reinforce, replenish
เสรีภาพ *n* liberty
เสแสร้ง *v* pretend; simulate
เสแสร้ง *adj* deceitful
เสาค้ำ *n* staff
เสาตะเกียง *n* lamppost
เสาธง *n* flagpole
เสาเรือ *n* mast
เสาหิน *n* column, pillar
เสาอากาศ *n* antenna
เสาะหา *iv* seek
เสีย *v* forfeit
เสียง *n* sound, voice
เสียงกระทบเบาๆ *n* lap
เสียงกลอง *n* drum
เสียงกึกก้อง *n* uproar
เสียงคร่ำครวญ *n* groan
เสียงคำราม *n* roar
เสียงดัง *n* racket, boom, noise, rumble
เสียงดัง *adv* aloud
เสียงดังสนั่น *n* crash
เสียงดังเอี๊ยด *n* creak
เสียงทุ้ม *n* bass
เสียงในโทรศัพท์ *n* dial tone
เสียงเปล่ง *n* sound
เสี่ยงภัย *v* risk
เสียงร้องดัง *n* outcry
เสียงร้องหึ่ง *n* buzz
เสียงร้องไห้ *n* crying
เสียงระเบิด *n* detonation
เสียงสะท้อน *n* echo
เสียงสะอื้น *n* sob
เสียงสั่น *n* tremor
เสียงหนักเบา *n* stress
เสียงหัวเราะ *n* laughter
เสียงเห่า *n* bark
เสี่ยงอันตราย *v* endanger
เสี่ยงอันตราย *adj* hazardous
เสียใจ *v* regret, sadden
เสียใจ *adj* sorry
เสียชีวิต *v* step out, die, pass away
เสียชีวิต *adj* dead, deceased
เสียดแทง *v* prick
เสียดสี *adj* sarcastic

เสียนิสัย *adj* perverse
เสียไป *adj* bereaved
เสียม *n* spade
เสียหาย *v* damage
เสือ *n* tiger
เสื่อ *n* mat
เสื้อกั๊ก *n* vest
เสื้อกันฝน *n* raincoat
เสื้อกันหนาว *n* overcoat
เสื้อขนสัตว์ถัก *n* sweater
เสื้อคลุม *n* cloak, tunic
เสื้อคลุมยาว *n* gown, robe
เสื้อคลุมอาบน้ำ *n* bathrobe
เสือจากัวร์ *n* jaguar
เสื้อแจ็กเกต *n* jacket
เสื้อชั้นในสตรี *n* bra
เสื้อเชิ้ต *n* shirt
เสือดาว *n* leopard
เสื้อนอก *n* coat
เสื้อผ้า *n* apparel, clothes, clothing, garment
เสื่อม *v* atrophy
เสื่อม *adj* derogatory
เสื่อมค่า *v* depreciate
เสื่อมโทรม *v* decay
เสื่อมโทรม *adj* degenerate
เสื่อมลง *v* degenerate, deteriorate
เสือลายตลับ *n* panther
เสื้อสตรี *n* blouse
แส้ *n* lash, whip
แสงจ้า *n* glare
แสงไฟ *n* light
แสงไฟสว่างจ้า *n* floodlight
แสงเลเซอร์ *n* laser
แสงวอบแวบ *n* flare
แสงวาบ *n* flash
แสงสว่าง *n* gleam
แสดง *v* act, display, show
แสดงความเคารพ *v* genuflect
แสดงความยินดี *v* congratulate
แสดงความรัก *adj* loving
แสดงความหมาย *v* connote
แสดงตน *v* show up
แสดงตัว *v* profess
แสดงท่าที *v* appear
แสดงแบบ *iv* model
แสดงละคร *v* play, stage
แสดงว่า *v* denote
แสดงออก *v* express
แสร้งทำ *v* bluff
แสร้งทำ *adj* trumped-up
โสด *adj* single, unattached, celibate, unmarried
ใส *adj* clear
ใส่ *iv* wear
ใส่กระเป๋า *v* bag
ใส่กล่อง *v* box
ใส่กุญแจมือ *v* handcuff

ใส่ขวด *v* bottle
ใส่ความ *v* incriminate
ใส่ถุง *v* sack
ใส่น้ำแข็ง *v* ice
ใส่บานพับ *v* hinge
ใส่ผิดที่ *v* misplace
ใส่แฟ้ม *v* file
ใส่ร้าย *v* malign
ใสสะอาด *adj* immaculate
ใส่สินค้าในร้าน *v* stock
ไส้กรอก *n* sausage
ไส้ตรง *n* rectum
ไส้ติ่ง *n* appendix
ไส้ติ่งอักเสบ *n* appendicitis
ไส้พุง *n* gut
ไส้เลื่อน *n* hernia
ไสหัวไป *v* go away

ห

หก *adj* six
หกสิบ *adj* sixty
หงส์ *n* swan
หงายหลัง *v* fall back
หงิกงอ *v* warp
หงุดหงิด *adj* grouchy
หญ้า *n* grass
หญ้าแห้ง *n* hay
หญิงบาร์ *n* barmaid
หญิงสาว *n* miss, chick, gal
หญิงโสด *n* spinster
หด *iv* shrink
หดตัว *v* dwindle
หดหู่ *adj* depressing
หทัยวิทยา *n* cardiology
หนทาง *n* way
หนวด *n* whiskers; mustache
หนวดเครา *n* beard
หนวดสัตว์ *n* tentacle
หน่วย *n* unit
หน่อ *n* bulb
หนอง *n* swamp, pus
หนอน *n* worm
หน่อไม้ *n* bamboo
หน่อไม่ฝรั่ง *n* asparagus
หนัก *adj* heavy
หนักเกินพิกัด *adj* overweight
หนัง *n* skin, film, leather
หนังรัด *n* strap
หนังสือ *n* book
หนังสือเดินทาง *n* passport
หนังสือนำเที่ยว *n* guidebook
หนังสือแบบตัวเอียง *adj* italics
หนังสือพิมพ์ *n* sheet, newspaper
หนังสือเล่มเล็กๆ *n* booklet

หนังหัว n scalp
หนา adj thick
หน้ากาก n guise, mask
หน้าขา n groin
หน้าแดง n blush
หน้าต่าง n window
หน้าตาดี adj good-looking
หน้าตาบูดบึ้ง n grimace
หน้าที่ n function, chore
หนาแน่น adj dense, intense
หน้าปัด n dial
หน้าผา n cliff, precipice
หน้าผาก n brow, forehead
หนาม n thorn
หน้ามืด adj faint
หนาว adj freezing
หนาวจัด adj bitter; arctic
หนาวเย็น adj chilly, cold
หนาวเย็น n chill
หนาวสั่น v shiver
หน้าอก n chest, breast, bust
หนี iv flee
หนีบ v nip
หนีรอด v get away
หนี้สิน n debit, debt
หนีหน้า v flunk
หนึ่ง adj one
หนึ่งแต้ม n ace
หนึ่งในสี่ n quarter
หนึ่งพัน adj thousand
หนึ่งร้อย adj hundred
หนึ่งล้าน n million
หนึ่งศตวรรษ n centenary
หนึ่งโหล n dozen
หนุ่มสาว n adolescent, youngster
หนุ่มสาว adj juvenile
หนู n mice, mouse, rat
ห่ม v wrap
หมกเม็ด v hush up
หมด v run out
หมดกำลัง adj impotent
หมดเกียรติ adj dishonorable
หมดตัว adj penniless
หมดสติ adj senseless, unconscious
หมดสติ n coma
หมดสติ v pass out
หมดหวัง adj desperate, hopeless
หมดอายุ v lapse, expire
หมวก n hat
หมวกกันน็อก n helmet
หมวกแก๊ป n cap
หมวกครอบ n hood
หมวกผ้าไม่มีปีก n beret
หมอ n doctor
หม้อ n pot
หมอก n fog, haze, mist
หมอดู n prophet
หมอตำแย n midwife

หมอน *n* pillow
หมอนอิง *n* cushion
หม้อน้ำ *n* boiler
หม้อน้ำรถยนต์ *n* radiator
หมอบคลาน *v* crouch
หม้อปรุงอาหาร *n* casserole
หมอผ่าตัด *n* surgeon
หมอผี *n* exorcist
หมอฟัน *n* dentist
หมอสอนศาสนา *n* clergyman
หมัก *v* brew, marinate
หมักบ่ม *v* ferment
หมัด *n* flea
หมัดเด็ด *n* settler
หมั้น *adj* engaged
หมั้น *v* engage
หมากฝรั่ง *n* bubble gum
หมากรุก *n* chess
หมาด *adj* soggy
หมาใน *n* hyena
หมาป่า *n* fox, wolf
หมายความ *iv* mean
หมายศาล *v* subpoena
หมายศาล *n* subpoena
หมายเหตุ *n* annotation, notation
หมิ่นประมาท *v* defame
หมี *n* bear
หมุด *n* stake, linchpin
หมุน *iv* spin, circulate, dial, swivel, turn, whirl

หมุนกลับ *v* turn back
หมุนรอบ *v* cycle
หมุนเวียน *v* rotate
หมู *n* hog, pig
หมู่บ้าน *n* village
หมู่บ้านเล็กๆ *n* hamlet
หมูเบคอน *n* bacon
หมูป่า *n* boar, wild boar
หมูแฮม *n* ham
หยด *n* drip
หยอกล้อ *v* tease
หย่อนลง *v* slacken
หยั่งดูท่าที *v* sound out
หยั่งรู้ *iv* know
หยาบ *adj* crusty, rough, raw, crass, crude
หยาบกระด้าง *adj* harsh
หยาบคาย *adj* profane, rude
หยาบช้า *adj* vulgar
หย่าร้าง *v* divorce
หยิก *adj* curly, wavy
หยิก *v* nip, pinch
หยิ่งยโส *adj* cocky, haughty
หยิบ *v* pick, pick up, take
หยิมๆ *adv* sparingly
หยุด *iv* quit, stop, cease, discontinue, halt
หยุดนิ่ง *adj* stagnant
หยุดพูด *v* shut up
หยุดรถ *v* brake

หรือ c or
หรือไม่ c whether
หรูหรา adj fancy, dashing, deluxe
หรูหราโอ่อ่า adj luxurious
หลงผิด adj mistaken
หลงหูหลงตา adj unnoticed
หลงใหล adj passionate
หล่น v drop out
หลบหนี v escape
หลบหลีก v elude, evade
หลบๆซ่อนๆ adj stealthy
หลวม adj loose
หล่อ adj handsome
หลอกลวง v bluff, cheat, fool, dupe
หลอกลวง adj fraudulent, misleading, tricky
หลอกหลอน v haunt
หลอด n pipe, reel
หลอดกาแฟ n straw
หลอดด้าย n reel
หลอดไฟ n bulb
หลอดลม n windpipe
หลอดอาหาร n esophagus
หลอมลมอักเสบ n bronchitis
หลัก n poise, maxim, post, principle
หลักเกณฑ์ n formula
หลักฐาน n premise, proof
หลักฐานมัดตัว n smoking gun
หลักธรรม n principle

หลักประกัน n warranty
หลักสูตร n scheme, course
หลักแหลม adj bright, cunning
หลัง n back
หลังค่อม adj crooked, hunched
หลังค่อม n crook
หลังคา n roof
หลังคารูปทรงกลม n dome
หลังจาก pre after
หลังจาก adv afterwards
หลับ iv sleep
หลา n yard
หลากหลาย adj multiple, promiscuous, varied
หลาน n grandchild
หลานชาย n grandson, nephew
หลานสาว n niece
หลายหลาย adj diverse
หลาว n dart
หลีกทาง v step down
หลีกเลี่ยง v avert, avoid
หลุดพ้น v clear
หลุบ v hand down, turn down
หลุม n pit, hole, pothole
หลุมฝังศพ n tomb
หลุมพราง n snare, pitfall
หลุมศพ n grave
หลุมหลบภัย n bunker
หวง v spare

ห่วง *n* noose
หวด *v* switch, slash
ห้วน *adj* terse
ห้วย *n* creek
หวอ *n* siren
หวัง *v* wish, hope
หวั่นกลัว *adj* apprehensive
หวาดกลัว *v* dread
หวาดระแวง *adj* paranoid
หวาน *adj* sweet
หว่าน *v* sprinkle, sow
หวานใจ *n* sweetheart
หวายเฆี่ยนคน *n* scourge
หวี *n* brush, comb, hairbrush
หวีดร้อง *v* smack
หวีผม *v* brush, comb
ห่อ *n* bale, bundle
ห่อ *v* wrap up
หอก *n* spear
หอคอย *n* tower
ห้อง *n* room, chamber
ห้องเก็บพัสดุ *n* stockroom
ห้องขายตั๋ว *n* box office
ห้องคนขับ *n* cockpit
ห้องครัว *n* kitchen
ห้องชุด *n* apartment, flat
ห้องดับจิต *n* mortuary
ห้องเต้นรำ *n* ballroom
ห้องใต้ดิน *n* cellar

ห้องโถง *n* hall, saloon
ห้องทำการทดลอง *n* lab
ห้องนอน *n* bedroom
ห้องนั่งเล่น *n* living room
ห้องน้ำ *n* bathroom, lavatory, rest room, toilet
ห้องน้ำสาธารณะ *n* chalet
ห้องประชุม *n* auditorium
ห้องพัสดุ *n* store
ห้องเพดาน *n* attic
ห้องเรียน *n* classroom
ห้องล็อคเกอร์ *n* locker room
ห้องเล็ก *n* cabinet, den
ห้องเล็กๆ *n* cubicle
ห้องสมุด *n* library
ห้องสารภาพผิด *n* confessional
ห้องแสดงภาพ *n* gallery
ห้องอาหาร *n* dining room
หอจดหมายเหตุ *n* archive
ห่อด้วยผ้าห่อศพ *adj* shrouded
หอบหืด *n* asthma
หอพัก *n* dormitory
หอม *adj* fragrant
ห้อมล้อม *v* circle, beset, besiege, encompass, mob, siege
หอมหัวใหญ่ *n* onion
หอย *n* shellfish
หอยตลับ *n* clam
หอยทาก *n* snail
หอยนางรม *n* oyster

ห้อยโหน *v* dangle
หอระฆัง *n* belfry
หอสังเกตการณ์ *n* observatory
ห่อหุ้ม *v* wrap, muffle
หัก *v* deduct
หักมุม *v* culminate
หักล้าง *v* refute
หักล้างไม่ได้ *adj* irrefutable
หักล้างหนี้ *v* amortize
หักหลัง *v* betray, blackmail, double-cross
หั่น *v* shred
หั่นผัก *v* vegetable
หัวข้อ *n* point, title
หัวข้อเรื่อง *n* subject, topic
หัวเข็มขัด *n* buckle
หัวเข่า *n* knee
หัวโค้ง *n* corner
หัวใจ *n* heart
หัวใจวาย *n* cardiac arrest
หัวฉีด *n* nozzle
หัวเทียน *n* spark plug
หัวนม *n* nipple
หัวผักกาด *n* beet, parsnip, radish
หัวเราะ *v* chuckle, laugh
หัวเราะต่อกระซิก *v* giggle
หัวเราะเยาะ *v* deride, ridicule
หัวเรือ *n* prow
หัวเรื่อง *n* heading
หัวเรื่องย่อย *n* subtitle
หัวโล้น *adj* bald
หัวเสีย *adj* demented
หัวหน้า *n* master, captain, chief
หัวหน้าคนใช้ชาย *n* butler
หัวหน้างาน *n* foreman
หัวหน้าบาทหลวง *n* archbishop, bishop
หัวอก *n* feelings
หา *iv* find
ห้า *adj* five
หาง *n* tail
ห่างไกล *adj* distant, faraway, remote
ห้างสรรพสินค้า *n* mall
หางเสือ *n* rudder
ห่างออกไป *adv* farther, further
หาตำแหน่ง *v* pinpoint
หาที่ตั้ง *v* place
ห่าน *n* swan, geese, goose
ห้ามปราม *v* dissuade
ห้ามออกนอกบ้านยามวิกาล *n* curfew
หาม้าให้ขี่ *v* mount
หายใจ *v* breathe
หายใจเข้า *v* inhale
หายใจไม่ออก *v* asphyxiate
หายใจหอบ *v* wheeze
หายนะ *adj* disastrous
หายไป *v* miss, disappear

ห

หายาก *adj* rare, scarce
หายาก *adv* scarcely
หาว *v* yawn
ห้าสิบ *adj* fifty
หาเส้นทาง *v* navigate
ห้ำหั่น *v* pound
หิ้ง *n* shelf
หิน *n* ledger
หินกรวด *n* cobblestone
หินก้อนใหญ่ *n* boulder
หินแกรนิต *n* granite
หินบนหลุมฝังศพ *n* gravestone
หินปูน *n* limestone
หินอ่อน *n* marble
หิมะ *n* snow
หิมะตก *v* snow
หิว *v* starve
หีบ *n* chest
หีบของ *n* case
หีบเพลง *n* organ, accordion
หีบห่อ *n* parcel, pack, package
หึงหวง *adj* jealous
หุ้น *n* share
หุ้นส่วน *n* partner, partnership
หุนหัน *adj* impetuous
หุบเขา *n* valley
หุบเขาลึก *n* canyon, ravine
หุ้มเบาะ *n* upholstery
หู *n* ear

หูด *n* wart
หูฟัง *n* earphones, headphones
หูหนวก *adj* deaf
เหงื่อ *n* perspiration, sweat
เหงือก *n* gum
เหงื่อออก *v* perspire, sweat
เห็ด *n* fungus, mushroom
เหตุ *n* factor
เหตุการณ์ *n* circumstance, event
เหตุการณ์ฉุกเฉิน *n* emergency
เหตุการณ์ที่สำคัญ *n* highlight
เหตุการณ์ในอดีต *n* chronicle
เหตุการณ์สำคัญ *n* milestone
เหตุบังเอิญ *n* hazard
เหตุผล *n* reason
เห็น *iv* behold
เห็นแก่ตัว *adj* selfish
เห็นคุณค่า *v* appreciate
เห็นจริงแล้ว *adj* proven
เห็นชอบด้วย *v* approve
เห็นด้วย *v* agree, endorse, assent
เห็นทะลุ *adj* see-through
เห็นว่า *v* regard
เห็นอกเห็นใจ *v* sympathize
เหนียว *adj* sticky; tough
เหนี่ยวรั้ง *v* curb
เหนือ *pre* above, over, upon
เหนือ *n* north
เหนือกว่า *v* predominate

เหนือกว่า *adj* superior
เหนือคำบรรยาย *adj* unspeakable
เหนื่อย *adj* weary, worn-out, tired
เหม็น *adj* smelly, fetid
เหม็นคาว *adj* fishy
เหม็นสาบ *iv* stink
เหมาะแก่การเพาะปลูก *adj* arable
เหมาะสม *adj* good, decent, appropriate, deserving, proper, suitable; eligible
เหมาะโอกาส *adj* opportune
เหมืองแร่ *n* mine
เหมืองหิน *n* quarry
เหมือน *pre* like
เหมือน *adj* same
เหมือนกัน *adj* corresponding, identical
เหมือนกัน *v* correspond
เหมือนกัน *adv* too
เหมือนครีม *adj* creamy
เหมือนนักกีฬา *adj* sporty
เหมือนปีศาจ *adj* diabolical
เหมือนผี *adj* spooky
เหยเก *adj* warped
เหยียบย่ำ *v* overrun
เหยียบ *iv* tread, stamp out
เหยื่อ *n* prey, victim
เหยือก *n* pitcher, jar, jug, mug
เหยื่อล่อ *n* bait
เหรัญญิก *n* treasurer

เหรียญเซ็นต์ *n* cent
เหรียญตรา *n* badge, coin
เหรียญรางวัล *n* medal
เหรียญสิบเซนต์ *n* dime
เหล็กกล้า *n* steel
เหล็กสกัด *n* chisel
เหลว *adj* watery
เหลวไหล *adj* delinquent
เหลวไหล *n* flop
เหล้า *n* booze
เหล้าก่อนอาหาร *n* aperitif
เหล้าเชอร์รี่ *n* sherry
เหล่าทัพ *n* force
เหล่านี้ *adj* these
เหล้าบรั่นดี *n* brandy
เหล้ารัม *n* rum
เหล้าไวน์ *n* wine
เหลือเชื่อ *adj* fabulous, incredible, unthinkable
เหลือทน *adj* unbearable
เหลือบมอง *v* glimpse
เหลือเฟือ *adj* ample, excessive
เหลื่อมล้ำ *adj* unequal
เหว *n* abyss, chasm
เห่า *v* bark
เห่าหอน *v* howl
เหิน *v* glide
เหี้ยมโหด *adj* ruthless
เหี่ยว *v* wither

เหี่ยวห่อ *iv* sink
เหี่ยวแห้ง *v* wrinkle
แห้ง *adj* dried, dry
แห่งประเทศ *adj* national
แห้งแล้ง *adj* barren, sterile
แห้งแล้วกันดาร *adj* arid
แหนบ *n* tongs, tweezers
แหบแห้ง *adj* hoarse
แหม่ม *n* madam
แหล่ง *n* source
แหล่งกำเนิด *n* cradle, origin
แหล่งที่มา *n* resource
แหล่งเสื่อมโทรม *n* slum
แหลม *adj* sharp, pointed
แหลม *n* cape
แหวน *n* ring
โหดร้าย *adj* monstrous, atrocious, bestial, bloodthirsty, brutal, cruel, ferocious
โหดเหี้ยม *adj* heartless, inhuman
โหนกแก้ม *n* cheekbone
โหม *v* exert
โหมโรง *n* prelude
โหร *n* prophet
โห่ร้อง *v* acclaim
โหราจารย์ *n* astrologer
โหราศาสตร์ *n* astrology
ให้ *v* allot, give
ให้การ *v* depose
ให้กำลังใจ *v* cheer
ให้กู้ยืม *v* loan
ให้ค่าจ้าง *iv* pay
ให้เงิน *v* put up
ให้เช่า *v* lease
ใหญ่ *adj* roomy
ใหญ่โต *adj* monstrous, great, big, bulky, gigantic, huge, large, massive
ใหญ่มาก *adj* sizable
ให้ท่า *v* flirt
ให้บริการ *v* serve, service
ให้เปล่า *adj* free
ให้พร *v* bless
ใหม่ *adv* afresh
ใหม่ *adj* new
ใหม่เอี่ยม *adj* brand-new
ให้ยา *v* drug
ให้ยาบำรุงกำลัง *v* dope
ให้ยืม *iv* lend
ให้รางวัล *v* reward
ให้รางวัลตอบแทน *v* remunerate
ให้เลือกได้ *adj* optional
ให้สัญญาณ *v* gesticulate
ให้สินเชื่อ *v* credit
ให้สินบน *v* pay off
ให้เหตุผล *v* attribute
ให้อภัย *v* forgive, pardon
ให้อาหาร *iv* feed
ให้อำนาจ *v* authorize, enable, license

ห

ไหม้ *adj* ablaze
ไหล *v* slip; flow
ไหล่ *n* shoulder
ไหลซึม *v* exude
ไหล่ถนน *n* verge
ไหวพริบ *n* tact

ห

อ

อก *n* bosom
อกตัญญู *adj* ungrateful
อกสามศอก *adj* virile
อคติ *n* prejudice
องค์การ *n* organism, agency, organization
องค์ประกอบ *n* complement
องุ่น *n* grape
อดทน *iv* bear, tolerate
อดทน *adj* stoic, patient
อดออม *v* economize
อดีต *n* past
อเทวนิยม *n* atheism
อธิการบดี *n* chancellor
อธิฐาน *v* pray
อธิบดี *n* rector
อธิบาย *v* account for, describe, explain, justify
อนาคต *n* future
อนาถ *adj* wretched
อนาธิปไตย *n* anarchy
อนุญาต *v* charter, sanction, allow, permit
อนุพากย์ *n* clause
อนุภาค *n* atom, particle
อนุมัติ *v* ratify
อนุมาน *v* deduce, infer
อนุรักษนิยม *udj* conservative
อนุศาสนาจารย์ *n* chaplain
อนุสาวรีย์ *n* monument
อบ *v* roast, broil, bake
อบควัน *v* fumigate
อบรม *v* train
อบอ้าว *adj* stuffy
อบอุ่น *adj* warm
อพยพ *v* evacuate; immigrate, migrate
อภัย *v* exonerate
อภัยโทษ *v* remit, absolve, condone
อภัยให้ได้ *adj* forgivable
อภิมหาอำนาจ *n* superpower
อม *v* embezzle
อยากรู้อยากเห็น *adj* curious
อย่างกระทันหัน *adv* abruptly
อย่างกล้าหาญ *adv* bravely
อย่างกว้างขวาง *adv* broadly, widely
อย่างกะทันหัน *adv* immediately

อย่างก้าวหน้า *adj* progressive
อย่างโกรธจัด *adv* furiously
อย่างขบขัน *adv* jokingly
อย่างขมขื่น *adv* bitterly
อย่างขี้ขลาด *adv* cowardly
อย่างเข้มงวด *adv* sternly
อย่างคล่อง *adv* fluently
อย่างแคบ *adv* narrowly
อย่างง่ายๆ *adv* plainly, simply
อย่างโจมตี *adv* verbally
อย่างฉับพลัน *adj* prompt
อย่างชัดเจน *adv* clearly, obviously
อย่างชั่วขณะ *adv* momentarily
อย่างช้า *adv* slowly
อย่างดัง *adv* loudly
อย่างดี *adv* nicely
อย่างดูแคลน *adv* slightly
อย่างโดดเด่น *adv* notably
อย่างโดดเดี่ยว *adv* lonely
อย่างตรงไปตรงมา *adv* frankly
อย่างเต็มใจ *adv* willingly
อย่างเต็มที่ *adv* fully
อย่างทันทีทันใด *adv* suddenly
อย่างแท้จริง *adv* literally
อย่างธรรมชาติ *adv* naturally
อย่างน่าหวาดกลัว *adj* ghastly
อย่างนุ่ม *adv* softly
อย่างแน่นอน *adv* surely
อย่างบ้าคลั่ง *adv* madly
อย่างปกติ *adv* normally
อย่างเป็นทางการ *adv* formally
อย่างเป็นธรรม *adv* justly
อย่างเป็นพิเศษ *adv* particularly
อย่างภาคภูมิใจ *adv* proudly
อย่างมาก *adv* highly
อย่างมากมาย *adv* exceedingly
อย่างมีความสุข *adv* joyfully
อย่างมีความหวัง *adv* hopefully
อย่างมีชื่อเสียง *adv* reputedly
อย่างมืออาชีพ *adj* professional
อย่างเมตตา *adv* kindly
อย่างไม่เต็มใจ *adv* grudgingly, reluctantly
อย่างไม่เป็นทางการ *adv* unofficially
อย่างไม่มีการลด *adv* grossly
อย่างไม่ยุติธรรม *adv* unfairly
อย่างย่อ *adv* briefly
อย่างรวดเร็ว *adv* speedily
อย่างรอบรู้ *adv* knowingly
อย่างราบรื่น *adv* smoothly
อย่างรุนแรง *adv* gravely
อย่างเร่งรีบ *adv* hastily, hurriedly
อย่างเร็ว *adv* quickly
อย่างเรียบร้อย *adv* neatly
อย่างแรกเริ่ม *adv* initially
อย่างแรง *adj* telling
อย่างไร *adv* how
อย่างไรก็ตาม *c* however

อ

อย่างไรก็ตาม *adv* somehow
อย่างละเอียด *adv* in depth
อย่างลับๆ *adj* covert
อย่างลับๆ *adv* secretly
อย่างเลว *adv* badly
อย่างสาธารณะ *adv* publicly
อย่างหยาบ *adv* harshly
อย่างหวัดๆ *adj* sketchy
อย่างเหมาะสม *adv* properly
อยุติธรรม *adj* unjust
อยู่ *iv* be
อยู่ด้วยกัน *v* coexist
อยู่ได้ด้วย *v* live off
อยู่ได้นานกว่า *v* outlast
อยู่ตรงข้าม *adv* opposite
อยู่ใต้น้ำ *adj* sunken
อยู่ทนกว่า *v* outlive
อยู่รอด *v* survive
อยู่หน้า *pre* before
อยู่หน้า *adv* before
อยู่เหนือ *v* transcend
อรรถาธิบาย *n* context
อร่อย *adj* delicious
อวกาศ *n* space
อวดดี *adj* conceited
อ้วน *adj* corpulent, fat
อ้วนมาก *adj* obese
อ้วนใหญ่ *adj* gross
อวบ *adj* plump

อวบอ้วน *adj* chubby
อวยพร *v* wish
อวัยวะ *n* stalk, organ
อสังหาริมทรัพย์ *n* realty
อหิวาตกโรค *n* cholera
ออกกฎหมาย *v* legislate
ออกกำลัง *v* exert
ออกกำลังกาย *v* exercise, work out
ออกจาก *iv* leave, depart, get off
ออกนอกเรือ *adv* overboard
ออกไป *v* step out, get out
ออกไป *adv* out
ออกไปข้างนอก *v* go out
ออกมา *v* come about, come out
ออกรส *v* taste
ออกโรง *v* come forward
ออกสังคม *adj* outgoing
ออกสู่ระบบ *v* log off
ออกเสียง *v* sound, pronounce, vote
ออกหน้า *v* precede
ออกอากาศ *v* air
ออกอุบาย *v* plot
ออด *n* doorbell
อ่อน *adj* young
อ่อนกว่า *adj* junior
อ่อนกำลัง *adj* feeble
ออนซ์ *n* ounce
อ่อนน้อม *adj* submissive

อ่อนน้อมถ่อมตน *adj* humble
อ่อนนุ่ม *adj* supple
อ่อนโยน *adj* subtle, mild, tender, affable, benign, gentle, lenient
อ่อนแรง *v* languish
อ้อนวอน *v* beg, plead, beseech
อ่อนไหวง่าย *adj* sensitive
อ่อนแอ *adj* lame, frail, susceptible, weak, wimp
อ่อนๆ *adj* light
อ้อมกอด *n* embrace, hug
ออมสิน *n* piggy bank
อ้อย *n* cane
อ้อยอิ่ง *v* stick around, linger
อะไร *adj* what
อะไรก็ตาม *pro* anything
อะไรก็ตาม *adj* whatever
อะลูมิเนียม *n* aluminum
อักษรตัวเล็ก *n* fine print
อัจฉริยบุคคล *n* genius
อัญมณี *n* gem, jewel
อัฒจรรย์ *n* grandstand
อัฒจันทร์ *n* amphitheater
อัด *v* press, compress
อัดเข้ารูป *v* block
อัดเทป *v* record
อัดหม้อไฟใหม่ *v* recharge
อัตตราร้อยละ *adv* percent
อัตโนมัติ *adj* automatic
อัตรา *n* rate

อัตราความเร็ว *n* speed
อัตราส่วน *n* ratio
อัตลักษณ์ *n* identity
อัน *n* item
อันก่อน *adj* preceding
อันเดียว *a* an
อันตราย *n* danger, harm
อันตราย *adj* unsafe
อันธพาล *n* hoodlum, rascal
อันเนื่องมาจาก *pre* because of
อันหนึ่ง *a* an, a
อันหลัง *adj* latter
อันไหน *adj* which
อันอื่น *adj* another
อัศวิน *n* knight
อาการ *n* state
อาการกระตุก *n* spasm
อาการของโรค *n* symptom
อาการขายหน้า *n* humility
อาการคลื่นไส้ *n* nausea
อาการคัน *n* itchiness
อาการเคลิ้ม *n* trance
อาการจาม *n* sneeze
อาการจุกเสียด *n* angina, colic
อาการเจ็บไข้ได้ป่วย *n* sickness
อาการชา *n* numbness
อาการตัวสั่น *n* shudder
อาการท้องผูก *n* constipation
อาการนอนไม่หลับ *n* insomnia

อาการนาม n gerund
อาการปวดฟัน n toothache
อาการปวดศีรษะ n headache
อาการปวดหู n earache
อาการปวดอุจจาระ n crap
อาการเป็นลม n faint
อาการโมโห n tantrum
อาการเวียนศีรษะ n dizziness
อาการสะอึก n hiccup
อาการเสียดท้อง n heartburn
อาการหูหนวก n deafness
อาการไอ n cough
อากาศ n air, weather
อากาศที่น่าสบาย n clemency
อาคาร n building, edifice
อาคารชุด n condo
อ่าง n basin
อ่างเก็บน้ำ n reservoir
อ่างล้าง n sink
อ้างว่า v claim
อ้างสิทธิ์ v assert
อ่างอาบน้ำ n bathtub, tub
อ้างอิง v quote
อาจเป็นไปได้ adj liable
อาจารย์ที่ปรึกษา n adviser
อาจารย์ n teacher, professor
อาจารย์ในศาสนายิว n rabbi
อาเจียน v throw up, vomit
อาชญากร n mobster, felon
อาชญากรรม n crime
อาชีพ n career, occupation, pursuit
อาณาเขต n territory
อาณาจักร n kingdom, realm
อาณานิคม n colony
อ่าน iv read
อานม้า n saddle
อ่านออกได้ adj legible
อาบแดด v bask
อาบน้ำ v bathe
อ้าปากค้าง v gasp
อาย adj bashful
อายุ n age
อายุน้อย adj young
อายุสั้น adj short-lived
อาร์ติโชก n artichoke
อารมณ์ n emotion, mood, temper
อารมณ์รุนแรง n access
อารมณ์เสีย adj grumpy
อารัมภบท n prologue
อารามนางชี n convent
อ่าว n bay, estuary
อ่าวขนาดใหญ่ n gulf
อ่าวแคบๆ n fjord
อ่าวเล็ก n cove
อาวุธ n ammunition, munitions, weapon
อาวุธยุทธภัณฑ์ n armaments
อาวุโส adj old, senile

อาวุโสกว่า *adj* senior
อาศัย *iv* ride, dwell, resort
อาศัยอยู่ *v* inhabit, live, reside, stay
อาศัยอยู่ได้ *adj* inhabitable
อาสาสมัคร *n* volunteer
อาหาร *n* concoction, meat, cuisine, food, sustenance
อาหารกลางวัน *n* lunch
อาหารก่อนเที่ยง *n* brunch
อาหารการกิน *n* diet
อาหารค่ำ *n* supper
อาหารเช้า *n* breakfast
อาหารตุ๋น *n* stew
อาหารทะเล *n* seafood
อาหารบำรุง *n* nourishment
อาหารเย็น *n* dinner
อาหารเรียกน้ำย่อย *n* appetizer
อาหารว่าง *n* snack
อาหารหนึ่งคำ *n* morsel
อำนาจ *n* force, leverage, might, power, authority
อำนาจการปกครอง *n* reign
อำนาจของกษัตริย์ *n* sovereignty
อำนาจดึงดูด *n* magnetism
อำนาจปกครอง *n* mastery
อำนาจเผด็จการ *n* dictatorship
อำนาจวาสนา *n* ascendancy
อำนาจสูงสุด *n* supremacy
อิจฉา *adj* jealous, envious
อิจฉา *v* envy
อิฐ *n* brick
อิทธิพล *n* influence
อิสรภาพ *n* freedom, independence
อิสระ *adj* free, autonomous
อิสระภาพ *n* autonomy
อีกครั้ง *adv* anew, again
อีกนัยหนึ่ง *adv* otherwise
อีกา *n* crow
อีแร้ง *n* buzzard
อึกทึก *adj* boisterous, noisy
อึดใจ *n* instant
อึดอัด *adj* uncomfortable
อื่นๆ *adv* else
อื่นๆ *adj* other
อื้อฉาว *adj* notorious
อุ้งเท้าสัตว์ *n* paw
อุณหภูมิ *n* temperature
อุด *v* stem, plug
อุดมสมบูรณ์ *adj* abundant, plush, succulent
อุดอู้ *v* stifle
อุดอู้ *adj* stuffy
อุทกภัย *n* flood
อุทาน *v* exclaim
อุทิศ *v* devote
อุทิศตน *v* consecrate
อุ่น *adj* warm
อุ่นเครื่อง *v* warm up
อุบัติการณ์ *n* incident

อ

อุบัติเหตุ *n* accident
อุบาทว์ *adj* sinister
อุปกรณ์ *n* tool
อุปกรณ์ *v* implement
อุปกรณ์เชิงกล *n* device
อุปถัมภ์ *v* foster, patronize
อุปราช *n* regent
อุปสรรค *n* barrier, obstacle, trouble
อุ้ม *v* soak up
อุโมงค์ *n* tunnel
อุโมงค์ใต้ดิน *n* catacomb
อุโมงค์ใต้ถนน *n* underpass
อุโมงค์ในเหมือง *n* pit
อุลตราซาวด์ *n* ultrasound
อูฐ *n* camel
อู่เรือ *n* shipyard
เอกเขนก *v* lounge
เอกภาพ *n* unity
เอกลักษณ์ *n* identity
เอกสาร *n* document
เอกสารแผ่นพับ *n* pamphlet
เอกอัครราชทูต *n* ambassador
เอเคอร์ *n* acre
เอ็ดตะโร *v* clamor
เอนกาย *v* recline
เอว *n* waist
เอา *iv* take
เอากลับคืน *v* recover

เอาขึ้นจากเรือ *v* disembark
เอาคืน *v* recapture, recoup, take back
เอาจริงเอาจัง *adv* earnestly
เอาใจใส่ *v* attend, mind, care
เอาใจใส่ *adj* attentive, considerate, extroverted
เอาชนะ *v* get over, outdo, overcome
เอาตัวรอด *v* get by
เอาน้ำออก *v* dehydrate
เอาเปรียบ *v* exploit
เอามือหยิบ *v* palm
เอาหน้า *v* show off
เอาออก *v* put off, unpack, dislodge
เอื้อม *v* hold out, reach
แอ่น *v* lean back
แอบดู *v* sneak
แออัด *v* jam
โอกาส *n* chance, occasion, opportunity, prospect
โอน *v* hand over
โอนสัญชาติ *v* nationalize
โอ้โลม *v* caress
โอ้อวด *v* flaunt
โอ้อวด *adj* ostentatious
โอเอซิส *n* oasis
ไอ *v* cough
ไอน้ำ *n* steam
ไอศกรีม *n* ice cream

ฮ

ฮอร์โมน *n* hormone
เฮลิคอปเตอร์ *n* helicopter
แฮมเบอร์เกอร์ *n* hamburger

Order & Contact Information

Word to Word® Dictionaries

Item	Language	ISBN13
	Word to Word®	
500X	Albanian	9780933146495
820X	Amharic	9780933146594
650X	Arabic	9780933146419
700X	Bengali	9780933146303
705X	Burmese	9780933146501
710X	Cambodian	9780933146402
715X	Chinese	9780933146228
520X	Czech	9780933146624
857X	Dari	9781946986603
660X	Farsi	9780933146334
530X	French	9780933146365
535X	German	9780933146938
664X	Georgian	9781946986627
540X	Greek	9780933146600
720X	Gujarati	9780933146983
545X	Haitian Creole	9780933146235
665X	Hebrew	9780933146587
725X	Hindi	9780933146310
728X	Hmong	9780933146532
551X	Hungarian	9780933146679
555X	Italian	9780933146518
730X	Japanese	9780933146426
735X	Korean	9780933146976
740X	Laotian	9780933146549
753X	Malayalam	9781946986610
755X	Nepali	9780933146617
760X	Pashto	9780933146341
575X	Polish	9780933146648
580X	Portuguese	9780933146945
765X	Punjabi	9780933146327
585X	Romanian	9780933146914
590X	Russian	9780933146921
830X	Somali	9780933146525
600X	Spanish	9780933146990
835X	Swahili	9780933146556
770X	Tagalog	9780933146372
780X	Thai	9780933146358
615X	Turkish	9780933146952
620X	Ukrainian	9780933146259
790X	Urdu	9780933146396
848X	Uzbek	9781946986696
795X	Vietnamese	9780933146969
5-895X	Word to Word® Class Set	

WORD to WORD

State Approved • Testing Dictionaries

All editions are two-way: English>Language / Language>English.
More languages in planning and production.

Word to Word® Dictionaries

Item	Language	ISBN13
Word to Word® with Subject Vocab		
653X	Arabic	9780933146563
703X	Bengali	9781946986061
718X	Chinese	9780933146570
533X	French	9780933146693
548X	Haitian Creole	9780933146709
583X	Portuguese	9781946986092
593X	Russian	9781946986078
603X	Spanish	9780933146723
793X	Urdu	9781946986085
798X	Vietnamese	9780933146686
5-105X	Word to Word® Subject Class Set	

Subject Vocabulary dictionaries include additional math, science and social studies vocabulary. Approximately 2400 math terms, 4400 science terms, and 1700 social studies terms.

Subject vocabulary terms are translated one-way, English>Language.

WordtoWord.com - Discounts + eBooks

Special Online Pricing: Special tiered discount pricing based on quantity for online orders. Simple and fast.

eBooks: eBook versions of the Word to Word® series are available via web app or mobile app on Android and IOS. eBooks can be downloaded for offline use within the App.

Bulk eBook orders for school districts are available. Simple, private student access to eBooks, no student information necessary. Email us to learn more and request sample ebook.

support@wordtoword.com

wordtoword.com

(951) 296-2445

*For **eBook** versions add "e" to Item number:*
*(Print Spanish) 600X → **600Xe** (eBook Spanish)*

Order & Contact Us

Bilingual Dictionaries, Inc. is committed to providing quality bilingual materials and great service. Contact us by phone or email for a quote today:

Phone: 951-296-2445

Fax: 951-296-9911

Mail: PO Box 1154, Murrieta, CA 92562

Email: support@bilingualdictionaries.com

Visit our website to download our current catalog-order form, view our products and shop online.

BilingualDictionaries.com

WordtoWord.com

Amazon.com/WordtoWord

Special Dedication & Thanks

Bilingual Dictionaries, Inc. would like to thank all the teachers from various districts across the country for their useful input and great suggestions in creating a Word to Word® standard. We encourage all students and teachers using our bilingual learning materials to give us feedback. Please send your questions or comments via email.
support@bilingualdictionaries.com